கிறிஸ்து நமக்காக

ஞானோபதேச பிரசங்கங்கள்

ரால்ஃப் டி. ப்ராய்ஸ்

கிறிஸ்து நமக்காக
ஞானோபதேச பிரசங்கங்கள்

Christ For Us, in Tamil

Sermons on the Ten Commandments, the Creed, and the Lord's Prayer

By

Rev. Rolf Preus

SALM

SouthAsiaLutheranMission.com

பொருளடக்கம்

ஞானோபதேசத்தின் (கத்தேகிஸ்முவின்) முக்கியத்துவம்

ஞானோபதேசத்தின் (கத்தேகிஸ்முவின்) முக்கியத்துவம்

கள்ள தீர்க்கதரிசிகளிடம் எச்சரிக்கையாயிருங்கள்
மத்தேயு 7:15

கள்ளத்தீர்க்கத்தரிசிகளுக்கு எச்சரிக்கையாயிருங்கள்; அவர்கள் ஆட்டுத்தோலைப் போர்த்துக்கொண்டு உங்களித்தில் வருவார்கள்; உள்ளத்திலோ அவர்கள் பட்சிக்கிற ஓநாய்கள். (மத்தேயு 7:15)

இ**யேசு**வானவர் இறையியல் கோட்பாட்டை மிகவும் தீவிரமாக எடுத்துக்கொள்கிறார் என்பதில் யாருக்கும் எந்த சந்தேகமும் இருக்கக்கூடாது. நாம் என்ன கற்பிக்கிறோம் என்பது முக்கியம். நாம் எதை நம்புகிறோம் என்பது முக்கியம். கடவுளைப் பற்றி மக்கள் என்ன கூறுகிறார்கள் என்பது முக்கியம். ஒரு கண்ணியமான வேலை, நல்ல வீடு, நன்மதிப்பு, ஆரோக்கியமான உடல் ஆகியவற்றைக் காட்டிலும் இது முக்கியமானது.

கர்த்தருடைய ஜெபத்தில் நாம் தேவனிடம் செய்யும் முதல் மன்றாட்டு (வேண்டுகோள்), அவருடைய நாமம் பரிசுத்தப்படுத்தப்பட வேண்டும் என்பதே. இது எப்படி செய்யப்படுகிறது? "கடவுளின் வார்த்தை அதன் உண்மை மற்றும் தூய்மையுடன் கற்பிக்கப்படும்போதும், கடவுளின் பிள்ளைகளாகிய நாம் அதன்படி புனிதமான வாழ்க்கையை நடத்தும்போதும் நடைபெறுகிறது." 'உண்மையான போதனை' பல ஆசீர்வாதங்களில் ஒன்றான ஒரு ஆசீர்வாதமல்ல. கடவுளின் பரிசுத்த வார்த்தையின் 'தூய போதனை' ஒன்றே இந்த வாழ்க்கையில் கடவுள் நமக்கு அளிக்கக்கூடிய மிக முக்கியமான ஆசீர்வாதமாகும்.

ஒருவரையொருவர் நேசிப்பதில் காட்டும் அக்கறையை விட தூய இறையியல் கோட்பாடுகளில் நாம் அதிகம் கவலைப்பட வேண்டியதில்லை என மக்கள் வாதிடுகின்றனர். தூய போதனையில் நீங்கள் அதிக அக்கறை கொண்டால், உங்கள் அண்டை வீட்டாரை நேசிப்பதில் குறைவான அக்கறை காட்டுவீர்கள் என்பதே இதன் உட்பொருள். அது உண்மையல்ல. "நீங்கள் ஒருவரிலொருவர் அன்பாயிருங்கள்; நான் உங்களில் அன்பாயிருந்ததுபோல நீங்களும்

ஒருவரிலொருவர் அன்பாயிருங்கள் எங்கிற புதிதான கட்டளையை உங்களுக்குக் கொடுக்கிறேன். நீங்கள் ஒருவரிலொருவர் அன்புள்ளவர்களாயிருந்தால், அதினால் நீங்கள் என்னுடைய சீஷர்களென்று எல்லாரும் அறிந்துக்கொள்வார்கள்" என்று இயேசு கூறுகிறார் (யோவான் 13:34-35). பாவிகளாகிய நமக்கு கிறிஸ்து காண்பிக்கும் கடவுளின் அன்பே இறைவனுடைய சத்தியத்தின் மையம். இது கிறிஸ்தவ கோட்பாட்டின் இதயம். தூய கோட்பாட்டின் மீது அக்கறை கொள்வது பாவிகளுக்கான கடவுளின் கிருபையின் மீது அக்கறை கொள்வதாகும். இது கிறிஸ்துவைப் பற்றித் தெரியாமல் தொலைந்து போனவர்களைப் பற்றி அக்கறைக்கொள்வது. இது கிறிஸ்துவை விட்டு அலைந்து திரிந்து தவறில் சிக்கிக்கொள்பவர்களைப் பற்றி அக்கறைக்கொள்வது.

கடவுளுடைய வார்த்தையின் தூய போதனையில் அக்கறை காட்டுவதை விட ஒருவரையொருவர் நேசிப்பதில் அதிக அக்கறை காட்ட வேண்டும் என்று கூறுவது, நம்முடைய அன்பு கடவுளின் அன்பை விட முக்கியம் வாய்ந்தது என்றுக் கூறுவதற்கொப்பாகும். கிறிஸ்தவ அன்பைப் போற்றும் பக்திமிக்க ஒலி வார்த்தைகளால் சுத்தமான கோட்பாடுகளை (மதக்கொள்கைகளை) இழப்பதில் முட்டாளாக்கப்படாமல் இருங்கள். கள்ள தீர்க்கதரிசிகள் மூலம் பேசும் பொய்களின் தந்தையாகிய பிசாசுவினால் இயற்றப்பட்ட பொய் இது. கிறிஸ்து இல்லாமல் உங்கள் அண்டை வீட்டாரை நீங்கள் நேசிக்க முடியாது. கிறிஸ்து இல்லாமல் கடவுளின் அன்பு உங்களுக்கு தெரியாது. உண்மையான கிறிஸ்தவ அன்பு சத்தியத்துடன் ஒத்துப்போகிறது. அது கடவுளின் சத்தியத்திற்கு எதிரானது அல்ல. தூய கோட்பாட்டை இழிவுபடுத்துவது என்பது இயேசுவின் இரத்தத்தையும், கடவுளின் அன்பையும், பரலோகத்தையும்கூட அவமதிப்பதாகும். சத்தியம் நம்மை விடுவிக்குமானல், சத்தியத்தை இகழ்வது என்பது உங்களுக்காகவும் மற்ற அனைவருக்கும் அடிமைத்தனத்தைத் தழுவுவதாகும். தெளிவாகச் சொல்வதென்றால், கடவுளுடைய வார்த்தையின் தூய கோட்பாட்டை இகழ்பவர்கள் தங்கள் அண்டை வீட்டாரை வெறுப்பதை எதிர்த்தாலும், அதற்கு எதிர்மறையாக அவர்களை வெறுக்கவேச் செய்கிறார்கள்.

கள்ளத் தீர்க்கதரிசிகளைப் பற்றிய நமது இறைவனின் எச்சரிக்கையானது, தூய இறைக் கோட்பாடு என்பது நாம் ஒருபோதும் வெறுக்கக்கூடாத ஒரு அற்புதமான பொக்கிஷம் என்று நமக்குக் கற்பிக்கிறது. இந்த எச்சரிக்கை, பிசாசு இங்கே பூமியில்

உயிரோடு இருப்பதாகவும், மிகவும் பக்தியுள்ளவர்களாகவும் கடவுள் பயமுள்ளவர்களாகவும் காட்சியளிக்கும் மனிதர்கள் மூலம் அவன் செயல்படுகிறான் என்பதையும் நமக்குக் கற்பிக்கிறது. கள்ள தீர்க்கதரிசிகள் மஞ்சள் பக்கங்களில் (Yellow Pages) "நாங்கள் கள்ளத் தீர்க்கதரிசிகள்" என்ற தலைப்பில் விளம்பரம் செய்வதில்லை. அவர்கள் செம்மறி ஆடுகளைப் போல் புனைந்துக் கொண்டு, அதாவது பக்தியுள்ள, வேதாகமத்தை நம்பும் கிறிஸ்தவர்களாக காட்டிக்கொண்டு நம்மிடம் வருகிறார்கள். மென்மையாகப் பேசுவார்கள். அவர்கள் கடவுள் மீதும் அவருடைய பரிசுத்த வார்த்தை மீதும் தங்கள் அன்பை பாசாங்காய் வெளிப்படுத்துகிறார்கள். அப்படியானால், அவர்களை எப்படி அங்கீகரிக்க முடியும்? அவர்கள் கிறிஸ்தவர்கள் போல் இருந்தால், அவர்களை எப்படி அடையாளம் காண்பது? மிகவும் எளிமையாக கூறவேண்டுமாயின், அவர்களைப் பார்ப்பதால் அல்ல! கள்ளத் தீர்க்கதரிசிகளை 'அடையாளம் காணக்கூடிய...' என்று இயேசு நமக்குச் சொல்லும் "கனி (பலன்)" அவர்கள் வாழும் வெளிப்புற வாழ்க்கை என்பது இந்த வேதப்பகுதியின் பொதுவான, தவறான புரிதல்களில் ஒன்று. அது அப்படியல்ல. அவர்கள் வாழும் வெளிப்புற வாழ்க்கை அவர்களின் உண்மையான வடிவங்களை மறைக்கும் 'ஆடுகளின் ஆடைகளாக' இருக்கலாம். ஆடுகளாகத் தோன்றுவார்கள். நீங்கள் பார்ப்பது ஆடுகளாக இருக்கும். ஆனால் நீங்கள் கேட்பது ஓநாயாகத்தான் இருக்கும். எனவே நீங்கள் பார்ப்பதை நீங்கள் பின்பற்ற வேண்டாம். நீங்கள் கேட்பதைக் கொண்டு அறிந்ததுக்கொள்ளுங்கள். நீங்கள் பார்ப்பது ஒன்றுமில்லை. நீங்கள் கேட்பது அனைத்தையும் குறிப்பிடுவதாயிருக்கிறது.

ஒரு தீர்க்கதரிசியின் பலன் அவருடைய தீர்க்கதரிசனமாகும். ஒரு ஆசிரியரின் அல்லது ஒரு போதகரின் பலன் அவருடைய போதனையாகும். ஆகவே, தீர்க்கதரிசிகள் அல்லது ஆசிரியர்களை அவர்களின் கோட்பாட்டின் மூலம் தீர்மானிக்கிறோம். இயேசு நமக்குக் கற்பித்த கோட்பாட்டுடன் இது எவ்வாறு ஒப்பிடப்படுகிறது? அது இயேசுவின் போதனைக்கு ஒத்துப்போகவில்லை என்றால் அது நிராகரிக்கப்பட வேண்டும். ஆனால் கள்ளத் தீர்க்கதரிசிகளிடம் ஜாக்கிரதையாக இருக்க வேண்டும் என்பதை ஒரு சராசரி கிறிஸ்தவர் எப்படி அறிவார்? ஒரு சராசரி கிறிஸ்தவர் தான் கேட்பதை இயேசுவின் உண்மை என்றும் பிசாசின் பொய்கள் அல்ல என்றும் எப்படித் தீர்ப்பளிக்க முடியும்? இதைச் செய்ய எளிய வழி உள்ளதா?

ஆம், இருக்கிறது. கள்ள தீர்க்கதரிசிகளிடம் ஜாக்கிரதையாயிருக்க

இயேசு நம்மை எச்சரித்தற்கிசைய ஒரு எளிய வழி உள்ளது. ஞானோபதேசத்தை (கத்தேகிஸ்முவை) மனப்பாடம் செய்து தினமும் ஒப்பியுங்கள். ஞானோபதேசம் என்பது பத்து கட்டளைகள், அப்போஸ்தலர்களின் விசுவாசப் பிரமாணம், கர்த்தருடைய ஜெபம் மற்றும் ஞானஸ்நானம், திறவுகோல்களின் அதிகாரம், பாவ அறிக்கை மற்றும் கர்த்தருடைய இராப்போஜனம் பற்றி நமது கர்த்தராகிய இயேசு கூறியது ஆகியவை. அறிவர் மார்ட்டீன் லுத்தரின் ஞானோபதேசம் பற்றிய விளக்கம் இவை அனைத்தையும் கூறி “இதன் அர்த்தம் என்ன?” என்கிற ஒவ்வொரு கேள்விக்கும் பதிலளிக்கிறது.

கிறிஸ்தவ கோட்பாட்டின் இந்த முக்கிய பகுதிகள் பிசாசின் சக்திகளுக்கு எதிராக இந்த பூமியில் நமக்கு இருக்கும் மிகப்பெரிய பாதுகாப்பு. பொய்களின் தந்தை நம் வாழ்வில் கடவுளின் விருப்பத்திற்கு எதிராகச் செல்லும்போதெல்லாம், ஞானோபதேசத்தை மனப்பாடம் செய்த நாம், பத்து கட்டளைகளில், கடவுளின் சொந்த வார்த்தைகளால் பதிலளிக்கலாம். சிறிய ஞானோபதேசத்தில் (சிறிய கத்தேகிஸ்முவில்) லுத்தர் எழுதியதை விட பத்து கட்டளைகளுக்கு சிறந்த விளக்கம் எதுவும் எழுதப்படவில்லை. கள்ளத் தீர்க்கதரிசிகள் நாம் பின்பற்றக்கூடிய நடத்தை விதிகளை அவர்களே உருவாக்க விரும்புகிறார்கள். நாம் விதிகளுக்குக் கீழ்ப்படிந்து பாவத்திலிருந்து விடுபட்டதாகக் கற்பனை செய்கிறோம். ஆனால் ஞானோபதேசம் அதற்கு நம்மை அனுமதிக்காது.

உதாரணமாக, எட்டாவது கட்டளையை கவனியுங்கள், இது நம் அண்டை வீட்டாருக்கு எதிராக பொய் சாட்சி கூறுவதை தடை செய்கிறது. லுத்தரின் விவிலிய விளக்கத்தைக் கேளுங்கள்: “நாம் கடவுளுக்குப் பயந்து அவரிடம் அன்பு கூருவதின் பயனாக அயலானைக் குறித்துத் தவறான, உத்தேசமான பொய்களைக் கூறாமலும், காட்டிக்கொடுக்காமலும், அவர் (அயலார்) புகழுக்கு களங்கம் விளைவிக்காமலும் அல்லது அவதூறுக் கூறாமலும் அவரைப் பாதுகாத்து, அவரைக் குறித்து நன்மையாக சிந்தித்துப் பேசி, எல்லாவற்றையும் சிறப்பான வழிகளில் புரிந்துக்கொண்டு, விளக்கமாக்க வேண்டும்..” என்கிறது.

உங்கள் அண்டை வீட்டாரை (அயலாரை)ப் பற்றி பொய் சொல்லவில்லை என்று நீங்கள் சொல்கிறீர்களா? ஆனால் நீங்கள் அவரை புண்படுத்தும் வகையில் அவரைப் பற்றி பேசியிருக்கிறீர்களா? அவரைப் பற்றி மோசமாகத் தோன்றும் விஷயங்களை நீங்கள்

திரும்பத் திரும்பச் சொன்னீர்களா? மற்றவர்கள் அவரை இழிவுபடுத்தி, அவரை வீழ்த்தும் விளையாட்டில் சேர உங்களை அழைத்தப்போது நீங்கள் அவரைப் பாதுகாத்தீர்களா? உங்கள் இதயத்தில் அவரைப் பற்றி தீய எண்ணம் கொண்டு, நீங்கள் அவரை விட விவரமானவர் அல்லது கனிவானவர் அல்லது நியாயமானவர் அல்லது புத்திசாலி என்று தோன்றும் விஷயங்களை நம்பினீர்களா? இந்த கட்டளைக்கு நீங்கள் கீழ்ப்படிந்தீர்களா? அல்லது நீங்கள் பாவம் செய்தவரா? அப்படியானால், உங்களுக்கு ஒரு இரட்சகர் அவசியம் தேவை. எனவே ஞானோபதேசத்தை (கத்தேகிஸ்முவை) சார்ந்திருங்கள்.

அப்போஸ்தலர்களின் விசுவாசப்பிரமாணம் (அறிக்கை) உண்மையானது, மேலும், லுத்தரின் சிறிய கத்தேகிஸ்முவில் அதன் விளக்கமும் அவ்வாறே உண்மையானது. அது கள்ள தீர்க்கதரிசிகளிடமிருந்து நம்மைப் பாதுகாக்கிறது. நாம் தாழ்வான விலங்கு வடிவத்திலிருந்து பரிணாம வளர்சியானோம் என்று கற்பிப்பவர்களை எதிர்த்து, "கடவுள் என்னை உருவாக்கினார் என்று நான் நம்புகிறேன்" என்கிற எளிய வார்த்தைகளால் மறுக்க முடியும்.

இயேசு கிறிஸ்து உண்மையான கடவுள் மற்றும் உண்மையான மனிதர் என்று மறுப்பவர்களிடமிருந்து ஞானோபதேசம் (கத்தேகிஸ்மு) நம்மைப் பாதுகாக்கிறது. யெகோவாவின் சாட்சிகள் (Jehova's Witnesses) என்கிற, ஒரு குழுவினர், 'இயேசுவே கடவுளின் முதல் படைப்பு, உண்மையில் நிஜமான கடவுள் அல்ல' என்கிற பொய்யை ஊக்குவிக்கிறார்கள். இயேசு கிறிஸ்து "உண்மையான கடவுள், நித்தியத்திலிருந்து தந்தையால் பிறப்பிக்கப்பட்டவர், மேலும் உண்மையான மனிதர், கன்னி மரியில் பிறந்தவர்" என்ற உண்மையை ஞானோபதேசம் அறிக்கையிடுகிறது. இயேசுவே யெகோவா. உங்கள் வீட்டுக் கதவைத் தட்டி உங்களை ஏமாற்ற முயற்சிக்கும் 'யெகோவாவின் சாட்சி'யிடம் அதை அறிக்கையிடுங்கள். அதை நல்லவிதமாகச் சொல்லுங்கள் ஆனால் தெளிவாகச் சொல்லுங்கள்: "இயேசு யெகோவா தேவன்." இந்த வேதாகமப் போதனை ஞானோபதேசத்தில் (கத்தேகிஸ்முவில்) நமக்கு சீர்கெடாமல் பாதுகாக்கப்படுகிறது.

நம் சொந்த விருப்பத்தின் மூலம் கிறிஸ்தவர்களாக மாறுகிறோம் என்பது போல, நம்முடைய சொந்த கிறிஸ்தவ நம்பிக்கைக்காக நம்மையே சார்ந்திருக்கக் கற்றுக்கொடுக்கும் கள்ளத் தீர்க்கதரிசிகளிடமிருந்து கத்தேகிஸ்மு நம்மைப் பாதுகாக்கிறது. விசுவாச அறிக்கையின் மூன்றாவது படிவத்திற்கு லுத்தரின்

அற்புதமான விளக்கத்திலிருந்து இந்த வார்த்தைகளைக் கேளுங்கள்:

நான் என் சொந்த புரிதலினாலோ அல்லது பலத்தினாலோ என் ஆண்டவராகிய இயேசு கிறிஸ்துவை நம்பவோ அல்லது அவரிடம் அண்டிச்சேரவோ முடியாது என்று நான் நம்புகிறேன்; ஆனால் பரிசுத்த ஆவியானவர் சுவிசேஷத்தின் மூலம் என்னை அழைத்தார், அவருடைய வெகுமதிகளால் என்னை அறிவூட்டினார், பரிசுத்தப்படுத்தினார் மற்றும் உண்மையான விசுவாசத்தில் என்னை வைத்திருக்கிறார்.

சிறுவனாக இருந்தப்போது நான் லுத்தரன் வகுப்புப் பள்ளியில் படித்தேன், அதனால் நான் ஞானோபதேசத்தை (கத்தேகிஸ்முவை)க் கற்றுக்கொண்டிருப்பேன் என்று நீங்கள் நினைப்பீர்கள். ஆனால் இது நடந்த அறுபதாம் வருடங்களின் போது, குழந்தைகள் மனப்பாடம் செய்ய வேண்டும் என்பதை சில வட்டாரங்களில் வழக்கமாக கொண்டிருக்கவில்லை. நாங்கள் கத்தேகிஸ்முவை நினைவாற்றலுக்கு ஒப்படைத்தோம் என்பதை விட தனிப்பட்ட முறையில் நாங்கள் என்ன நினைத்தோம் என்பது மிகவும் முக்கியமானது என்பதே இதன் கருத்து. எனவே நாங்கள் கத்தேகிஸ்முவைப் படிக்க வேண்டிய அவசியமாய் கருதவில்லை. குழந்தைகளை நடத்துவதற்கு இது ஒரு கனிவான மற்றும் மென்மையான வழியாயிருந்திருக்குமென நான் நினைக்கிறேன்.

ஆனால் கள்ளத் தீர்க்கதரிசிகள் ஒத்துழைக்கவில்லை. அவர்கள் ஒருபோதும் கனிவாகவும் மென்மையாகவும் மாறவில்லை. கடவுளுடைய வார்த்தையின் தூய கோட்பாட்டில் உறுதியாக இல்லாதவர்களின் நம்பிக்கையை அழிக்க அவர்கள் புறப்பட்டனர். வருந்தாத பாவம் கொடியது. எனவே, கள்ளத் தீர்க்கதரிசிகள் - பேராசை கொண்ட ஓநாய்கள்- பொய்யான பாதுகாப்பிற்கு மக்களை ஈர்த்து, அவர்கள் வேண்டுமென்றே மனந்திரும்பாமல், கடவுளுடைய வார்த்தையைப் புறக்கணித்து, பாலியல் ஒழுக்கக்கேட்டைத் தழுவி, உலக பொருட்களை கையகப்படுத்துவதை கடவுளுடைய சத்தியத்தின் மீதான பக்திக்கும் மேலாக வைத்து, இன்னும் பல வழிகளில் அவர்களை விசுவாசத்திற்கு அழைத்த பரிசுத்த ஆவியானவரை அவர்கள் வாழ்வினின்று வெளியேற்றுகிறார்கள்.

மேலும், இதே போலி தீர்க்கதரிசிகள் இயேசுவில் நமக்கு வெளிப்படுத்தப்பட்ட இரட்சிப்பின் மர்மங்களை கேள்விக்குள்ளாக்குகிறார்கள். இது மனந்திரும்பாமல் வாழ்ந்தவர்களைத்தங்களுக்குமிகவும்அத்தியாவசமான மன்னிப்பைத்

தேடுவதிலிருந்து தடுக்கிறது. கடவுளின் பத்துக் கட்டளைகளை மீறும் வாழ்க்கையில் சிக்கிக்கொண்ட மக்கள் விசுவாச அறிக்கையையும் அது ஒப்புக்கொள்ளும் நற்செய்தியையும் மறந்துவிட்டனர். அவர்கள் இறைவனின் ஜெபத்தின் அர்த்தத்தை மறந்துவிட்டார்கள், அதனால் அவர்களுக்கு எப்படி ஜெபிப்பது என்று தெரியவில்லை. அவர்களின் ஞானஸ்நானம் என்னவென்று அவர்களுக்குத் தெரியாது, அதனால் ஞானஸ்நானம் அவர்களின் வாழ்க்கையில் எந்த ஒரு சக்தியும் இல்லாமல் இழக்கப்பட்டது. மன்னிக்கும் வார்த்தைகளைக் கேட்க தேவாலயத்திற்கு விரைந்தோட முடியும் என்பது அவர்களுக்குத் தெரியாது. அங்கியை அணிந்த எந்த ஒரு மனிதனும் அவர்களுடைய பாவங்களை மன்னிக்க முடியாது என்று கள்ள தீர்க்கதரிசிகள் மிக பக்தியுடன் அவர்களுக்கு நம்பிக்கையளிக்கிறார்கள் என்பதில் நீங்கள் உறுதியாக இருக்கலாம்! இயேசு தங்களைப்போன்ற பாவிகளுக்காக சிந்திய இயேசுவின் உடலையும் இரத்தத்தையும் உண்பதற்கும் குடிப்பதற்கும் தாங்கள் தகுதியானவர்கள் என்று அவர்கள் நிச்சயமாக நினைக்க மாட்டார்கள். எனவே, செம்மறி ஆடுகள் தங்கள் சொந்த அறியாமையின் சேற்றில் மூழ்கும்போது, ஓநாய்கள் அவற்றைத் தாக்கி, சிதறடித்து, அழிக்கின்றன.

பரிசுத்த ஆவியின் உயிரளிக்கும் குரலே கிறிஸ்துவின் தூய போதனை. குழந்தைப் பருவத்தின் வெறும் நினைவுச் சின்னமாகப் புறக்கணிக்கப்பட்டு அலமாரியில் அவ்வப்போது அமர்ந்திருக்கும் சிறிய கத்தேகிஸ்மு, நம்மை உயிரோடும் வலிமையோடும் வைத்திருக்கும் இரட்சிக்கும் உண்மையின் சுருக்கமாகும். ஒவ்வொரு கள்ளத் தீர்க்கதரிசியின் பொய்களுக்கு எதிராக இது நமக்குறிய சிறந்த பாதுகாப்பு. கடவுள் நம்மிடம் உண்மையில் எதைக் கோருகிறார் என்பதை நாம் அறிய வேண்டியிருக்கும் போது, பத்து கட்டளைகள் எந்நேரமும் எது சரி, எது தவறு என்பதற்கு சரியான மற்றும் உண்மையான வழிகாட்டியாக இருக்கும். நம்முடைய பாவங்கள் நம் மனசாட்சியை உணர்த்தி, கடவுள் நம்மீது கோபமாக இருக்கிறார் என்று சொல்லும்போது, நம் பாவத்தை விட ஆழமான அன்பை விசுவாச அறிக்கை எப்போதும் நம் இதயத்தில் வெளிப்படுத்தும். மெய்யான கடவுளும் உண்மையான மனிதருமான இயேசு ஒருவரே, நம்மை மீட்டு பாவத்திலிருந்தும், மரணத்திலிருந்தும், பிசாசின் வல்லமையிலிருந்தும் விடுவித்தவர், மாத்திரமின்றி, பொன் அல்லது வெள்ளியால் அல்ல, மாறாக அவருடைய பரிசுத்தமான விலையேறப்பெற்ற இரத்தம் மற்றும் அவரது பாவமறியாத பாடுகளினாலும், மரணத்தினாலும் நம் மீட்பராக எப்பொழுதும்

இருப்பார். ஞானோபதேசத்தில் (கத்தேகிஸ்முவில்) சுருக்கமாகச் சொல்லப்பட்ட நற்செய்தி தூய்மையான, முழுமையான, உயிர் கொடுக்கும் உணவாகும். அந்த வார்த்தைகளைச் சொல்வது பிசாசை விரட்டி, இயேசுவின் மிக பரிசுத்தமான கீழ்ப்படிதலையும், குற்றமற்ற மரணத்தையும் விட குறைவுப்பட்ட ஒன்றை நம்புவதற்கு நமக்கு கற்பிக்கும் கள்ளத் தீர்க்கதரிசிகளின் பொய் வாய்களை மூடுகிறது.

நீங்கள் ஜெபிக்கும்போது கடவுள் கேட்கிறாரா என்று நீங்கள் கேள்வி எழுப்புகிறீர்களா? உங்கள் ஞானோபதேசத்திலுள்ளவகளைக் கேளுங்கள்: “கடவுள் இந்த வார்த்தைகளின் மூலம் அவர் நம்முடைய உண்மையான தந்தை என்றும், நாம் அவருடைய உண்மையான பிள்ளைகள் என்றும் நம்பும்படி அன்புடன் நம்மை அழைக்கிறார், அதனால் நாம் முழு தைரியத்துடனும் நம்பிக்கையுடனும் அவரிடம் கேட்கலாம். என் அன்பான பிள்ளைகள் தங்கள் அன்பான தந்தையிடம் கேட்கிறார்கள்” என்கிறது. திருமுழுக்கு (ஞானஸ்நானம்) பெறுவதால் ஏதேனும் நன்மை உண்டா என்று நீங்கள் ஆச்சரியப்படுகிறீர்களா? உங்கள் கத்தேகிஸ்முவைக் கேளுங்கள்: கடவுளின் வார்த்தைகளும் வாக்குறுதிகளும் அறிவிக்கின்றவண்ணமாக “இது (ஞானஸ்நானம்) பாவ மன்னிப்பைப் பெற்றுத்தருகிறது, மரணம் மற்றும் பிசாசிடமிருந்து விடுவிக்கிறது, மேலும் இதை நம்பும் அனைவருக்கும் நித்திய இரட்சிப்பை அளிக்கிறது” எனக் கூறுகிறது.

கள்ளத் தீர்க்கதரிசிகளின் மிகக் கொடிய பொய் என்னவென்றால், உங்கள் சொந்த பாவங்களுக்கு நீங்கள் பரிகாரம் செய்ய வேண்டும் அல்லது கடவுளுடன் சமாதானம் காண உங்களில் ஏதாவது ஒன்றை - உங்கள் சொந்த முடிவு, உங்கள் சொந்த பக்தி, உங்கள் சொந்த கீழ்ப்படிதல், உங்கள் சொந்த நல்லெண்ணங்கள் -ஆகியவற்றை நீங்கள் சார்ந்திருக்க வேண்டும் என்பதே. இந்தப் பொய்க்குப் பதிலளிக்கும் விதமாக, உங்கள் இரட்சகரின் கடைசி உயிலின் வார்த்தைகளாகிய “பாவ மன்னிப்புக்காக உங்களுக்காக கொடுக்கப்படுகிற என்னுடைய சரீரமும், சிந்தப்படுகின்ற என்னுடைய இரத்தமும்” என்பவற்றை கத்தேகிஸ்மு நமக்கு நினைப்பூட்டுகின்றன, மேலும் “இந்த வார்த்தைகள் மூலம் திருவருட்சாதனங்களில் (சாக்ரமந்துக்களில்) பாவ மன்னிப்பு, வாழ்வு மற்றும் இரட்சிப்பு நமக்கு வழங்கப்படுகிறது.”

கிறிஸ்துவுக்குள் அன்பான சகோதர சகோதரிகளே, அவருடைய இரத்தத்தால் உங்களை விலைக்கு வாங்கிய இரட்சகரிடமிருந்து உங்களைக் கிழித்தெறியும் கள்ள தீர்க்கதரிசிகளிடம் எச்சரிக்கையாக

இருங்கள். உங்கள் ஞானோபதேசம் (கத்தேகிஸ்மு) கடவுளின் வார்த்தையில் உறுதியாக நிலைநாட்டப்பட்டுள்ளது. அது உங்களைப் பாதுகாக்கும். பரலோகத்தில் சத்தியம் தனித்து நிலைநிற்கும், எல்லாப் பொய்களும் தவறான போதனைகளும் என்றென்றைக்கும் மௌனமாக்கப்படும். ஆனால் நாம் இன்னும் பரலோகத்தை அடையவில்லை. ஆபத்தான உலகில் நாம் வாழ்ந்துக்கொண்டிருக்கின்றோம். உங்கள் ஞான போதனைகளுடன் (கத்தேகிஸத்துடன்) தங்கியிருங்கள். கடவுளின் தூய இறைக்கோட்பாடு உங்களை பாதுகாப்பாகவும் பத்திரமாகவும் வைத்திருக்கும். ஆமென்.

முதலாம் முக்கியப்பிரிவு

(The First Chief Part)

பத்துக் கற்பனைகள்

நியாயப்பிரமாணத்தின் சாபம்

கலாத்தியர் 3:10-14

நியாயப்பிரமாணக் கிரியா மார்க்கத்தார் அனைவரும் சாபத்திற்காளானவர்கள்; "நியாயப்பிரமாணப் புஸ்தகத்தில் எழுதப்பட்ட யாவற்றையும் செய்யத்தக்கதாக அவற்றில் நிலைத்திராதவன் எவனோ அவன் சாபத்திற்காளானவன்" என்று எழுதியிருக்கிறதே. நியாயப்பிரமாணத்தினாலே ஒருவனும் கடவுளிடத்தில் நீதிமானாகத் தீர்க்கப்படுகிறதில்லை என்பது தெளிவாயிருக்கிறது. எப்படியெனில், "விசுவாசத்தினாலே நீதிமான் பிழைப்பான்." நியாயப்பிரமாணமோ விசுவாச மார்க்கத்திற்குரியதல்ல. "அவைகளைச் செய்கிறவனே அவைகளால் பிழைப்பான்." "மரத்தில் தொங்கும் எவனும் சபிக்கப்பட்டவன்" என்று எழுதியிருக்கிறபடி, கிறிஸ்து நமக்காகச் சாபமாகி, நியாயப்பிரமாணத்தின் சாபத்திற்கு நம்மை நீங்கலாக்கி மீட்டுக்கொண்டார். ஆவியைப்பற்றிய வாக்குத்தத்தத்தை நாம் விசுவாசத்தினாலே பெறும்படியாகவும், ஆபிரகாமின் ஆசீர்வாதம் கிறிஸ்து இயேசுவில் புறஜாதிகளுக்குக் கிடைக்கும்படியாகவும் இப்படிச் செய்தார் (கலாத்தியர் 3:10-14)

என்னையன்றி வேறு தெய்வங்கள் உனக்கு இருக்க வேண்டாம்.
உன் கடவுளாகிய கர்த்தருடைய நாமத்தை வீணாக வழங்க வேண்டாம்.
ஓய்வுநாளைப் பரிசுத்தமாக ஆசரிப்பாயாக.
நீ நன்றாக இருப்பதற்கும், பூமியில் நீண்ட காலம் வாழ்வதற்கும் உன் தகப்பனையும் உன் தாயையும் கனம்பண்ணு.
கொலை செய்யாதிருப்பாயாக.
விபச்சாரம் செய்யாதிருப்பாயாக
திருட வேண்டாம்.
உன் அயலானுக்கு விரோதமாக பொய் சாட்சி சொல்லாதிருப்பாயாக.
நீ உன் அயலான் வீட்டையாகிலும், பொருளையாகிலும் இச்சியாதிருப்பாயாக.
நீ உன் அயலானின் மனைவியையோ, அவனுடைய வேலைக்காரனையோ, அவனுடைய வேலைக்காரியையோ, அவனுடைய கால்நடைகளையோ, உன் அண்டை வீட்டானுடைய எதையும் இச்சிக்காதிருப்பாயாக.

கர்த்தராகியநான்,உன்தேவனாகியநான்,எரிச்சலுள்ளகடவுள்,என்னைப் பகைக்கிறவர்களில் மூன்றாவது மற்றும் நான்காவது தலைமுறை வரை பிள்ளைகள் மீது தகப்பன்களின் அக்கிரமங்களை விசாரிப்பேன். என்னை நேசித்து என் கட்டளைகளைக் கடைப்பிடிக்கிறவனுக்கு

ஆயிரம் தலைமுறைக்கும் இரக்கம் காண்பிப்பேன்.

நியாயமாய் எவரொருவரும் இந்த கட்டளைகளுக்கெதிராக வாதம் செய்ய இயலாது. அனைவரும் ஏற்றுக் கடைப்பிடிக்க வேண்டியவை. எனினும், கிறிஸ்து ஒருவர் மாத்திரமே அவைகளுக்குக் கீழ்ப்படிந்தார். மேலும் அவரே சபிக்கப்பட்டவருமானார்.

"நியாயப்பிரமாண புத்தகத்தில் எழுதப்பட்டுள்ள அனைத்தையும் தொடர்ந்து கடைப்பிடிக்காதவர்கள் அனைவரும், சபிக்கப்பட்டவர்கள்" என நியாயப்பிரமாணம் அறிவித்தது. நியாயப்பிரமாணத்தில் எழுதப்பட்ட அனைத்தையும் இயேசு ஒருவரே தொடர்ந்து கடைப்பிடித்தார். வேறு எவரொருவரும் இதைச் செய்யவில்லை. ஆயினும் இயேசு ஒருவரே சபிக்கப்பட்டவரானார். ஏன்? நியாயப்பிரமாணத்தின் ஆசீர்வாதத்தைப் பெற்ற ஒரே ஒருவர் ஏன் ஆசீர்வதிக்கப்படுவதற்கு பதிலாக சபிக்கப்பட வேண்டும்?

நமக்காக அவ்வாறு சபிக்கப்பட்டார். "கிறிஸ்து நம்மை நியாயப்பிரமாணத்தின் சாபத்திலிருந்து மீட்டு, நமக்காகச் சாபமானார் ('மரத்தில் தொங்கும் எவனும் சபிக்கப்பட்டவன்' என்று எழுதியிருக்கிறதே)."

இயேசுவின் பாடுகளின் வெளிச்ச வழியாக கிறிஸ்தவக் கோட்பாட்டின் ஆறு முக்கிய பகுதிகள் ஒவ்வொன்றையும் நாம் கருத்தில் கொள்வோம். பத்து கட்டளைகள் கிறிஸ்தவ கோட்பாட்டின் ஆறு முக்கிய பகுதிகளில் முதன்மையானது. ஞானோபதேசத்தில் (கத்தேகிஸ்முவில்) அவை தோன்றும் வரிசை தன்னிச்சையானது அல்ல. நாம் பத்து கட்டளைகளுடன் தொடங்குகிறோம், ஏனென்றால் கடவுள் நமக்கு கிருபை அருளினாலன்றி கடவுளை அறிய முடியாது, நம்முடைய சொந்த பாவத்தை நாம் அறியாவிட்டால் கடவுளின் கிருபையை நாம் அறிய முடியாது, பத்து கட்டளைகளை நாம் அறியும் வரை நம் சொந்த பாவத்தை நாம் அறிய முடியாது.

இந்த கட்டளைகளுடன் நியாயமான முறையில் ஒருவரும் தர்க்கம் செய்ய முடியாது. ஒரு பொய்யான கடவுளை வணங்குவது என்பது ஒரே உண்மையான கடவுளுக்கு மட்டுமே கிடைக்க வேண்டிய மரியாதையை இழக்கச்செய்வதாகும். கடவுளின் பெயரைத் தவறாகப் பயன்படுத்துவது என்பது மரியாதையற்ற சுதந்திரங்களை எடுத்துக்கொள்வதாகும். நாம் அனைவரும் ஒவ்வொரு

வாரமும்-உண்மையில் ஒவ்வொரு நாளும்-கடவுள் நம்மிடம் பேசும் வார்த்தைகளில் இளைப்பாற நேரம் ஒதுக்க வேண்டாமா? பெற்றோருக்கு ஏற்படும் அவமரியாதையை யார் பாதுகாக்க முடியும்? நிச்சயமாக, நம் அண்டை வீட்டாரை உடல் ரீதியாக காயப்படுத்த நாம் எதுவும் செய்யக்கூடாது. திருமண பந்தம் புனிதமானது மற்றும் அனைவராலும் மதிக்கப்பட வேண்டும். நம் அண்டை வீட்டாரின் சொத்து நாம் விரும்பியபடி செய்ய நமக்குச் சொந்தமானது அல்ல. அவருடைய நல்ல பெயரும் நமக்குச் சொந்தமானது இல்லை. நம்மிடம் இருப்பதில் திருப்தியடைய வேண்டும், மற்றவர்களின் இழப்பில் அதிக லாபம் பெற முயற்சிக்கக்கூடாது. இந்த கட்டளைகளை எந்த ஒரு கண்ணியமான நபரும் ஏற்றுக்கொள்வது மிகையாகாது.

அதனால்தான் இந்தக் கட்டளைகள் நம்மைக் கண்டிக்கும் போது நாம் வலியை மிகக் கடுமையாக உணர்கிறோம். அவைகள் ஒரு கொடூரமான மற்றும் மன்னிக்க முடியாத தெய்வத்திடமிருந்து கடுமையான மற்றும் நியாயமற்ற எதிர்பார்ப்புகளாக இருந்தால் அது வேறு விஷயம். ஆனால் அவைகள் அப்படிப்பட்டவைகள் அல்ல. அவைகள் விவேகமானவைகள். அவைகள் நல்லவைகள். எல்லோரும் அவற்றிற்குக் கீழ்ப்படிந்தால், இந்த உலகம் எவ்வளவு சிறப்பாக இருக்கும்!

பத்துக் கட்டளைகள் அர்த்தமுள்ளவை. நாம் அவற்றுடன் உடன்படுகிறோம். பெரும்பாலான மக்கள் உடன்படுகிறார்கள். மேலும் அவைகள் நம் அனைவரின் மீதும் கடவுளின் சாபத்தை உச்சரிக்கின்றன.

கிறிஸ்து நம்மை நியாயப்பிரமாணத்தின் சாபத்திலிருந்து மீட்டுக்கொண்டார். மீட்பது என்றால் விடுவிப்பது. ஆனால் கட்டணம் செலுத்த வேண்டும். நியாயப்பிரமாணத்தின் சாபத்திலிருந்து நம்மை விடுவிப்பதற்கான கட்டணம்(விலை கொடுப்பனவு) அந்தச் சாபத்தை அவர் நமக்காக சுமந்துகொண்டிருந்ததுதான். அதைத்தான் இயேசு செய்தார். அவர் நமக்காகச் சபிக்கப்பட்டார். அவர் நமக்காக சாபமானார்.

நியாயப்பிரமாணம் நமக்கு எதிராக தெய்வீக அச்சுறுத்தல்களைப் பேசியது. நம்முடைய கீழ்ப்படியாமைக்காக அது நம்மை சபிப்பதாக அச்சுறுத்தியது. நியாயப்பிரமாணத்திற்குத் தேவையான அனைத்தையும் நாம் செய்தால் ஒழிய அந்த சாபத்தை நம்மால்

ஒதுக்கிவிட முடியாது. நாம் தோற்றுப்போனோம்.

நம்முடைய தோல்வி வெறுமனே சில சடங்காச்சாரங்களில் மட்டும் நாம் இதைத் தவிர்த்துவிட்டோமோ அல்லது மறந்துவிட்டோமோ என்பதல்ல. நியாயப்பிரமாணத்திற்குக் கீழ்ப்படியத் தவறியது நியாயப்பிரமாணத்தின் மிக முக்கியமான சாராம்சத்தைப் பொறுத்ததே. அன்புச்செலுத்தத் தவறிவிட்டோம். உண்மையில் இது யாரொருவருக்கும் தேவைப்படும் அனைத்து நியாயப்பிரமாணம். அதைத்தான் நாம் செய்யவில்லை.

ஆனால் இதை நாம் அறிய விரும்புவதில்லை. உருவ வழிபாடு என்பது பன்முகக் கலாச்சாரமாக மாறுகிறது. மேலும், பிரார்த்தனை செய்வதற்கான சிறந்த வழி யாருக்குத் தெரியும் என்று யார் சொல்வது? கடவுள் அல்லாவாக இருக்கிறார் அல்லது அல்லா கடவுளாக இருக்கிறார். ஏனெனில், அல்லா என்பது கடவுளின் மற்றொரு பெயர் அல்லவா? கிறிஸ்து, முஹம்மது, புத்தர் அல்லது ஒருவேளை வேறு சில மதப் பிரமுகர்கள் உங்கள் மத விருப்பத்தைப் பொறுத்து ஒருவருக்காக ஒருவர் பரிமாறிக் கொள்ளப்படுவார்கள், மேலும் உருவ வழிபாடுகள் வறைமீறிப் போகின்றன.

கடவுள் சொல்லாதபோது அதைச் சொன்னார் என்று சொல்வது இரண்டாவது கட்டளைக்கு எதிரான பாவமாக கருதப்படுவதில்லை, மாறாக ஒருவரின் மதக் கருத்தின் நியாயமான வெளிப்பாடாக கருதப்படுகிறது. யாருடைய கருத்து சரியானது, யாருடையது சரியானதல்ல என்று யார் சொல்வது?

மேலும், நம் ஓய்வு நாள் ஆசரிப்பு எப்படி இருக்கிறது? எப்போது, எங்கே அது நம் வேலை அல்லது விளையாட்டில் குறுக்கிடவில்லையோ அல்லது எப்போது நல்ல இரவு தூக்கத்தைப் நாம் பெற்றுக்கொள்ளுகிறோமோ அப்போது நாம் தேவாலயத்திற்குச் செல்கிறோம்.

“மேலும் என்னைக் குற்ற உணர்வடையச் செய்யத் துணியாதீர்கள்! நீங்கள் என்னை நியாயந்தீர்க்கத் துணியாதீர்கள்! ஒருவேளை, எப்போதாகிலும் நான் ஓய்வு நாளை ஆசரிக்கத் தேர்ந்தெடுத்தால், நான் தேர்ந்தெடுத்தபடி நான் நம்புவேன், நான் தேர்ந்தெடுத்தபடி வழிபடுவேன். இது கடவுளுக்கும் எனக்கும் இடையே உள்ளது. எனவே நான் என்ன செய வேண்டும் அல்லது செய்யக்கூடாது என்று

என்னிடம் சொல்லவேண்டாம்!” என்கிறோம்.

அதனால் ஓய்வோ அமைதியோ கிடைக்காத குற்ற உணர்வு கதறுகிறது. ஏனென்றால், வலியை எதிர்கொள்வதைவிட அதைத் தவிர்க்க மனசாட்சி விருப்பப்படும். ஆனால் அதை எதிர்கொள்ள வேண்டும். நியாயப்பிரமாணத்தை விட்டு ஓடுவது வீண் செயலாகும். சாபத்தை எதிர்த்துக் குரல் கொடுப்பதால் சாபம் நீங்காது. இல்லவே இல்லை. அது உங்கள் மனசாட்சியின் மீது பாரத்தை மட்டும் சுமத்தாது; அது உங்கள் உயிரையே பறித்து, உங்களால் செலுத்த முடியாத கடனை அடைக்கும் வரை உங்கள் கை கால்களை கட்டி சிறையில் தள்ளும். மனம் திரும்புங்கள்! கடவுள் ஒரு எரிச்சலுள்ள கடவுள், அப்படி இருக்க எல்லா உரிமையும் அவருக்கு உள்ளது. அவர் பாவத்தின் மேல் பாவத்தைக் காண்கிறார்.

நியாயப்பிரமாணப் புத்தகத்தில் எழுதப்பட்டுள்ள அனைத்தையும் தொடர்ந்து செய்யாதவர்கள் அந்த நியாயப்பிரமாணத்தின் சாபத்திற்கு ஆளானவர்கள் என்று அவர் கூறும்போது, அவர் பேசுவதைக் அவரே கேட்டுக்கொள்வதற்காக பேசவில்லை. இந்த சாபத்திலிருந்து நாம் விலகியோட முடியாது. நமது கீழ்ப்படியாமையை முன்வைத்து, அது கீழ்ப்படிதல் என்று பாசாங்கு செய்வதால் அதை மௌனமாக்க முடியாது. நாம் விடுவிக்கப்பட வேண்டும், மேலும் நாம் நம்மிடமிருந்தே நாம் விடுவிக்கப்பட வேண்டும்.

அதைத்தான் பத்துக் கட்டளைகள் நமக்குக் கற்பிக்கின்றன. அதைத்தான் நமக்குக் காண்பிக்கின்றன. நாம் பத்துக் கட்டளைகளையும் அவற்றின் விளக்கத்தையும் ஞானோபதேசத்தில் (கத்தேகிஸ்முவில்) மனப்பாடம் செய்துவிட்டு, நம் பாவத்திற்காக மனம் வருந்த வேண்டிய பாவிகளாக நம்மை நாம் பார்க்கக் கற்றுக்கொள்ளவில்லை என்றால், நாம் பாடத்தைக் கற்கவில்லை. கடவுளிடம் போகும் வழி நியாயப்பிரமாணச் சட்டங்களுக்குக் கீழ்ப்படிவதன் மூலம் அல்ல. சட்டத்திற்குக் கீழ்ப்படிந்து கடவுளைக் கண்டடைய முயற்சிப்பது என்பது நியாயப்பிரமாணத்தின் சாபத்தைத் தழுவிக்கொண்டு அந்தச் சாபத்தைத் தாங்கிக்கொள்வதாகும்.

எனவே நாம் நமது பாவங்களுக்காக மனம் வருந்துகிறோம். நாம் அவற்றை அறிக்கைச்செய்கிறோம். கடவுள் நமக்காகச் சாபமாக மாறியவரைச் சுட்டிக்காட்டுகிறார். மரத்தில் தொங்கவிடப்பட்டு, நமக்குப் பதிலாக சாபமாக மாறியவர் அந்த சாபத்தை நம்மிடமிருந்து

நீக்கிவிட்டார். அவர் தமது ஆவியை நமக்கு அனுப்புகிறார். அவர் நம்மை விசுவாசத்திற்கு வழிநடத்துகிறார். தம்முடைய நீதியுடைமையை அவர் நமக்குக் கொடுப்பதன் மூலம் நீதிக்கான நமது தாகத்தைத் தணிக்கிறார்.

மனந்திரும்புதல் ஒரு அற்புதமான வெகுமதி. அது நம்மை விடுவிக்கிறது. நாம் இனி நம்மை நியாயப்படுத்த முயலாமல், சட்டத்தின் சாபத்திலிருந்து நம்மை மீட்டவர் மீது நம்பிக்கை வைக்கும்போது, உண்மையான ஓய்வையும் அமைதியையும் காண்கிறோம். கிழக்கிலிருந்து மேற்குக்கு எவ்வளவு தூரமோ, அதே அளவுதூரத்தில் நியாயப்பிரமாணங்களின் சாபத்திலிருந்து நீக்குவதாக பரிசுத்த ஆவியானவர் நம் இதயங்களை நம்ப வற்புறுத்துத்துகிறார். இயேசு நமக்காக நம்முடைய சாபத்தைச் சுமந்தபோது, நம்மைக் கண்டிக்கும் நியாயப்பிரமாணத்தின் அதிகாரத்தை அவர் பறித்தார். இயேசுவின் இரத்தத்தால் மன்னிக்கப்பட்டவர்களையும், விசுவாசத்தினால் மட்டுமே நீதிமான்களாக்கப்படுபவர்களையும் நியாயப்பிரமாணம் கண்டிக்க முடியாது.

நியாயப்பிரமாணம் நம்மை ஆள்வதில்லை. மாறாக, அதன் சாபத்திலிருந்து நம்மை விடுவித்த கடவுளை நாம் எப்படிப் பிரியப்படுத்தலாம் என்பதைச் சொல்லி நமக்கு பணிவிடைச் செய்கிறது. நம்மை மீட்டவரிடம் நாம் வைத்திருக்கும் அன்பை எவ்வாறு வெளிப்படுத்துவது என்பதை நியாயப்பிரமாணம் நமக்குக் கற்பிக்கிறது நம்மை நீதிமான்களாக்க நியாயப்பிரமாணம் தேவையில்லை. நம்மிடமிருந்து எந்த ஒரு உதவியும் இல்லாமல் இயேசு அதைப் பொறுப்பேற்றுக் கொண்டார். விசுவாசத்தின் வழியாக நீதிமான்களாக இருக்கும் நாம் எப்படி விசுவாசத்தில் வாழ வேண்டும் என்றுக் கூற நியாயப்பிரமாணம் நமக்குத் தேவைப்படுகிறது.

நியாயப்பிரமாணம் எப்போதும் நம்மைக் குற்றம் சாட்டும், அதில் நாம் ஒருபோதும் ஆறுதலைக் காண மாட்டோம் என்பது உண்மை. ஆனால் நாம் ஆறுதல் இல்லாமல் இருக்க மாட்டோம். ஏனெனில், நமக்காகச் சாபமாகி, நம்மை விடுவித்தவர் நம்மிடம் இருக்கிறார். யாராலும் அவரை நம்மிடமிருந்து பறிக்க இயலாது. ஆமென்.

முதலாம் கட்டளை (கற்பனை அல்லது போதனை)

நம் கடவுளுக்கு விரோதமான 'பொருளாசைக்கடவுள்' (Mammon - வேறு தெய்வங்கள்).

மத்தேயு 6:24-34

திரித்துவத்திற்குப் பின்வரும் பதினைந்தாம் ஞாயிறு

இரண்டு எஜமான்களுக்கு ஊழியஞ்செய்ய ஒருவனாலும் முடியாது; ஒருவனைப் பகைத்து, மற்றவனைச் சிநேகிப்பான்; அல்லது ஒருவனைச் சார்ந்துக்கொண்டு, மற்றவனை அசட்டைபண்ணுவான்; நீங்கள் கடவுளுக்கும் உலகப்பொருளுக்கும் ஊழியஞ்செய்ய முடியாது. இப்படியிருப்பதால், எதை உண்போம், எதைக் குடிப்போம் என்று உங்கள் உயிருக்காகவும்; எதை உடுப்போம் என்று உங்கள் உடலுக்காகவும் கவலைப்படாதிருங்கள் என்று, உங்களுக்குச் சொல்லுகிறேன்; உணவைவிட உயிரும், உடையைவிட உடலும் முக்கியமல்லவா? ஆகாயத்துப் பட்சிகளைக் கவனித்துப்பாருங்கள்; அவைகள் விதைக்கிறதுமில்லை, அறுக்கிறதுமில்லை, களஞ்சியங்களில் சேர்த்துவைக்கிறதுமில்லை; அவைகளையும் உங்கள் பரமபிதா பிழைப்பூட்டுகிறார்; அவைகளைப்பார்க்கிலும் நீங்கள் விசேஷமானவர்களல்லவா? கவலைப்படுகிறதினாலே உங்களில் எவன் தன் வளர்த்தியோடு ஒரு முழத்தைக் கூட்டுவான்? உடைக்காகவும் நீங்கள் கவலைப்படுகிறதென்ன? காட்டுப் புஷ்பங்கள் எப்படி வளருகின்றனவென்று கவனித்துப்பாருங்கள்; அவைகள் உழைக்கிறதுமில்லை, நூற்கிறதுமில்லை; ஆயினும், சாலொமோன் முதலாய் தன் சர்வ மகிமையிலும் இவைகளில் ஒன்றைப்போல் உடுத்தியிருந்ததில்லை என்று, உங்களுக்குச் சொல்லுகிறேன். இன்றைக்கிருந்து நாளைக்கு அடுப்பிலே போடப்படும் காட்டுப் புல்லுக்கு கடவுள் இவ்விதமாய் உடுத்துவித்தாரானல், அற்ப விசுவாசிகளே உங்களுக்கு உடுத்துவது அதிக நிச்சயமல்லவா? ஆதலால், எதை உண்போம், எதைக் குடிப்போம், எதை உடுப்போமென்று, கவலைப்படவேண்டாம். இவற்றையெல்லாம் புறஜாதியார் நாடித்தேடுகிறார்கள். இவையெல்லாம் உங்களுக்குத்கூட தேவையென்று உங்கள் பரமபிதாவுக்குத் தெரியும். முதலாவது அவருடைய ராஜ்யத்தையும் நீதியையும் தேடுங்கள், அப்பொழுது இவைகளெல்லாம் உங்களுக்குக்கூடக் கொடுக்கப்படும். ஆகையால், நாளையத்தினத்திற்காகக் கவலைப்படாதேயுங்கள்; நாளையத்தினம் தனக்காகக் கவலைப்பட்டுக்கொள்ளும். அந்தந்த நாளுக்கு அதினதன் பாடு போதும். (மத்தேயு 6:24-34)

முதலாம் கட்டளை மற்றக் கட்டளைகளுக்கான அடித்தளத்தை அமைக்கிறது: “என்னைத் தவிர வேறு கடவுள்கள் உங்களுக்கு இருக்க வேண்டாம்” என்பதே அது. கடவுள் இருப்பதன் அர்த்தம் என்ன? பெரிய கத்தேகிஸ்முவில் (ஞானோபதேசத்தில்) மார்ட்டின் லூத்தர் அளிக்கும் பதிலை இங்கே காணலாம்:

> கடவுள் இருப்பதன் அர்த்தம் என்ன? அல்லது, கடவுள் என்றால் என்ன?
>
> பதில்: ஒரு கடவுள் என்பது நாம் எல்லா நன்மைகளையும் எதிர்பார்க்கும் மற்றும் எல்லா துன்பங்களிலும் அடைக்கலமாக இருக்க வேண்டும் என்று அர்த்தம், அதனால் ஒரு கடவுளைக் கொண்டிருப்பது என்பது அவரை முழு மனதுடன் பற்றிக்கொண்டு நம்புவதைத் தவிர வேறில்லை; இருதயத்தின் நம்பிக்கையும் விசுவாசமும் மட்டுமே கடவுள் மற்றும் சிலைவழிப்பாடு ஆகிய இரண்டையும் உருவாக்குகிறது என்று நான் அடிக்கடி கூறியிருக்கிறேன். உங்கள் விசுவாசமும் நம்பிக்கையும் சரியானதாக இருந்தால், உங்கள் கடவுளும் உண்மையானவர்; மறுபுறம், உங்கள் நம்பிக்கை பொய்யாகவும் தவறாகவும் இருந்தால், உங்களிடம் உண்மையான கடவுள் இல்லை; ஏனெனில் விசுவாசம் மற்றும் கடவுள் இவை இரண்டும் ஒன்று சேர்ந்தவை. இப்போது நான் சொல்கிறேன் நீங்கள் உங்கள் இதயத்தை எதன் மீது செலுத்தி, உங்கள் விசுவாசத்தை வைத்தீர்களோ, அதுவே உங்களின் பொருத்தமான கடவுள்.

முக்கியமாக, உருவ வழிபாடு ஒரு பொய்யான கடவுளை வழிபடும் வெளிப்புறச் செயல் அல்ல. உருவ வழிபாடு இதயத்தில் நடைபெறுகிறது. அது ஒரு தவறான நம்பிக்கை. இந்த தவறான நம்பிக்கை உலகின் பல்வேறு மதங்களால் ஊக்குவிக்கப்பட்ட சில தவறான கடவுள்களுக்கு செலுத்தப்படலாம். உதாரணமாக, முஸ்லிம் கடவுள் ஒரு தவறான கடவுள். அவர் உண்மையில் இல்லாத ஒருவர். அவர் ஒரு மனித கண்டுபிடிப்பு. அதைப்போலவே மார்மோன்கள், யூதர்கள், யெகோவாவின் சாட்சிகள் மற்றும் பரிசுத்த வேதாகமத்தின் உண்மையான கடவுளை நிராகரிக்கும் மற்றவர்களால் வணங்கப்படும் கடவுள் இல்லாத ஒருவர். பரிசுத்த திரித்துவமாகிய, பிதா, குமாரன் மற்றும் பரிசுத்த ஆவியான ஒருவரே உண்மையான கடவுள். ஆனால், பிதா, குமாரன், பரிசுத்த ஆவியின் நாமத்தில் ஞானஸ்நானம் பெற்றவர்கள், மூவொரு இறைவனை வெளியரங்கமாக ஒப்புக்கொள்பவர்கள், உருவ வழிபாட்டின் பாவத்தில் விழுவது சாத்தியம். அவர்கள் ஒரு உண்மையான கடவுளுக்கு பயந்து, அன்பு செலுத்தி, அவரை நம்புவதை விட வேறொருவருக்கு அல்லது

வேறொன்றிற்கு பயந்து, அவர்மீது அல்லது அவற்றின்மீது அன்பு செலுத்தி, அவரை அல்லது அவற்றை நம்பும் போது அவ்வாறு செய்கிறார்கள். உருவ வழிபாடு இதயத்திலிருந்து புறப்பட்டு வெளிப்புற வழிபாட்டிற்கு செல்கிறது.

வழிபாடு என்கின்ற சொல்லுக்கு மதிப்புக்கூறுவது என்னும் பொருள் கொள்ளலாம்: இது யாரோ அல்லது ஏதோவொன்றிற்கு மதிப்பளிப்பது அல்லது மதிப்பைக் கூறுதல் என்பதாகும். நம் வாழ்வில் அவர் யார், எது மிக முக்கியமானது என்று நம் நம்பிக்கையை வெளிப்படுத்தும் விஷயங்களைச் சொல்லியும், செய்தும் கடவுளை வணங்குகிறோம். நாம் கடவுளுக்கு சேவை செய்வதன் மூலம் அவரை வணங்குகிறோம். நாம் அவருக்குக் கீழ்ப்படிவதன் மூலம் அவருக்குச் சேவை செய்கிறோம். நாம் அவருடைய வார்த்தைகளைப் பெற்று, அவர் நமக்குச் சொல்வதை விசுவாசிக்கிறோம். அவர் சொல்வதைச் செய்கிறோம். நம் அண்டை வீட்டாருக்கு, குறிப்பாக சக கிறிஸ்தவர்களுக்குப் பயனளிக்கும் காரியங்களை மனத்தாழ்மையுடன் செய்வதன் மூலம் அவர்களுக்குச் சேவை செய்கிறோம். பாவத்தில் விழுந்த ஒரு கிறிஸ்தவரை மென்மையாகவும் அன்பாகவும் மீட்டெடுப்பது கடவுளுக்கு சேவை செய்வதாகும், அதாவது கடவுளை வணங்குவதாகும். ஞாயிற்றுக்கிழமை காலை தெய்வீக சேவையின் போது மாத்திரம் வழிபாடு முதன்மையானதாக நடைபெறுவதில்லை. கடவுள் நமக்கு எந்தெந்த காரியங்களை அளித்திருக்கின்றாரோ, அந்த காரியங்களை அவர் நம்மை வைத்திருக்கும் தொழில்களிலிருந்துக்கொண்டு நாம் செய்வதால் வாரத்தின் ஒவ்வொரு நாளும் இறைவழிபாடு நடைபெறுகிறது.

பொருளாசைக் கடவுள் அல்லது காசுக்கடவுள் (Mammon) வழிபாடு என்பது கடவுள் வழிபாட்டிலிருந்து முற்றிலும் வேறுபட்டது. கடவுளின் வழிபாடு கடவுளுக்கு பெரும் மதிப்பைக் கூறுவது போல, காசுக்கடவுள் வழிபாடு காசுக்கடவுளுக்கு (பொருளாசைக்கு) பெரும் மதிப்பைக் குறிக்கிறது. காசுக்கடவுள் என்பது முற்றிலும் சுயநல வழியில் பயன்படுத்தப்படும் பணம் மற்றும் பிற பொருள் ஆசீர்வாதங்களைக் குறிக்கிறது. காசுக்கடவுள் உங்கள் தெய்வமாக இருக்கும்போது, உங்களைத் தவிர வேறு யாருக்கும் சேவை செய்ய அது உங்களை ஒருபோதும் அனுமதிப்பதில்லை. நீங்கள் காசுக்கடவுளை வணங்கும்போது உங்கள் தேவைகளை முதன்மையாகவும், உங்கள் அண்டை வீட்டாரின் தேவைகளை இரண்டாவதாகவும் வைக்க வேண்டும். உங்களுக்காக மேலும் மேலும்

பொருட்களை நீங்கள் குவிக்க வேண்டும். நிச்சயமாக, உங்களிடம் எவ்வளவு அதிகமாக இருக்கிறதோ, அவ்வளவு அதிகமாக அவற்றை நீங்கள் இழந்துப்போவதைப் பற்றிக் கவலைப்பட வேண்டும்.

காசுத்தெய்வம் (Mammon) மிகவும் கண்டிப்பான கடவுள். நீங்கள் மூவொரு கடவுளுக்கு சேவை செய்ய விரும்புவதாகவும், அவர் மீது மட்டுமே நம்பிக்கை வைக்க விரும்புவதாகவும் நீங்கள் அவரிடம் கூறும்போது, காசுக்கடவுள் அதை பொறுத்துக்கொள்ள மாட்டான். தவறாக நடக்கக்கூடிய அனைத்தையும் அவன் உங்களுக்கு நினைவூட்டுகிறான். நீங்கள் உங்கள் வேலையை இழக்கலாம். நீங்கள் திறனற்றவராக ஆகலாம். பொருளாதாரம் சரிந்து போகலாம். உங்களுக்கும் உங்கள் நிதி நல்வாழ்வுக்கும் இடையில் பல விஷயங்கள் வரக்கூடும் என்றும், வாழ்க்கையின் கொடூரங்களிலிருந்து கடவுள் உங்களைப் பாதுகாப்பார் என நினைப்பது வெறும் முட்டாள்தனம் எனவும் காசுத்தெய்வம் வாதிடுகிறான். உங்கள் கவலைகளின் மையப்பொருளாக உங்கள் சொந்த பொருளாதார நல்வாழ்வை ஏன் வைக்க வேண்டும் என்பதற்கான காரணங்களை காசுத்தெய்வம் உங்களுக்குச் சொல்வான்.

ஆனால் காசுத்தெய்வம் ஒரு பொய்யானவன். அவன் கடவுள் இல்லை. அவன் ஒரு ஏமாற்றுக்காரன். உண்மையான கடவுள் வானத்தையும் பூமியையும் படைத்தவர். ஆதியாகமத்தில் மோசே நமக்காகப் பதிவுசெய்துள்ளபடி ஆறு நாட்களில் இவ்வுலகைப் படைத்தவர் மட்டுமல்ல, அவர் படைத்த அனைத்தையும் தந்தையின் அக்கறையுடன் பேணிக் காக்கும் இறைவன்தான் உண்மையான கடவுள். மெய்யான தேவன் பரலோகத்திலிருக்கிற நம்முடைய பிதாவாகவும் நம்முடைய கர்த்தராகிய இயேசு கிறிஸ்துவின் பிதாவாகவும் இருக்கிறார். உண்மையான கடவுள் காசுக்கடவுளை நிராகரிக்கச் சொல்கிறார். காசுக்கடவுள் கவலையின் கடவுள். நம்முடைய கடவுள் நம்பிக்கையின் கடவுள். காசுக்கடவுள் உங்களை கவலையடையச் செய்கிறான், ஏனென்றால் உங்கள் பொருள் பாதுகாப்பின் ஆதாரத்தை நீங்கள் காணும் வரை நீங்கள் திருப்தியடைய வேண்டாம் என்று அவன் வலியுறுத்துகிறான். உண்மையான கடவுள் தம் தந்தையின் அன்பின் ஆதாரத்தைக் காண்பிப்பதன் மூலம் உங்கள் கவலையைப் போக்குகிறார்.

அவர் பறவைகளை எவ்வாறு கவனித்துக்கொள்கிறார் என்பதைப் பாருங்கள். நீங்கள் பறவைகளை விட அதிக

மதிப்புடையவர்கள் அல்லவா? கடவுள் அவைகளுக்கு உணவளிக்கப் போகிறாரென்றால் அவர் உங்களுக்கும் உணவளிக்க மாட்டாரா? ஒரு புல்வெளியின் அழகை வெளியே பாருங்கள். புல் ஏதொன்றையும் தானாய் செய்கிறதில்லை. அது செய்யப்படுகிறது மட்டுமே. அது செயல்படவோ சிந்திக்கவோ கவலைப்படவோ இயலாது. ஆயினும், எந்தவொரு ஆடை வடிவமைப்பாளரும் உருவாக்கக்கூடியதை விட அழகான ஒரு மேலாடை மூலம் கடவுள் புல்லை மூடுகிறார். ஒரே ஒரு மலரின் அழகுக்கு ஒப்பிடக்கூடிய எந்த ஒரு துணியையும் மனிதகுலத்திற்குத் தெரியாது. பூக்கள் வேலை செய்கிறதில்லை, உருவாக்குவதும் இல்லை. அவைகள் செயலற்றவைகள், ஏனென்றால் அவைகளால் சுயமாய் செயல்பட முடியாது.

பொருளசைக்கடவுள் உங்களை செயல்பட கட்டாயப்படுத்துகிறான். அவன் உங்களை ஓட்டுநர் இருக்கையில் அமரவும், உங்கள் வாழ்க்கை எங்கு செல்லப் போகிறதோ அங்கு உங்கள் வாழ்க்கையை ஓட்டவும் கட்டாயப்படுத்துகிறான். சுருக்கமாக, காசுக்கடவுள் உங்களை உங்கள் சொந்த கடவுளாக ஆக்குகிறான், ஏனென்றால் நீங்கள் உங்களையும் உங்கள் பொருள் கவலைகளையும், கடவுள் மற்றும் உங்கள் அயலகத்தாரைவிட முனிலைப்படுத்தும்போது அவைதான் உங்களை நீங்களே கடவுளாக உருவாக்கிக் கொள்ளச்செய்கிறது. காசுக்கடவுள் உங்களை உங்கள் சொந்தக் கடவுளாக இருக்கும்படி கட்டாயப்படுத்தி உங்களிடமுள்ள பாதுகாவலைத் திருடிக்கொள்கிறான், ஏனெனில் நாம் அனைவரும் கெட்ட தெய்வங்களை உருவாக்குகிறோம்.

உணவை விட உயிர் மேலானது உடையை விட உடல் மேலானது. வாழ்க்கை என்பது இறைவனை அறிவது. இயேசு தம் தந்தையிடம், “மெய்யான ஒரே கடவுளாகிய உம்மையும், நீர் அனுப்பினவராகிய இயேசு கிறிஸ்துவையும் அறிவதே நித்திய ஜீவன்” (யோவான் 17:3) என்று ஜெபித்தார். உண்மையான வாழ்வு கடவுளின் ராஜ்யத்தில் வாழ்வதாயிருக்கிறது. உணவு மற்றும் உடை, பணம் மற்றும் பற்றுச் சீட்டுகள் (Bills), வயல்வெளிகள், கார்கள், வீடுகள், பங்குகள், பத்திரங்கள், சமூகப் பாதுகாப்பு, ஓய்வூதியம் மற்றும் வங்கிக் கணக்குகள் போன்றவற்றைக் கையாளும் போதும் நாம் கடவுளுடைய ராஜ்யத்தில் வாழ்கிறோம். ஆனால் இறைவனுடைய ராஜ்யம் இவைகள் ஒன்றிலும் இல்லை. அவர் நம்மில் நன்றாகப் பிரியப்படும் விதத்தில் நாம் அவருக்கு முன்பாக முற்றிலும் நீதியுள்ளப் பிள்ளைகளாக நிற்கும் விதத்தில், இறைவன் நம்மை ஆளுகிறார், நம்மை அரசாட்சி செய்கிறார்.

மக்கள் தங்களுக்குச் சொந்தமான - அவர்கள் பார்க்கக்கூடிய, எண்ணக்கூடிய மற்றும் அளவிடக்கூடிய - பொருட்களின் மீது தங்கள் முதன்மையான் பற்றாசைகளை வைப்பதற்குக் காரணம் அவர்கள் கடவுளுடைய அரசாட்சியையும் அவருடைய நீதியைப் பற்றியும் எதுவும் அறியாததால்தான். ஆனால், முதலில் தேவனுடைய ராஜ்யத்தையும் அவருடைய நீதியையும் தேடுங்கள், நாம் கவலைப்படும் இவை அனைத்தும் நம்முடையதாக இருக்கும் என்று இயேசு நமக்குக் கூறுகிறார், மேலும். இறைவனுடைய அரசாட்சி என்பது கிறிஸ்துவை அரசராகக் கொண்ட கடவுளின் அரசாங்கம். கிறிஸ்து இருவிதமாக நம்மை ஆளுகிறார். முதலாவதாக, அவர் ஒரே ஒருதரம் நமக்காக செய்து முடித்ததைக் கொண்டு நம்மை ஆள்கிறார். இரண்டாவதாக, அவர் நம்முடைய வாழ்நாள் முழுவதும் தொடர்ந்து என்ன செய்துகொண்டிருக்கிறார் என்பதன் மூலம் அவர் நம்மை அரசாட்சி செய்கிறார்.

கிறிஸ்து நம் அரசராக இருக்கிறார், அவர் ஒரே ஒரு முறை நமக்காக செய்து முடித்ததின் மூலம் நம்மை ஆரசாளுகிறார். அவர் நமக்காக சிலுவையில் அறையப்பட்டார். அங்கு அவர் யூதர்களின் ராஜா என்று அடையாளம் காணப்பட்டார். உலகத்தின் பாவத்திற்காக சிலுவையில் பாடுகள்பட்டப்போது அவர் தாவீதின் அரியணையை ஏற்றார். முழு மனுக்குலத்தின் பாவங்களையும் கடவுள் தம்முடைய அன்பான குமாரனைக் கொண்டு கணக்கொப்புவித்தார். ஓர் கள்ளங்கபடமற்றவர் குற்றவாளிகளின் இடத்தை ஏற்று அவர்களுக்காக அவர்களின் பாவத்தைச் சுமந்தார். உலகத்தின் பாவங்களை, இயேசு சுமந்து அவற்றை நம்மை விட்டுத்தூரமாக்கினார். “இதோ, உலகத்தின் பாவத்தைப் போக்குகிற தேவ ஆட்டுக்குட்டி!” என யோவான் ஸ்நானகன் கூறினார். அது அவ்வாறே இருந்தது. இயேசு உலகத்தின் பாவத்தைப் போக்கினார். இவ்வாறாகத்தான் அவர் தனது ராஜ்யத்தைப் பெற்றார். இவ்வாறாகவே அவர் வானத்திலும் பூமியிலும் எல்லா அதிகாரத்தையும் பெற்றார். அனைத்துப் பாவிகளின் அனைத்துப் பாவங்களுக்கான தண்டனையைச் சுமந்ததினால் அனைத்துப் பாவங்களையும் மன்னிக்கும் அதிகாரத்தைப் பெற்றவர் இயேசு ஆண்டவர். அவர் ஒருமுறை நமக்காகச் செய்து முடித்ததன் மூலம் நம்மை ஆரசாளுகிறார்.

இயேசு நம் வாழ்நாள் முழுவதும் தொடர்ந்து செய்துவரும் செயல்களால் நம்மை ஆரசாளுகிறார். கிறிஸ்துவையும் அவருடைய நீதியையும் விசுவாசத்தினாலே நாம் பெற்றுக்கொள்ளவும்,

நம்முடைய பாவங்கள் மன்னிக்கப்பட்டன என்பதில் உறுதியாக இருக்கவும், ஜீவனுள்ள விசுவாசத்தை நம்மில் நிலைநிறுத்த அவர் தம்முடைய பரிசுத்த ஆவியை நம் இருதயங்களுக்கு அனுப்புகிறார். பரிசுத்த ஆவியானவர் வந்து நம் சரீரத்தில் அவருடைய வீட்டை உருவாக்குகிறார். நமது உடல், உடைகளை விட மேலானது. அவை பரிசுத்த ஆவியின் ஆலயங்கள். நம்முடைய அரசர் நமக்காக விலைக்கு வாங்கிய பாவ மன்னிப்பைக் கொண்டுவந்து, பரிசுத்த ஆவியானவர் நம்மில் குடியிருந்து நம்மைக் கடவுளின் பிள்ளைகளாக ஆக்குகிறார். அவர் நம் உள்ளங்களிருந்து உருவ வழிபாட்டு ஆசைகளை வேரோடு பிடுங்கி எறிந்துவிட்டு, அதற்கு பதிலாக எல்லா பிரச்சனைகளின்போதும் கடவுளைப் பார்த்து, அவருடைய பாதுகாப்பில் நம்பிக்கை வைக்கும் உண்மையான விசுவாசமாக அவற்றை மாற்றுகிறார். பரிசுத்த ஆவியானவர் நாளுக்கு நாள் நம்மை மாற்றுகிறார்.

பொருளாசைக் கடவுள் தனது பொய்களை நமக்குப் போதிக்கிறான். நமக்குச் சொந்தமான மற்றும் சொந்தமில்லாத எல்லாப் பொருட்களின் மீதும் நம் பற்றாசையை வைக்கும்படி அவன் நம்மை வற்புறுத்துகிறான். இவ்வாறு நம்மிடம் இருப்பதைப் பற்றியும், இல்லாததைப் பற்றியும் கவலைப்படும் சுழற்சியில் அவன் நம்மை சிக்க வைக்கிறான். காசுக்கடவுள் ஒரு கொடூரமானக் கடவுள். இந்த கொடூரமான கடவுளுக்கு எதிராக பரிசுத்த ஆவியானவர் போராடுகிறார். அவர் ஆறுதல் கூறுபவர். அவர்தான் ஆலோசகர். அவர் சத்தியத்தின் ஆவியானவர். பரிசுத்த ஆவியின் அறிவுரை மற்றும் ஆறுதல் மூலம் நம் இதயங்களும் பற்றாசைகளும் காசுக்கடவுளின் பொய்களிலிருந்து விலகிச் செல்லப்பட வேண்டும் என்பதற்காக இயேசு அவரை நம்மிடம் அனுப்புகிறார். இந்த உலகத்தில் உள்ளவைகளிலிருந்து, இந்த உலகத்தோடு அழிந்துபோகும் காரியங்களிலிருந்து, இயேசு மட்டுமே நமக்குக் கொடுக்கக்கூடியவைகளுக்கு அவர் நம்முடைய பற்றாசையை (பாசத்தை) உயர்த்துகிறார். இவை ஆன்மீகப் பொக்கிஷங்கள், அவை உங்களிடம் இருக்கும்போது, உங்கள் பொருள் பண்டங்களின் உண்மையான மதிப்பை நீங்கள் புரிந்து கொள்ள முடியும். இறைவனோடு சமாதானம், குற்ற உணர்விலிருந்து விடுதலை மற்றும் பாவ மன்னிப்பு ஆகியவை ஆன்மீகப் பொக்கிஷங்களாகும்.

கிறிஸ்து தம்முடைய ராஜ்யத்தில் நம்மை அரசாளுகிறார், அவருடைய நியாயத்தீர்ப்பு சட்டங்களின் மூலம் அவர் நம்மை

ஆளவில்லை. அவர் தம்முடைய நற்செய்தியின் மூலம் நம்மை ஆளுகிறார். அபராதங்களையும் தண்டனைகளையும் நம்மீது சுமத்துவதற்குப் பதிலாக, அவர் நம்முடைய எல்லா பாவங்களையும் மன்னிக்கிறார். அவர் நம் குற்றமுள்ள இதயங்களுடன் அன்பாகப் பேசி தம்முடைய நற்செய்தியின் சத்தியத்தை நமக்கு உணர்த்துகிறார். சூரியன் உதிப்பதற்கும், மழை பொழிவதற்கும், நமக்குக் கிடைக்கும் ஒவ்வொரு பொருள் ஆசீர்வாதத்திற்கும் பொறுப்பான அனைத்து படைப்புகளின் கடவுள், அவருடைய ஒரே குமாரனின் பாடுகளினாலும் மரணத்தினாலும், இப்போது நம்முடன் முழுமையாக ஒப்புரவாகியிருக்கிறார் என்பதை அவர் நம்மை உறுதியாக நம்ப வைக்கிறார். இந்த வழியில் நாம் கடவுளை அறிந்தால், அவர் நம்மை எப்போதும் நிச்சயமாக பராமரிப்பார் என்பதை நாம் அறிந்துக்கொள்வோம். நமக்குப் பதிலாக சுமக்க நம் பாரத்தை இயேசுவின் மீது ஏற்றி, நம் பாவங்கள் அனைத்திற்கும் தண்டனையை தம்முடைய நிரபராதியான மைந்தன் மீது சுமத்தி, நம்மை மன்னித்து, கிறிஸ்துவின் நிமித்தம் எல்லா குற்றங்கள் மற்றும் கண்டனங்களிலிருந்தும் நம்மை விடுவித்து, உடலையும் ஆன்மாவையும் ஒன்றாக வைத்திருக்க வேண்டிய அனைத்தையும் நமக்குத் தராமல் அவர் நம்மை எப்படி அபரிமிதமாக நேசிக்க முடியும்? அவரால் நம்மை நேசிக்காமல் இருக்கவே இயலாது.

நமக்குத் தேவையான இதர அனைத்து நன்மைகளும் நம்முடையதாக இருக்கும் என்கின்ற உறுதியான நம்பிக்கையுடன் நாம் முதலில் தேவனுடைய ராஜ்யத்தையும் அவருடைய நீதியையும் தேடுகிறோம். கடவுளின் வார்த்தையும் வாக்குறுதியும் நம்மிடம் உள்ளது. நாம் கவலைப்பட எந்த காரணமும் இல்லை. பொருளாசைக் கடவுளுக்கு நம்மீது எந்த உரிமையும் இல்லை, ஏனென்றால் நம் பரலோகத் தந்தை நமக்குத் தேவையானதை அறிந்திருக்கிறார், அதை நமக்கு வழங்க ஒருபோதும் தவறமாட்டார். ஆமென்.

இரண்டாவது கட்டளை

யாத்திராகமம் 20:7

உன் கடவுளாகிய கர்த்தருடைய நாமத்தை வீணிலே வழங்க வேண்டாம்.

இதன் பொருள் என்ன? பதில்:

நாம்கடவுளுக்குப்பயந்துஅவரிடம்அன்புகூருவதின்பயனாகஅவர்பெயரால் சபிக்காமலும், ஆணையிடாமலும், மாந்திரீகம் மேற்கொள்ளாமலும், பொய் கூறாமலும், அவர் நாமத்தினால் ஏமாற்றாமலும், மாறாக ஒவ்வொரு கஷ்டத்திலும் கவலையிலும் அவர் நாமத்தை அழைத்து அவரிடம் ஜெபித்து, அவரைத் துதித்து, நன்றிகளைச் செலுத்த வேண்டும்.

கடவுள் ஒரு குறிப்பிட்ட தேசத்திற்கு ஒரு குறிப்பிட்ட கால வரலாற்றில் பத்து கட்டளைகளை வழங்கினார். கிறிஸ்து பிறப்பதற்கு சுமார் 1,400 ஆண்டுகளுக்கு முன்பு அவற்றை மோசே மூலம் பண்டைய இஸ்ரேலுக்கு வழங்கினார். சில நேரங்களில் பத்து கட்டளைகளை விவரிக்க "தார்மீக/ஒழுக்க நெறி சட்டம்" என்ற வார்த்தையைப் பயன்படுத்துகிறோம். "ஒழுக்க நெறி" என்பதன் மூலம், அவை அனைத்து மனித நடத்தைக்கும் ஒரு தராதர நிலை (Standard) என்று அர்த்தம். பத்துக் கட்டளைகள் காலத்திற்குக் கட்டுப்பட்டவை அல்ல. அவை எது சரி எது தவறு என்கிற நிரந்தர உண்மைகளை போதிக்கிறன. சரியானது மற்றும் தவறானது என்பவை என்றைக்கும் மாறாதவகள்.

பத்து கட்டளைகள் பண்டைய இஸ்ரேலுக்கு பொதுச் சட்டமாக செயல்பட்டன. பெரிய அளவில் அவை இன்றும் பொதுச் சட்டமாகச் செயல்படுகின்றன. உதாரணமாக, "உன் தேவனாகிய கர்த்தருடைய நாமத்தை வீணாகப் பயன்படுத்தாதே" என்ற இரண்டாம் கட்டளை பொய்ச் சாட்சியத்தைத் தடைசெய்கிறது. நாட்டிலுள்ள அனைத்து மாநிலங்களிலும் இது சட்டத்திற்கு எதிரானது. நிச்சயமாக இரண்டாம் கட்டளை பொதுச் சட்டத்தைவிட அதிகமாகத் பொய்ச் சாட்சியத்தைத் தடை செய்கிறது. கடவுளின் பெயரை தவறாகப் பயன்படுத்தினால் அது ஒரு குற்றமாக இல்லாவிட்டாலும் கூட, அது ஒரு பாவமாகும். கடவுளின் பெயரை கெட்ட வார்த்தைக்கிணையாகப் பயன்படுத்துவது பாவம். கிறிஸ்தவர்கள் "ஓ கிறிஸ்துவே" (Oh Jesus!) மற்றும் "அடக் கடவுளே" (Oh my God!) என்று ஆச்சரியம், வெறுப்பு, எரிச்சல் அல்லது

கோபத்தின் வெளிப்பாடாகக் கூறும்போது, அவர்கள் பரிசுத்த ஞானஸ்நானத்தில் யாருடைய பெயரைக் கொண்டிருக்கிறார்களோ அவரை அவமதிக்கிறார்கள். இரண்டாவது கட்டளை கடவுளின் பெயரை எந்தவொரு விதத்திலும் தவறாக பயன்படுத்துவதை தடை செய்கிறது. உங்கள் அண்டை வீட்டாரை சபிப்பது, கடவுளின் கோபத்தை அவர் மீது வரவேண்டுவது பாவம். எந்த விதமான பொய்க்கும் கடவுளின் பெயரைப் பயன்படுத்துவது பாவம். கடவுள் சொல்லாத போது கடவுள் சொன்னார் என்று சொல்வது பாவம். எந்த வகையான தவறுகளையும் மறைக்க கடவுளின் பெயரைப் பயன்படுத்துவது ஒரு பாவம்.

இரண்டாவது கட்டளைக்கு எதிரான இந்த பாவத்தை கடவுள் தீவிரமாக எடுத்துக்கொள்கிறார்: “கர்த்தர் தம்முடைய பெயரை வீணாக வழங்கும் ஒருவரைக் குற்றமற்றவராகக் கருதாமல் இருக்கமாட்டார்.”

பண்டைய இஸ்ரவேலர்கள் இரண்டாவது கட்டளையைப் பயன்படுத்துவதில் மிகவும் சட்டபூர்வமாயிருந்தார்கள். பழைய ஏற்பாட்டின் எபிரேய மொழியில் கடவுளின் பெயர் **யாவே**. ஆங்கில மொழி பைபிள்கள் இதை அனைத்து பெரிய எழுத்துக்களிலும் **L-O-R-D** என்று வழங்குகின்றன. யாவே என்ற எபிரேய வார்த்தை, நான் இருக்கிறேன் என்ற எபிரேய மொழியிலிருந்து வந்தது. எரியும் புதரில் கடவுள் மோசேக்கு தம்மை வெளிப்படுத்திய பெயர். இஸ்ரவேலர்கள் யெகோவாவின் பெயரை வீணாக வழங்குவதினால் தங்கள் மீது வரும் குற்றத்தைப் பற்றி மிகவும் கவலைப்பட்டார்கள், அவர்கள் இந்த கட்டளையை மீறுவதைத் தடுக்கும் ஒரு எளிய தீர்வைக் கொண்டு வந்தார்கள். யாவே என்கிற பெயரை அவர்கள் பயன்படுத்தவே இல்லை. அவர்கள் யாவேவைப் பற்றி பேசும்போதெல்லாம், அவருடைய தனிப்பட்ட பெயரான யாவே என்று அழைக்காமல், “கர்த்தர்” என்று அவருடைய பட்டப்பெயரால் அழைத்தார்கள். கடவுளுடைய பெயரை ஒருபோதும் பயன்படுத்தாமலேயிருந்தால், அதை தவறாகப் பயன்படுத்தும் தருணம் மிகவும் குறைவு என அவர்கள் எண்ணினார்கள்.

ஆனால் அவர்கள் தவறு செய்தார்கள். எல்லா கட்டளைகளையும் போலவே, நாம் என்ன செய்யக்கூடாது என்பது மட்டுமல்ல, நாம் என்ன செய்ய வேண்டும் என்பதும் ஒரு பொருட்டாகும். ஆகவே, லுத்தரின் விளக்கம் மிகவும் சரியானது, நாம் “கடவுளின் பெயரால்

சபிக்காமலும், ஆணையிடாமலும், மாந்திரீகம் மேற்கொள்ளாமலும், பொய் கூறாமலும், அவர் நாமத்தினால் ஏமாற்றாமலும், மாறாக ஒவ்வொரு கஷ்டத்திலும் கவலையிலும் அவர் நாமத்தை அழைத்து அவரிடம் ஜெபித்து, அவரைத் துதித்து, நன்றிகளைச் செலுத்த வேண்டும்" என்று கூறுகிறார். ஒரு பொய் அல்லது பாவத்திற்கு சேவை செய்ய கடவுளின் பெயரைப் பயன்படுத்துவது நியமணத்திற்கு எதிரான பாவம் (Sin of Commission). கடவுளின் பெயரை முழுவதுமாக தவிர்ப்பது புறக்கணிக்கும் பாவமாகும் (Sin of Omission). "ஆபத்துநாளில் என்னை நோக்கிக் கூப்பிடு, நான் உன்னை விடுவிப்பேன், நீ என்னை மகிமைப்படுத்துவாய்" (சங்கீதம் 50:15) என்று இறைவன் கூறுகிறார்.

வெளிப்படையாக, கர்த்தர், கடவுள், கிறிஸ்து, இயேசு போன்ற வார்த்தைகளை வெறுமனே பயன்படுத்துவதை அல்லது பயன்படுத்தாமல் இருப்பதை விட கடவுளின் பெயரைப் பயன்படுத்துவது அல்லது தவறாகப் பயன்படுத்துவது மிகவும் ஆழமானது. கடவுளின் பெயர் மந்திர ஒலி அல்ல. கடவுளின் பெயர் கடவுளின் வார்த்தை கடவுளை விவரிக்கும் அனைத்தையும் கூறுகிறது. அவருடைய பெயரே அவருடைய நற்கீர்த்தி. அவரது பெயர் அவரது கௌரவத்துடன் தொடர்புடையது. இரண்டாவது கட்டளையின் மிகக் கடுமையான மீறல், கடவுளின் பெயரை ஒரு கசப்பான வார்த்தையாகப் பயன்படுத்துவதல்ல, மாறாக கடவுளிடமிருந்து வராத ஒரு போதனை அல்லது செய்தியை கடவுளுக்குக்கே கற்பிப்பதாகும். இதன் வழியாக, போதனை கடவுளிடமிருந்து வந்தது என்று நம்புபவர்கள் மத்தியில் கடவுளின் நற்பெயர் பாதிக்கப்படுகிறது.

அறிவர் மார்ட்டீன் லுத்தர் பெரிய கத்தேகிஸ்முவில் இரண்டாவது கட்டளையைக் குறித்த இந்தக் கருத்தைக் கூறுகிறார்: "எவ்வாறாயினும், கள்ளப் போதகர்கள் எழும்பி கடவுளுடைய வார்த்தையாக தங்கள் பொய்யான முட்டாள்தனத்தை பரப்பும்போது ஆவிக்குறிய விஷயங்களில் மிகப் பெரிய துஷ்பிரயோகம் நிகழ்கிறது, இது மனசாட்சியுடன் தொடர்புடையது" என்கிறார்.

மக்கள் தவறான மதக் கோட்பாட்டைப் பற்றி கவலைப்படாததற்குக் காரணம், அவர்கள் கடவுளைப் பற்றிக் கவலைப்படாமல் இருப்பதே. அவருடைய பெயரைக் கௌரவிப்பதில் அவர்களுக்கு அக்கறை இல்லை. இரண்டாவது கட்டளையானது முதல் கட்டளையை நடைமுறைக்குக் கொண்டுவருகிறது. முதல் கட்டளை உள்ளத்தைப் பற்றியது. நீங்கள் யாருக்கு அதிகம்

பயப்படுகிறீர்கள், யாரை நேசிக்கிறீர்கள், நம்புகிறீர்கள்? உங்கள் ஒவ்வொரு தேவையிலும் யாரிடம் உதவி தேடுகிறீர்கள்? நீங்கள் யாரை நம்பியிருக்கிறீர்கள்? உங்கள் நம்பிக்கை உண்மையான கடவுள் மீது அல்லது உருவ வழிப்பாடு மீது இருக்கிறது. முதல் கட்டளை நம் கடவுள் யார் என்பதைக் குறிக்கிறது. இரண்டாவது கட்டளை அவரைப் பற்றி நாம் என்னக் கூறுகிறோம் என்பதைக் குறிக்கிறது. கர்த்தருடைய ஜெபத்தில் நாம் ஜெபிக்கும் விதமாக, அவருடைய நற்பெயருக்கு மதிப்பும், மகிமையும், அவருடைய நாமம் பரிசுத்தப்படும்படியும் நாம் அவரைப் பற்றி பேசுகிறோமா? இதற்கு, முதலிலும் முக்கியமானதாக, நாம் நிச்சயமாக அவரைப் பற்றிய சத்தியத்தைப் பேச வேண்டும். சத்தியம் என்னவென்று நமக்குத் தெரியாவிட்டால், கடவுளைப் பற்றிய உண்மையைப் பேச முடியாது.

கடவுளைப் பற்றிய சில விஷயங்களை அவர் நமக்கு வெளிப்படுத்த வேண்டாம் என்று தேர்வு செய்கிறார். அது அவருடைய வேலை, நம்முடையது அல்ல. புனித பவுல் நிருபப் பாடத்தில் இவ்வாறு கூறுகிறார்:

ஆ! தேவனுடைய ஐசுவரியம், ஞானம், அறிவு என்பவைகளின் ஆழம் எவ்வளவாயிருக்கிறது! அவருடைய நியாயத்தீர்ப்புகள் அளவிடப்படாதவைகள், அவருடைய வழிகள் ஆராயப்படாதவைகள். கர்த்தருடைய சிந்தையை அறிந்தவன் யார்? அவருக்கு ஆலோசனைக்காரனாயிருந்தவன் யார்? (ரோமர் 11:33-34).

ஆனால் கடவுளின் தேடமுடியாத தீர்ப்புகளை கடவுளிடம் விட்டுவிடுவதில் மக்கள் திருப்தியடையவில்லை, எனவே தங்களிடம் இருக்கக் கூடாது என கடவுள் தடுக்கும் தகவல்களை அவர்கள் தேடுகிறார்கள். அவர்கள் ஆவிகளோடு பேசுபவர்கள், ஜோதிடர்கள், மந்திரவாதிகள், உளவியலாளர்கள் மற்றும் இரண்டாவது கட்டளையை மீறுவதன் மூலம் தங்கள் வாழ்க்கையை நடத்தும் மற்றவர்களைக் கலந்தாலோசிக்கிறார்கள். விளக்கம் அல்லது விவரிப்பு எப்படியிருந்தாலும், எல்லா வகையான சூனியங்களும் பாவமே, அது வேடிக்கையான விஷயமல்ல. பிசாசும் அவனுடைய தூதர்களும் உண்மையானவர்கள். பரிசுத்த தூதர்கள் கடவுளுக்குக் கீழ்ப்படிவதால், கடவுளை மீறி தெய்வீக வழிகாட்டுதலைத் தேடும் மக்களிடம் நிச்சயமாகப் பேச மாட்டார்கள். சூனியம், ஜோசியம், ஆவிகளைச் சந்திக்கும் கூட்டங்கள் மற்றும் பலவற்றின் மூலம் சாத்தியமான தகவல்களின் ஆதாரம் பிசாசும் அவனுடைய தீய தேவதைகளுமே.

கடவுளின் பெயரும் கடவுளின் வார்த்தையும் மிக இருக்கமாக ஒன்றாக இணைக்கப்பட்டுள்ளன. புனித பவுல் ரோமானியர்களுக்கு எழுதிய நிருபத்தில் கடவுளின் பெயரை கடவுளின் வார்த்தையுடன் எவ்வாறு இணைக்கிறார் என்பதைக் கேளுங்கள்.

> ஆதலால் கர்த்தருடைய நாமத்தைத் தொழுதுகொள்ளுகிற எவனும் இரட்சிக்கப்படுவான். அவரை விசுவாசியாதவர்கள் எப்படி அவரைத் தொழுதுகொள்ளுவார்கள்? அவரைக்குறித்துக் கேள்விப்படாதவாகள் எப்படி விசுவாசிப்பார்கள்? பிரசங்கிக்கிறவன் இல்லாவிட்டால் எப்படிக் கேள்விப்படுவார்கள்? அனுப்பப்படாவிட்டால் எப்படிப் பிரசங்கிப்பார்கள்...... ஆதலால் விசுவாசம் கேள்வியினாலே வரும், கேள்வி தேவனுடைய வசனத்தினாலே வரும். (ரோமர் 10:13-15, 17).

கடவுளின் பெயரை உச்சரிப்பது நம்பிக்கையின் வெளிப்பாடேயன்றி வேறில்லை. பிரசங்கிக்கப்படும் சுவிசேஷத்தைக் கேட்பதால் விசுவாசம் வருகிறது. ஆகவே, கடவுளுடைய பெயரை உண்மையாகப் பயன்படுத்துவதென்றால், நற்செய்தியை நம்மிடம் பேசுகிறவரிடம் ஜெபிப்பதும், அவரைத் துதிப்பதும், அவருக்கு நன்றி செலுத்துவதும் ஆகும்.

சுவிசேஷத்தைப் பிரசங்கிப்பதே வெளிப்புறமான மிகப் பெரிய வழிபாடு. மனதளவில் உள்வாங்கின மிகப் பெரிய வழிபாடு நற்செய்தியை நம்புவதாகும். கடவுளின் பெயரை நாம் பயன்படுத்தும் விதம், கடவுளைப் பற்றி நாம் நம்புவதை, விசுவாசிப்பதைப் பிரதிபலிக்கிறது.

இயேசு கிறிஸ்துவின் தூய்மையான, முழுமையான, இரட்சிக்கின்ற சுவிசேஷம் பிரசங்கிக்கப்பட்டு நம்பப்படும்போது, கடவுளின் பரிசுத்த மக்களால் கடவுளின் பெயர் புனிதமாக்கப்பட்டு, ஆசீர்வதிக்கப்பட்டு, போற்றி துதிக்கப்பட்டு, பிரார்த்திக்கப்படுகிறது.

கடவுளின் நியாயப்பிரமாணம் நமக்கு நன்மையையும், நீதியையும் கடவுளின் மகத்துவத்தையும் காட்டுகிறது, இதில் ஒருபோதும் சமரசம் செய்யக்கூடாது. கடவுளின் நியாயப்பிரமாணம் (சட்டம்) கடவுளின் பரிசுத்த இயல்பின் பரிபூரணத்தை பிரதிபலிக்கிறது. கடவுளின் நியாயப்பிரமாணத்தை சமரசம் செய்வது அவருடைய பெயரை வீணாக வழங்குவது அல்லது பயன்படுதுவதாகும். கடவுளின் கட்டளைகளை திருத்தி அவற்றை மேலும் பிரபலமாக்குவதற்கு

நமக்கு உரிமை இல்லை. அது கடவுளின் பெயரை வீணாக வழங்குவதாகும். நாம் விரும்புகிறவர்களை நியாயப்பிரமாணம் புண்படுத்தும் போது அது யாருடைய நியாயப்பிரமாணம் என்பதை நினைவில் கொள்வது நல்லது. அது கடவுளுடையது, நம்முடையது அல்ல. நியாயப்பிரமாணம் (கடவுளின் சட்டம்) காயப்படுத்துகிறது, ஆனால் அது கடவுளின் தவறு அல்ல. இது பாவம் நிறைந்த ஆண்கள், பெண்கள் மற்றும் பிள்ளைகளின் தவறு.

ஆனால் ஆன்மீக வளர்ச்சிக்காக கடவுளின் நியாயப்பிரமாணத்தை நம்பினால் நாம் முட்டாள்களாக இருப்போம். ஆன்மீக வளர்ச்சிக்கு சிலுவையின் போதனை நமக்குத் தேவை. நமக்காக கிறிஸ்து சிலுவையில் அறையப்பட்டதை நாம் கேட்கவேண்டும். இது கடவுளின் பெயரை மகிமைப்படுத்துகிறது. ஏனெனில் இயேசுவின் பாடுகளிலும் மரணத்திலும் கடவுளின் நற்குணம் அதன் சத்தியமானதும் நித்தியமானதுமான தூய்மையானதுமாகக் காணப்படுகிறது. நம் கடவுள் இரக்கமும் கருணையும் நிறைந்தவர். மக்கள் உங்கள் வலியை உணர்வதாக பேசுகிறார்கள். அவர்கள் உண்மையில் அதை உணரவில்லை மற்றும் அவர்கள் விரும்பினாலும் அவர்களால் அதை உணர முடியாது. ஆனால் இறைவன் நம் சொந்த சதை மற்றும் இரத்தத்துடன் தம்மை இணைத்துக்கொண்டு நம்மில் ஒருவராக ஆனார். அவர் ஒரு மனிதனாகநம்முடன் சேர்ந்தார், அவர் துன்பப்பட்டார். அவர் நம் வலியை உணர்ந்தார். அவர் பரிசுத்த கடவுளுக்கு எதிரான முழு உலகத்தின் சாபங்களை எதிர்கொண்டார். அவர், தூய, குற்றமற்ற இறை-மனிதர், பாவிகளுக்கு எதிராக சர்வவல்லமையுள்ள கடவுளின் சாபத்தை சுமந்தார். இதைத்தான் வேதாகமம் கூறுகிறது: "கிறிஸ்து நம்மை நியாயப்பிரமாணத்தின் சாபத்தினின்று மீட்டு, நமக்காகச் சாபமாகி இருக்கிறார் ('மரத்தில் தொங்கும் எவனும் சபிக்கப்பட்டவன்' என்று எழுதியிருக்கிறதே)" (கலாத்தியர் 3:13).

அவர் மனிதர்களின் சாபங்களை மட்டுமல்ல, பாவிகளுக்கு எதிரான கடவுளின் சாபத்தையும் எதிர்கொண்டார். அவர் அதை எதிர்கொண்டார், அவர் அதை தாங்கினார், அவர் அதை நம்மிடமிருந்து எடுத்துப்போட்டார். அசுத்தமான உதடுகளுடனும், தாறுமாறான இதயத்துடனும், நம்முடைய எண்ணம், சொல், செயல் போன்ற பாவங்கள் அனைத்தையும் நம் கருணையுள்ள கடவுளின் முன் வைத்து, அவருடைய மன்னிப்பு வார்த்தைகளை மனத்தாழ்மையான நம்பிக்கையுடன் கேட்கும்போது இரண்டாவது கட்டளை அதன்

இலக்கை அடைகிறது. நற்செய்தியைப் பிரசங்கிப்பதும் நம்புவதும் இரண்டாவது கட்டளையின் குறிக்கோள். கிறிஸ்துவின் நிமித்தம் நம்முடைய பாவங்கள் அனைத்தும் மன்னிக்கப்படுகின்றன, இறைவனோடு நமக்கு சமாதானம் இருக்கிறது, பரலோகத்தில் என்றென்றும் ஒரு வீடு இருக்கிறது என விசுவாசிப்பது நம்முடைய எல்லா ஜெபங்களுக்கும், துதிக்கும், கடவுளுக்கு நன்றி செலுத்துவதற்கும் அடித்தளமாகவும் பெலமாகவும் இருக்கிறது. ஆமென்.

மூன்றாவது கட்டளை

யாத்திராகமம் 20:8-11

ஓய்வுநாளைப் பரிசுத்தமாய் ஆசரிக்க நினைப்பாயாக.

இதன் பொருள் என்ன? பதில்:

நாம் கடவுளுக்குப் பயந்து அவரிடம் அன்பு கூருவதின் பயனாக பிரசங்கத்தையும், அவருடைய தேவவார்த்தையையும் நிந்திக்காமல் அதைப் பரிசுத்தமாய் எண்ணி, மகிழ்ச்சியோடு கேட்டு கற்றுக்கொள்ள வேண்டும்.

ஓய்வுநாளைப் பரிசுத்தமாய் ஆசரிக்க நினைப்பாயாக; ஆறுநாளும் நீ வேலைசெய்து, உன் கிரியைகளையெல்லாம் நடப்பிப்பாயாக; ஏழாம்நாளோ உன் தேவனாகிய கர்த்தருடைய ஓய்வுநாள்; அதிலே நீயானாலும், உன் குமாரனானாலும், உன் குமாரத்தியானாலும், உன் வேலைக்காரனானாலும், உன் வேலைக்காரியானாலும், உன் மிருக ஜீவனானாலும், உன் வாசல்களில் இருக்கிற அந்நியனானாலும், யாதொரு வேலையும் செய்யவேண்டாம். கர்த்தர் ஆறுநாளைக்குள்ளே வானத்தையும் பூமியையும் சமுத்திரத்தையும் அவைகளிலுள்ள எல்லாவற்றையும் உண்டாக்கி, ஏழாம்நாளிலே ஓய்ந்திருந்தார்; ஆகையால், கர்த்தர் ஓய்வுநாளை ஆசீர்வதித்து, அதைப் பரிசுத்தமாக்கினார். (யாத்திராகமம் 20:8-11)

இந்த வார்த்தைகள் சனிக்கிழமை வேலை செய்வதை தடை செய்கின்றன. கடவுள் இஸ்ரவேல் புத்திரருக்கு இந்தக் கட்டளையைக் கொடுத்தபோது, அவர்கள் ஒரு நாள் வேலையிலிருந்து விடுப்பு எடுக்க வேண்டும் என்று அவர் விரும்பினார், இதனால் அவர்கள் கடவுளுடைய வார்த்தையைக் கேட்கவும், அவருடைய மக்களாக கடவுளை ஒன்றாக வணங்கவும் நேரமும் வாய்ப்பும் அவர்களுக்கு கிடைக்கும் என்பதாகும்.

சனிக்கிழமை ஏன் வேலை செய்ய முடியாது என்று கடவுள் அவர்களுக்கு விளக்கினார். உலகைப் படைக்கும் பணியில் இருந்து கடவுளே சனிக்கிழமை ஓய்வெடுத்தார். அதே நாளில் கடவுளுடைய மக்கள் ஓய்வெடுக்கும் போது, அவர்கள் தங்களை எகிப்தில் அடிமைத்தனத்திலிருந்து கடவுளின் பிள்ளைகளுக்கு சொந்தமான சுதந்திரத்திற்கு அழைத்த தங்கள் படைப்பாளர் மீது தங்களுடைய விசுவாசத்தை அறிக்கை செய்தனர். அவர்கள் ஒரே உண்மையான

கடவுள் மீது தங்கள் விசுவாசத்தை அறிக்கை செய்தனர். மேலும் அவர்கள் புறஜாதிகளின் கடவுள்களை சிலைகள் என நிராகரித்தனர். அவர்கள் ஆவிக்குறிய ஓய்வையும் சமாதானத்தையும் பெற்றனர். அவர்கள் உடல் உழைப்பிலிருந்து ஓய்வெடுத்த போது கடவுளின் கிருபையான வாக்குறுதிகளில் அவர்களின் ஆன்மாக்களுக்கு இளைப்பாறுதலைக் கண்டறிவதற்கான உயர்ந்த நோக்கத்தை இது நிறைவேற்றியது.

கடவுள் இஸ்ரவேலருக்கு ஓய்வு நாளைத் தேர்ந்தெடுத்தார். அது சனிக்கிழமையாகவே இருக்க வேண்டும், புதன் அல்லது ஞாயிறு அல்ல, ஆனால் சனிக்கிழமை மாத்திரமே. கடவுள் அதைக் கூறினார், அதைத் தீர்மானித்தார்.

செவன்த் டே அட்வென்டிஸ்டுகள் (Seventh Day Adventists-ஏழாம் நாளை ஆசரிப்போர்) போன்ற சிலர், கடவுள் மோசேக்குக் கொடுத்த ஓய்வுநாள் கட்டளைக்கு கிறிஸ்தவர்களும் கீழ்ப்படிய வேண்டும் என்றும், சனிக்கிழமையை ஓய்வு மற்றும் வழிபாட்டின் நாளாக ஒதுக்க வேண்டும் என்றும் கடவுள் விரும்புகிறார் என்று வலியுறுத்துகின்றனர். ஏழாம் நாள் ஓய்வுநாள் கடவுளின் தார்மீக (ஒழுக்க) சட்டத்தின் ஒரு பகுதி என்று அவர்கள் வலியுறுத்துகின்றனர். ஆனால் அவர்களின் கூற்று தவறு. தார்மீக சட்டம் என்பது கடவுளின் சட்டமாகும், இது எந்த வகையிலும் காலவரையறை செய்யாது, ஆனால் எல்லா காலத்திலும் அனைவருக்கும் சமமாக பொருந்தும்.

சனிக்கிழமை வேலை செய்யக்கூடாது, இந்த நாளை வழிபாட்டு நாளாக ஒதுக்க வேண்டும் என்கிற கட்டளை கடவுளின் தார்மீக சட்டத்தின் ஒரு பகுதியாக இல்லை.

> “ஆகையால், போஜனத்தையும் பானத்தையும் குறித்தாவது, பண்டிகைநாளையும் மாதப்பிறப்பையும் ஓய்வுநாட்களையுங்குறித்தாவது, ஒருவனும் உங்களைக் குற்றப்படுத்தாதிருப்பானாக. அவைகள் வருங்காரியங்களுக்கு நிழலாயிருக்கிறது; அவைகளின் பொருள் கிறிஸ்துவைப்பற்றினது.” (கொலொசேயர் 2:16,17) என வேதாகமம் கூறுகிறது.

இரட்சகரின் வருகைக்காக ஆயத்தம் செய்துகொண்டிருந்தவர்கள் இறைவன் உலகைப் படைத்த நாளில் ஓய்வெடுக்க நல்ல காரணம் இருந்தது. கடவுள் அவர்களைப் படைத்தார் என்பதை

அவர்கள் அறிக்கை செய்தததது மட்டுமல்லாமல், அவர்கள் பாவம் செய்ததாகவும், கடவுள் அவர்களை உருவாக்கிய பரிபூரணத்திலிருந்து விழுந்துவிட்டதாகவும் அறிக்கை செய்தனர். அவர்கள் தங்கள் பாவங்களை அறிக்கையிடக் கூடினர். அமைதியின் ஆண்டவர், சமாதானத்தின் கோமகன், மேசியா மற்றும் உலக இரட்சகரான அவர் அவர்களுக்கு உண்மையான ஆன்மீக ஓய்வு மற்றும் அமைதியைக் கொண்டுவர வருவார் என்று அவர்கள் தங்கள் விசுவாசத்தை அறிக்கை செய்தனர். கிருபையால் மட்டுமே இரட்சிப்பு வரும் என்கிற தூய கோட்பாட்டின் ஒப்புதல் வாக்குமூலமாக அவர்கள் சனிக்கிழமை எந்த வேலையும் செய்யவில்லை. அவர்கள் சனிக்கிழமையன்று உடல் உழைப்பு செய்யாதது போல், ஆன்மீக உழைப்பு, பாடுபடுதல் அல்லது போராட்டம் இவற்றால் நாம் பரலோகத்தைப் பெற முடியாது. இறைவனின் கிருபையால் மட்டுமே நாம் இரட்சிக்கப்படுகிறோம். இயேசு செயலாற்றுகின்றார். நாம் அல்லை. வேதாகமம் கூறுகிறது, “ஒருவன் கிரியை செய்யாமல் பாவியை நீதிமானாக்குகிறவரிடத்தில் விசுவாசம் வைக்கிறவனாயிருந்தால், அவனுடைய விசுவாசமே அவனுக்கு நீதியாக எண்ணப்படும்” (ரோமர் 4:5). இயேசு கிறிஸ்து வழங்குவதைத் தவிர உண்மையான ஆன்மீக ஓய்வு அல்லது அமைதி இருக்க முடியாது. அவரே நமது உண்மையான ஓய்வுநாள் இளைப்பாறுதல் (ஓய்வு). எனவே, “இயேசுவில் நான் இளைப்பாறுதலையும் சமாதானத்தையும் காண்கிறேன்” என்று பாடுகிறோம். காணாமல் போன ஆடு, நாணயம் போன்று நாம் தொலைந்து போகும்போது இயேசு நம்மைத் தேடிக் கண்டுபிடிக்கிறார். நம்மைக் கண்டுபிடித்து வீட்டிற்கு அழைத்துச் செல்லும் போது பரலோகத்தில் உள்ள தேவதூதர்கள் மகிழ்ச்சியடைகிறார்கள். இளைப்பாறுதலையும் சமாதானத்தின் அமைதியையும் காண இயேசு நமக்குத் தேவை.

தம்முடைய பரிசுத்த சுவிசேஷம் எப்பொழுதெல்லாம், எங்கெல்லாம் சுத்தமாய் பிரசங்கிக்கப்படுகிறதோ, அவருடைய திருவருட்சாதனங்கள் (சாக்கிரமந்துக்கள்) சடங்குகள் சரியாக வழங்கப்படுகிறதோ, அங்கெல்லாம், அப்பொழுதெல்லாம் நம்மோடு இருக்க இயேசு ஆண்டவர் தேர்ந்தெடுத்திருக்கிறார். முதல் உயிர்த்தெழுதல் (ஈஸ்டர்) ஞாயிறு அன்று இயேசு தம் சீடர்களுக்கு முன்பாக நின்று சிலுவையில் அறையப்பட்ட காயங்களைக் காட்டினார். “உங்களுக்குச் சமாதானமுண்டாவதாக; பிதா என்னை அனுப்பினதுபோல நானும் உங்களை அனுப்புகிறேன்”(யோவான்20:21) என்று அவர் கூறினார். “...பரிசுத்த ஆவியைப் பெற்றுக்கொள்ளுங்கள்;

எவர்களுடைய பாவங்களை மன்னிக்கிறீர்களோ அவைகள் அவர்களுக்கு மன்னிக்கப்படும், எவர்களுடைய பாவங்களை மன்னியாதிருக்கிறீர்களோ அவைகள் அவர்களுக்கு மன்னிக்கப்படாதிருக்கும் .....” (யோவான் 20:22-23) என்றுக்கூறி இயேசு ஆண்டவர் தம் சீடர்களுக்கு இந்த நற்செய்தி ஊழியத்தை வழங்கினார். இயேசு தம்முடைய நற்செய்தியைப் பிரசங்கிப்பதில் தன்னை இணைத்துக் கொண்டார். தம்முடைய கிருபையான ஜீவனுள்ள வார்த்தைகள் எங்கு பிரகடனப்படுத்தப்படுகிறதோ அங்கெல்லாம் இயேசு இன்னும் இளைப்பாறுதலையும் சமாதானத்தையும் தருகிறவராயிருக்கிறார்.

நாம் ஞாயிற்று கிழமைகளில் ஓய்வுநாளை ஆசரிக்கிறோம், சனிக்கிழமையன்று நமது எல்லா வேலைகளிலிருந்தும் ஓய்வெடுப்பதன் மூலம் அல்ல, ஆனால் கடவுளுடைய வார்த்தையின் பிரசங்கத்தை ஒரு விலைமதிப்பற்ற பொருளாக வைத்திருப்பதன் மூலமாக ஆசரிக்கிறோம். இந்த வாழ்க்கையில் கடவுளிடமிருந்து நாம் பெறக்கூடிய மிக விலையுயர்ந்த பொக்கிஷம் அது. மூன்றாம் கற்பனைக்குக் கீழ்ப்படிவதற்கு, ஞாயிறு காலையில் நீங்கள் இருக்கும் இடத்தை விட இன்னும் அதிகம் தேவைப்படுகிறது; கடவுளுடைய வார்த்தையை நீங்கள் எவ்வாறு கருதுகிறீர்கள் என்பதை இது கையாள்கிறது. நீங்கள் அதை வெறுத்து, இது மிகவும் சாதாரணமான, சலிப்பான அல்லது பயனற்ற விஷயம் என்று நினைக்கிறீர்களா? உங்கள் மேய்ப்பரின் குரலைக் கேட்காமல் வாழ முடியும் என்று நினைக்கிறீர்களா? அல்லது உங்கள் ஆன்மாவுக்கு உண்மையான அமைதியைத் தரும் குரலாக கடவுளின் வார்த்தைகளை நீங்கள் விரும்புகிறீர்களா? நீங்கள் இயேசு கிறிஸ்துவின் தூய நற்செய்தியைக் கேட்கவில்லை என்றால் - எப்போதாவது ஒரு முறை அல்ல, தொடர்ந்து அடிக்கடி கேட்கவில்லை என்றால் - நீங்கள் வழிதவறித் தொலைந்து போவீர்கள் என்பது உங்களுக்குத் தெரியுமா? விசுவாசிக்கிற ஒவ்வொருவரையும் இரட்சிக்கும் தேவ வல்லமை நற்செய்தியாகும். ஏனெனில் கிறிஸ்துவின் செயலையும், கிறிஸ்து நமக்காக ஏற்கும் மரணத்தையும் சுவிசேஷம் வெளிப்படுத்துகிறது. நற்செய்தி கிறிஸ்துவை உங்களுக்கு வழங்குகிறது. இயேசு உங்கள் பாவத்தில் உங்களைக் கண்டுபிடித்து, அவருடைய சொந்த நீதியின் களங்கமற்ற அங்கியால் உங்களை மூடுகிறார். அவர் உங்களின் அவமானம், உங்களின் தோல்வி மற்றும் உங்களின் குற்றத்தை மறைக்கிறார். நமக்கு இந்த நற்செய்தி தேவை. அதனால்தான் கடவுள் நமக்கு மூன்றாவது கட்டளையை கொடுத்தார்: இயேசு நமக்குக்

கொடுக்க விரும்புவதை நாம் பெற்றுக்கொள்வோம்.

ஞாயிற்றுக்கிழமைகளில் தேவாலயத்திற்குச் செல்பவர்களுக்காக ஞாயிற்றுக்கிழமை ஓய்வு நாளாகக் கருதப்படும் ஒரு காலம் இருந்தது. ஞாயிற்றுக்கிழமை ஆராதிக்க வேண்டும் என்று கடவுள் ஒருபோதும் திருச்சபைக்குக் கூறவில்லை. கடவுளுடைய வார்த்தை கோராத எதையும் கோர திருச்சபைக்கு நிச்சயமாக எந்த அதிகாரமும் இல்லை, ஆனால் கடவுள் அவருடைய பரிசுத்த வார்த்தையை கேட்க வேண்டும் என்று கோருகிறார். முதல் நூற்றாண்டிலிருந்து, திருச்சபை வாரத்தின் முதல் நாளில் தெய்வீக ஆராதனைகளுக்காக ஒன்று கூடுகிறது. இயேசு ஞாயிற்றுக்கிழமை மரித்தோரிலிருந்து உயிர்த்தெழுந்து, ஞாயிற்றுக்கிழமை அன்றே தமது சீடர்களுக்கு முதலில் தோன்றியதால் ஞாயிற்றுக்கிழமை அன்று திருச்சபை வழிபாடு நடைப்பெறுகிறது. கிறிஸ்துவின் திருச்சபை நற்செய்தியைக் கேட்கவும், கிறிஸ்துவின் உடலையும் இரத்தத்தையும் கர்த்தருடைய இராப்போஜனத்தில் பங்கு பெறவும், அதன் மூலம் இயேசுவைக் காணவும் ஒன்றுகூடுகிறது. ஒவ்வொரு ஞாயிறு ஆராதனையும் அவருடைய மக்களுக்கு உயிர்த்தெழுந்த இரட்சகரின் மற்றொரு தோற்றமாகும். மரித்தோரிலிருந்து உயிர்த்தெழுந்த பிறகு தம்மைப் பற்றிக்கொள்ள வேண்டாம் என்று மகதலேனா மரியாளிடம் இயேசு கூறினார். எம்மாவுக்குச் செல்லும் வழியில் சீடர்கள் இறுதியாக அப்பம் பிட்கும்போது உயிர்த்தெழுந்த இயேசுவை அடையாளம் கண்டுகொண்ட சமயம், அவர் உடனடியாக அவர்கள் பார்வையில் இருந்து மறைந்தார். பல ஆண்டுகளுக்கு முன்பு அவர் பூமிக்குரிய ஊழியத்தின்போது காணப்பட்டதைப் போல நாம் அவரைப் பார்க்க எதிர்பார்க்கக்கூடாது என்று அவர் அவர்களுக்கும் நமக்கும் கற்பித்தார். இன்று நாம் அவருடைய கட்டளையால் பயன்படுத்தப்படும் எளிய (திருமுழுக்குத்) தண்ணீரின் தாழ்மையான வடிவத்தின் கீழ் அவரைக் காண்கிறோம், அத்துடன், அவரது இரட்சிக்கும் வார்த்தையுடன் இணைகிறோம். இன்று நாம் இயேசுவின் பெயரிலும், இயேசுவின் தெய்வீக அதிகாரத்தினாலும் பரிசுத்த வேதாகமத்தின் வார்த்தைகளை போதிக்கும் ஊழியக்காரரின் பிரசங்கத்தில் அவரைக் காண்கிறோம். இன்று நாம் அவரை அப்பம் மற்றும் திராட்சை ரசத்தின் (Wine) வடிவங்களில் காண்கிறோம், அது உண்மையில் கல்வாரியில் சிலுவையில் அறையப்பட்ட அவரது உடல் மற்றும் நம்மைக் காப்பாற்ற அவரது காயங்களிலிருந்து வழிந்த இரத்தம். இந்த விலையேறப்பெற்ற கிருபைகள் எங்கெல்லாம் நமக்குக் கொடுக்கப்படுகிறதோ, அங்கெல்லாம் இயேசுவே தம்மைத் நமக்குத் தருகிறார். இயேசுவைக்

காண நாம் தேவாலயத்திற்கு வருகிறோம். இங்கே அவர் இருக்கிறார்.

பல ஆண்டுகளுக்கு முன்பு ஞாயிறு காலை ஆலய வழிப்பாட்டிற்கு மாத்திரம் சொந்தமாக இருந்தது. காலம் மாறிவிட்டது. ஞாயிற்றுக்கிழமை காலையிலும் கூட சூரியனுக்குக் கீழே உள்ள அனைத்தும் ஆலய வழிப்பாட்டுடன் போட்டியிடுகின்றன. வாங்குவது, விற்பது, ஹாக்கி, கிரிக்கெட், கால்பந்து, கூடைப்பந்து, விவசாயம், ஏரிக்கரையில், கடற்கரையில் காலாற்றுவது, வாகனம் ஓட்டுவது அல்லது தூங்குவது என அந்த ஒரே நாளில்தான் முடியும் என்பதால், இவையனைத்தும் கடவுளுடைய வார்த்தையைக் கேட்கவும், அவரைப் புகழ்ந்து பாடவும் தேவாலயத்திற்குச் செல்வதற்கு முன்பாக வருகின்றன. ஆலய வழிபாடு நீண்ட காலம் நீடிக்கக் கூடாது. ஒரு பிரசங்கம் வழிபடுபவரை தான் நல்லவர் என்பதாக உணர வைக்க வேண்டும். போதகர் சபை மக்கள் அவர்களைப் பற்றித் தவறுதலாக, கெடுதலாக அவர்கள் பாவம் செய்தவர்கள், அவர்கள் செய்த பாவங்களுக்காக அவர்கள் வருந்த வேண்டும் என உணர வைக்கக் கூடாது! திருச்சபையின் காலம் தொட்டு வரும் வரலாற்று வழிபாட்டு முறைகள் இரக்கத்திற்காக மன்றாடுவது, *பரி*சுத்த திரித்துவத்தைப் புகழ்வது மற்றும் கடவுளிடம் மன்னிப்பு கேட்பது போன்ற விஷயங்களில் அதிக கவனம் செலுத்துவதால், அவை மிக “நேர்மறை” அல்லது “ஆக்கபூர்வமான” “சமகால” அல்லது “தற்கால” வழிப்பாடுகளுக்கு ஆதரவாக தூக்கி எறியப்படவேண்டும் என்கிறார்கள். இன்று மக்கள் தங்கள் சுய கௌரவத்தை அதிகரித்துக்கொள்ள எதையாவது தேடுகிறார்கள், அதன் வழியாய் அவர்கள் ஆவிக்குறியவர்களாக இருப்பதாக தங்களைக்குறித்து நல்லவிதமாக உணர்ந்துக்கொள்கிறார்கள். மதத்தை (சமயத்தை, இறைநம்பிக்கையை) தேடுபவர்களின் “உணர்வுத் தேவைகளை” (Emotional Feeling Needs) பூர்த்தி செய்ய ஞாயிறு ஆராதனைளில் மாற்றம் தேவை என சமய வியாபாரச் சந்தைக் (Religious Market) கோருகிறது. ஆனால் தேடுபவர்கள் இயேசுவைக் காணவில்லை என்றால் என்னவாகும்?! அவர்களுக்கு இயேசுவை வழங்காத சபைக்கு ஐயோ!

பாவிகளுக்காக இயேசு கிறிஸ்து சிலுவையில் அறையப்பட்டதை அறிவிக்காத ஒரு தேவாலய வழிப்பாட்டில் கலந்துகொள்வதை விட வீட்டிலேயே இருந்து ஞாயிறு செய்திகளைப் பார்ப்பது அல்லது வெளியே சென்று பொருளாதார நன்மைக்காக ஏதாகிலும் பங்களிப்பது போன்றவற்றை செய்வது சிறந்தது. இயேசுவின் காயங்களில் மட்டுமே நம் ஆன்மாக்களுக்கு சமாதானம் அல்லது

இளைப்பாறுதல் கிடைக்கிறது.

ஆலன் ஜாக்சன் என்பவர் தனது பிரபலமான "நான் எங்கிருந்து வருகிறேன்" என்கிற பாடலில், வேலை மற்றும் வழிபாடு பற்றிய பரவலான பார்வையை வெளிப்படுத்துகிறார்:

நான் எங்கிருந்து வருகிறேன், வாழ்வாதாரத்தை உருவாக்க முயற்சிக்கிறேன், நான் எங்கிருந்து வந்தேனோ அந்த பரலோகத்திற்குச் செல்வதற்கு கடினமாக உழைக்கிறேன்.

அதைத்தான் மக்கள் செய்கிறார்கள். வாழ்வாதாரத்தை உருவாக்க முயல்கிறார்கள். மேலும் சொர்க்கத்திற்குச் செல்வது என்பது வாழ்வாதாரத்தை உருவாக்குவது (making a living) போன்றது என்று அவர்கள் எண்ணுகிறார்கள். ஆனால் அது இல்லை. இல்லை, அது இல்லவே இல்லை. வேலை செய்ய இயலாதவர்களுக்குத்தான் பரலோகம் இருக்கிறது. முயற்சி செய்து தோல்வியுற்றவர்களுக்கும், தங்களால் தங்களுக்கு வழங்கிக்கொள்ள (பெற்றுக்கொள்ள) முடியாதவற்றிற்காக பசியும் தாகமும் கொண்டவர்களுக்கே பரலோகம் இருக்கிறது. தங்கள் பாவங்களால் ஆத்துமாக்கள் அலைக்கழிக்கப்பட்டவர்களுக்கு, துன்பப்படுத்தப்படுத்தப்பட்டவர்களுக்கு இளைப்பாறுதலையும் (ஓய்வையும்) சமாதானத்தையும் (அமைதியையும்) தருகின்ற ஒரு இடமாக பரலோகம் இருக்கிறது.

கடவுள் தம்முடைய நியாயப்பிரமாணத்தில் வேண்டுவதை யாரும் நிறைவேற்ற இயலாது. அவருக்கு கோபத்தையும் துயரத்தையும் மட்டும் ஏற்படுத்த முடியும். நியாயப்பிரமாணம், மனிதனுக்கு, எதிரான கொடும் குற்றவாளி. நியாயப்பிரமாணத்தின் நற்சிந்தைக்கோரும் தூய எண்ணங்கள் எங்கள் மாம்சத்தில் இல்லை. நாங்கள் தொலைந்துப்போன நிலையில் இருக்கிறோம். (ஆங்கில லுத்தரன் ஞானப்பாடல்) பூமியில் உள்ள பரலோகம் என்பது இறைவன் கொடுங்குற்றவாளிகளாகிய நம்மிடம் வந்து நம் பாவங்களை மன்னிப்பதாகும். அவர் நம் மீது அன்பு செலுத்துவதால் அவ்வாறு செய்கிறார். கிறிஸ்துவின் பொருட்டு அவர் அவ்வாறு செய்கிறார். பரலோகத்தை பெறுவதற்கு நாம் கடினமாக உழைத்ததால் அல்ல. இதற்குக் காரணம் கிறிஸ்துவின் செயல்களே தவிர, நம்முடைய செயல்கள் அல்ல. தேவன் தம்முடைய அன்பான குமாரனின் பரிசுத்த இரத்தத்தின் நிமித்தம் நம்முடைய பாவங்களை மன்னிக்கிறார். இயேசு

தம்முடைய சரீரத்தில் நம்முடைய பாவங்களைச் சுமந்து நமக்காக கடினமாய் உழைத்தார். எனவே, இயேசுவின் நிமித்தமே கடவுள் நமக்கு பரலோகத்தில் நித்திய சமாதானத்தையும் இளைப்பாறுதலையும் வாக்களிக்கிறார். அங்கேதான் நமது உண்மையான ஓய்வுநாளின் இளைப்பாறுதல் இருக்கும்.

"வருத்தப்பட்டுப் பாரஞ்சுமக்கிறவர்களே நீங்கள் எல்லாரும் என்னிடத்தில் வாருங்கள்; நான் உங்களுக்கு இளைப்பாறுதல் தருவேன்" (மத்தேயு 11:28) என்று இயேசு ஆண்டவர் கூறினார். இயேசு பரலோகத்தை பூலோகத்திற்குக் கொண்டு வருகிறார். நம் மேய்ப்பரான இயேசுவைக் கண்டடைய நாம் தேவாலயத்திற்கு வருகிறோம். அவரே நமது உண்மையான ஓய்வுநாளின் இளைப்பாறுதல். ஆமென்.

நான்காவது கட்டளை

யாத்திராகமம் 20:12

நீ நன்றாக இருப்பதற்கும் உன் நாட்கள் பூமியில் நீடித்திருப்பதற்கும், உன் தகப்பனையும் உன் தாயையும் கனம்பண்ணுவாயாக.

இதன் பொருள் என்ன? பதில்:

நாம் கடவுளுக்குப் பயந்து அவரிடம் அன்பு கூருவதின் பயனாக நம் பெற்றோரையும், பெரியவர்களையும், உயரதிகாரிகளையும் நிந்திக்காமலும், கோபப்படுத்தாமலும், அவர்களுக்கு அன்பு கூர்ந்து, மரியாதை செலுத்தி, பணிந்து, கீழ்ப்படிந்து, சேவை செய்து உயர் மதிப்பளித்து அரவணைத்துக் கொள்ளல் வேண்டும்.

கடவுளை எப்படி நேசிக்க வேண்டும் என்பதை முதல் மூன்று கட்டளைகள் நமக்குக் கற்பிக்கின்றன. இந்த கட்டளைகள் நியாயப்பிரமாணத்தின் முதல் அட்டவணை (First Table) என்று அழைக்கப்படுகின்றன, ஏனென்றால் அவை கடவுளுக்கு நமது முதல் கடமையைக் காட்டுகின்றன. அடுத்த ஏழு கட்டளைகள் நாம் எப்படி நம் அண்டைவீட்டாரை (அயலகத்தாரை) நேசிக்க வேண்டும் என்பதை நமக்குக் கற்பிக்கின்றன. அவை நியாயப்பிரமாணத்தின் இரண்டாம் அட்டவணை (Second Table) என்று அழைக்கப்படுகின்றன, ஏனென்றால் அவை நமது இரண்டாவது கடமையை நமக்குக் காட்டுகின்றன, இது நம் அண்டை வீட்டாருக்கு நம்முடைய கடமையை நமக்குக் கற்பிக்கின்றன. கடவுளை நேசிப்பது என்றால் என்ன என்பதை நாமே தீர்மானிப்பதில்லை. அதன் பொருள் என்ன என்பதை கடவுள் நமக்குக் கூறுகிறார். அவரைத் தவிர வேறு தெய்வங்கள் நமக்கு இல்லை என்று அர்த்தம். அவருடைய பெயரை நாம் தவறாகப் பயன்படுத்துவதில்லை என்று அர்த்தம். பிரசங்கத்தையும் அவருடைய வார்த்தையையும் நாம் மகிழ்ச்சியுடன் கேட்டு கற்றுக்கொள்கிறோம் என்று அர்த்தம். கடவுளை நேசிப்பது என்றால் அதுதான்.

மேலும் அண்டை வீட்டாரை நேசிப்பது என்றால் என்ன என்பதை நாமே தீர்மானிப்பதில்லை. அதன் பொருள் என்ன என்பதை கடவுள் நமக்குக் கூறுகிறார். நாம் நம் தந்தையையும்

தாயையும் மதிக்கிறோம் என்று அர்த்தம். நாம் கொலை செய்யவோ, விபச்சாரம் செய்யவோ, திருடவோ, நம் அண்டை வீட்டாரைப் பற்றி பொய் சொல்லவோ, அவனுடையதை பறிக்கவோ முயற்சி செய்ய மாட்டோம் என்று அர்த்தம். அன்பு என்பது ஒரு வினைச்சொல். இது ஒரு செயலில் உள்ள வினைச்சொல். நம் அண்டை வீட்டார், தெருவில் மற்றும் தெருக்கோடியில் சுற்றி இருப்பவர்கள் மட்டுமல்ல. நம்முடன் ஒரே வீட்டில் வசிப்பவர்கள், நம்முடன் வேலை செய்பவர்கள், நாம் அன்றாடம் பழகுபவர்கள் ஆகியோர். உங்கள் அண்டை வீட்டாரை நேசிப்பது கடவுள் மீதான மிக உறுதியான உங்கள் அன்பின் வெளிப்பாடாகும்.

வழக்கச் சொற்றொடராய் கூறுவது போன்று, நற்செயல் (தொண்டாற்றுவது, அன்பு செலுத்துவது) நம் வீட்டிலிருந்து தொடங்குகிறது (Charity begins at Home).

நியாயப்பிரமாணத்தின் இரண்டாவது அட்டவணையின் (Second Table) வரிசையில் கடவுள் நான்காவது கட்டளையை முதல் கட்டளையாக கொடுத்ததற்கு ஒரு காரணம் இருக்கிறது. பின்வரும் கட்டளைகளுக்கு இதுவே அடித்தளம். நம் அண்டை வீட்டார் யார் என்பதையும், நம் அண்டை வீட்டாரை நாம் எப்படி நேசிக்க வேண்டும் என்று கடவுள் விரும்புகிறார் என்பதையும் நம் வீட்டில்தான் கற்றுக்கொள்கிறோம். நம் தந்தையையும் தாயையும் மதிக்கக் கற்றுக்கொள்வதன் மூலம், நம் அண்டை வீட்டாரை நேசிக்க கற்றுக்கொள்கிறோம். இவ்வாறுதான் நாம் கடவுளுக்கு பயப்படவும் அவரை நேசிக்கவும் கற்றுக்கொள்கிறோம்.

எல்லா அரசாங்கங்களும், அதிகாரிகளும் கடவுளின் ஊழியக்காரர்கள். இவ்வுலகில் கடவுள் ஏற்படுத்திய மிக அடிப்படையான அரசாங்கம், தந்தை மற்றும் தாய் ஆகியோர் தங்கள் பிள்ளைகள் மீது செலுத்தும் ஆட்சியாகும். இந்த உறவு உயிரியல் (Biological) உறவை விட அதிகமானது. நம்மை இந்த உலகத்திற்குக் கொண்டுவர கடவுள் பயன்படுத்தியவர்களைக் கௌரவிப்பதன் மூலம், நம்மைப் படைத்தவராகிய அவரைக் கனப்படுத்த வேண்டும் என்று கடவுள் விரும்புகிறார். அவர் நமக்குக் கொடுத்த பெற்றோரில் அவருடைய சொந்த மாட்சிமை, மகத்துவம், மகிமை, கௌரவம், அழகு ஆகியவற்றைக் காண வேண்டும் என்று அவர் விரும்புகிறார். அவர்களின் பாவங்கள், அவர்களின் தவறுகள், அவர்களின் பலவீனங்கள், அவர்களின் மீறுதல்கள் மற்றும் அவர்களை மதிக்க

வேண்டிய கடமையிலிருந்து நம்மைத் திசைதிருப்பக்கூடிய வேறு எதையும் தாண்டி நாம் அவர்களைப் பார்க்க வேண்டும் என்று அவர் விரும்புகிறார். நாம் அவரை நம் தந்தையர் மற்றும் தாய்மார்களில் பார்க்க வேண்டும் என்று அவர் விரும்புகிறார். உங்கள் தந்தையையும் உங்கள் தாயையும் நோக்கிப்பார்த்து, அவர்கள் கடவுளுக்காகப் பேசுகிறார்கள், செயல்படுகிறார்கள் என்று கருதுங்கள்.

ஆம், அவர்கள் தவறு செய்தாலும் கூட. உங்களுக்கு எது சிறந்தது என்பதை அவர்கள் புரிந்து கொள்ளாவிட்டாலும் அல்லது அறியாவிட்டாலும் கூட, சர்வவல்லமையுள்ள கடவுள் அவர்களுக்கு வழங்கிய புனிதமான பதவியை அவர்கள் வகிக்கிறார்கள், மேலும் நாம் கடவுளை மதிக்க வேண்டுமானால் நம் தந்தையையும் நம் தாயையும் மதிக்க வேண்டும். கடவுள் இந்த உலகத்தை ஆள்கிறார். ஆனால் தேவதூதர்கள் மூலம் அவர் அவ்வாறு செய்வதில்லை. மனிதர்கள் மூலம் அதைச் செய்கிறார். இந்த உலகத்தை ஆளுவதற்கு கடவுள் தேர்ந்தெடுத்தவர்களில் முதன்மையானவர்கள் தந்தைமார்களும், தாய்மார்களுமாவார்கள்.

தகப்பனையும் தாயையும் மதிப்பது என்பது எல்லா நேரங்களிலும் அவர்களுக்குக் கீழ்ப்படிவதைக் குறிக்காது. கடவுளுக்கு கீழ்ப்படியாமல் இருக்க கட்டாயப்படுத்த நான்காவது கட்டளையைப் பயன்படுத்தப்படக்கூடாது. தந்தைக்கும் தாய்க்கும் உள்ள ஒரே அதிகாரம் கடவுள் அவர்களுக்கு அளித்தது மட்டுமே.

நான்காவது கட்டளை "உங்கள் பெற்றோரை கனப்படுத்துங்கள்" என்று கூறவில்லை. அது, "உன் தந்தையையும் உன் தாயையும் கனப்படுத்து" என்று கூறுகிறது. தந்தையும் தாயும், தந்தைக்குப் பதிலாய் தாய் என்று ஒருவருக்கு பதிலாய் மற்றவர் மாறக்கூடாதவர்கள். கடந்த சில வருடங்களில், பெற்றோர் என்ற சொல் எப்படி தந்தைக்கும் தாய்க்கும் ஒரே வகையில் பொருந்தும் வினைச்சொல்லாக மாறிவிட்டது என்பதை நீங்கள் கவனித்தீர்களா? ஆனால் அப்பாவுக்கும் அம்மாவுக்கும் வித்தியாசம் இருக்கிறது. தந்தை வீட்டின் தலைவர், மனித பரிணாமத்தால் அல்ல, ஆனால் தெய்வீக ஆணையால் மாத்திரமே.

நான்காவது கட்டளை தந்தைகள் மீது மிகப்பெரியப் பொறுப்பை சுமத்துகிறது. தந்தைகளாகிய நீங்கள் உங்கள் பிள்ளைகளின் தேவைகளை வழங்க வேண்டும் என்று கடவுள் எதிர்பார்க்கிறார்.

உங்கள் குடும்பம் சரிவர பராமரிக்கப்படும் வகையில் நீங்கள் உழைக்க வேண்டும் என்று அவர் எதிர்பார்க்கிறார். அவருடைய பரிசுத்த வார்த்தையின் மூலம் உங்கள் குடும்பத்திற்கு ஆன்மீக உணவளிக்க வேண்டும் என்று அவர் எதிர்பார்க்கிறார், ஏனென்றால் இதுவே அவர்களுக்குள் புதியதும் நித்திய ஜீவனை உருவாக்குவதுமான பரிசுத்த ஆவியானவரின் வழிமுறையாகும். தந்தை தனது சொந்த வீட்டிற்கும் குடும்பத்திற்கும் போதகராக இருக்க வேண்டும். இதுவே ஒரு மனிதனின் உண்மையான அளவுகோல். சக தோழர்கள் ஒன்று கூடி, அவர்கள் என்ன செய்கிறார்கள் என்பதைப் பற்றி பேசுவதால் அல்லது அவர் தனது சகாக்கள் முன்னிலையில் எவ்வளவு நன்றாகத் தன்னைக் காட்டிக்கொள்கிறார் என்பதல்ல. அவர் தனது மனைவி மற்றும் குழந்தைகளின் உடல் மற்றும் ஆன்மாவின் தேவைகளை கவனித்துக்கொள்வதன் மூலம் எவ்வளவு சிறப்பாக சேவை செய்கிறார் என்பதுவே. கடவுளுடைய வீட்டின் ஆலய வழிபாடுகளில் உண்மையுடன் கலந்துகொள்வதன் மூலமும், தனது குடும்பத்தை தொழுகைகளில் வழிநடத்துவதன் மூலமும் கிறிஸ்தவ தந்தை தனது மனைவி மற்றும் அவரது குழந்தைகளுக்கு ஒரு நல்ல முன்மாதிரியாக இருக்க கவனம் கொள்ள வேண்டும் என்பதே இதன் பொருள். இவ்வகையில்தான் பிள்ளைகள் தங்கள் தந்தையை மதிக்க கற்றுக்கொள்கிறார்கள்.

தாய்மார்களை மதிக்க வேண்டும் என்று திருமறை நமக்குக் போதிக்கிறது. இதற்கு தந்தைகள் தங்கள் மனைவிகளை மரியாதையுடன் நடத்த வேண்டும், இதனால் ஒரு பெண்ணை எப்படி நடத்த வேண்டும் என்பதை அவர்களிடமிருந்து குழந்தைகள் கற்றுக்கொள்கிறார்கள். ஒரு தகப்பன் தன் பிள்ளைகளுக்கு அளிக்கும் சிறந்த பரிசு, பிள்ளைகள் தாயை நேசிப்பதே. தன் சொந்த முன்னுதாரணத்தினால். தாயை எப்படி மதிக்க வேண்டும் என்பதை தந்தையே தன் பிள்ளைகளுக்குக் கற்றுத்தருகிறார்.

இந்த கட்டளை தாய்மார்கள் தங்கள் கணவர்களின் தலைமைக்கு கிருபையுடனும் பணிவுடனும் தங்களை ஒப்படைக்க வேண்டும் எனக் கோருகிறது, ஏனெனில், வேதம் கூறுவது போல், கிறிஸ்து திருச்சபையின் தலைவராகவும், திருச்சபை அவருடைய சரீரமாகவும் இருப்பதால், அவர் திருச்சபையின் இரட்சகராகவும் இருப்பதால் கணவன் மனைவியின் தலையாக இருக்கிறார். கிறிஸ்தவ தாய்மார்கள் பணம் சம்பாதிக்க கடவுள் கோறுவதில்லை. தந்தை தனது குடும்பத்தின் தேவைகளை நிறைவேற்ற வேண்டும். அவர் அவ்வாறு

செய்யாவிட்டால், அவர் விசவாசத்தை மறுப்பதாக வேதம் கூறுகிறது. ஆனால், கிறிஸ்தவ தாய் வீட்டை நிர்வகித்து, தன் பிள்ளைகளுக்கு முன்மாதிரியாக இருந்து, தனது சிறுகுழந்தைகளுக்கு கடவுளுடைய வார்த்தையைக் கற்பிக்கும்போது பாராட்டப்படுகிறாள். லோவிசாளும், ஐனேக்கேயாளும் அப்போஸ்தலரின் அங்கீகாரத்தைப் பெற்றனர்; அவர்கள் செய்த எந்தவொரு பெரிய சமூக அல்லது அரசியல் பங்களிப்புகளுக்காக அல்ல, மாறாக அவர்கள் தங்களின் பேரனும் மகனுமான தீமோத்தேயுவிடம் கொண்டுச் சேர்த்த விசுவாசத்திற்காக பாராட்டுப் பெற்றார்கள்

பிள்ளைகளுக்கு சரியான பெற்றோர் இருந்தால், அவர்கள் மகிழ்ச்சியுடன் அவர்களை கௌரவிப்பார்கள், மரியாதை செலுத்தவார்கள். அவர்கள் அப்படி செய்வதில்லை. மேலும் அவர்கள் அதை மகிழ்வுடனும் கௌரவிப்பதில்லை. அதனால்தான் இந்தக் கட்டளை நமக்குத் தேவை. இது தேவை ஏனெனில், நாம் அதற்கு கீழ்ப்படிய தயாராக இருப்பதால் அல்ல, ஆனால் மிகத்துல்லியமாக நாம் கீழ்ப்படிய விரும்பாததால்தான். எனினும் இன்று பெற்றோர்கள் தங்கள் குழந்தைகளுக்கு அன்பான ஆனால் உறுதியான ஒழுக்கத்தை செயல்படுவதற்குப் பதிலாக போதிய அளவு சுயமரியாதையை வழங்குவதே தங்கள் கடமை என நினைக்கிறார்கள். பெற்றோர்கள் தங்கள் குழந்தைகளை வளர்ப்பதற்கு மற்றவர்களை வேலைக்கு அமர்த்துவதால், தங்களின் தோல்விக்கு ஆதரவற்ற நிற்கதியில் தங்கள் கைகளை விரிக்கிறார்கள். இதற்கிடையில், குழந்தைகள் பெரும்பாலும் தங்கள் சொந்த பெற்றோருக்கு எதிராக உருவாக்கப்படுகிறார்கள், ஏனெனில் அவர்களின் பெற்றோர்கள் வீட்டில் கற்பிப்பது அரசின் கட்டுப்பாட்டில் உள்ள கல்வி நிறுவனங்களால் வேண்டுமென்றே குறைத்து மதிப்பிடப்படுகிறது. ஆனால் குழந்தைகளின் கல்வி என்பது பெற்றோரின் கடமை. கடவுளே அவ்வாறுக் கூறினார். உபாகமம் புத்தகத்தில் இரண்டாவது முறையாக நியாயப்பிரமாணத்தைக் கொடுத்த பிறகு, கடவுள் சொன்னார்: “இன்று நான் உனக்குக் கட்டளையிடுகிற இந்த வார்த்தைகளை உன் இருதயத்தில் இருக்கக்கடவது. நீ அவைகளை உன் பிள்ளைகளுக்குக் கருத்தாய்ப் போதித்து ....(போதிக்க வேண்டும்)” (உபாகமம் 6:6-7) எனக் கூறினார்.

நம் பிள்ளைகள் அரசாங்கத்திற்குறியவர்கள் அல்ல. அவர்கள் கடவுளுக்குறியவர்கள். மதச்சார்பற்ற மனிதநேயம், சமத்துவ வாதம், தார்மீக சார்பியல் வாதம், பரிணாம வாதம் அல்லது கடவுளின்

வார்த்தையின் போதனைக்கு முரணான வேறு எந்த “வாதத்திற்கும்”, இவைகளால் திணிக்கப்பட்ட அரசாங்க மதத்தின் “மென்மையான கருணைக்கும்” நம் குழந்தைகளை ஒப்படைக்கும் உரிமையை கடவுள் நமக்கு வழங்கவில்லை. நாம் உண்மையில் கடவுளின் பிரதிநிதிகள் போல் செயல்படாத வரை, சர்வவல்லமையுள்ள கடவுளின் பிரதிநிதிகளாக நம்மை மதிக்க நம் குழந்தைகள் ஒருபோதும் கற்றுக்கொள்ள மாட்டார்கள். நான்காவது கட்டளையின் சிறந்த ஆசிரியர் போதகர் அல்ல. பிள்ளைகளின் தந்தைகளும் மற்றும் தாய்மார்கள்களுமே.

நான்காவது கட்டளையானது, அரசாங்கம், பள்ளி அல்லது வேலை செய்யும் இடம் போன்றவைகளின் விதிகளுக்குக் கீழ்ப்படிய வேண்டும் என்கிறது. விதிகளுக்காக நாம் விதிகளுக்குக் கீழ்ப்படிவதில்லை (அவை பெரும்பாலும் முட்டாள்தனமானவை மற்றும் நியாயமற்றவை) ஆனால் நான்காவது கட்டளையின் பொருட்டு, அதாவது கடவுளை மகிமைப்படுத்துவதற்காக அவற்றுக்குக் கீழ்படியவேண்டும்.

நான்காவது கட்டளை அதனுடன் இணைக்கப்பட்ட ஒரு வாக்குறுதியைக் கொண்டுள்ளது: “நீ நலமாக இருக்கவும், நீ பூமியில் நீண்ட காலம் வாழவும்” என்பதே அது. எந்த ஒரு தெளிவான பெற்றோரின் அதிகாரமும் இல்லாமல் தந்தையின்றி வளர்பவர்களின் சராசரி ஆயுட்காலம் என்ன? இது சராசரியைவிடக் குறைவாக உள்ளது. ஆனால் கடவுள் ஒரு சமூகவியல் கணிப்பை மாத்திரம் செய்யவில்லை. அவர் நமக்கு வாக்குறுதி அளிக்கிறார். இந்த வாழ்க்கையின் தேவைகளை உங்களுக்கு வழங்க கடவுள் உங்களுக்கு அளித்தவர்களை நீங்கள் மதிக்கிறீர்கள் என்றால், கடவுள் உங்களை இந்த வாழ்க்கையின் ஆசீர்வாதங்களால் மதிக்கிறார். அராஜகம், அல்லது கும்பல் ஆட்சி (Mob Rule), வாழ்க்கையை மலிவாக ஆக்குகிறது. அரசாங்கம் கடவுளின் ஆசீர்வாதமாகும், மேலும் அதிகாரத்தில் இருப்பவர்களை தமது பிள்ளைகள் மதிக்க வேண்டும் என்று கடவுள் விரும்புகிறார். இதனால்தான் திருச்சபையின் பொதுப் பிரார்த்தனையில் நமது தலைவர்களை நினைவு கூறுகிறோம். நாம் அவர்களுக்கு வாக்களிக்காவிட்டாலும் அவர்களுக்காக பிரார்த்தனை செய்கிறோம்.

நாங்கள் பல வருடங்களுக்கு முன்பு மிகவும் ஏழ்மையான ஒரு பழைய நகரத்தின் அருகில் வாழ்ந்தோம். பெரும்பாலான

குழந்தைகளின் தந்தைகள் அவர்களுடன் வசிக்கவில்லை. தந்தையிடமிருந்து தெளிவான வழிகாட்டுதல் இல்லாமல் பல இளம் சிறுவர்கள் வளர்வதைப் பார்ப்பது மனவேதனையாக இருந்தது. குற்றம், போதைப்பொருள், பாலியல் துஷ்பிரயோகம், வன்முறை, திருட்டு மற்றும் தெய்வ நிந்தனையான வார்த்தைகள் ஆகியவை அமெரிக்கா முழுவதும் உள்ள சுற்றுப்புறங்களில் ஏன் மிகவும் பொதுவானவை என்று நிபுணர்கள் என்னிடம் கூறுவதை நான் கேட்க வேண்டியதில்லை. ஏன் என்று எனக்குத் தெரியும். நான்காவது கட்டளை புறக்கணிக்கப்பட்டு மறுக்கப்படுகிறது. நான்காவது கட்டளையுடன் இணைக்கப்பட்ட கடவுள் வாக்குறுதி மெய்யார்வம் மிக்கதாகவும் நேர்மையானதாகவும் இருக்கிறது. தந்தைகள், தாய்மார்கள் மற்றும் அவர்களின் பிள்ளைகளுக்கிடையே கடவுள் நியமித்த உறவை முதற்படியாகவும் அடிப்படையாகவும் மதித்து அரசாங்கம், பள்ளிகள் மற்றும் பிற நிறுவனங்கள் உட்பட அனைத்தும் நான்காவது கட்டளையை ஆதரித்தால், கடவுளின் வாக்குறுதி நிறைவேறும்.

ஆனால் இவை இந்த வாழ்க்கைக்கு மாத்திரமே. அன்றியும், இந்த பூமியில் நீண்ட வாழ்க்கை போதுமானதல்ல. நாம் சவப்பெட்டியைப் பார்க்கவேண்டியநேரம்வரும்.அங்கேநம்தந்தையாரைப்பார்ப்போம். அங்கே நம் தாயாரைப் பார்ப்போம். அவர்களுக்காக நாம் கடவுளுக்கு நன்றி கூறும்போது, அவர்கள் நம்மைக் கடந்துச் சென்றுவிடுவார்கள். புதைக்கப்படுவார்கள். நினைவில் வைத்திருப்போம், ஆயினும் பெரும்பாலான மக்கள் வைத்திருப்பதில்லை. நம் பிள்ளைகள் நம் தந்தை, தாயாரை அவர்கள் நினைவில் வைத்திருக்கலாம், ஆனால் நம் பேரக்குழந்தைகள் ஒருவேளை நினைவில் கொள்ள மாட்டார்கள். சங்கீதக்காரன் எழுதியது போல், “மனுஷனுடைய நாட்கள் புல்லுக்கு ஒப்பாயிருக்கிறது, (வயல்) வெளியின் புஷ்பத்தைப்போல பூக்கிறான். காற்று அதின்மேல் வீசினவுடனே அது இல்லாமற்போயிற்று, அது இருந்த இடமும் இனி அதை அறியாது.” (சங்கீதம் 103:15-16).

கடவுளின் வார்த்தை மட்டுமே நிலைத்திருக்கும். இயேசு கிறிஸ்து உத்தரவாதம் அளித்த வாக்குறுதிகள் மட்டுமே உங்களை பரலோகத்திற்கும் நித்திய ஜீவனுக்கும் வழிநடத்தும். உங்கள் சொந்தக் கீழ்ப்படிதலினால் இறுதி நாளில் நீங்கள் சொர்க்கத்திற்குச் செல்லும் வழியைக் கண்டுபிடிப்பீர்கள் என்று நீங்கள் நம்பினால், ஒரு அழுகிய அஸ்திவாரதத்தின் மேல் நிற்கின்றீர்கள். ஆனால் கிறிஸ்துவின் கீழ்ப்படிதல் கடவுளுடைய நியாயப்பிரமாணத்தின் சோதனையை

வென்றுவிட்டது. அவருடைய பரிசுத்த சித்தத்திற்குக் கீழ்ப்படிந்து பரலோகத்திலுள்ள தம்முடைய பிதாவைக் கனம்பண்ணினார். தம் தந்தைக்குக் கீழ்ப்படிந்து சிலுவையின் மரணத்திற்கு மனமுவந்து அடிபணிந்தார். அவர் தம்முடைய பிதாவின்மேல் இருக்கும் தூய, நித்திய, பரிபூரண, பரிசுத்தமான அன்பினால் அதை விருப்பத்துடன் செய்தார். மேலும் கிறிஸ்து தனது அன்பான தாய்க்குக் கீழ்ப்படிந்து, தம்மையே அவர்களுக்குச் சமர்ப்பித்து, அவர்களுக்குச் சேவை செய்தார், முழு உலகத்தின் பாவத்தையும் சிலுவையில் சுமந்த வேளையிலும் அவர்களுடைய தேவைகளை நிறைவேற்றினார். அவர் தனது தாயின் பராமரிப்பை புனித யோவானிடம் ஒப்படைத்தார். நான்காவது கட்டளைக்கு நாம் கீழ்ப்படியாததற்காக அவர் துன்பப்படுகையில், அவர் ஆவியிலும், சரீரத்திலும் கீழ்ப்படிந்தார். நம்முடைய கீழ்ப்படியாமைக்குப் பதிலாகத் தம்முடைய தந்தைக்குத் தமது கீழ்ப்படிதலை அற்பணித்தார், மேலும் நான்காவது கட்டளையின் வாக்குறுதியை - குறிப்பாக- "உங்கள் நாட்கள் உங்கள் தேவனாகிய கர்த்தர் உங்களுக்குக் கொடுக்கும் தேசத்தில் நீடித்திருக்கும்" என்பதை அவர் நமக்குப் பெற்றுத் தந்தார். ஆனால் இந்தத் தேசம் மத்திய கிழக்குப் பகுதியில் உள்ள ஒரு சிறிய வீட்டு மனை அல்ல. இது பரலோகம். இது தூய்மையான மற்றும் புனிதமான மகிழ்ச்சியின் இடம். நம் கடவுளுக்கு எப்பொழுதும் நம் முழு இருதயத்தோடு மாட்சிமை செலுத்தி எப்போதும் பூரண மகிழ்ச்சியைக் காணும் இடம். இயேசு ஆண்டவரின் கீழ்ப்படிதலினால் அந்த வீடு நமக்காக வாங்கப்பட்டது.

அன்பான கிறிஸ்தவர்களே, இந்த வீடு உங்களுடையது. இது உங்கள் உண்மையான வீடு. உங்கள் இல்லற வாழ்க்கை ஏற்ற வகையில் அமையாத போது இதை நினைவில் கொள்ளுங்கள். குடும்பத்தில் நீங்கள் ஒருவருக்கொருவர் செய்யும் பாவங்களை கடவுள் தாமே மறைப்பார் என்பதை நினைவில் கொள்ளுங்கள். நீங்கள் உண்மையில் மன்னிக்கப்பட்டீர்கள் என்ற அவருடைய வார்த்தையை ஏற்றுக்கொள்வதற்கு அவர் ஞாயிற்றுக்கிழமை உங்களை ஆலயத்திற்கு அழைக்கிறார். உங்கள் பாவங்கள் நுழையக் கூடாத இடத்தில் அவர் உங்களுக்காக ஒரு வீட்டைத் தயார் செய்திருக்கிறார் என்பதை நீங்கள் அறிய அவர் விரும்புகிறார், ஆனால் உங்களுக்காக இந்த வீட்டை வாங்கியவர் மீதான விசுவாசத்தின் மூலம் உங்களால் உள்ளே செல்ல முடியும்: அவர்தான் இயேசு கிறிஸ்து, கீழ்ப்படிதலுள்ளவர். அவர்தான் நம்மை அங்கு அழைத்துச் செல்வார். கல்வாரியில் நம்முடைய பாவத்தைப் போக்கியபடி அந்த இடத்தைத் தயார் செய்தார். ஒரு நாள்

நம்மை அங்கு அழைத்துச் செல்ல அவர் திரும்புவார். அந்த நாளுக்காக, கடவுளின் குடும்பத்தாராகிய நாம்: "வாருங்கள், ஆண்டவராகிய இயேசுவே, சீக்கிரம் வாருங்கள்" என்று ஜெபிக்கிறோம்! ஆமென்.

ஐந்தாவது கட்டளை

யாத்திராகமம் 20:13

கொலை செய்யாதிருப்பாயாக.

இதன் பொருள் என்ன? பதில்:

நாம் கடவுளுக்குப் பயந்து அவரிடம் அன்பு கூருவதின் பயனாக நாம் அடுத்தவரின் உடலுக்கு சேதமும் தீங்கும் செய்யாமல் அதற்கு மாறாக, நட்புடன் உதவி செய்து, அவரது சரீரம் மற்றும் வாழ்வின் அனைத்துத் தேவைகளிலும் தாங்கி வர வேண்டும்.

மனித உயிர் மதிப்புமிக்கது, ஏனென்றால் கடவுளே அதன் மீது மதிப்பு வைக்கிறார், மனுக்குலம் அதன் மீது மதிப்பு வைப்பதனால் அல்ல. என் அண்டை வீட்டார் என் உயிருக்கு மதிப்பளிக்கவில்லை என்றால், என் வாழ்க்கை மதிப்பு குறைந்ததாக இருக்காது. வேறு இனம், சமூக அந்தஸ்து, மொழி அல்லது கலாச்சாரத்தை சேர்ந்தவர்கள் அவர்களைப் போல மதிப்புமிக்கவர்கள் அல்ல என்று சிலர் நினைக்கிறார்கள். ஆனால், நம்மைப் படைத்த இறைவன்தான் நமது மதிப்பை தீர்மானிக்கிறார். இந்த நாட்களில் “மதிப்புகள்” பற்றி பேசப்படும் எல்லாவற்றிலும், அந்த பழக்கமான வார்த்தையைக் கேட்கும்போது நாம் கேட்க வேண்டிய முதல் கேள்வி “யாருடைய மதிப்புகள்?” கடவுளின் மதிப்புகளா? அல்லது கடவுளற்ற கலாச்சாரத்தின் மதிப்புகளா?

மனித உயிருக்கு கடவுள் அளிக்கும் மதிப்பை பொதுச் சட்டம் பிரதிபலிக்கும் ஒரு காலம் நம் நாட்டில் இருந்தது. மேலும், சட்டம் (விதி முறை) ஒரு ஆசிரியர். சட்டத்தை நடைமுறைப்படுத்த முடியாவிட்டாலும், அது சரி எது தவறு என்று கற்பிக்கும் ஆசிரியராகிறது. அதாவது எது சரி, எது தவறு என்பதில் சட்டம் உடன்படுவதால் அவ்வாறு செயல்படுகிறது. அமெரிக்காவில் - கேட்டவுடன் கிடைக்கும் (On Demand)- கருக்கலைப்பு சட்டங்களால் ஏற்பட்டச் சேதம், கோடிக் கணக்கான பிறக்காத குழந்தைகள் படுகொலை செய்யப்பட்டதை விட மிகத் தீவிரமானது. அந்தக் குழந்தைகள் கொல்லப்பட்டது சட்டத்தின் முழு அனுமதியைப் பெற்றுள்ளது. உண்மையில், அமெரிக்காவின் உச்ச நீதிமன்றம்,

பிறக்காத குழந்தைகளைப் பாதுகாப்பதற்கான சட்டங்களை ஏதாகிலும் ஒரு மாநிலம் இயற்றுவதை தடை செய்ய யூகிக்கிறது. சட்டப்பூர்வ கருக்கலைப்பு குழந்தைகளை விட அதிகமான சிலவற்றைக் கொன்றுள்ளது. இது அமெரிக்காவின் ஆன்மாவைக் கொன்றுவிட்டது. இத்தகைய கொலைக்குற்ற அழிவிலிருந்து தனது பலவீனமான குடிமக்களைப் பாதுகாக்காத ஒரு தேசம் ஒரு தேசமாகத் தொடர்ந்து வாழத் தகுதியற்றது.

கொலை செய்யாதீர்கள். கடவுள் நம்மை அவருடைய சாயலில் படைத்தார் ஆகவே நீங்கள் கொலை செய்யாதீர்கள், மேலும், ஒரு மனிதனைக் கொல்வது நம்மைப் படைத்தவர் மீதான நேரடித் தாக்குதலாகும். கொலை என்பது கடவுள் கூறும் முதல் கட்டளையாகிய "நான் உங்கள் கடவுளாகிய ஆண்டவர், என்னைத் தவிர வேறு தெய்வங்கள் உங்களுக்கு இருக்கக்கூடாது" என்பதை மறுப்பதாகும். சட்டப்பூர்வ கருக்கலைப்பு அமெரிக்கா மற்றும் அத்தகையச் சட்டங்களைக் கொண்டுள்ள இதர நாடுகள் கிறிஸ்தவ நம்பிக்கையை (விசுவாசத்தை) நிராகரிப்பதை பிரதிபலிக்கிறது. உயிருள்ளவர்களின் கடவுளை, தம்முடைய சாயலில் நம்மைப் படைத்த கடவுளை, தீர்க்கதரிசிகள் மற்றும் அப்போஸ்தலர்களின் கடவுளை, நம் ஆண்டவராகிய இயேசு கிறிஸ்துவின் கடவுளும் தந்தையுமான இறைவனை அமெரிக்க தேசம் நிராகரித்துவிட்டது. சட்டப்பூர்வமான கருக்கலைப்பு என்பது கிறிஸ்தவ நம்பிக்கை மற்றும் கிறிஸ்தவ திருச்சபையின் மீதான நேரடித் தாக்குதலாகும். கருக்கலைப்புக்கு "தனிப்பட்ட எதிர்ப்பை" பக்திக் காற்றில் தன் வாயால் கூறும் அதே வேளையில் ஒரு பெண்ணுக்கு "தேர்வு செய்யும் உரிமை" உள்ளது என்று வலியுறுத்தும் இரட்டைப் பேச்சு அரசியல்வாதிகள் மற்றும் பாசாங்குத்தனமான மதத் தலைவர்களால் தவறாக வழி நடத்தப்படாதீர்கள். எந்த ஒருப் பெண்ணுக்கும் தன் வயிற்றின் பலனைக் கொல்ல உரிமை இல்லை. நமக்கு இருக்கும் உரிமைகள் கடவுள் நமக்கு கொடுத்த உரிமைகள் மாத்திரமே, ஒரு பெண்ணுக்கு தன் குழந்தையை கொல்லும் உரிமையை கடவுள் கொடுக்கவில்லை. உபாகமம் 32:39 ல், "இதோ (இப்போதுப்) பாருங்கள்: நான் நானே கடவுள், என்னோடு வேறு தெய்வமில்லை; கொல்லுகிறவர் நான், உயிர்ப்பிக்கிறவரும் நானே, காயப்படுத்துகிறவர் நான், (காயத்தை) ஆற்றுகிறவரும் நானே; என் கையினின்று தப்புவிப்பார் ஒருவரும் இல்லை" எனக் கடவுள் கூறுகிறார்.

ஆம், அரசின் சட்டம் ஒரு ஆசிரியர், இந்த ஆசிரியர் ஒரு தவறான

ஆசிரியர். ஒவ்வொரு கிறிஸ்தவரும் சட்டப்பூர்வமான கருக்கலைப்பை எதிர்க்க வேண்டும். இது ஒருவரை கிறிஸ்தவராகச் செய்யும் என்பதல்ல. மரபுவழி யூதர்கள், இஸ்லாமியர்கள், மோர்மோன்கள் மற்றும் யெகோவாவின் சாட்சிகள் கிறிஸ்தவர்கள் அல்ல, ஆனால் அவர்கள் அனைவரும் கருக்கலைப்பை எதிர்க்கின்றனர். ஆண்களால் கண்டுபிடிக்கப்பட்ட மதம் கூட அந்த ஆண்களுக்கு மனசாட்சி இருக்கும் வரை கருக்கலைப்பை எதிர்க்கும். ஆனால் யாருக்கும் அச்சுறுத்தலாக இல்லாத பிறக்காத குழந்தையைக் கொல்லும் உரிமையை எந்த கிறிஸ்தவனும் ஆதரிக்க முடியாது.

நாம் விலங்குகள் அல்ல. நம் கடவுளும் நம் சகோதரருமான இயேசு கிறிஸ்து நம் மாம்சத்தையும் இரத்தத்தையும் பகிர்ந்துகொண்டு இவ்வுலகில் வந்தபோது மிருகமாக மாறவில்லை. மனிதனாக மாறினார். மேலும் அவர் தமது பரிசுத்த வாழ்வாலும் குற்றமற்ற மரணத்தாலும் ஆண்களையும் பெண்களையும் குழந்தைகளையும் மீட்டார். கடவுளின் சாயலில் உருவாக்கப்பட்டவர்களைக் கொல்வதை கொல்லும் "உரிமை" என்றுக் கூறுபவர்களை ஆதரிப்பவர்கள், கிறிஸ்துவின் போதனையிலிருந்து விலகிவிட்டதாக உலகம் முழுவதும் தோற்றப்படுத்துகிறார்கள்.

சிறுப்பிள்ளைகளை தன்னிடம் வர அனுமதிக்கும்படி இயேசு தம் சீடர்களுக்குக் கட்டளையிட்டார். பரிசுத்த ஞானஸ்நானத்தில் சுத்திகரிப்பதின் மூலம் இயேசு அவர்களைத் தம்முடைய பரிசுத்த திருச்சபைக்கு அழைக்கிறார். இந்தச் சின்னஞ் சிறிய குழந்தைகள் சுதந்திரம் என்றபெயரில் படுகொலை செய்யப்படுவது கொடுங்குற்றம் அல்லவா? பிறக்காமல் ஆனால் உயிருடனிருப்பவர்களைக் கொல்ல அனுமதிப்பது சுதந்திரம் அல்ல. இது மரணத்தின் கலாச்சாரத்திற்கு அடிமைத்தனமாகும்.

ஆனால் நாம் இதுவரை சந்திக்காத ஒருவரின் பிறக்காத குழந்தையை நேசிப்பது எளிது, நாம் யாருக்காகவும் எந்தப் பொறுப்பையும் எப்போதும் ஏற்க மாட்டோம். நாம் செய்யாத பாவங்களுக்கு எதிராக நியாயந்தீர்ப்பில் நிற்பது எளிது. நியாயத்தீர்ப்பு எப்பொழுதும் மற்றவரை நோக்கி விரல் நீட்டினால் போதுமானது! ஆனால் கொலைக்கு எதிரான இந்த நியாயப்பிரமாணம் நம் அனைவரையும் பழிச் சாட்டுகிறது, குற்றஞ்சாட்டுகிறது, விசாரணக்குள்ளாக்குகிறது மற்றும் கண்டனம் செய்கிறது. நாம் நம் எதிரிகளை நேசிக்க வேண்டும் எனக் கோறுகிறது

. நமக்குத் தீமைச் செய்யத் துடிக்கும் ஒருவருக்கு எது நன்மையானது என்பதை நாம் மெய் ஊக்கமாகத் தேட வேண்டும் எனக் கோறுகிறது. வெளிப்புற அடக்குமுறைகளால் வன்முறையைச் சரிச்செய்ய வேண்டியவர்களுக்கு மட்டும் ஐந்தாவது கட்டளை பொருந்தாது. நம் வெறுப்பை கண்ணுக்கு தெரியாமல் மறைத்து வைத்துக்கொண்டு, நம் அண்டை வீட்டாருக்கு எதிராக தீய எண்ணங்களை உள்ளடக்கிக்கொண்டுள்ள நமக்கும் இது பொருந்தும். நம் அண்டை வீட்டாருக்கு என்ன நேர்ந்தாலும், அது நம்மைப் பாதிக்காத வரையில், உண்மையில் கவலைப்படாத நமக்கும் இது பொருந்தும்.

அன்பு அயலாருக்கு எந்தத் தீமையும் செய்யாது. அதைத்தான் ரோமர் 13ல் அப்போஸ்தலர் எழுதுகிறார். இது சட்டத்தை சுருக்கமாகக் கூறுகிறது. நாம் எந்தத் தீங்கும் செய்யவில்லை. நம் உதவி தேவைப்படும் சக நபருக்கு நாம் உதவுகிறோம். பணம், வெகுமதி, பாராட்டு அல்லது பதிலுக்கு எதையும் கேட்காமல் நாம் அவருக்கு உதவுகிறோம். நாம் உதவுகிறோம், ஏனென்றால் அவர் நமக்காக இதையேச் செய்ய வேண்டும் என்று நாம் விரும்புகிறோம். ஒவ்வொரு விஷயத்திலும், நம் அயலார் நமக்கு என்ன செய்ய வேண்டும் என்று நாம் கேட்கிறோம். இதைத்தான் நாம் அவருக்குச் செய்கிறோம். இது ”பொன்னான விதி” (Golden Rule) என்று அழைக்கப்படுகிறது. இது உண்மையில் கடவுளின் நியாயப்பிரமாணத்தின் இரண்டாவது அட்டவணையைத் தவிர வேறொன்றுமில்லை: “உன்னைப் போலவே உன் அண்டை வீட்டாரையும் (அயலானையும்) நேசி.”

அறைவது, அடிப்பது, குத்துவது, தள்ளுவது, மிரட்டுவது, கேலிசெய்து துன்புறுத்துவது, மற்றவரிடம் பயத்தைத் தூண்டும் வகையில் வார்த்தைகளைக் கூறுவது ஐந்தாவது கட்டளைக்கு எதிரான பாவங்கள். சில நேரங்களில் தந்தைகள் ஐந்தாவது கட்டளையை மீறுவதற்கு நான்காவது கட்டளையின் கீழ் உள்ள தங்கள் அதிகாரத்தின் பின்னால் ஒளிந்து கொள்கிறார்கள். சில நேரங்களில் ஆண்கள் தங்கள் மனைவிகளை தண்டனையின்றி துஷ்பிரயோகம் செய்யலாம் என்று நினைக்கிறார்கள். அவர்கள் மன்னிப்புக் கோறிவிட்டால் அவர்கள் செய்த தீங்கு விலகிப்போகும் என நினைக்கிறர்கள். சில நேரங்களில் போதைப்பொருள் அல்லது மதுப்பான துஷ்பிரயோகம் வன்முறை நடத்தைக்கு வழிவகுக்கிறது. சபிப்பது, கூக்குரலிடுவது, அலறுவது மற்றும் கோபமான ஆத்திரத்தில் பொருட்களைச் சேதப்படுத்துவது போன்றவை பெரும்பாலும் உடல் ரீதியான வன்முறைக்கு வழிவகுக்கும். இவை அனைத்தும் ஐந்தாவது

கட்டளையால் தடை செய்யப்பட்டுள்ளன.

ஐந்தாவது கட்டளை தனிப்பட்ட பழிவாங்குதலை தடை செய்கிறது. புனித பவுலின் வார்த்தைகளைக் கேளுங்கள்:

> ஒருவனுக்கும் தீமைக்குத் தீமைசெய்யாதிருங்கள்; எல்லா மனுஷருக்குமுன்பாகவும் யோக்கியமானவைகளைச் செய்ய நாடுங்கள்.கூடுமானால் உங்களாலானமட்டும் எல்லா மனுஷரோடும் சமாதானமாயிருங்கள். பிரியமானவர்களே, “பழிவாங்குதல் எனக்குரியது, நானே பதிற்செய்வேன், என்று கர்த்தர் சொல்லுகிறார்” என்று எழுதியிருக்கிறபடியால், நீங்கள் பழிவாங்காமல், கோபாக்கினைக்கு இடங்கொடுங்கள். அன்றியும், “உன் சத்துரு பசியாயிருந்தால், அவனுக்குப் போஜனங்கொடு; அவன் தாகமாயிருந்தால், அவனுக்குப் பானங்கொடு; நீ இப்படிச் செய்வதினால் அக்கினித்தழலை அவன் தலையின்மேல் குவிப்பாய்.” நீ தீமையினாலே வெல்லப்படாமல், தீமையை நன்மையினாலே வெல்லு. (ரோமர் 12:17-21).

தனிப்பட்ட பழிவாங்கலை கடவுள் தடைசெய்கிறார். ரோமர் 13ல் புனித பவுல் தெளிவாக கூறுவது போல் தவறு செய்பவர்களை தண்டிக்கும் அதிகாரத்தை அவர் அரசாங்கத்திற்கு கொடுத்துள்ளார். குற்றம் செய்பவர்களை தண்டிக்க அரசாங்கம் கடவுளின் சேவகன் என்கின்ற வகையில் வாளை ஏந்துகிறது. எனவே தனிப்பட்ட பழிவாங்கலை கடவுள் தடைசெய்வதால் ஆளும் அதிகாரிகளிடம் நீதிபரிபாலனத்தை ஒப்படைக்கிறோம்.

மரண தண்டனையை நிறைவேற்றும் உரிமையும் அரசாங்கத்திற்கு உண்டு. ஆரம்பத்திலிருந்தே, இது எப்போதும் இவ்வாறுதான் உள்ளது. கடவுள் மோசேக்கு பத்துக் கட்டளைகளைக் கொடுப்பதற்கு பல நூறு ஆண்டுகளுக்கு முன்பே, கொலைகாரர்களுக்கு மரணத்தை அளிக்கும் அதிகாரத்தை மனித அரசாங்கத்திற்கு அளித்தார். “மனுஷன் தேவசாயலில் உண்டாக்கப்பட்டபடியால், மனுஷனுடைய இரத்தத்தை எவன் சிந்துகிறானோ, அவனுடைய இரத்தம் மனுஷனாலே சிந்தப்படக்கடவது” என்பதாக அவர் இந்த வார்த்தைகளை நோவாவிடம் கூறினார். (ஆதியாகமம் 9:6).

மரண தண்டனை, கொலைக் குற்றவாளிகளுக்கு அரசாங்கத்தால் சரிவரப் பயன்படுத்தப்படும் போது, மனித உயிரின் பெருமானத்தை

(Value) மதிப்பதை அடிப்படையாகக் கொண்டுள்ளது. நாம் கடவுளின் சாயலில் படைக்கப்பட்டிருப்பதால், நம் வாழ்க்கையை நம்மிடமிருந்து பறிக்க முடியாது. இன்னொருவரைக் கொன்றவர்கள் அந்தக் குற்றத்திற்குத் தங்கள் உயிரையே செலுத்த வேண்டும்.

ஆங்கில வேதாகமம் பழைய கிங் ஜேம்ஸ் பதிப்பு (KJV) ஐந்தாவது கட்டளையை “நீ கொல்லாதே (Do not Kill)” என்று வழங்குகிறது. மிக சமீபத்திய மொழிபெயர்ப்புகள், “நீங்கள் கொலைக்குற்றம் செய்யாதீர்கள் (Do not Murder)” (NKJV) என்று வழங்குகின்றன. இங்கு கொலை என்ற சொல்லுக்கு கொலைக்குற்றம் என்று பொருள். மிருகங்களைக் கொல்வது என்று அர்த்தமல்ல. தற்காப்புக்காகவோ, நியாயமான போரில் ஒருவரை சட்டப்பூர்வமாக கொலை செய்வதையோ அல்லது அரசாங்கத்தின் பிரதிநிதியாகவோ, அரசாங்கம் ஒரு உயிரை சட்டப்பூர்வமான முறையில் எடுக்கும்போதோ அது குறிப்பிடப்படவில்லை. ஐந்தாவது கட்டளையில் பல சமூக மற்றும் அரசியல் பிரச்சினைகள் உள்ளன, அதை நாம் விரிவாக விவாதிக்கலாம்: நியாயமான போர் என்றால் என்ன? எப்போது நம்மை தற்காத்துக் கொள்ள போராட வேண்டும் எப்போது போராடக்கூடாது? மரண தண்டனை எப்போது தவறான தண்டனை? ஒவ்வொரு சட்டம் மற்றும் அரசியல் மற்றும் சமூக பிரச்சினைகளுக்கும் பதில் கூறும் புத்தகமாக வேதாகமம் எழுதப்படவில்லை.

கடவுளின் வார்த்தை, அடிப்படையாக எழுதப்பட்டது வேத வார்த்தையின் திருவுருவான இயேசு கிறிஸ்துவை அறிந்துகொள்வதற்கும் நம்புவதற்கும்தான். அவர் மரணத்தை எதிர்கொண்டார். அவர் மரண தண்டனையை எதிர்கொண்டார். அவர் குற்றமற்றவராக இருந்தாலும் அதை எதிர்கொண்டார். அதை அவர் தேர்ந்தெடுத்ததினால்தான் அதை எதிர்கொண்டார். இரண்டு காரணங்களுக்காக அவர் அதை எதிர்கொள்ளத் தேர்ந்தெடுத்தார். முதலில், அவர் தாம் மரணத்தை ஏற்பதற்கு விரும்பிய தம் தந்தையை நேசித்தார். இரண்டாவதாக, அவர் மரணத்திற்கு உரியவர்களான நம்மை நேசித்தார்.

அவர் மரிக்க வேண்டும் என்று பிதா விரும்பினார், ஏனெனில் அதன் வாயிலாக அவர் நம் மரணத்தை நம்மிடமிருந்து அகற்றுவார். பாவம் செய்யும் ஆன்மா இறந்துவிடும். நாம் பாவம் செய்தோம். நாம் மரணத்தை எதிர்கொண்டோம். அதைச் சுற்றி வேறு எந்த வழியுமே இல்லை. நாம் மரிக்க வேண்டியிருந்தது. நியாயப்பிரமாணம் அதைக்

கூறியது, நியாயப்பிரமாணம் தெய்வீகமானது, அதை ஒதுக்கி வைக்க முடியாது. எனவே, தம்முடைய அன்பான குமாரன் நம் இடத்தில், நமக்குப் பதிலாக, நமக்கு மாற்றாளாக மரிக்க வேண்டும் என்று பிதா விரும்பினார். ஆனால் அவருடைய விருப்பத்திற்கு மாறாக அவ்வாறு செய்யும்படி அவர் தம் குமாரனை வற்புறுத்தவில்லை. அவருடைய மைந்தன் அளிக்க விரும்பாத எதையும் அவர் மைந்தனிடம் கோரவில்லை. மாறாக, ஒரு மறைமெய்ம்மை மற்றும் அதிசயமான நிகழ்வாக, தந்தையின் அன்பும் மைந்தனின் அன்பும், தந்தையின் நோக்கமும் மைந்தனின் நோக்கமும், தந்தையின் விருப்பமும் மைந்தனின் விருப்பமும், கடவுளின் விருப்பத்தேர்வாக, கடவுளின் சுதந்திரமானத் தேர்வாக, எல்லா நித்தியத்திற்கும், நமக்காக, நம் வாழ்வுக்காக, என்றென்றும் முழுநிறைவாகக் கலந்தன.

என்ன ஒரு அதிசயம்! உலகம் அதை புரிந்து கொள்ள முடியாது. உலகின் பல்வேறு மதங்கள் அதை அவதூறு செய்கின்றன. சுயநீதியுள்ள இதயம் அதை இகழ்கிறது. ஆனால் பாவங்களாலும் குற்றங்களாலும் சுமந்து கிடக்கும் ஆன்மா அதை வணங்கி, அதன் முன் மண்டியிட்டு, அனைத்தையும் உள்வாங்கிக் கொள்கிறது. நான் இயேசு கிறிஸ்து கொல்லப்பட்ட நேரத்தையும் இடத்தையும் பற்றி பேசுகிறேன். மனிதன் அவரைக் கொன்றான். கடவுள் அவரை மரிக்கச் செய்தார். ஆனால், மனுக்குலம் அவரை வெறுப்பும், மற்றும் கொலைப்பாதகச் சிந்தையில் கொன்றப்போது, கடவுள் அவரை மிகவும் ஆழமான அன்பினால் மரிக்கச் செய்தார், அது நமது பாவத்தின் அடிமட்டத்திற்கு சென்று நம் பாவத்தை வேரிலிருந்து அழிக்கச் செய்தார். இறைவன் கொல்லப்பட்டார். இறக்க கூடாத இறைவன் இறந்தார். தீங்கனுபவிக்கக் கூடாதக் கடவுள் துன்பப்பட்டார். பாவம் செய்யக் கூடாத பரமன் எல்லா பாவங்களையும் சுமந்தார், பாவத்திற்கான பலியாக, பரிகாரமாக இருந்த ஒரே ஒரு வழியில் அதைச் சுமந்தார்.

நவீன இறையியல் இந்த புனித உண்மையை வெறுக்கிறது, ஆனால் மன்னிப்பு தேவை என்பதை அறிந்த பழங்கால பாவிகள் அதை விரும்புகிறார்கள். உண்மை என்னவென்றால், நமது பாவங்களுக்கு ஒரே ஒரு தீர்வுதான் இருக்க முடியும். அது இறைவனுடைய குமாரன் சிலுவையில் அறையப்படுதல். அதுதான் தீர்வு. அவருடைய மரணம் நம் மரணத்தை அழித்துவிட்டது.

எனவே நாம் அவரிடம் சென்று அவர் முன் தலை வணங்குகிறோம். அவருடைய பலிபீடத்தில் முழங்கால்படியிட்டு, நாம் நமது அண்டை

வீட்டாரை நேசிக்கவில்லை என்பதை அறிக்கையிடுகிறோம், நமது தேசத்தின் மனசாட்சியை மிகவும் அழுக்காக்கி, சுரணையற்றதாக்கிய அதே பாவத்தால் நம் இதயங்களும் கறைபட்டுள்ளன. ஆனால் இந்த பாவம் நம் ஆன்மாவை அழிக்க கடவுள் அனுமதிக்க மாட்டார் என்ற தாழ்மையான விசுவாசத்தோடு வருகிறோம். மரணத்தை எதிர்கொண்டு நம்முடைய எல்லா பாவங்களையும் மன்னித்து, சிலுவையில் அறையப்பட்டு உயிர்த்தெழுந்து நமக்கு வாழ்வைப் பெற்றுத்தந்தக் கர்த்தராகிய இயேசுவின் உடலையும் உதிரத்தையும் உண்ணவும் பருகவும் கடவுள் நமக்குத் தருவார். வாழ்வைப் பெற வருகிறோம். அந்த வாழ்வை கடவுள் நமக்குத் தருகிறார். அவர் நமக்கு நித்திய ஜீவனைத் தருகிறார். ஆமென்.

ஆறாவது கட்டளை

யாத்திராகமம் 20:14

விபச்சாரம் செய்யாதிருப்பாயாக.

இதன் பொருள் என்ன? பதில்:

நாம் கடவுளுக்குப் பயந்து அவரிடம் அன்பு கூருவதின் பயனாக சொல்லாலும் செயலாலும் பரிசுத்தமாகவும், (கற்பு) ஒழுக்கமாகவும் வாழ்வதுடன், தம்பதியர் ஒருவரையொருவர் நேசித்து மதித்து நடத்தல் வேண்டும்.

இது விபச்சாரம் என்று அழைக்கப்படுவதற்குக் காரணம், அது தூய்மையானவற்றில் அசுத்தமானவற்றைக் கலப்படம் செய்வதால்தான். திருமணம் பரிசுத்தமானது ஏனெனில் கடவுள் பரிசுத்தமானவர், கடவுளே திருமணத்தை உண்டாக்கியவர். நாம் விலங்குகளிடமிருந்து படிப்படியாக உருவாகியிருந்தால், திருமணமும் படிப்படியாக உருவாகியிருக்க வேண்டும். அப்படியானால், திருமணம் கடவுளின் நிறுவுதலாக இருக்காது. மக்கள் விலங்குகளிடமிருந்து வந்தவர்கள் என்று கற்பிக்கப்படும்போது அவர்கள் விலங்குகளைப் போலவே, குறிப்பாக பாலியல் நடத்தையில், செயல்பட வேண்டும் என்பது ஆச்சரியப்படுவதற்கில்லை. ஒரு ஆண்பூனை ஒரு ஆண்பூனைப் போல் செயல்படுவதில் தவறில்லை. எல்லாவற்றிற்கும் மேலாக, அது கடவுளின் சாயலில் உருவாக்கப்படவில்லை, அவை பாவம் செய்ய இயலாதவை. பூனைகள் அல்லது நாய்கள் அல்லது முயல்கள் திருமணம் செய்து கொள்ள வேண்டும் அல்லது தங்கள் துணைக்கு உண்மையாக இருக்க வேண்டும் என்று நாம் வலியுறுத்துவதில்லை. அவை விலங்குகள்.

ஆனால் நாம் விலங்குகள் அல்ல. நாம் கடவுளின் சாயலில் படைக்கப்பட்டுள்ளோம். ஆறாவது கட்டளை நமக்கு நிச்சயம் பொருந்தும். எனவே, "நீங்கள் விபச்சாரம் செய்யாதீர்கள்".

திருமணத்தைப் பாதுகாப்பதற்கும், ஆதரிப்பதற்கும், ஊக்குவிப்பதற்கும் கடவுள் ஆறாவது கட்டளையைக் கொடுத்தார். திருமணம் என்பது ஒரு ஆணும் ஒரு பெண்ணும் வாழ்நாள் முழுவதும் இணைந்திருப்பது. இருவரும் ஒரே மாம்சமாயிருப்பார்கள் என்று

கடவுள் கூறினார். கணவனையும் மனைவியையும் ஒன்றாக இணைத்து அவர்களை ஒரே மாம்சமாக மாற்றுவது கடவுள் என்பதால், விவாகரத்துக்கு எதிராக கடுமையான அறிவுறுத்தல்களை மிகத் துல்லியமாக இயேசு ஆண்டவர் வழங்கினார். விவாகரத்துக்கான அடிப்படையாக விபச்சாரம் இருப்பதன் காரணம், அது வலியையும் துன்பத்தையும் ஏற்படுத்துவதால் மாத்திரம் அல்ல (அதையும் ஏற்படுத்துகிறது), ஆனால், அது கடவுளே நிறுவிய பிணைப்பை உடைக்கிறதால்தான்.

திருமணம் என்பது ஒப்பந்தத்தின் ஒவ்வொரு தரப்பினரையும் கட்டாயப்படுத்தும் சட்டப்பூர்வ ஒப்பந்தம் என்றாலும், நீங்கள் ஒரு காரை வாங்குவதைப் போன்று வாங்கும் முன்பே சோதனை -ஓட்டம் செய்து, பின்னர் அது உங்களுக்குப் பிடிக்காதபோது அதை நீங்கள் விற்பது போன்றது அல்ல. கடவுள் பெண்ணுக்கு ஒரு ஆணையும், ஆணுக்கு ஒரு பெண்ணையும் திருமணம் செய்து வைக்கிறார், அதன் மூலம் கடவுள் முன்பு இருந்திராத ஒன்றை உருவாக்குகிறார்.

திருமணம் ஒரு திருவருட்சாதனம் (சாக்கிரமந்து) அல்ல. திருவருட்சாதனம் என்பது கடவுளால் நிறுவப்பட்ட ஒரு புனிதமான செயல், இது பூமியில் உள்ள கிறிஸ்துவின் திருச்சபைக்கு வழங்கப்பட்டது, இதன் மூலம் கடவுள் நமக்கு அவருடைய கிருபையையும் நித்திய ஜீவனையும் தருகிறார். மக்களுக்குத் திருமணம் செய்துவைக்கும் அதிகாரத்தை இயேசு தம் திருச்சபைக்கு எங்கிருந்து கொடுத்தார் என்று புதிய ஏற்பாட்டில் நீங்கள் தேடுவது வீணானது.

மேலும் கூறுவதென்றால், திருமணத்திற்கு நிச்சயமாக கடவுளின் கிருபைத் தேவைப்பட்டாலும், அதை அளிப்பதில்லை. நமது தினசரி உணவுக்காக நாம் ஜெபிக்கும்போது நாம் வேண்டுகின்ற ஆசீர்வாதங்களில் திருமணமும் ஒன்று. ஞானோபதேசம் (கத்தேகிஸ்மு) "ஒரு பக்தியுள்ள மனைவி" யை இந்த மன்றாட்டின் கீழ் பட்டியலிடுகிறது. நான் பல ஆண்டுகளாக பற்பல திருமணங்களை நடத்தியுள்ளேன், ஆனால் அவ்வாறு செய்வதற்கான அதிகாரத்தை திருச்சபை எனக்கு வழங்கவில்லை. அரசு வழங்கியது.

திருமணத்தை முறைப்படுத்தும் கடமை அரசுக்கு உள்ளது. இப்போது வெளிப்படையாக, எந்த அரசாங்கமும் ஒரு தெய்வீக ஏற்பாட்டை மாற்ற முடியாது. திருச்சபைக்கு இறைவனின்

இராப்போஜனத்தின் கூறுகளை (Elements of Communion-Bread and Wine) மாற்றுவதற்கு அதிகாரம் இல்லாதப்போதும் இராப்போஜனத்தைத் தக்கவைத்திருப்பதை போல, ஓர் ஆண் ஆணை மணந்து கொள்ளலாம் அல்லது பெண் ஒரு பெண்ணைத் திருமணம் செய்து கொள்ளலாம் என்று மாற்றிக்கூற அரசுக்கு உரிமை இல்லை. அரசு அப்படிக் கூறினால் அது அப்படியாக இருந்துவிடாது. திருச்சபைகள் பிரசங்கிக்க பெண்களை பிரசங்க மேடையில் இருத்துவது போலாகும். அது அவர்களை போதகர்களாக மாற்றாது, ஏனென்றால் இறைவன் ஊழிய அலுவலை (Office of the Ministry) நிறுவினார், மற்றும் அவர் பெண்களை இந்த அலுவலிலிருந்து விலக்குகிறார்.

கடவுளின் நிறுவுதல் அல்லது ஏற்பாடு அது என்ன என்பதை தீர்மானிக்கிறது. திருச்சபையில் உள்ள ஒரு நிறுவுதலைக் குறித்துப் பேசினாலும் (சாக்கிரமந்துக்கள் அல்லது ஊழியம் போன்றவை) அல்லது அரசதிகாரத்திற்குள் உள்ள ஒரு ஏற்பாட்டை, நிறுவுதலை (திருமணம் போன்றவைகளை)க் குறித்துப் பேசினாலும், ஒரு தெய்வீக ஏற்பாடாக இருந்தால், அது என்னவாயிருக்கிறது, அதை எவ்வாறு பயன்படுத்த வேண்டும், என்னென்ன நன்மைகளைத் தருகிறது என்பதை கடவுள் தீர்மானிக்கிறார். இதை கடவுள் தீர்மானிக்கிறார். நாம் அல்ல. அந்த எளிமையான பாடத்தை நாம் கற்றுக்கொண்டால், வாழ்க்கை மிகவும் இயல்பாகவும் மகிழ்ச்சியாகவும் இருக்கும்.

எப்போது, எங்கு பாலியல் உறவுகளை அனுபவிக்க வேண்டும் என்பதை கடவுள் தீர்மானித்துள்ளார்: அது திருமண பந்தத்திற்குள் அடங்கியது மட்டுமே. தம்பதியர் “காதலிக்கிறார்களா” இல்லையா என்பது குறிப்பிற்கு அப்பாற்பட்டது. வேதாகமம் ஒரு மனிதனுக்கு தான் நேசித்த பெண்ணைத் திருமணம் செய்து கொள்ள வேண்டும் என்றுக் கூறவில்லை. தான் திருமணம் செய்துக்கொண்ட பெண்ணை நேசிக்கச் சொல்கிறது.

கடவுள் காதற்செய்கையான (Romantic) அன்பைக் கட்டளையிடவில்லை. கணவனும் மனைவியும் ஒருவரையொருவர் பார்க்கும் போது உள்ளுக்குள் சிலிர்ப்படைய வேண்டும் என்று அவர் கோரவில்லை. கடவுள் கட்டளையிடும் அன்பைக் குறித்து எபேசியர்களுக்கு எழுதிய புனித பவுலின் நிருபத்தில் தெளிவாகக் குறிப்பிடப்பட்டுள்ளது. கிறிஸ்து திருச்சபையை நேசித்தது போலவும், திருச்சபைக்காகத் தன்னை அற்பணித்ததுப் போலவும் கணவர்கள் தங்கள் மனைவிகளை நேசிக்க வேண்டும் என்று கூறுகிறார். இது

ஒரு நிபந்தனையற்ற, சுயத் தியாக, தன்னலமற்ற அன்பு. இது செயலாற்றும் அன்பு. அது வெறும் உணர்ச்சிமாத்திரமல்ல. இது நமக்கன்பானவர்களின் தேவைகளை மற்றெந்த நோக்கங்களுக்கும், கருத்திற்கும் மேலாக வைக்கிறது.

எண்ணற்ற காதல் பாடல்களில் கொண்டாடப்படும் காதல் வித்தியாசமானது. அதை காதற்செய்கையான காதல் (Romantic Love) என்கிறோம். இது மெய்யுணர்வுகளின் வரம்புகளை மீறினது. இது குருட்டுத்தன்மையானது. இது ஒத்திசை (Rhyme) அல்லது காரணமின்றி பரவசமான மகிழ்ச்சியைத் தருகிறது. இது அனைத்து மனித உணர்ச்சிகளிலும் மிகவும் பகுத்தறிவற்றது, இருப்பினும் அது தன்னை "உண்மையாகவும்" மற்றும் "விசுவாசமாகவும்" அணிவகுத்துக் காண்பிக்கிறது. உண்மையில் அது வயல்வெளியின் புல்லைப் போல நிலையற்றது. அது ஒரு நாள் இங்கே இருக்கும், மறுநாள் அது காணாமல் போய்விடும்.

மேலும் அன்பாயிருப்பது எல்லோரிடமும் இருக்க வேண்டும் அல்லது செய்யப்பட வேண்டும் என்று நீங்கள் ஆணையிடக்கூடிய ஒன்றல்ல. உங்களிடம் அது உள்ளது அல்லது உங்களிடம் அது இல்லை. உதாரணத்துக்கு தாய் தன் மகளிடம், "நீ ஏன் அந்த குறிப்பிட்ட வாலிபனுடன் வெளியே செல்லக்கூடாது அல்லது பழகக்கூடாது?; அவன் மிகவும் நல்ல குடும்பத்தைச் சேர்ந்தவன்" என்று கூறுகிறார். ஆனால் அவர்களுடைய மகளுக்கு அந்த வாலிபன் மீது ஆர்வம் இல்லை. காதற்கொழுந்து எதுவும் இல்லை. அந்த காதற்பொறி (Spark) அல்லது காதற்செய்கை (Romance) பெரும்பாலும் "காதல்" என்று அழைக்கப்படுகிறது, இதுவே கிறிஸ்தவர்கள் உட்பட பலரை குழப்புகிறது. இந்த மாதிரியான காதல்தான் தங்கள் திருமணத்தை வெற்றிகரமாக்கும் என்று நினைக்கிறார்கள். ஆனால் இந்த வகையான காதல், அன்பு செலுத்துதல் மகிழ்ச்சியான திருமணத்திற்கு அடித்தளமாக இருக்க முடியாது. காதலன் எனக்கு என்ன கொடுக்க முடியும் என்று இந்த வகையான காதல் கேட்கிறது. அது தவறான கேள்வி. கிறிஸ்தவ அன்பு என்பது, கடவுளுடைய வார்த்தையில் கட்டளையிடப்பட்ட அன்பு, நான் நேசிப்பவருக்கு நான் என்ன கொடுக்க முடியும் என்று கேட்கிறது. அதுதான் சரியான கேள்வி.

தன்னிச்சையும் பிடிவாதமும் கொண்டவர்கள், அன்பைக்குறித்த கடவுளின் வரையறையை மாற்றலாம் என நினைக்கிறார்கள். "அன்பு" அவர்களுக்கு சேவை செய்ய வேண்டும் என்கிறார்கள். ஆனால் கடவுள்,

அன்பை அண்டை வீட்டாருக்கான சேவையாக வரையறுக்கிறார், சுயத்திற்காக அல்ல. அன்பைக்குறித்த பொதுமக்களின் பார்வை அன்பை மிகத் துல்லியமாக இதற்கு நேர் எதிராக வரையறுக்கிறது. நமக்கு எதுத் தேவையோ அதை விருப்பப்படும்போது, விரும்புவோம், எனவே நமக்கு இல்லை என்று கூறும் யாரொருவருக்கும் எதிராக நாம் கிளர்ச்சி செய்வோம். நிச்சயமாக, அது உருவ வழிபாடுதான், ஏனென்றால் கடவுள் ஒருவருக்கே நாம் இல்லை என்று சொல்லக்கூடாது. புதிய ஒழுக்கம் (அல்லது பழைய ஒழுக்கக்கேடு) கடவுளின் அதிகாரத்தை நிராகரிக்கிறது. இந்த மதத்தின் சீடர்கள் அவர்களுக்குத் தேவையான, விரும்புகிற எதையாவது பார்க்கிறார்கள் - எனவே அவர்கள் அதை எடுத்துக்கொள்கிறார்கள். அவர்கள் தங்களை இன்பமாக்குவதற்கு வேறு ஒருவரைப் பயன்படுத்துகிறார்கள் என்ற வெளிப்படையான உண்மையை அவர்கள் மறுக்கிறார்கள். அர்த்தமுள்ள உறவாக மறுவரையறை செய்து தங்கள் சுயநலத்தை மூடிமறைக்கின்றனர்.

ஆனால் அது அர்த்தமற்றது. இன்பநுகர்வு (Pleasure) தீர்ந்துப்போய்விட்டால், அது தீர்ந்துவிட்டது என்கிற ஒருவித கசப்பான உணர்வைத் தவிர வேறு எதையும் காண்பிக்க இயலாது. மாம்சத்தின் பாவங்களுக்கு அடிமையானவர்கள் தாங்கள் பெற இயலாததைத் தொடர்ந்துத் தேடுகிறார்கள்.

திருமணத்தின் நெருக்கத்தை கருத்தரித்தல் மற்றும் குழந்தைகளைப் பெறுதல் ஆகியவற்றுடன் அவர் இணைக்கும்போது அவர் என்ன செய்கிறார் என்பதை கடவுள் அறிந்திருந்தார். திருமணம் என்பது குடும்பத்தின் அடித்தளம், குடும்பம் அனைத்து சமுதாய உரிமைகள், சமாதானம், மற்றும் நல்வாழ்வுக்கு அடித்தளம். அவர் நமக்காக திருமணத்தை கண்டுபிடித்தபோது அவர் என்ன செய்கிறார் என்பதை கடவுள் அறிந்திருந்தார். அவர் நமக்கு தனித்துவமான அழகான ஒன்றை அளித்தார். உள்ளப்படி, பரிசுத்த ஆவியானவரால் விசுவாசத்தின் பரிசுத்த இரகசியங்களுக்குள் கொண்டுவரப்பட்ட ஒரு கிறிஸ்தவர் மட்டுமே திருமணத்தின் முழு அழகையும் உண்மையில் புரிந்து கொள்ள முடியும்.

கிறிஸ்து இயேசு தம் திருச்சபைக்காகத் தம் உயிரைக் கொடுத்தார். அவள் (திருச்சபை) உண்மையில் -மிகச் சதாரண வீட்டுப்பெண்- அழகற்றவள், எந்த நற்பண்பும் இல்லாத நம்பிக்கையற்ற பெண். ஆனால் அவரது அன்பு அவள் பாவம் அனைத்தையும் மூடியது. ஏதோ

ஒரு உணர்ச்சிப்பூர்வமாக அல்ல, அவருடைய இதயத்தின் மறைவான இடைவெளிகளில் எங்காவது ஓரிடத்திலல்ல, வெளியரங்கமாக, அங்கே, பொதுவில், உலகம் முழுவதும் காணும்படியாக மூடியது. சிலுவையில் அறையப்பட்ட குற்றவாளியாக பொதுமக்களின் அவமானம் மற்றும் ஏளனத்திற்காக அவர் ஏந்திபிடிக்கப்பட்டபோது, அங்கே அவர் தனது மணமகளின் அவமானத்தையும், குற்றத்தையும், பாவத்தையும் சுமந்து, அதை எடுத்துச் சென்றார். அங்குதான் அவர் தனது திருச்சபைக்காக தனது உயிரைக் கொடுத்தார்.

பரிசுத்த ஞானஸ்நானத்தில், அவளுடைய பாவத்தை கழுவுவதற்காக அவர் தனது பரிசுத்த, விலைமதிப்பற்ற இரத்தத்தை அவள் மீது தெளித்தார். அவளுக்காகத் தம்மையே அற்பணித்தவர், இப்போது தம்மை அவளுக்குக் கொடுக்கிறார். அங்கே அந்தக் கழுவலில், கிறிஸ்துவின் மணவாட்டியான திருச்சபை பிறக்கிறாள். அவள் புதியதாகப் பிறக்கின்றாள், அவள் மிகவும் அழகாக இருக்கிறாள். அவளுக்குள் பாவம் இல்லை. அவளுடைய விசுவாசமின்மை மறக்கப்பட்டது. அவளுடைய அழகற்ற நிலை இப்போது இல்லை, உலகின் மிக அழகான பெண்களின் அழகை மிஞ்சும் அழகுடையவளாயிருக்கிறாள்.

அவர் அவளை(திருச்சபையை) பேணுகிறார், நேசிக்கிறார் மற்றும் அன்புடன் தொண்டு செய்கிறார். அவள் அவரை உள்ளடக்கமாகவும் முழுமையாகவும் நம்பி அவருக்கு அடிபணிகிறாள். அவள் தனக்கு அடையாளத்தைக் கொடுத்தவரை நம்புகிறாள். தன்னுடைய பெயரை அவளுக்குக் கொடுத்தவரை அவள் பெற்றுக்கொள்கிறாள். அவளே புனித கிறிஸ்தவ திருச்சபை! அவள் கிறிஸ்துவின் மணமகள்! தம் உயிரை தனக்காக, தனக்கு அளித்தவருக்கு சேவை செய்ய அவள் வாழ்கிறாள்.

இந்த அழகான மர்மம்தான் கிறிஸ்தவ திருமணத்திற்கு கடவுள் நிறுவிய மாதிரி. இயேசு தமது சொந்த இரத்தத்தால் வாங்கிய மனைவியை விவாகரத்து செய்வதை உங்களால் கற்பனை செய்ய முடியுமா? இயலாது! திருச்சபை இயேசுவை வேறொரு மனிதனுக்காக விட்டுச் செல்வதை உங்களால் கற்பனை செய்ய முடிகிறதா? இயலாது! இல்லை, அவர் நேசிக்கும் திருச்சபையுடன் கிறிஸ்துவின் இந்த ஐக்கியம் இப்போது உலகில் உள்ள ஒவ்வொரு கிறிஸ்தவரையும் புனிதப்படுத்துகிறது. அது நிச்சயமாக நம் திருமணங்களை புனிதப்படுத்துகிறது.

கிறிஸ்தவ மனைவிகளே: இயேசுவைப் போல உங்கள் கணவர் உங்களை நேசிப்பதில்லை, ஆனால் நீங்கள் அவருக்குக் கீழ்ப்படிகிறீர்கள், ஏனென்றால் உங்களிடம் இயேசு இருக்கிறார், இயேசுவின் நிமித்தம் உங்கள் கணவரை உங்கள் தலைவராகப் பெறுகிறீர்கள். அவர் அதற்கு தகுதியற்றவராக இருக்கலாம், ஆனால் கிறிஸ்து நிச்சயமாக தகுதியுடையவர். கிறிஸ்தவ கணவர்களே: உங்கள் மனைவி கடவுளின் பார்வையில் இருப்பதைப் போல உங்கள் பார்வையில் மிகவும் மதிப்புமிக்கவராக இருக்க மாட்டாள், எனவே கடவுள் அவளைப் பார்ப்பது போல் நீங்கள் அவளைப் பார்க்க வேண்டும். அவள் பரிசுத்தமானவள், குற்றமற்றவள்.

ஒரே ஒரு விஷயம் தான் நாம் எப்படி இருக்க வேண்டும் என்பதை உண்டுபண்ணும். அது பாவ மன்னிப்பின் நற்செய்தி. அதனால்தான் நாம் அதை மிகவும் பொக்கிஷமாக கருதுகிறோம். நம்முடைய பாவங்களை இயேசு சுமந்ததால் நம் பாவங்கள் மன்னிக்கப்பட்டதாக அது நமக்குக் கூறுகிறது. ஒருவரையொருவர் மன்னிக்க இது நமக்கு அதிகாரம் அளிக்கிறது. கிறிஸ்துவுக்குள் அன்பான நண்பர்களே, அதுதான் வல்லமை. அதுதான் உண்மையான வல்லமை. உங்கள் கணவனை அல்லது மனைவியை மன்னிப்பது என்பது, இயேசு நமக்காக செய்ததைப் போலவே, அவனை அல்லது அவளை உங்களுக்காக உரிமை கோருவதாகும். நீங்கள் முதலில் கடவுளிடமிருந்து அதைப் பெற்றால் மட்டுமே அது உங்களுக்கு ஒரு வல்லமை. கடவுள் தம்முடைய சுவிசேஷம் மற்றும் சாக்கிரமந்துகளில் நமக்கு மன்னிப்பைத் தருகிறார். இந்த மன்னிப்பை நாம் விசுவாசத்தின் மூலமாக விசுவாசத்தினால் மாத்திரமே பெறுகிறோம். இந்த மன்னிப்பை மிகவும் அதிகமாகத் தேவைப்படும் நம் வீடுகளில் நாம் ஒருவருக்கொருவர் அளிக்கலாம். ஆமென்.

ஏழாவது கட்டளை

யாத்திராகமம் 20:15

களவு செய்யாதிருப்பாயாக.

இதன் பொருள் என்ன? விடை:

நாம் கடவுளுக்குப் பயந்து அவரிடம் அன்பு கூருவதின் பயனாக அடுத்தவரின் (அயலாரின்) பணத்தையோ, சொத்துக்களையோ எடுத்துக்கொள்ளாமலும் அல்லது மோசடியான ஒப்பந்தங்கள், ஏமாற்றும் வழிகளினூடாக அவற்றைப் பெற்றுக்கொள்ளாமலும், மாறாக, அவருடைய உடைமைகளும் வியாபாரமும் வளர்ந்து பெருகும்படி உதவி செய்து, அவரது செல்வத்தைப் பாதுகாத்து, அவரது நிலையை சிறப்பாக்கிடவேண்டும்.

அனைத்தும் இறைவனுக்குச் சொந்தம்., "சகல காட்டுஜீவன்களும், பர்வதங்களில் ஆயிரமாயிரமாய்த் திரிகிற மிருகங்களும் என்னுடையவைகள். மலைகளிலுள்ள பறவைகளையெல்லாம் அறிவேன்; வெளியில் நடமாடுகிறவைகளெல்லாம் என்னுடையவைகள். நான் பசியாயிருந்தால் உனக்குச் சொல்லேன்; பூமியும் அதின் நிறைவும் என்னுடையவைகளே." என சங்கீதக்காரன் மூலம் அவர் கூறுகிறார். (சங்கீதம் 50:10-12).

நம்மிடம் உள்ள அனைத்தும், நம் அண்டை வீட்டாரிடம் உள்ள அனைத்தும் கடவுளுக்கு சொந்தமானது என்பதை அறியும் வரை ஏழாம் கற்பனையின் அர்த்தம் என்ன என்பதை நாம் புரிந்து கொள்ள மாட்டோம்.

இந்தக் கட்டளையை நமக்குக் கொடுப்பதன் மூலம் கடவுள் தனிச் சொத்தின் புனிதத்தைப் போதிக்கிறார். தனிச்சொத்து என்று எதுவும் இல்லை என்றால் திருடுவது என்ற ஒன்று இருக்காது. உங்கள் பக்கத்து வீட்டுக்காரரிடம் இல்லாததை உங்களால் திருட முடியாது. ஆனால் தனிப்பட்ட சொத்து என்பது முழுமையானது அல்ல. நம்மிடம் உள்ள அனைத்தும் கடவுளுடையது. ஆரம்பத்தில், கடவுள் ஆதாமையும் ஏவாளையும் ஆசீர்வதித்து, படைப்பின் மீது அவர்களுக்கு ஆதிக்கம் செலுத்த அனுமதித்தார். இது நம் பராமரிப்பில் உள்ளது. உண்மையில் கடவுளுக்குச் சொந்தமானவற்றின் பொறுப்பாளர்கள் நாம்.

மனநிறைவு, உழைப்பு, பெருந்தன்மை, விருந்தோம்பல் போன்ற சில நற்பண்புகளை ஏழாவது கட்டளை நமக்குக் கற்பிக்கிறது. அது நமக்கு மனநிறைவைக் கற்பிக்கிறது. "போதுமென்கிற மனதுடனே கூடிய தேவபக்தியே மிகுந்த ஆதாயம். உலகத்திலே நாம் ஒன்றும் கொண்டுவந்ததுமில்லை, இதிலிருந்து நாம் ஒன்றும் கொண்டுபோவதுமில்லை என்பது நிச்சயம். உண்ணவும் உடுக்கவும் நமக்கு உண்டாயிருந்தால் அது போதுமென்றிருக்கக்கடவோம் (1 தீமோத்தேயு 6:6-8)" என்கிறது.

இந்த கற்பனை, உழைப்பை அல்லது நாம் விரும்புவதைப் பெற வேலைச் செய்ய வேண்டிய ஆர்வத்தை கற்பிக்கிறது. "ஒருவன் வேலைசெய்ய மனதில்லாதிருந்தால் அவன் சாப்பிடவும் கூடாது....." (2 தெசலோனிக்கேயர் 3:10).

இது பெருந்தன்மையைக் கற்பிக்கிறது. நாம் செலுத்த வேண்டியதைச் செலுத்துவது மற்றும் நம் சட்டப்பூர்வ கடமைகளை நிறைவேற்றுவது மட்டுமல்ல, சட்டப்பூர்வமாகத் தேவைப்படுவதை விட அதிகமாக கொடுக்க வேண்டும். "கொடுங்கள், அப்பொழுது உங்களுக்கும் கொடுக்கப்படும்; அமுக்கிக் குலுக்கிச் சரிந்து விழும்படி நன்றாய் அளந்து, உங்கள் மடியிலே போடுவார்கள்; நீங்கள் எந்த அளவினால் அளக்கிறீர்களோ அந்த அளவினால் உங்களுக்கும் அளக்கப்படும்....." (லூக்கா 6:38) என நமது ஆண்டவர் இயேசு கூறுகிறார்,

இந்த ஏழாம் கற்பனை விருந்தோம்பலைக் கற்பிக்கிறது. எபிரேயர் 13:2ல், "அந்நியரை உபசரிக்க மறவாதிருங்கள்; அதினாலே சிலர் அறியாமல் தேவதூதரையும் உபசரித்ததுண்டு" என்று வாசிக்கிறோம்.

எல்லாவற்றிற்கும் மேலாக, ஏழாவது கட்டளை நம் அயலகத்தாரை நேசிக்க வேண்டும் எனக் கோறுகிறது. நம் அண்டை வீட்டாரின் இழப்பில், செலவில் நாம் பொருள் ஈட்டுவது அவர்களிடமிருந்து திருடுவதாகும். ஆனால் நாம் ஏன் நம் அண்டை வீட்டாரைச் சாதகமாகப் பயன்படுத்திக் கொள்ள விரும்புகிறோம், ஏன் அவருடைய நஷ்டத்தில் ஆதாயமடைய வேண்டும், ஏன்அவருடைய செலவில் பயனடைய வேண்டும்? ஏனென்றால் நாம் நம்மைப் போல நம் அண்டை வீட்டாரை நேசிப்பதில்லை. ஏனென்றால், நம் அண்டை வீட்டாரிடம் இருப்பதை, அவருக்குக் அதைக் கொடுத்தவரைவிட அதிகமாய் நேசிக்கிறோம், படைத்தவரைவிட படைப்பை நாம் அதிகம்

நேசிக்கிறோம். அதுதான் உருவ வழிபாடு. பேராசை கொண்டவன் உருவ வழிபாடு செய்பவன் என்று புனித பவுல் கூறுகிறார்.

அரசு செயல்படுத்தும் எத்தனையோ சட்டங்களுக்கு ஏழாவது கட்டளை அடித்தளமாக உள்ளது. உயிர் மற்றும் உடைமைகளைப் பாதுகாக்க கடவுள் அரசு அதிகாரிகளை நிறுவியுள்ளார். இந்த சட்டங்கள் என்னவாக இருக்க வேண்டும் என்பதற்கான விவரங்கள் வேதாகமத்தில் குறிப்பிடப்படவில்லை, ஆனால் திருடர்களைக் கைது செய்து, வழக்குத் தொடர்ந்து, குற்றப்படுத்தி தண்டிக்கும் போது அரசாங்கம் கடவுளின் வேலையைச் செய்கிறது. சொத்து, நேரத்தையும் உழைப்பையும் குறிக்கிறது. ஒருவரின் சொத்தை திருடுவது என்பது அவரது வாழ்க்கையின் ஒரு பகுதியை கொள்ளையடிப்பதாகும்.

செல்வந்தர்கள் ஏழைகளுக்கு உதவ வேண்டும் என்று திருமறை கற்பிக்கிறது. தொண்டு, தானம் மற்றும் குறைவான செல்வ வளமுடையவர்களுக்கு விருந்தோம்பல் ஆகியவற்றை ஏழாவது கட்டளைக் கோறுகிறது. தூய யாக்கோபு கிரியைகள் இல்லாத விசுவாசம் செத்துவிட்டது என்று வாதிடுகையில், அவர் குறிப்பாக ஏழைகளுக்கு உணவு மற்றும் உடைகள் வழங்குவதை உண்மையான கிறிஸ்தவ விசுவாசம் உருவாக்கும் நற்கிரியைகளாக சுட்டிக்காட்டுகிறார். தான் இயற்றும் மற்றும் செயல்படுத்தும் சட்டங்களைப் பொறுத்து அரசாங்கம் ஏழைகளுக்கு உதவலாம் அல்லது காயப்படுத்தலாம்.

பொந்தி பிலாத்துவிடம் இயேசு தம்முடைய ராஜ்யம் இவ்வுலகைச் சார்ந்தது அல்ல என்றுக்கூறும்போது, இயேசுவையும் அவருடைய திருச்சபையையும் எந்த அரசாங்கத்துடனும் அல்லது அரசியல் கட்சியுடனும் அல்லது தத்துவத்துடனும் அடையாளப்படுத்த வேண்டாம் என்று இது நமக்கு ஒரு எச்சரிக்கை கொடுக்கிறது. எந்த மாதிரியான அரசாங்க திட்டங்கள் நம்மிடம் இருக்க வேண்டும் அல்லது இருக்கக்கூடாது என்பதற்கான வரைபடத்தை வேதாகமம் (திருமறை) நமக்கு வடிவமைத்துத்தரவில்லை.

திருமறை தனிச் சொத்துரிமையைப் பாதுகாக்கிறது, பணக்காரர்கள் ஏழைகளை ஒடுக்குவதற்கும் தவறாக நடத்துவதற்கும் எதிராக திருமறை எச்சரிக்கிறது. பணக்காரர்களிடம் இருந்து வலுக்கட்டாயமாகப் பறித்து அவர்களின் பணத்தை ஏழைகளுக்கு மறுபகிர்வு செய்யும் அதிகாரத்தை எந்த அரசாங்கத்திற்கும் திருமறை

எங்கும் வழங்கவில்லை. ஒவ்வொருவரிடமிருந்தும் அவரவர் திறனுக்கு ஏற்ப எடுத்து, ஒவ்வொருவருக்கும் அவரவர் தேவைக்கேற்ப வழங்கும் சமுதாயத்தை உருவாக்க முடியும் என்ற எண்ணம் கிறிஸ்தவ விரோத மாயை. இது பாவத்தின் கோட்பாட்டை மறுக்கிறது. தீமை மனித இதயத்தில் உள்ளது என்பதை நாம் அறிந்திருந்தாலும், சமூக ஏற்பாடுகளில் தீமை உள்ளது என்று கூறுகிறது. இருபதாம் நூற்றாண்டின் மிகப்பெரும் திருடர்களான கம்யூனிஸ்டுகளின் நம்பிக்கை அறிக்கையாக மார்க்சிஸத்தை வைத்துக்கொண்டு, ஏழைகளுக்கு உதவுகின்ற பெயரில் அவர்கள் அழித்தத் தேசங்களில், அவர்களுக்குத் தேவைப்பட்டதைத் திருடி அனைவரையும் ஏழ்மைக்குள்ளாக்கினார்கள். இருபதாம் நூற்றாண்டின் பெரும்பகுதியில் ஏழாவது கட்டளைக்கு எதிராகப் போராடிய ஒரு அரசாங்கத்தால் கையளிக்கப்பட்ட பொருளாதார அழிவிலிருந்து முன்னாள் சோவியத் யூனியனின் நாடுகள் இன்னும் மீளவில்லை. “எல்லா மக்களும் உலகம் முழுவதையும் பகிர்ந்து கொள்கிறார்கள்” என்று பாடகர் பாடியதை, ஒருவர் கற்பனையாக காணலாம், ஆனால் இது நடைப்பெறாது, எனவே ஏழாவது கட்டளையை நாம் தொடர்ந்து ஆதரித்து, பாதுகாக்க வேண்டும். ஏழைகளைக் காப்பாற இதுவே சிறந்த வழி.

அண்டை வீட்டாரின் சொத்துக்களை நாம் மதிக்கிறோமா? அவரது நிதி நல்வாழ்வை மேம்படுத்த நாம் அவருக்கு உதவிச் செய்ய விரும்புகிறோமா? சூதாட்டத்தை தடை செய்ய திருமறையில் எந்த கட்டளையும் இல்லை, ஆனால் ஒருவர் தனது அண்டை வீட்டாரின் நிதி நலனை உண்மையாக விரும்பும் போது அவர் எப்படி சூதாட முடியும் என்று ஆச்சரியமாக இருக்கிறது. வியாபாரத்தை நடத்துவது அல்லது விவசாயம் செய்வதும் சூதாட்டம் என்று சொல்லி சூதாட்டத்தை மக்கள் ஆதரிக்கின்றார்கள். எல்லாவற்றிற்கும் அடுத்து, நீங்கள் எப்படி செய்வீர்கள் என்று உங்களுக்குத் தெரியாது. ஆனால் சூதாட்டத்தின் பிரச்சனை எதிர்காலத்தைப் பற்றிய அறியாமை அல்ல. ஒரு நபர் பொருள் ரீதியாக இழக்கும் போது மட்டுமே இன்னொரு நபர் பொருள் ரீதியாக ஆதாயம் பெறுகிறார். இதுதான் சூதாட்டத்தின் சாராம்சம், ஆனால் நேர்மையான வணிகம், விவசாயம் அல்லது பண்ணைத்தொழில் செயல்படுவது அப்படியல்ல. ஒரு நேர்மையான வணிகம் நியாயமான பரிமாற்றத்தை வழங்குகிறது, இதில் வாங்குபவர் மற்றும் விற்பவர் இருவரும் பயனடையலாம். சூதாட்டத்தில் தோல்வியடைபவர் ஒருவர் தேவை. இது ஏழாவது கட்டளையால் கண்டிக்கப்பட்ட பேராசை, சோம்பேறித்தனம்,

அபகரித்தல் மற்றும் பிற எல்லா தீமைகளையும் ஈர்க்கிறது. அதில் கலந்துக்கொள்ள யாரையும் கட்டாயப்படுத்தாவிட்டாலும், அது ஒரு தீமைக்கு சற்றும் குறைவானதல்ல.

எல்லா பாவங்களுக்கும் ஆணி வேரான பாவம் உருவ வழிபாடு. எல்லா பாவங்களும் போலி வழிபாடுகள். பயம், அன்பு எல்லாவற்றிற்கும் மேலாக கடவுள் மீது வைக்கும் பற்றுறுதி (Trust), ஆகியவற்றில் நாம் தோல்வியடைவதிலிருந்து எல்லா பாவங்களும் பாய்கின்றன. உண்மையில், எல்லா பாவங்களும் இந்தத் தோல்வியின் பிரதிபலிப்பு மாத்திரமே. குறிப்பாக ஏழாவது கற்பனை உருவ வழிபாட்டை தடை செய்கிறது. கடவுளின் சட்டம் தனிப்பட்ட சொத்துக்களைப் பாதுகாக்கிறது. ஏன்? ஏனென்றால், கடவுள் எல்லாப் பொருள்களையும் கொடுப்பவர். அண்டை வீட்டானிடம் இருந்து அவனுக்குச் சொந்தமானதை நீ எடுக்கக் கூடாது என்றும், உனக்குச் சொந்தமானதை உன் அயலான் உன்னிடமிருந்து எடுக்கக் கூடாது என்றும் சொல்பவர், இந்த உலகத்தையும் அதிலுள்ள அனைத்தையும் படைத்தவரே. உண்மையில் அனைத்தையும் சொந்தமாக வைத்திருப்பவர் கடவுள் என்பதால், ஒவ்வொரு திருட்டும் கடவுளிடமிருந்து திருடப்படுகிறது. நல்ல பணத்திற்கு ஈடாக தரமற்ற பொருட்களை வழங்குவது கடவுளைக் கொள்ளையடிப்பதாகும். முதலாளி பார்த்துக் கொண்டிருக்கும் போது மட்டும் கடினமாக உழைப்பது கடவுளை ஏமாற்றுவதாகும். பணத்தைப் பதுக்கி வைப்பதும், நற்செய்தியைப் பிரசங்கிப்பதை ஆதரிப்பதற்காக காணிக்கை கொடுக்காமல் இருப்பதும் கடவுளின் ஆலயத்தைக் கொள்ளையடித்து, கடவுளை ஏமாற்றி அவருடைய பெயரை தவறாகப் பயன்படுத்துவதாகும். நீங்கள் கொடுப்பதை ஏற்றுக்கொள்வதைத் தவிர வேறு வழியின்றி மக்கள் வாங்கிக்கொள்ளும் குறைந்தக் கூலியை வழங்குவது கடவுளைச் சுரண்டுவதாகும். எடுத்துக் கொண்டு, கொடுக்காமலிருப்பது பரத்திலிருந்து ஒவ்வொரு நன்மையான, பரிபூரணமான வெகுமதிகளை (வரங்களை) வழங்கும் ஜோதிகளின் பிதாவின் (கடவுளின்) தன்மையை மறுப்பதாகும்.

கடவுள் கொடுக்கிறார். கடவுள் கொடுப்பதினால் நாம் அவரை அறிய கற்றுக்கொள்கிறோம். கிறிஸ்தவ நம்பிக்கையின் மையத்தில் பிறர்பொருட்டுச்செய்கிற குற்றப்பரிகாரம் என்கிற கோட்பாடு உள்ளது. இயேசு கிறிஸ்து தம்முடைய இரத்தத்தால் நம்மை விலைக்கு வாங்கி, நம்முடைய பாவங்களிலிருந்து நம்மை விடுவித்ததின் போதனை இதுவே. இந்த உண்மையை லுத்தர் தனது சிறிய ஞானோபதேசத்தில்

(கத்தேகிஸ்முவில்) இவ்வாறு வெளிப்படுத்தினார்:

> பிதாவினிடத்தில் நித்தியத்திலிருந்து அநாதியாய்ப் பிறந்த மெய்யான தேவனும் கன்னி மரியாளிடத்தில் பிறந்த மெய்யான மனிதனுமாயிருக்கிற இயேசு கிறிஸ்து என் கர்த்தரென்று விசுவாசிக்கின்றேன். ஏனென்றால் சபிக்கப்பட்ட என்னை அவர் பொன்னினாலும் வெள்ளியினாலும் அல்ல அவரின் விலையேறப் பெற்ற தமது பரிசுத்த இரத்தத்தினாலும், குற்றமற்றப் பாடுகளினாலும், மரணத்தினாலும்எல்லாப்பாவங்களிலும்மரணத்திலும்பிசாசினுடைய வல்லமையிலுமிருந்தும் மீட்டு இரட்சித்துக் கொண்டார். அதனால் நான் முழுவதுமாக அவருக்குச் சொந்தமாயிருந்து...(பகுதி 2. பத்தி 4) என்பதாக.

கடவுள் நம்மை வாங்கும்போது நாம் கடவுளை அறிந்து கொள்கிறோம். அவர் நம் உயிருக்கு விலை கொடுத்து வாங்கி, தாம் வாங்கியதைக் கையகப்படுத்துகிறார். இயேசு கிறிஸ்து நம்மை விலைக்கு வாங்கினார். வாங்குவதற்கு விலையாக இருந்தது உயிர். எனினும் நம் யாரொருவராலும் அந்த விலையைக் கொடுக்க முடியவில்லை. ஏனெனில் அது நம்மிடம் இல்லை. உண்மையில், நாம் இறந்துவிட்டோம், நமக்கு வாழ்வு அல்லது சத்தியம் அல்லது நம்பிக்கை அல்லது எதிர்காலம் இல்லை. இயேசு நம்மை வாங்கினார். அவரது உயிர் செலுத்தப்பட்டது. யாருக்கு? கடவுளுக்கே செலுத்தப்பட்டது. இதுவரை வாழ்ந்த, வாழ்ந்துக்கொண்டுள்ள ஒவ்வொரு பாவியையும் பாவத்திலிருந்தும் மரணத்திலிருந்தும் விடுவிப்பதற்குப் போதுமான கட்டணமாக இயேசு தம் உயிரை கடவுளுக்கு வழங்கினார்.

இது ஒரு பரிமாற்றம். இயேசுவின் உயிர் நமக்காக படைக்கப்படுகிறது. கடவுள் காணிக்கையை ஏற்றுக்கொள்கிறார். பரிமாற்றம் நடைபெறுகிறது. கடவுள் இப்போது இயேசுவின் காணிக்கை மூலம் நம்மைப் பார்க்கிறார். நம்முடைய எல்லா பாவங்களும் மன்னிக்கப்பட்டு கிறிஸ்துவின் நீதியால் மூடப்பட்டிருப்பதை அவர் காண்கிறார். கடவுளை அறிய ஒரே ஒரு வழிதான் உள்ளது. அது கிறிஸ்துவின் வழியாக மாத்திரமே. ஆனால் கிறிஸ்து என்கிற 'ஆள்' மூலமாக மட்டுமல்ல, அவருடைய செயலின் மூலமாகவும் கூட. அதாவது, மீட்பின் மூலம், விலைக்கொடுத்தல், கொள்முதல் செய்தல் (விலக்கு வாங்குதல்) போன்றவற்றால் கடவுளை அறியலாம். இயேசுவின் வழியாய்த் தவிர உங்களால் கடவுளை அறிய முடியாது, உங்களுக்காக அவர் பாடுபடுவதைத்

தவிர இயேசுவை உங்களால் அறிய முடியாது, ஏனென்றால் அந்தப் பாடுகளினாலேயே அவர் உங்களை தமக்குச் சொந்தமானவராக மீட்டுக்கொண்டிருக்கிறார்.

கிறிஸ்துவின் பரிசுத்த வாழ்வின் மூலம் நீங்கள் கடவுளை அறிந்தால், நீங்கள் ஒன்றைக் கண்டுபிடிப்பீர்கள். பணத்தால் வாங்கக்கூடிய எதையும் விட விலைமதிப்பற்ற அறிவை நீங்கள் பெறுவீர்கள். எது மதிப்புமிக்கது மற்றும் ஏன் என்பதை நீங்கள் கண்டுபிடிப்பீர்கள். நம்மிடம் உள்ள பொருட்களுக்கு தினசரி செய்தித்தாளை விட அதிக மதிப்பு இல்லை. அது தொலைந்து போகும் அல்லது திருடப்படும் அல்லது உடைந்து விடும் அல்லது தேய்ந்து போகும். ஆனால் கிறிஸ்து சிலுவையின் பலிபீடத்தில் கடவுளின் தண்டனை நீதிக்கு தனது வாழ்க்கையை செலுத்துவது உலகில் உள்ள எல்லா பணத்தையும் விட விலைமதிப்பற்ற கொடுப்பனையாகும். இந்தப் பணம் செலுத்துதல் இப்போது கடவுளுக்கு அர்ப்பணிக்கப்பட்டுள்ளது, அது பெறப்பட்டது. ஆகவே, இப்போது நமக்கு இருக்கும் மதிப்பு கிறிஸ்துவின் உயிர் நம் மீது வைத்த மதிப்பாக இருக்கிறது.

ஒரு தடையற்ற வணிகக்களப் பொருளாதாரத்தில், ஏதாகிலும் ஒரு துண்டு நிலம் அல்லது வணிகப் பொருட்கள் எல்லோரும் பணம் செலுத்தத் தயாராக இருக்கும் ஒரு மதிப்பைக் கொண்டுள்ளது. உங்கள் வீடு பத்து லட்சம் ரூபாய்கள் அல்லது டாலர்கள் மதிப்புடையதாக இருக்கும், அதற்காக யாராவது பத்து லட்சம் ரூபாய்கள்/ டாலர்கள் கொடுக்கத் தயாராக இருக்கிறார்கள். அப்படியென்றால் நம் வாழ்வின் மதிப்பு என்ன? மற்றும் நமது அண்டைவீட்டாரின் வாழ்வுகளைப் பற்றிய மதிப்பு என்ன? இயேசு அவர்களுக்கு என்ன விலைக்கொடுத்தார் என்று சிந்தியுங்கள்.

இயேசுவின் வார்த்தைகளைக் கேளுங்கள்:

> ஒருவன் என் பின்னே வர விரும்பினால், அவன் தன்னைத்தான் வெறுத்து, தன் சிலுவையை எடுத்துக்கொண்டு என்னைப் பின்பற்றக்கடவன்.தன் ஜீவனை இரட்சிக்க விரும்புகிறவன் அதை இழந்துபோவான், என்னிமித்தமாகவும் சுவிசேஷத்தினிமித்தமாகவும் தன் ஜீவனை இழந்து போகிறவன் அதை இரட்சித்துக்கொள்ளுவான். மனுஷன் உலகம் முழுவதையும் ஆதாயப்படுத்திக்கொண்டாலும், தன் ஜீவனை நஷ்டப்படுத்தினால் அவனுக்கு லாபம் என்ன? மனுஷன் தன்

ஜீவனுக்கு ஈடாக என்னத்தைக் கொடுப்பான்? (மாற்கு 8:34-37)

தனது சொந்த ஆன்மாவுக்கு விலைக்கொடுக்கும்படியாக ஒரு மனிதனுக்குசொந்தமாக எதுவும் இல்லை. அவனுடைய வாழ்வு மிகவும் விலையேறப்பெற்றது. அவன் தனது சொந்த வாழ்க்கையை விலைக்கு வாங்க முடியாது. அவன் முயற்சி செய்தால் தோல்வியடைவான். தன்னைத்தானே இரட்சித்துக்கொள்ள முயன்றால் அவன் தன்னை இழந்துபோவான். தன் சொந்த உயிரை யாரும் விலைக்கு வாங்க முடியாது. ஆனால் இறைவனால் முடியும். இறைவன் விலைக்கு வாங்கினார். இது மிகவும் உண்மையான பரிவர்த்தனை. கடவுள் விலைக்கொடுக்க வேண்டும். கடவுள் மட்டுமே விலைக்கொடுக்க முடியும், ஆனால் மனிதன் அதைச் சொந்தமாக்கிக்கொண்டான். ஆகவே, குமாரனாகிய கடவுள் மனிதகுலம் அனைவருக்கும் தனது சொந்த வாழ்க்கையை வழங்குவதற்காக ஒரு மனிதரானார். அதைக் கடவுளுக்கு பலி செலுத்தினார். அந்த பலி செலுத்துதல்தான் உண்மையில் நம்மை விலக்கு வாங்கியது.

எனவே நாம் விலைக்கு வாங்கப்பட்டுள்ளோம், விலையளிக்கப்பட்டுள்ளது. நம்மை விலைக்கு வாங்கியவருக்கு நாம் சொந்தம். இது நம் வாழ்க்கையை வரையறுக்கிறது. இதுவே நமது மதிப்பையும் தீர்மானிக்கிறது. இயேசுவின் பரிசுத்த வாழ்வு மற்றும் குற்றமற்ற மரணம் ஆகியவற்றுக்குச் சற்றும் குறைவில்லாத மதிப்பை நாம் பெற்றிருப்பதால், நமக்குச் சொந்தமான எல்லாவற்றின் ஒப்பீட்டு மதிப்பையும் நாம் புரிந்து கொள்ள முடியும். நாம் மதிப்புமிக்கவர்கள், நமக்குச் சொந்தமான பொருட்களால் அல்லது நாம் செய்யும் வேலைகளால் அல்ல. இயேசு நமக்காக செலுத்திய விலையின் காரணமாக நாம் மதிப்புமிக்கவர்கள். "உணவைவிட வாழ்க்கையும், உடையைவிட சரீரமும் விசேஷித்தவைகள் அல்லவா?" என்ற கேள்வியை இயேசு கேட்டார். (மத்தேயு 6:25). இயேசுவில் நம் உண்மையான விலை மதிப்பைக் காண்கிறோம். உலகில் நமக்குச் சொந்தமான அனைத்தையும் நாம் இழந்தாலும் அதை நம்மிடமிருந்து யாரும் பறிக்க முடியாது.

இறந்துப்போகும் படைப்புக்களை தலை வணங்கி நாம் வழிப்படத்தேவையில்லை, மாறாக, நம்மை படைத்தவரை நோக்கிப் பார்ப்போம், அவர் நம் அன்புச் சகோதரனாக சிலுவையில் தம் உயிர்- இரத்தத்தை சிந்துவதைக் காண்போம். நாம் அவருக்கு சொந்தமானவர்கள் மட்டுமல்ல - அவர் நமக்குச்

சொந்தமானவர். அவரைச் சொந்தமாக்கிக் கொண்டதினால், உலகத்தை நாம் சொந்தமாக்கிக் கொண்டு, பரலோகத்தின் எல்லா பொக்கிஷங்களையும் வைத்திருக்கிறோம். ஆமென்.

.

எட்டாவது கட்டளை

யாத்திராகமம் 20:16

அயலானுக்கு விரோதமாய் பொய்ச்சாட்சி சொல்லாதிருப்பாயாக.

இதன் பொருள் என்ன? விடை:

நாம் கடவுளுக்குப் பயந்து அவரிடம் அன்பு கூருவதின் பயனாக அயலானைக் குறித்துத் தவறான நிலைப்பாடு கொள்ளாமலும், வேண்டுமென்றே பொய் கூறாமலும், காட்டிக்கொடுக்காமலும், அவதூறு கூறாமலும் அல்லது அவர் புகழுக்கு களங்கம் ஏற்படுத்தாமலும் அவரைப் பாதுகாத்து, அவரைக் குறித்து நன்மையாக சிந்தித்துப் பேசி எல்லாவற்றையும் சிறப்பான வழிகளில் விளக்கிக் காண்பிக்க வேண்டும்.

பத்துக் கட்டளைகள் ஒவ்வொன்றையும் போல, எட்டாம் கற்பனையும், பண்டைய இஸ்ரேல் மக்களுக்கு (சமூக) பொதுச் சட்டமாக வழங்கப்பட்டது. அவதூறு, (எழுத்துப்பூர்வமாக) பொய்க்குற்றச்சாட்டு, நற்பெயரை இழிவுப்படுத்துதல் போன்றப் பல சமூகக் குற்றங்களை இது தடை செய்கிறது. பொய் சாட்சி சொல்வது தவறானது, ஏனென்றால் நாம் உண்மையை மட்டுமே பேச வேண்டும். பொய் சாட்சிக்கூறுவது தவறு, ஏனென்றால் அது நம் அண்டை வீட்டாருக்கு தீங்கு விளைவிக்கும்.

ரோமர் 13:8-10ல் பதிவு செய்யப்பட்டுள்ள இந்த வார்த்தைகளில், புனித பவுல் கடவுளின் சட்டத்தின் இரண்டாவது அட்டவணையின் தேவைகளை நமக்கு சுருக்கமாகக் கூறினார்:

> “ஒருவரிடத்திலொருவர் அன்புகூருகிற கடனேயல்லாமல், மற்றொன்றிலும் ஒருவனுக்கும் கடன்படாதிருங்கள்; பிறனிடத்தில் அன்புகூருகிறவன் நியாயப்பிரமாணத்தை நிறைவேற்றுகிறான். எப்படியென்றால், ‘விபசாரம் செய்யாதிருப்பாயாக’, ‘கொலை செய்யாதிருப்பாயாக’, ‘களவு செய்யாதிருப்பாயாக’, ‘பொய்ச்சாட்சி சொல்லாதிருப்பாயாக’, ‘இச்சியாதிருப்பாயாக’ என்கிற இந்தக்கற்பனைகளும், வேறே எந்தக் கற்பனையும், ‘உன்னிடத்தில் நீ அன்புகூருகிறதுபோலப் பிறனிடத்திலும் அன்புகூருவாயாக’ என்கிற

ஒரே வார்த்தையிலே தொகையாய் (மொத்தமாய்) அடங்கியிருக்கிறது. அன்பானது பிறனுக்குப் பொல்லாங்குசெய்யாது; ஆதலால் அன்பு நியாயப்பிரமாணத்தின் நிறைவேறுதலாயிருக்கிறது."

எட்டாம் கற்பனை வெறுமனே பொய் சொல்வதைத் தடை செய்யவில்லை. நாம் கூறுவது நம் அண்டை வீட்டாரை காயப்படுத்துவதை தடை செய்கிறது. அண்டை வீட்டாரின் நற்பெயரைச் சேதப்படுத்தும் விதத்தில் அவரைப் பற்றி நாம் பேசக்கூடாது என அது நமக்குக் கற்பிக்கிறது. அன்பின் நியாயப்பிரமாணம் இதை நம்மிடம் கோருகிறது.

ஒருவரையொருவர் எப்படி நேசிப்பது என்பதைக் கட்டளைகள் நமக்குக் காட்டுகின்றன. நம் சொந்த விருப்பங்கள் மற்றும் தேவைகள் மற்றும் அக்கறைகளில் நாம் மிகவும் மையம் கொண்டிருப்பதால், நம் அண்டை வீட்டாருக்கு உதவுவதை மறந்துவிடுகிறோம், நாம் எப்படி ஒருவரை ஒருவர் நேசிக்க வேண்டும் என்பது நமக்குத் தெரியவில்லை. அதனால்தான் கடவுள் நமக்கு இந்தக் கட்டளைகளைக் கொடுத்தார். அன்புக்கு என்ன தேவை என்று அவைக் கூறுகின்றன. அன்பு நம் அண்டை வீட்டாரை தீங்கிலிருந்து பாதுகாக்கிறது. அன்பு நம் அண்டை வீட்டாரின் குடும்பத்தைப் பாதுகாக்கிறது, எனவே கடவுள் நமக்கு "உன் தந்தையையும் உன் தாயையும் மதிக்க வேண்டும்" என்கிற நான்காவது கட்டளையைக் கொடுத்தார். அன்பு, நம் அண்டை வீட்டாரின் உடல் நலனைப் பாதுகாக்கிறது, எனவே கடவுள் நமக்கு "நீ கொலைச் செய்ய வேண்டாம்" என்கிற ஐந்தாவது கட்டளையைக் கொடுத்தார். அன்பு, நம் அண்டை வீட்டாரின் திருமண பந்ததைப் பாதுகாக்கிறது, எனவே கடவுள் நமக்கு "விபச்சாரம் செய்யாதே" என்கிற ஆறாவது கட்டளையைக் கொடுத்தார். அன்பு, நம் அண்டை வீட்டாரின் சொத்துக்களைப் பாதுகாக்கிறது, எனவே கடவுள் நமக்கு "நீ களவுச் செய்ய வேண்டாம்" என்கிற ஏழாவது கட்டளையைக் கொடுத்தார். அன்பு, நம் அண்டை வீட்டாரின் நற்பெயரைப் பாதுகாக்கிறது, எனவே கடவுள் நமக்கு "உன் அண்டை வீட்டாருக்கு எதிராக பொய் சாட்சி சொல்லாதே" என்கிற எட்டாவது கட்டளையைக் கொடுத்தார். நம் அண்டை வீட்டாரை நாம் நேசிக்க வேண்டும். நாம் அவர்களை நேசிக்க தேர்ந்தெடுத்ததினாலல்ல, கடவுள் அவர்களைத் தேர்ந்தெடுத்ததினால் நாம் அண்டை வீட்டாரை நேசிக்க வேண்டும் என கற்பனைகள் கோருகின்றன. நமது அண்டை வீட்டாரின் (அயலகத்தாரின்) மரியாதையை, கௌரவத்தை, நமது சொந்த கௌரவம், மரியாதைப்போலவே மதிப்புமிக்கதாகக் கருத

வேண்டும். நம்முடைய சொந்த நற்பெயரைக் காப்பாறிக்கொள்ளும் அதே தீவிர ஆர்வத்துடனும், அர்ப்பணிப்புடனும் அதைப் பாதுகாக்க முயல வேண்டும். இதைத்தான் அன்பின் நியாயப்பிரமாணம் நம்மிடம் கோருகிறது.

நல்லதைச் செய்வது என்பது அண்டை வீட்டாருக்கு பயனுள்ளதைச் செய்வதாகும். தங்களைத் தாங்களே நீதிமான்களாக்கிக்கொள்ள முடியும் என்று நம்புபவர்கள் தங்கள் சொந்த நலனுக்காக நற்செயல்களைச் செய்கிறார்கள். கிறிஸ்து நிமித்தம் தகுதியற்ற பாவிகளை கடவுள் தனது கிருபையால் முழுவதுமாக நீதிமான்களாகத் தீர்க்கிறார் என்று நம்புபவர்கள் தங்கள் அண்டை வீட்டாரின் நலனுக்காக தங்கள் நற்செயல்களைச் செய்கிறார்கள். அவர்கள் தங்களுக்குக் தாங்களே உதவிக்கொள்ள நற்செயல்களைச் செய்வதில்லை. "நற்செயல்கள் நம் அழிவைத் தடுக்க முடியாது, அவை நம்மை ஒருபோதும் காப்பாற்ற உதவாது" என ஒரு ஞானப்பாடலில் நாம் பாடுகிறோம்.

ஆலயத்திற்கு வந்த பரிசேயன் தனது சொந்த நல்லொழுக்கத்தின் காரணமாக அவனை நீதியுள்ளவரன் என்று நம்பினான். அவன் செய்ததெல்லாம் தனக்காக செய்தான். அவன் யாரிடமும் பணம் பறிக்கவில்லை, ஏமாற்றவில்லை, விபச்சாரம் செய்யவில்லை. ஆனால் இது அவன் தனது அண்டை வீட்டாரை நேசித்ததால் அல்ல; மாறாக, அவன் தன்னைத்தானே நேசித்ததாலும், இந்த பாவங்களைத் தவிர்ப்பதன் மூலம் அவன் ஒருவித நன்மை அல்லது புண்ணியத்தைப் பெறுவான் என நினைத்ததால்தான அவன் தனது தகுதிக்காக உழைத்தான். அதனால்தான் அவன் நல்ல வேலைகளைச் செய்தான். ஆனால் அவன் தனது அயலானை வெறுத்தான். அவன் அவனிடம் அன்புச் செலுத்தவில்லை. அதனால் அவன் இன்னும் கடவுளின் எந்தக் கட்டளைக்கும் கீழ்ப்படியத் தொடங்கவில்லை. கடவுளின் கட்டளைகள் நம் அண்டை வீட்டாரை நேசிக்க வேண்டும் எனக்கோறுகின்றன.

புனித பவுல் நமக்கு நினைவூட்டுவது போல், "அன்பு செலுத்துவது நியாயப்பிரமாணத்தை நிறைவேற்றுவதாகும்."

எட்டாவது கற்பனை நமக்கு உண்மைத்தன்மை, நேர்மை, உறுதிப்பாடு, விவேகம், மென்மைத்தன்மை மற்றும் அமைதியாக இருக்கும் திறன் ஆகியவை தேவை எனக்கோறுகின்றன. நம் அண்டை வீட்டாருக்கு உதவுவது உண்மைத்தன்மை. நம் பேச்சில் உள்ள நேர்மை

- இரட்டைப் பேச்சு அல்ல - நம் அண்டை வீட்டாருக்குப் பலன் தரும். நம் உறுதியான நிலைப்பாடு, நாம் வாக்குறுதி அளிக்கும் போது நம் அண்டை வீட்டார் நம்மைச் சார்ந்திருப்பதை சாத்தியமாக்குகிறது. நாம் நம்மைப் பற்றி பேசும்போது விவேகம் அல்லது பணிவு வெளிப்படுமானால், நம் அண்டை வீட்டாருக்கு நம்மால் உண்மையில் என்ன செய்ய இயலும் அல்லது என்ன செய்ய இயலாது என்பதை அறிய உதவும். நம் அண்டை வீட்டாரைப் பற்றின வலிமிகுந்த உண்மைகளை நாம் பேசும்போது அவரிடம் மென்மையாகக் கூறுவது, நம் விமர்சனத்தை ஒரு கருணையின் செயலாக ஏற்றுக்கொள்ள அவருக்கு உதவும். நம் அண்டை வீட்டாரைப் புண்படுத்துக்கூடிய தகவல் பரவலாக அறியப்பட்டு, அது நம்மிடம் வந்தடையும் சமயத்தில் அமைதியாக இருந்து ரகசியத்தைக் காக்கும் திறமை அவசியம். ஒவ்வொரு நல்லொழுக்கமும் ஒரு நல்லொழுக்கமாய் கருதப்பட வேண்டியது ஏனென்றால் அவை ஒவொன்றும் நம் அண்டை வீட்டாரிடம் அன்பு செலுத்துவதற்காக இருக்கிறது.

தேவாலய ஒழுக்கத்திற்கு அடிப்படையாக அடிக்கடி குறிப்பிடப்படும் மத்தேயு அதிகாரம் 18 ன் பகுதியை விட எட்டாவது கற்பனையின் கீழ் நமது கடமையை மிகத் தெளிவாகப் போதிக்கும் இடம் புதிய ஏற்பாட்டில் வேறு இடத்தில் இல்லை எனலாம். நம் அண்டை வீட்டாரின் நல்ல பெயரைப் பாதுகாப்பதன் மூலம் அவருக்கு இரக்கம் காட்டுவது எப்படி என்பதைக் கற்பிப்பதற்காக இது முதன்மையாக எழுதப்பட்டது. இயேசு சொன்னது இதோ:

> “உன் சகோதரன் உனக்கு விரோதமாகக் குற்றஞ்செய்தால், அவனிடத்தில் நீ போய், நீயும் அவனும் தனித்திருக்கையில், அவன் குற்றத்தை அவனுக்கு உணர்த்து அவன் உனக்குச் செவிகொடுத்தால், உன் சகோதரனை ஆதாயப்படுத்திக்கொண்டாய். அவன் செவிகொடாமற்போனால், இரண்டு மூன்று சாட்சிகளுடைய வாக்கினாலே சங்கதிகளெல்லாம் நிலைவரப்படும்படி, இரண்டொருவரை உன்னுடனே கூட்டிக்கொண்டு போ. அவர்களுக்கும் அவன் செவிகொடாமற்போனால், அதைச் சபைக்குத் தெரியப்படுத்து; சபைக்கும் செவிகொடாதிருப்பானானால், அவன் உனக்கு அஞ்ஞானியைப்போலவும் ஆயக்காரனைப்போலவும் இருப்பானாக. பூலோகத்திலே நீங்கள் எவைகளைக் கட்டுவீர்களோ அவைகள் பரலோகத்திலும் கட்டப்பட்டிருக்கும்; பூலோகத்திலே நீங்கள் எவைகளைக் கட்டவிழ்ப்பீர்களோ அவைகள் பரலோகத்திலும் கட்டவிழ்க்கப்படும் என்று மெய்யாகவே உங்களுக்குச் சொல்லுகிறேன் ....”என்றார் (மத்தேயு 18:15-18).

உங்கள் சகோதரன் உங்களுக்கு எதிராகப் பாவம் செய்தால், நீங்கள் அவனிடம் சென்று உங்கள் இருவருக்குள்ளும் தனியாக அவரை எதிர்கொள்ள வேண்டும். ஏன்? இதைப் பற்றி ஏன் மற்றவரிடம் சொல்லக்கூடாது? நீதியைப் பெற உங்களுக்கு உதவக்கூடிய ஒருவரிடம், உங்களுக்காக தவறை சரிசெய்யக்கூடிய ஒருவரிடம் ஏன் அதை எடுத்துச் செல்லக்கூடாது? ஏனெனில் நீங்கள் உங்கள் அண்டை வீட்டாரை நேசிப்பதால்தான். உங்களுக்குத் தவறு செய்தவரின் நற்பெயரைப் பற்றி நீங்கள் அக்கறை காட்டுகிறீர்கள்.

உங்களுக்காக நீதியைப் பெறுவதை விட அவனது நற்பெயரைப் பாதுகாப்பீர்கள். நம் ஆண்டவர் மத்தேயு 18-ன் இந்த புகழ்பெற்ற பகுதியை அவர் காணாமல் போன ஆடுகளைப் பற்றின கதையைக் கூறினப் பிறகும், பேதுருவிடம் -ஏழு எழுபது முறை மன்னிக்கும்படி கூறுவதற்கு முன்பும் பேசினார். இந்த வார்த்தைகளின் நோக்கம் கிறிஸ்தவ சபையிலிருந்து ஒருவரை எவ்வாறு வெளியேற்றுவது என்பதைக் குறித்த வழிமுறைகளை அடிப்படையாக அமைப்பது அல்ல, மாறாக நமது அண்டை வீட்டாரின் நற்பெயரை எவ்வாறு பாதுகாக்க வேண்டும் என்பதைக் கிறிஸ்தவர்களாகிய நமக்குக் காண்பிப்பதாகும். அவனது நற்பெயர் களங்கப்படுத்தத் தகுந்தது என்றாலும் அது மதிப்புமிக்கது. கடவுள் நமக்குத் தகுதியானத் தண்டனைகளைத் தருவதை நாம் விரும்பாதவரை, அயலாருக்குத் தகுதியானத் தண்டனையைக் கொடுப்பதில் நமக்கு எந்த வேலையும் இல்லை.

நாம் நம் அண்டை வீட்டாரைக் கேவலமாகப் பேசுகிறோம், ஏனென்றால் அவர்கள் இரக்கம் பெறுவதை நாம் விரும்பவில்லை, குறைந்தபட்சம் நம்மிடமிருந்து மாத்திரம்கூட அல்ல. நாம் அவர்களைப் பற்றிய தீய எண்ணங்களை வளர்த்து, அவர்கள் என்ன செய்கிறார்கள் என்பதை மிகவும் சேதம் விளைவிக்கும் வகையில் விளக்குகிறோம். அவர்கள் நமக்குத் தீங்கு விளைவித்தார்கள் என்பதாக நாம் ஆராயாமல் எண்ணிக்கொள்கிறோம், எனவே அவர்களின் செயல்களை மோசமாகக் காட்டுவதற்காக நாம் பொருள்படுத்தி விளக்குகிறோம். மற்றவர்கள் நம்முடன் உடன்படவில்லையா என்பதை அறிய, நம் தீர்ப்புகளை மற்றவர்களுடன் பகிர்ந்து கொள்கிறோம். எனவே கடவுள் யாரை ஆசீர்வதிக்கச் சொல்கிறாரோ அவர்களுக்கு எதிராக நாம் அசிங்கங்களைப் பேசுகிறோம்.

ஆம், நாம் அவ்வாறுச் செய்கிறோம். "உன் சகோதரனை உன்

உள்ளத்தில் பகைக்காதே; பிறன்மேல் (அயலான்மேல்) பாவம் சுமராதபடி அவனை எப்படியும் கடிந்து கொள்ளவேண்டும்" (லேவியராகமம் 19:17) என்று வேதம் கூறுகிறது. ஆனால் நாம் நம் சகோதரனை வெறுக்கிறோம், அவனைக் கண்டிக்க மறுக்கிறோம், ஏனென்றால் அவனுடைய பாவத்தை எதிர்கொள்ள நமக்கு தைரியம் இல்லை. எனவே நாம் அவனை வெறுக்கிறோம். பின்னர் அவன் செய்த தவறை மற்றவர்களுக்குத் திரும்பத் திரும்பச் சொல்வதன் மூலம் அந்த வெறுப்பை வெளிப்படுத்துகிறோம். அதனால், சமாதானத்தையும் நல்லிணக்கத்தையும் நாடி தனிப்பட்ட முறையில் அவனிடம் செல்லாமல், நம் அண்டை வீட்டாரை மற்றவர்களின் பார்வையில் அவமானப்படுத்துகிறோம். ஆனால் அவன் மீதுள்ள வெறுப்பை நாம் விட்டுவிட வேண்டும், அதை நாம் செய்ய விரும்பவில்லை. "தன் சகோதரனைப் பகைக்கிற எவனும் மனுஷ கொலைபாதகனாயிருக்கிறான்; மனுஷ கொலைபாதகனெவனோ அவனுக்குள் நித்தியஜீவன் நிலைத்திராது என்று அறிவீர்கள் (1 யோவான் 3:15)." என்கிற அப்போஸ்தலனாகிய பரிசுத்த யோவானின் எச்சரிப்புக்கு நாம் அனைவரும் செவிசாய்ப்பது நல்லது.

நாம் வெறுக்கவில்லை என்றுக் கூறுகிறோம். நாம் அதை மேலோட்டமாகக் கூறுகிறோம், ஆனால் வெறுப்பை நமக்கு வரையறுக்க இறைவனை நாம் அனுமதித்தால், நம் வார்த்தைகள் நம்மைப் பொய்யர்களாகக் காட்டுகின்றன. நம் அண்டை வீட்டாரின் நற்பெயரைத் தக்க வைக்க நாம் உதவ வேண்டும் என்று இறைவன் விரும்புகிறார், ஆனால் நம் அண்டை வீட்டாரின் நற்பெயரைக் கெடுக்கும் கதைகளையே திரும்பத் திரும்பத் தேர்ந்தெடுக்கிறோம். அதுவே வெறுப்பு. 'வெறுப்பு' வெறும் உணர்வு மாத்திரம் அல்ல. அது செயலிலும் காண்பிக்கப்படுவது. அன்பைப்போன்று அது வெறும் உணர்வு மட்டுமல்ல. அது செயலிலும் காண்பிப்பது. கடவுளின் நியாயப்பிரமாணங்களின்படி நாம் இருக்கவும் செயல்படவும் தவறிய இடம் இதுதான். வேறு எந்த கட்டளையும் இவ்வளவு வெளிப்படையாகவும், குதுகலத்தோடும் கிறிஸ்தவர்களிடையே மறுக்கப்பட்டது இல்லை. கடவுளின் சத்தியத்தை மிகவும் விலையேறப்பெற்றதாகக் கருதும் நாம் தண்டனையின்றுத் தப்பி, திரும்பவும் நம் அண்டை வீட்டாரைப் பற்றிய உண்மையை அவமதிப்பது போலாகும்.

"கடவுளே! பாவியாகிய என்மேல் கிருபையாக இரும் என்றான்!" (லூக்கா 18:13). வரி வசூலிப்பவன் இதைத்தான் ஜெபித்தான்,

அந்த மனிதன் நீதிமானாக வீட்டிற்குச் சென்றான். இறைவனே அந்தப் பாவியை நீதிமான் என்று அறிவித்தார். கருணைக்கான அவனது வேண்டுகோள், அவனை முழுவதுமாக குற்றத்திலிருந்து விடுவிக்கவும், அவனை விடுதலையாக்கவும், அவனை நீதிமானாக அறிவிக்கவும் கருணையுள்ள கடவுளின் விருப்பமுள்ள இதயத்தைச் சந்தித்தது. மன்றாடிக் கேட்டு மன்னிப்புப் பெற்றுக்கொண்டான். கிறிஸ்துவின் பாடுகளின் நிமித்தம் கடவுள் நமக்கு இந்த மன்னிப்பைத் தருகிறார். எல்லா பொய்யர்களுக்கும், ஏமாற்றுக்காரர்களுக்கும், அவதூறு செய்பவர்களுக்கும் எதிராக இயேசு ஆண்டவர் கடவுளின் கோபத்தைச் சுமந்தார். நீங்களும் நானும், உங்களுக்கும் எனக்கும் எதிராகச் செய்த ஒவ்வொரு குற்றத்தின் மீதும் இயேசு கடவுளின் கோபத்தைச் சுமந்தார். நம்முடைய குற்றத்தையும் அவமானத்தையும் போக்குவதற்காகவே இப்படிச் செய்தார். உண்மையில் நம்முடைய பாவங்களைப் போக்குவதன் மூலம் அவர் இதைச் செய்கிறார். அவர் அவற்றைச் சுமக்கிறார், அதனால் அவைகள் நீங்குகின்றன. அவைகளால் நம்மை காயப்படுத்த முடியாது. அவைகள் நம் மீது குற்றம் சுமத்த முடியாது. அவைகள் மன்னிக்கப்படுகின்றன. இயேசு அவைகளை நிச்சயமாய் சுமந்தத்தைப் போல், நம்முடைய பாவங்கள் நிச்சயமாய் மன்னிக்கப்படுகின்றன. நாம் அனைவரும் பரிசுத்தவான்கள்.

இதற்குக் காரணம் இறைவனின் கருணையே. அந்த கருணைக்கு நம்மில் யாரொருவரும் தகுதியானவர்கள் அல்ல. நாம் நிந்தைக்கு தகுதியானவர்கள். நாம் செய்த பாவத்தில் முழு உலகத்தின் முன் நிராதரவாக கிடக்கிறோம். அசல் பாவத்தின் கோட்பாடு, பாவம் அனைத்தும் ஆதாமின் தவறு, அவர் செய்ததற்காக நாம் குற்றம் சாட்டப்படுகிறோம் என்பதல்ல. ஆதாமின் கீழ்ப்படியாமைக்கு நாம் அனைவரும் உடந்தையாக இருக்கிறோம். அவனுடைய பாவத்தை அங்கீகரித்து, மகிழ்ச்சியுடன் செய்துகொண்டிருந்தோம். ஆதாம் மற்றும் ஏவாளுடன் நாமும் குற்றவாளிகள். ஒவ்வொரு முறையும் நம் அண்டை வீட்டாரின் நற்பெயரைக் குறித்து அக்கறையின்மை காட்டும்போது, கடவுள் உண்ணக் கூடாது எனக் கூறிய பழத்தை உண்ண வேண்டும் என்று ஆதாமின் தீர்மானத்திற்கு “ஆமென்” என்று கூறுகிறோம், எனவே நாம் கடவுளின் கருணைக்கு தகுதியானவர்கள் அல்ல.

ஆனால், நாம் நிச்சயமாக இறைவனின் கருணையைப் பெற்றுள்ளோம். இறைவன் நம்முடைய பாவங்களையெல்லாம்

இயேசுவின் மேல் சுமத்தி அவற்றை நீக்கியது மட்டுமல்லாமல், நாம் கேட்கும் நற்செய்தியில் பாவ மன்னிப்பு அளித்து, நாம் முழுக்குப்பெற்ற ஞானஸ்நானத்தில் நம்மைக் கழுவி, திருவிருந்தில் கிறிஸ்துவின் உடலையும், இரத்தத்தையும் உண்ணவும், அருந்தவும் கொடுத்தார். இறைவன் இந்த விலையேறப்பெற்ற கிருபையை நமக்குத் தம்முடைய தூய, எல்லையற்ற, மாறாத கருணையாக ஆக்கியுள்ளார். நாம் தவறு செய்துவிட்டோம் என்று நமக்குத் தெரியும், ஆனால் இங்கே நற்செய்தியிலும், கிறிஸ்துவின் திருவருட்சாதனங்களிலும், இறைவன் அந்த தவற்றை ஒதுக்கி வைத்துவிட்டார், நாம் கவலைப்பட வேண்டியதில்லை, அதைப் பற்றி வருத்தப்படத்தேவையில்லை, அல்லது அதைப் பற்றி யோசிக்கவும், தேவையில்லை என்றுக் கூறுகிறார். ஏனென்றால் அவர் அந்த தவற்றை எடுத்து தூரமாக்கினார்.

கிறிஸ்துவுக்குள்ளான சகோதர சகோதரிகளே, எட்டாவது கட்டளை இதைத்தான் ஒருவருக்கொருவர் செய்ய வேண்டும் என்று கூறுகிறது. இது கருணைக்கு அழைப்பு விடுக்கிறது. இது நாம் ஏற்கனவே பெற்ற கருணை. கடவுள் இனிமேல் நம்மைக் குற்றஞ்சாட்டாதது போல, நாம் ஒருவரையொருவர் குற்றம் சாட்டுவதை நிறுத்த வேண்டும் என்று அது நமக்குக் கூறுகிறது. கடவுள் நம்மிடம் அன்பான வார்த்தைகளைப் பேசுவது போல, நாமும் ஒருவருக்கொருவர் அன்பான வார்த்தைகளைப் பேச வேண்டும். பரலோகத்திலிருக்கும் தம்முடைய தகப்பனிடம் இயேசு நம்முடைய நற்பெயருக்காக, நமக்காக அவருடைய தலையீட்டையும் மன்றாடுவதையும் போல, நம்முடைய பாவத்தின் இடத்தில் அவருடைய கீழ்ப்படிதலை அற்பணித்தது போல, நம்முடைய பாவங்களை எடுத்துச் செல்லும் இயேசு நம் பாவங்களை வைக்க அழைக்கும் அதே இடத்தில் அண்டை வீட்டாரின் பாவங்களை நாம் வைக்கிறோம்: இயேசுவின் ஆண்டவர் மீது வைக்கின்றோம். அவர் அதைச் செய்தார். அதனால் நம் இதயத்திலோ, வார்த்தைகளிலோ அவைகளுக்கு இனி இடமில்லை. நம்முடைய பாவங்கள் ஆட்டுக்குட்டியின் இரத்தத்தால் கறை நீக்கப்பட்டு, பாவங்கள் மன்னிக்கப்படுவது போலவே, நம்முடைய சகோதர சகோதரிகளின் பாவங்கள் கறை நீக்கப்பட்டு, மன்னிக்கப்படுகின்றன. அதனால் அவர்களைப் பற்றி இனி பேச மாட்டோம். கடவுள் பேச மாட்டார், நாம் கூட பேசமாட்டோம். ஆமென்.

ஒன்பதாவது மற்றும் பத்தாவது கட்டளைகள்

யாத்திராகமம் 20:17

அயலான் வீட்டை இச்சியாதிருப்பாயாக.

இதன் பொருள் என்ன? விடை:

நாம் கடவுளுக்குப் பயந்து அவரிடம் அன்பு கூருவதின் பயனாக அயலானுடைய வீட்டையும் பரம்பரைச் சொத்துக்களையும் அடைகிறதற்கு தந்திர முறைகளைப் பின்பற்றாமலும், சட்ட உரிமைகள், நீதியென பாசாங்கு செய்து அவைகளை அபகரித்துக் கொள்ளாமலும், மாறாக, அவைகள் குறையாது நிலைத்து நிற்க அவருக்கு சகாயமும் உபகாரமும் செய்ய வேண்டும்.

அயலானின் மனைவியையும், அவனுடைய வேலைக்காரனையும், அவனுடைய வேலைக்காரியையும், அவனுடைய எருதையும், அவனுடைய கழுதையையும், அயலானுக்குள்ள யாதொன்றையும் இச்சியாதிருப்பாயாக.

இதன் பொருள் என்ன? விடை:

நாம் கடவுளுக்குப் பயந்து அவரிடம் அன்பு கூருவதின் பயனாக அடுத்தவனுடைய மனைவி, வேலைக்காரரை (நட்புக்கு) விரோதமாக மாற்றல், வசீகரித்தல் அல்லது கடத்தல், அல்லது மிருகங்களை அவரிடமிருந்து விலக்கி வைத்தல் போன்றவற்றை மேற்கொள்ளாது, மாறாக, அவரவர் கடமைகளை அக்கறையுடன் மேற்கொண்டு அயலானுடனேயே நிலைத்திருக்கச் செய்ய ஊக்குவித்தல் வேண்டும்.

சொர்க்கத்திற்குச் செல்ல தங்கள் வழிகளை ஏற்படுத்திக்கொள்ளலாம் என்று மக்கள் நினைப்பதற்குக் காரணம், 'நற்செயல்' என்றால் என்னவென்று அவர்கள் அறியாமலிருப்பதுதான். அவர்கள் செயல்களைப் பொறுத்து ஒரு நற்செயலை வரையறுக்கிறார்கள். பரிசுத்த வேதாகமம், செய்பவரைப் பொருத்து ஒரு நற்செயலை வரையறுக்கிறது. இயேசு அதை இவ்வாறு கூறினார்: "அப்படியே நல்ல மரமெல்லாம் நல்ல கனிகளைக் கொடுக்கும்; கெட்ட மரமோ கெட்ட கனிகளைக் கொடுக்கும். நல்ல மரம் கெட்ட கனிகளைக் கொடுக்கமாட்டாது; கெட்ட மரம் நல்ல கனிகளைக்

கொடுக்கமாட்டாது" (மத்தேயு 7:17-18) என்றார். நீங்கள் நல்லவராக இருந்தால், நல்லதைச் செய்யுங்கள். நீங்கள் கெட்டவராக இருந்தால், கெட்டதைச் செய்யுங்கள். நீங்கள் என்னவாக இருக்கிறீர்கள் என்பதன் காரணமாக நீங்கள் செய்வதை நீங்கள் செய்கிறீர்கள். ஒருவன் நல்லதைச் செய்வதற்கு முன் அவன் நல்லவனாக மாற வேண்டும். அப்போது தான் அவன் செய்வது நலமானதாக இருக்கும்.

இவ்வாறு பெரும்பாலான மக்கள் இப்போது நினைப்பது இல்லை. பெரும்பாலான மக்கள் செயல்-நீதிமான்கள், அதாவது, அவர்கள் தங்கள் செயல்களால் நல்லவர்களாக மாறுகிறார்கள் என்று நம்புகிறார்கள். இது அவர்களின் நம்பிக்கை என்பதால், அவர்களின் நம்பிக்கை அவர்களையே மையமாகக்கொண்டுள்ளது. எப்படியிருந்தாலும் முடிவில், நல்ல காரியங்களைச் செய்வதன் மூலம் தங்களை நல்லவர்களாக மாற்றிக் கொள்பவர்கள் அவரவர்களே.

மறுபுறம், இயேசுவின் போதனையை நம்புபவர்கள், இயேசு கிறிஸ்து ஒருவரே, தங்களை நல்லவர்களாக்குகிறார் என்று நம்புகிறார்கள், அவர்களிடமிருந்து எந்த உதவியும் இல்லாமல் அவர் இதைச் செய்கிறார் என்று நம்புகிறார்கள். இது கிறிஸ்தவர்களின் நம்பிக்கை என்பதால், கிறிஸ்தவர்களின் நம்பிக்கை இயேசுவை மையமாகக் கொண்டது. எல்லாவற்றிற்கும் மேலாக, இயேசு ஒருவர் மாத்திரமே நம்மை நல்லவர்களாக மாற்ற முடியும், மேலும் அவர் நமக்கு நற்காரியங்களைச் செய்வதன் மூலம் இதைச் செய்கிறார்.

பலர் தாங்கள் கிறிஸ்தவர்களாக இல்லாதபோது தாங்கள் கிறிஸ்தவர்கள் என்று நினைக்கிறார்கள். ஒரு கிறிஸ்தவன் தன் நற்செயல்களில் நம்பிக்கை கொண்டவன் அல்ல. நீங்கள் கடவுளுக்கு போதுமான நல்லவராக இருக்க நீங்கள் செய்யும் செயல்களை நம்பினால், நீங்கள் இயேசுவை நம்பவில்லை.

ஒரு நற்செயல் என்ன என்பதை பத்து கற்பனைகள் நமக்குக் கூறுகின்றன. பத்துக் கட்டளைகள் நம்மை எப்படி நல்லவர்களாக ஆக்குவது என்று சொல்லவில்லை. பத்துக் கட்டளைகள் அனைத்தையும் கடைப்பிடித்தால் நீங்கள் நன்றாக இருப்பீர்கள். அதைப்பற்றி கேள்வியே இல்லை. கடவுளின் விரலால் கற்பலகைகளில் பொறிக்கப்பட்ட இந்தச் சட்டத்தை (நியாயப்பிரமாணத்தை) விட ஒரு நேர்மையான மனிதனை விவரிக்கும் வேறு எந்த சட்டமும் இதுவரை எழுதப்படவில்லை. வெறும் மனித சட்டத்தை மாத்திரம்

இதற்கு ஒப்பிட முடியாது. இந்த நியாயப்பிரமாணம் இரண்டு பெரிய கட்டளைகளில் சுருக்கப்பட்டுள்ளது: "இயேசு அவனை நோக்கி: உன் கடவுளாகிய கர்த்தரிடத்தில் உன் முழு இருதயத்தோடும், உன் முழு ஆத்துமாவோடும் உன் முழு மனதோடும் அன்புகூருவாயாக" (மத்தேயு 22:37) என்பதும் "உன்னிடத்தில் நீ அன்புகூருவதுபோலப் பிறனிடத்திலும் அன்புகூருவாயாக" என்பதுமாகும் (மத்தேயு 22:39). ஒரு நல்ல மனிதர் நேசிக்கிறார் (அன்பு செலுத்துகிறார்). அவர் கடவுளை முழு இருதயத்தோடும், ஆன்மாவோடும், மனதோடும் நேசிக்கிறார், மேலும் அவர் தன்னைப் போலவே தனது அயலகத்தாரையும் நேசிக்கிறார்.

பத்து கற்பனைகள் நிச்சயமாக ஒரு நற்செயல் என்ன என்பதை நமக்குக் கூறுகின்றன, மேலும், பத்து கட்டளைகளுக்குக் கீழ்ப்படிந்தால் நாம் நிச்சயமாக நன்றாக இருப்போம். ஆனால் அவ்வாறுச் செய்திருக்கிறோம் என்று நினைப்பவர்களிடம், கடைசி இரண்டு கட்டளைகளின் (ஒன்பதாம் மற்றும் பத்தாம் கற்பனைகளின்) கோரிக்கைகளுக்கு நாம் செவிசாய்க்க வேண்டும் என்று கடவுள் வலியுறுத்துகிறார், வெறுமனே செவிசாய்ப்பதற்காக அல்ல, ஆனால் அவற்றைக் கவனித்துக் கேட்க வேண்டும், அதாவது, இந்த கட்டளைகள் உண்மையில் நம்மிடம் என்னக் கோறுகின்றன என்பதை தீவிரமாக எடுத்துக் கொள்ள வேண்டும். அண்டை வீட்டாருக்குச் சொந்தமான எதிலும் ஆசைப்படக்கூடாது. அவனுடைய வீடு, அவனுடைய வாழ்க்கை, அவனுடைய நண்பர்கள், அவனுடைய குடும்பம், அவனுடைய மனைவி, அவனுடைய வேலை, அவனுடைய நிலம் அல்லது விலங்குகள் அல்லது வேறு எந்தப் பொருளுக்கும் நீங்கள் ஆசைப்படாதீர்கள். அவர் தனக்குரியதை சரியாக வைத்துக் கொள்ளவும், அவர் செழிப்பையும், மகிழ்ச்சியையும் அதிகரிக்கவும் நீங்கள் விரும்ப வேண்டும். நீங்கள் இதைச் செய்ய வேண்டும், இல்லையெனில், உங்கள் அண்டை வீட்டாரை நீங்கள் நேசிக்கவில்லை, நீங்கள் கடவுளுக்குக் கீழ்ப்படியவில்லை.

கடவுளின் கட்டளைகளுக்கு வெளிப்புறமாக கீழ்ப்படிந்தால் மட்டும் போதாது. ஒன்பதாவது மற்றும் பத்தாவது கற்பனைகள் உங்கள் அண்டை வீட்டாருக்கு சிறந்ததைச் செய்ய வேண்டும் என்ற உண்மையை ஆணித்தரமாய் கூறுகின்றன. நீங்கள் அவரை ஏமாற்றவோ, கொள்ளையடிக்கவோ அல்லது அவரை எந்த வகையிலும் காயப்படுத்தவோ செய்யாதது போதுமானது அல்ல. அவருக்கு சரியானதை நீங்கள் உண்மையாக, மனப்பூர்வமாக விரும்ப

வேண்டும் இல்லையெனில் நீங்கள் தவறு செய்கின்றீர்கள்.

வெறுப்பு என்பது கொலை. காமம் என்பது விபச்சாரம். உங்கள் அண்டை வீட்டாரைப் பற்றி தவறாக நினைப்பது உங்கள் இதயத்தில் பொய் சாட்சியம் கூறுவதாகும். பாவம் செய்ய வாஞ்சை கொள்வது பாவம். உலகம் பார்க்கும் வெளிப்புற செயல்களுக்கு மட்டுமல்ல, கடவுளுக்கு மட்டுமே தெரிந்த உட்புற வாஞ்சைகளுக்கும் (இச்சைகளுக்கும்) உங்களுக்கு மன்னிப்பு தேவை.

நீங்கள் கடவுளுக்குக் கீழ்ப்படிந்து நல்லதைச் செய்ததாகக் கூறுகிறீர்கள். ஆனால், நீங்கள் எதை விரும்பினீர்கள்? உங்களுக்கு என்ன தேவைப்பட்டது? நீங்கள் என்னவெல்லாம் நினைத்தீர்கள்? என்பதை கடவுளின் நியாயப்பிரமாணம் உங்களுக்கு மறுமொழியாகக் கூறுகிறது. உங்களுக்குள் உண்மையில் என்ன இருக்கிறது என்பதை நியாயப்பிரமாணம் காட்டுகிறது. இயேசு கூறியது போல், "இருதயத்திலிருந்து பொல்லாத சிந்தனைகளும், கொலைபாதகங்களும், விபசாரங்களும், வேசித்தனங்களும், களவுகளும், பொய்ச்சாட்சிகளும், தூஷணங்களும் புறப்பட்டுவரும். இவைகளே மனுஷனைத் தீட்டுப்படுத்தும்.." என்றார் (மத்தேயு 15:19-20). பத்துக் கற்பனைகள் நாம் எப்படி நடந்து கொள்ள வேண்டும் என்று மட்டும் கூறவில்லை, உங்களுக்கு நிச்சயம் எது தேவைப்பட வேண்டும் என்றுக் கூறுகின்றன. உங்கள் அயலானுக்கு மிக சிறப்பானதைச் செய்ய நீங்கள் விரும்ப வேண்டும். நீங்கள் உங்கள் நலனை விரும்புவதைப் போலவே அவனுடைய நல்வாழ்வையும் நீங்கள் மனப்பூர்வமாய் விரும்ப வேண்டும். நீங்கள் அப்படிச் செய்யாமல் போனால், நீங்கள் பத்து கட்டளைகளுக்குக் கீழ்ப்படியவில்லை. நீங்கள் கடவுளின் சில கற்பனைகளுக்குக் கீழ்ப்படிந்ததாகச் சொல்கிறீர்களா? பதிலாக "ஒருவன் நியாயப்பிரமாணம் முழுவதையும் கைக்கொண்டிருந்தும், ஒன்றிலே தவறினால் எல்லாவற்றிலும் குற்றவாளியாயிருப்பான்" என புனித யாக்கோபு எழுதுகிறார் (யாக்கோபு 2:10).

பால் ஸ்பெராடஸ் என்பவர் எழுதிய "நமக்கு இரட்சிப்பு வந்துவிட்டது." என்கிற ஆங்கில ஞானப்பாடலின் வார்த்தைகளைக் கேளுங்கள்:

கடவுள் தம்முடைய சட்டத்தில் என்ன செய்ய வேண்டும்
என்று கோருகிறார் என்பதை
எந்த மனிதனும் அவருக்கு வழங்க முடியாது.

இந்த நீதிபதியின் முன் குற்றவாளிகள் அனைவரும் நிற்கிறார்கள்;
அவருடைய நியாயப்பிரமாணம் இடிமுழக்கத்தில் சாபத்தைப்
பேசுகிறது.
நியாயப்பிரமாணம் ஒரு பரிபூரண இதயத்தைக் கோருகிறது;
ஒவ்வொரு பகுதியிலும் நாம் தீட்டுப்பட்டோம்,
மேலும் நம் நிலை இழந்துப்போனதாயிருந்தது.

அது ஒரு பொய்மையான, தவறான வழிகாட்டும் கனவு
இறைவனின் நியாயப்பிரமாணம் கொடுத்தது,
பாவிகள் தங்களை மீட்டுக்கொள்ள முடியும்,
அவர்களின் செயல்களால் பரலோகம் கிடைக்கும் என்பது.
நமது இயல்பிற்குள் மறைந்திருக்கும்
பிறவி பாவத்தை வெளிச்சத்திற்கு கொண்டு வர
நியாயப்பிரமாணம் ஒரு ஒளிர்கின்ற கண்ணாடிதான்.

அந்தக் கண்ணாடியைப் பார்த்து நான் எவ்வளவு அசிங்கமாக இருக்கிறேன் என்பதைக் காண நான் விரும்பவில்லை. அதனால் என்மீது குற்றம் சுமத்தும் நியாயப்பிரமாணத்தை ஒதுக்கி வைத்துவிட்டு, அதை புறக்கணித்துவிட்டு, என் வழியில் செல்கிறேன். ஆனால் என்னால் நியாயப்பிரமாணத்தை சாந்தப்படுத்த முடியாது. நான் எங்கு சென்றாலும் அது என்னைப் பின்தொடர்கிறது, அது என்னைக் குற்றம் சாட்டுவதை நிறுத்தாது, ஏனென்றால் கடவுள் அதை" குற்றம் சாட்டு!" எனக் கூறுகிறார். புனித பவுல் அதை விவரித்ததைக் கேளுங்கள். "பாவம் இன்னதென்று நியாயப்பிரமாணத்தினால் நான் அறிந்தேனேயன்றி மற்றப்படி அறியவில்லை; 'இச்சியாதிருப்பாயாக' என்று நியாயப்பிரமாணம் சொல்லாதிருந்தால், இச்சை பாவம் என்று நான் அறியாமலிருப்பேனே" என்கிறார் (ரோமர் 7:7). நியாயப்பிரமாணம் குற்றம் சாட்டுகிறது. மேலும் நியாயப்பிரமாணம் பரிசுத்தமானது, தூய்மையானது, முற்றிலும் நேர்மையானது என்பதால் அது நியாயமாக குற்றம் சாட்டுகிறது. உங்கள் அண்டை வீட்டாரின் நலனுக்காக உறுதி செய்யப்பட்டதை நீங்கள் இச்சிக்கக்கூடாது. உங்கள் அண்டை வீட்டுக்காரர் விரும்புவதை விட நீங்கள் விரும்புவது முக்கியம் எனக் கருதக்கூடாது. உங்களுக்கு எது நல்லது என்று நீங்கள் விரும்புவதைப் போல, உங்கள் அண்டை வீட்டாருக்கு நல்லது செய்ய நீங்கள் விரும்பியிருக்க வேண்டும். ஆனால் நீங்கள் அதைச் செய்யவில்லை. எனவே நியாயப்பிரமாணம் உங்களுக்கு எதிராக நிற்கிறது.

மேலும்நியாயப்பிரமாணம்,நம்மிடமுள்ளகண்ணியம்,மானத்தை பறித்து, நம்மை புழுதியில் விழுந்தவர்களாய், காயப்பட்டவர்களாய், குற்றுயிருள்ளவர்களாய், திக்கற்றவர்களாய் சாலையோரத்தில் விடுகிறது. நாம் அங்கேயே இருக்கிறோம். நியாயப்பிரமாணம் நம்மை அந்த இடத்தில் பார்க்கிறது, சமாதானப்படுத்த முடியாத தீர்ப்பில் நம்மைக் கடந்து செல்கிறது. ஊக்கமோ உதவியோ ஒரு வார்த்தைக் கூட இல்லாமல் அது நடந்து செல்கிறது. குற்றம் சாட்டுவது மட்டுமே நியாயப்பிரமாணத்தால் செய்ய முடியும், ஏனென்றால் குற்றம் சாட்டுவது மட்டுமே அதன் இயல்பு. அதுவே நியாயப்பிரமாணம், அனைத்திற்கும் மேலாக, நியாயப்பிரமாணம் தூய்மையானது, பரிசுத்தமானது மற்றும் நேர்மையானது, நாம் அசுத்தமானவர்கள், பாவமுற்று கெட்டுப்போனவர்கள்.

இதன் பின்னர், நல்ல சமாரியன் நம்மிடம் வருகிறார். மனிதர்களால் இகழ்ந்து நிராகரிக்கப்பட்டவர். நம் ஆதரவற்ற நிலையில் அவர் நம்மைக் காண்கிறார், சாலையின் மறுபுறம் அவர் கடந்துச் செல்லவில்லை. மாறாக, அவர் நம் இடம் தேடி வந்து, நம்மீது இரக்கம் காட்டுகிறார். நம்முடைய சொந்த பாவச் சேற்றிலே நாம் மூழ்கியிருப்பதை அவர் காண்கிறார், மேலும் நமக்கு நாமே உருவாக்கிய அசுத்தத்திலிருந்து அவர் நம்மை தூக்கி எடுக்கிறார். அவர் நம்மைத் தம் கழுதையின் மேல் ஏற்றி, விடுதிக்கு அழைத்துச் செல்கிறார். நம் அயலானுக்கு நாம் செய்ய விரும்பாததை அவர் நமக்குச்செய்கிறார். அவர் அதை முற்றிலும் நம்மீது கொண்ட அளவற்ற அன்பினால் செய்கிறார். நாம் கீழ்ப்படியாமல் போன இடத்தில் அவர் கீழ்ப்படிகிறார். நாம் வெறுப்புக் காண்பித்த இடத்தில் அவர் அன்பைச் செலுத்துகிறார். நம்முடைய கீழ்ப்படியாக்குப் பதிலாக அவர் கடவுளுக்குத் தம்முடைய கீழ்ப்படிதலை அற்பணிக்கிறார். நம் அனைவருக்குமான பாவத்தின் தண்டனையை அவர் மனமுவந்துத் தாங்குகிறார்.

நியாயப்பிரமாணத்திற்கு அவர் மீது உரிமை இல்லை. அவர் நல்ல மனிதராக இருந்தார். அவருக்கு நியாயப்பிரமாணத்தின் தேவையே இருக்கவில்லை. நியாயப்பிரமாணம் பாவிகளுக்காக வடிவமைக்கப்பட்டுள்ளது. அது இயேசுவுக்கு எதையும் கற்பிக்க முடியாது. இயேசு இயல்பிலேயே நல்லவற்றையும், நேர்மையானதையும், தூய்மையானதையும் செய்தார். பாவத்தில் பிறந்தவர்களுக்கும், பாவத்தை விரும்புபவர்களுக்கும், பாவங்களைத் தவிர வேறு எதையும் உருவாக்க முடியாதவர்களுக்குமே

நியாயப்பிரமாணம். நீதிபரர் இயேசு, பாவிகளாகிய நமக்குப் பதிலாக அந்த நியாயப்பிரமாணத்திற்குக் கீழ்ப்படிந்தார். அவர் அதன் அனைத்துத் கோரிக்கைகளையும் பூர்த்தி செய்தார், இப்போது அவர் செய்ததற்கான நன்மதிப்பை அவர் நமக்குத் தருகிறார்.

பரிசுத்த ஞானஸ்நானத்தில், இயேசு தம்முடைய சொந்த நீதியின் மேலங்கியால் நம்மை மூடுகிறார். அவர் நம்மை குறைவற்றவர்களாக்குகிறார். அவர் செய்த நன்மைக்கான நன்மதிப்பைக் கொடுத்து நம்மை நல்வழிப்படுத்துகிறார். பரிசுத்த ஞானஸ்நானத்தினால் நாம் இயேசுவின் மீது வைத்துள்ள எளிமையான, குழந்தை போன்ற விசுவாசத்தில் நாம் உறுதியாக இருப்பதால் இப்போது நாம் நலமாக இருக்கிறோம். இயேசுவின் நாமத்தில், இயேசுவின் வார்த்தையினாலும், அதிகாரத்தினாலும், இயேசுவின் நிமித்தம், நாம் நல்ல மக்களாக இருக்கிறோம். நாம் நீதிமான்கள். நாம் பெற்றிருக்கும் நீதித்தன்மை இயேசு கிறிஸ்துவின் கீழ்ப்படிதலுக்கு சற்றும் குறைவானதல்ல.

மேலும், காமம், பேராசை, (மற்றவர் பொருட்களை) இச்சிக்கும் தன்மை, வெறுப்பு மற்றும் நமக்குள் இருக்கும் தீமையின் மற்ற எல்லா வெளிப்பாடுகளுக்கும் எதிராக தினமும் போராடும் பரிசுத்த ஆவியானவர் நம்மில் இருக்கிறார். பரிசுத்த ஆவியானவர், இயேசு பெற்ற பாவ மன்னிப்பை நமக்கு அளித்து, கடவுளை நேசிப்பதற்கும், நம் அயல் வீட்டாரை (அந்நியரை) நேசிப்பதற்கும் உள்ளத்தில் நம்மை மாற்றுவதன் மூலம் நம்மை பரிசுத்தமாக்குகிறார். பரிசுத்த ஆவியானவர் நம்மைக் கைவிடமாட்டார். அவர் நமக்கு ஆறுதல் தருபவர். நம்முடைய விசுவாசத்தில் நம்மை பலப்படுத்த நற்செய்தியின் மூலம் அவர் செயல்படுகிறார். நாம் பாவம் செய்யும்போது நம் மனசாட்சியை அவர் குற்றப்படுத்துகையில், பாவ மன்னிப்பினால் எப்பொழுதும் நம்மை ஆறுதல்படுத்துவதற்காகவே அவ்வாறு செய்கிறார். இவ்விதத்தில் நாம் நம்மை நம்பியோ அல்லது நம் நற்கிரியைகளை நம்பியோ அல்ல, எப்போதும் இயேசு கிறிஸ்துவிலும், சிலுவை மரணம்வரை இருந்த அவருடைய கீழ்ப்படிதலிலும் நம்மை நம்பிக்கை வைக்கச் செய்கிறார். இயேசுவின் திருப்பெயராலே, ஆமேன்.

கட்டளைகளின் நிறைவு

யாத்திராகமம் 20:1-6

தேவன் பேசிச் சொல்லிய சகல வார்த்தைகளுமாவன: உன்னை அடிமைத்தன வீடாகிய எகிப்து தேசத்திலிருந்து புறப்படப்பண்ணின உன் தேவனாகிய கர்த்தர் நானே. என்னையன்றி உனக்கு வேறே தேவர்கள் உண்டாயிருக்கவேண்டாம். மேலே வானத்திலும், கீழே பூமியிலும், பூமியின்கீழ்த் தண்ணீரிலும் உண்டாயிருக்கிறவைகளுக்கு ஒப்பான ஒரு சொரூபத்தையாகிலும் யாதொரு விக்கிரகத்தையாகிலும் நீ உனக்கு உண்டாக்க வேண்டாம்; நீ அவைகளை நமஸ்கரிக்கவும் சேவிக்கவும் வேண்டாம்; உன் தேவனாகிய கர்த்தராயிருக்கிற நான் எரிச்சலுள்ள தேவனாயிருந்து, என்னைப் பகைக்கிறவர்களைக் குறித்துப் பிதாக்களுடைய அக்கிரமத்தைப் பிள்ளைகளிடத்தில் மூன்றாம் நான்காம் தலைமுறைமட்டும் விசாரிக்கிறவராயிருக்கிறேன். என்னிடத்தில் *அன்புகூர்ந்து, என் கற்பனைகளைக் கைக்கொள்ளுகிறவர்களுக்கோ ஆயிரம் தலைமுறைமட்டும் இரக்கஞ் செய்கிறவராயிருக்கிறேன். (யாத்திராகமம் 20:1-6)*

என்னைத் தவிர வேறு தெய்வங்கள் உனக்கு இருக்க வேண்டாம்.

இதன் பொருள் என்ன? பதில்:

எல்லாவற்றிற்கும் மேலாக நாம் கடவுளுக்கு பயந்து, அவரிடம் அன்புக்கூர்ந்து அவரில் நம்பிக்கையாய் இருக்க வேண்டும்.

"**க**டவுள் இந்த வார்த்தைகளையெல்லாம் பேசினார்." கடவுளே பேசினார். இவை அனைத்தும் மிக முக்கியம் என்பது இதன் அர்த்தம். நம் வார்த்தைகளைவிட கடவுளின் வார்த்தைகள் மிக முக்கியம். கடவுளைப் பிரியப்படுத்த என்ன செய்ய வேண்டும் என்பதை நீங்கள் அறிய விரும்பினால், கடவுள் சொல்வதைக் கேளுங்கள். நிச்சயமாக, கடவுள் நீங்கள் என்ன செய்ய வேண்டும் என்று விரும்புகிறார் என்பதை அறிவார். வேறு யாரையாவது ஏன் கேட்க வேண்டும்? பத்து கற்பனைகளில் கடவுள் நமக்குக் கற்பிப்பதை விட சிறந்ததும் உயர்ந்ததுமான வாழ்க்கை முறையைக் கண்டுபிடிக்க முடியும் என்று நினைப்பது, மக்களின் "பிசாசுத்தனமான ஊகம்" என்று லுத்தர் பெரிய ஞானோபதேச (பெரிய கத்தேகிஸ்மு -Large Catechism) புத்தகத்தில் குறிப்பிடுகிறார்.

பத்து கட்டளைகளை மனப்பாடம் செய்ய நல்ல காரணம் இருக்கிறது. அவைகள் நம் நடத்தைக்கு கடவுளின் சித்தம் என்பதால் நாம் அவற்றை நினைவில் வைக்க ஒப்புவிக்கிறோம். அவை மனித நடத்தையின் ஒவ்வொரு அம்சத்தையும் நிர்வகிக்கின்றன. இவ்வுலகில் நாம் வாழும் வாழ்க்கை சம்பந்தமான எதுவும் விட்டு வைக்கப்படுவதில்லை. கடவுளுக்கும் நம் அயலாருக்கும் உரிய நம் கடமையை நாம் அறிய விரும்பினால், நாம் பத்து கட்டளைகளை தாழ்மையோடு அறிந்திருக்க வேண்டும்.

கடவுளுக்கு அஞ்சுவது, கடவுளை நேசிப்பது, கடவுள் மீது நம்பிக்கை வைப்பது என்றால் என்ன என்பதை நாம் தெரிந்து கொள்ள வேண்டுமானால், பத்துக் கட்டளைகளை நாம் அறிந்திருக்க வேண்டும். நம்மைப் போலவே அண்டை வீட்டாரை நேசிப்பது, பொன்விதியைப் பின்பற்றுவதன் அர்த்தம் என்ன என்பதை நாம் அறிய விரும்பினால், பத்து கட்டளைகளை நாம் அறிந்திருக்க வேண்டும். இந்த வார்த்தைகள் கடவுளிடமிருந்து வந்தவை. எல்லாவற்றிற்கும் மேலாக கடவுளை நேசிப்பதும், நம்மைப் போலவே நம் அண்டை வீட்டாரையும் நேசிப்பதும் நம் கடமையைப் பற்றி நாம் தெரிந்து கொள்ள வேண்டிய அனைத்தையும் கடவுளின் இந்த வார்த்தைகள் நமக்குக் கற்பிக்கின்றன.

இவை கடவுளின் வார்த்தைகள். இந்த வார்த்தைகளை விவரிக்க வேதாகமத்தில் இங்கு "கட்டளை" என்கிற வார்த்தை பயன்படுத்தப்படவில்லை. அவை "நீங்கள் செய்ய வேண்டும்" என்று எழுதப்படவில்லை, ஆனால் "நீங்கள் செய்வீர்களாக" என்று எழுதப்பட்டுள்ளன. கடவுளுக்கு உரியவரின் வாழ்க்கை முறையை விவரிக்கின்றன. "நான் உங்கள் தேவனாகிய கர்த்தர்." கர்த்தராகிய யேகோவா (Yaweh) உங்கள் கடவுளாக இருந்தால், இந்த வார்த்தைகள் உங்களை விவரிக்கின்றன. உங்களை விடுவித்த கர்த்தராகிய ஆண்டவரைத் தவிர "வேறு தெய்வங்கள் உங்களுக்கு இருக்க வேண்டாம்."

இந்த வார்த்தைகள் உங்களை விவரிக்கின்றனவா? இல்லையென்றால், அவைகள் உங்களுக்கு எதிராக நிற்கின்றன. கடவுளிடமிருந்து வந்த பத்து வார்த்தைகளில் கொடுக்கப்பட்ட கடவுளின் பிள்ளை என்றால் என்ன என்கிற விளக்கத்தால் நீங்கள் விவரிக்கப்படவில்லை என்றால் உங்களுக்கு ஒரு சிக்கல் உள்ளது. ஏனெனில் இந்த வார்த்தைகள் மிக நிச்சயமாக கடவுளின் பிள்ளையாக

இருக்க வேண்டியவரின் வாழ்க்கையை விவரிக்கின்றன. நீங்கள் இருக்க வேண்டும். அல்லது நீங்கள் இருக்க வேண்டாம். நீங்கள் கடவுளுக்கு உரியவர் என்றால் இதுவே வழியாக இருக்க வேண்டியது.

கடவுள் இந்த வார்த்தைகளை மோசேயிடம் கூறினார், மேலும் அவை எகிப்தில் மிகக் கொடூரமான அடிமைத்தனத்திலிருந்து கடவுள் காப்பாற்றிய இஸ்ரவேல் புத்திரருக்காகவே இருந்தன. எகிப்தில் ஒரு பெரிய தலைவனாக விளங்கிய தம் ஊழியக்காரன் யோசேப்பின் மூலம் பலரைப் பஞ்சத்திலிருந்து கடவுள் காப்பாற்றினார். பின்னர், யோசேப்பை அறியாத, நினைவில் கொள்ளாத அல்லது பாராட்டாத ஒரு அரசன் ஆட்சியைப் பிடித்தான். அவன் இஸ்ரவேலர்களை அடிமைகளாக்கி அவர்களின் வாழ்க்கையை அவலப்படுத்தினான். நானூறு ஆண்டுகளுக்கும் மேலாக அடிமைகளாக இருந்தனர். கடவுள் தங்களை மறந்துவிட்டார் என்று அவர்கள் நினைத்தார்கள், அவர்களில் பெரும்பாலோர் கடவுளை மறந்துவிட்டார்கள். ஆனால் கடவுள் மறக்கவில்லை. ஆபிரகாம், ஈசாக்கு, யாக்கோபு ஆகியோரின் வழித்தோன்றல்களுக்கு மோசே என்கிற ஒரு தீர்க்கத்தரிசியை அனுப்பினார். மோசேயின் மூலம் கடவுள் தம் மக்களை அடிமைத்தனத்திலிருந்து விடுவித்தார். அவர்கள் அடிமைத்தனத்திலிருந்து விடுதலைக்கு தண்ணீரைக் கடந்து அழைத்துச் செல்லப்பட்டனர்.

பத்துக் கட்டளைகள் அந்தக் காலக்கட்டத்திலும் அந்த பிராந்தியத்திலும் இருந்த அந்த தேசத்திற்காக வழங்கப்பட்டன. ஒவ்வொருவரின் மனசாட்சியிலும் கடவுள் வைத்த அதே நியாயப்பிரமாணத்திற்கு பத்து கட்டளைகள் ஒத்திருந்தாலும், பத்து கட்டளைகள் குறிப்பாக அந்த குறிப்பிடப்பட்ட தேசத்திற்காக எழுதப்பட்டுள்ளன.

அவர்கள் சிலைகளை வழிபடுவார்கள் என்று கடவுளுக்குத் தெரியும் என்பதால் வழிபாட்டில் பயன்படுத்துவதற்கு அவர்கள் சிலைகளை உருவாக்க தடை விதிக்கப்பட்டது, ஏனென்றால் அவர்களின் அயலகத்தாரும் (அந்நியரும்) அதைத்தான் செய்தார்கள். சனிக்கிழமையன்று வேலை செய்ய தடை விதிக்கப்பட்டது, ஏனென்றால் கர்த்தராகிய கடவுள் உலகைப் படைப்பதில் இருந்து சனிக்கிழமை ஓய்வெடுத்தார், மேலும் இதன் வழியாக அவர்கள் ஒரே உண்மையான கடவுள் மீதான நம்பிக்கையை புறஜாதிகளுக்கு அறிக்கையிட ஏவப்பட்டார்கள்.

இன்றைக்கு, கிறிஸ்தவர்களாகிய நமக்கு, உருவங்களை வழிபாட்டில் வைத்திருப்பதைத் தடைச்செய்யவில்லை (எனினும் வெளிப்படையாக அவற்றை வணங்குவதை இன்னும் தடைச்செய்கிறார்!), அல்லது சனிக்கிழமைகளில் வேலை செய்வதைத் தடைச்செய்யவில்லை. கிறிஸ்துவுக்கு முன் பதினைந்தாம் நூற்றாண்டில் வாழ்ந்த இஸ்ரவேலர்களுக்கு பத்துக் கட்டளைகளை கடவுள் தனிப்பட்ட விதமாக உருவாக்கினார். கடவுள் இந்தியர்களுக்கோ, ஜெர்மானியர்களுக்கோ, சுவீடன்காரர்களுக்கோ, அமெரிக்கர்களுக்கோ அல்லது டாஸ்மேனியர்களுக்கோ பத்துக் கட்டளைகளை வழங்கவில்லை. தம்முடைய மக்களாக இருக்க அவர் உருவாக்கிய பண்டைய இஸ்ரவேல் தேசத்திற்கு சீனாய் வனாந்தரத்தில் அவற்றைக் கொடுத்தார்.

முதலில் அவர்களை விடுதலை செய்தார். பிறகு அவர்களுக்குத் தம்முடைய நியாயப்பிரமாணத்தைக் கொடுத்தார். முதலில் அவர்களை இரட்சித்தார். பிறகு தமக்குச் சேவை செய்யும்படி அவர்களை அழைத்தார். முதலில் கடவுள் நம்மை இரட்சிக்கிறார். அப்போதுதான் நாம் அவருக்கு சேவை செய்ய முடியும். பால் ஸ்பெரடஸ் அதை பாடலின் வார்த்தைகளில் சரியாகக் கூறுகிறார்:

அது ஒரு பொய்மையான, தவறான வழிகாட்டும் கனவு
இறைவனின் நியாயப்பிரமாணம் கொடுத்தது,
பாவிகள் தங்களை மீட்டுக்கொள்ள முடியும்,
அவர்களின் செயல்களால் பரலோகம் கிடைக்கும் என்பது.
நமது இயல்பிற்குள் மறைந்திருக்கும்
பிறவி பாவத்தை வெளிச்சத்திற்கு கொண்டு வர
நியாயப்பிரமாணம் ஒரு ஒளிர்கின்ற கண்ணாடிதான்

நியாயப்பிரமாணம் இரட்சிப்பின் வழிமுறை அல்ல. நம் உதவியோ, ஒத்துழைப்போ இல்லாமலே கடவுள் நம்மைக் காப்பாற்றுகிறார். நியாயப்பிரமாணம் என்பது ஆன்மீக சுதந்திரத்தைப் பெறுவதற்கான வழிமுறை அல்ல. கடவுள் தன் கிருபையால் மட்டுமே நம்மை விடுவிக்கிறார். பண்டைய இஸ்ரவேல் மக்கள் தங்கள் கீழ்ப்படிதலால் கடவுளுடைய தயவைப் பெறவில்லை. அவர்கள் கீழ்ப்படியாமைக்காக கடவுளின் கோபத்தை சம்பாதித்தார்கள். இஸ்ரவேலின் தகப்பன் ஈசாக்கை ஆபிரகாம் பலிபீடத்தின் மீது பலியாகக் கடவுளுக்குச் செலுத்தியபோது, அவன் பலியிடப்படவில்லை, ஏனென்றால் கடவுள் தலையிட்டு ஈசாக்கின் இடத்தில் ஒரு ஆட்டுக்கடாவை வழங்கினார்.

அந்த ஆட்டுக்கடா ஆபிரகாமின் தெய்வீக வித்துவான இயேசு கிறிஸ்துவின் சின்னமாக இருந்தது. இயேசு கிறிஸ்து மாத்திரமே இஸ்ரவேலுக்கும் நம் அனைவருக்கும் கடவுளின் தயவைப் பெற்றுத்தந்துள்ளார். பரலோகத்திற்குச் செல்லும் வழி என்று கடவுளின் நியாயப்பிரமாணத்தைப் போதிப்பவர்கள் பொய்யைக் கற்பிக்கிறார்கள். உண்மை என்னவென்றால், செயல்பாடுகளின் கோட்பாடு (Doctrine of Works) - நீதித்தன்மை (Righteousness) - கடவுளின் நியாயப்பிரமாணத்திற்கு நாம் கீழ்ப்படிவதன் மூலம் நாம் கடவுளுக்கு முன்பாக நீதிமான்களாக மாறுகிறோம் -என்பது முதலாம் கட்டளையை முற்றிலும் நிராகரிப்பதாகும். “என்னையன்றி வேறு தெய்வங்கள் உனக்கு இருக்கவேண்டாம்.”

விடுதலைக் கட்டுனர்கள் (Free Masons) எனும் ஒரு பிரிவினர் *சகோதரத்துவம், உண்மை, உதவி* – என்பதை போதிக்கின்றனர். இதுதான் இவர்களின் கோட்பாடு. ஒரே நேரத்தில் ஒருவர் செயலாக்கமுள்ள கட்டுமானனாகவும் (மேசனாகவும்), உண்மையுள்ள கிறிஸ்தவனாகவும் இருக்கலாம் என்று அவர்களின் வழிபடு தலமாகிய மேசான் மண்டபம் (மேசோனிக் லாட்ஜ்) கற்பிக்கிறது. ஆனால் அது பொய்யாகக் கற்பிக்கிறது. கடவுளின் சட்டத்திற்குக் கீழ்ப்படிவதன் மூலம் நீங்கள் பரலோகத்திற்குச் செல்கிறீர்கள் என்று நீங்கள் நம்பினால், கர்த்தராகிய கடவுளை உங்கள் கடவுளாகக் கொண்டிருக்க சாத்தியமில்லை. உண்மையில், இயேசு கிறிஸ்துவால், அவரால் மட்டுமே விடுவிக்கப்படாவிட்டால், தாங்கள் என்றென்றும் கைவிடப்பட்டு, வழித்தப்பிப்போனவர்கள் என்பதை ஒப்புக்கொள்பவர்கள் மட்டுமே மோசேக்கு தம்மை வெளிப்படுத்தியவரும், பண்டைய இஸ்ரேலுக்கு பத்து கட்டளைகளை வழங்கியவருமான கடவுளை அறிந்தவர்கள். மனித செயல்களைக் கொண்ட ஒவ்வொரு மதமும் உருவ வழிபாடாகும். உண்மையில், இது உருவ வழிபாட்டின் பழமையான வடிவம். காயீன் -செயல்பாட்டின் - நீதித்தன்மையின் சீடன், ஆபேல் ஒரு கிறிஸ்தவன். அதனால்தான் கடவுள் காயீனையும் அவனது காணிக்கைகளையும் நிராகரித்தார், அதே நேரத்தில் அவர் ஆபேலையும் அவருடைய காணிக்கைகளையும் ஏற்றுக்கொண்டார்.

தெய்வீகமற்ற தன்மை அதிகரித்து வரும் காலங்களில், கடவுளுடைய நியாயப்பிரமாணங்களின் நிரந்தரத் தராதரங்களை இன்னும் நம்பும் நாம், பத்துக் கட்டளைகளை வெளியரங்கமாக பின்பற்றும் அதே வேளையில், பொய் மதத்தை போதிப்பவர்களுடன்

தேவபக்தியற்ற கூட்டணிகளை உருவாக்காமல் மிகவும் கவனமாக இருக்க வேண்டும். “ஒரு வித வித்தியாசமான வழிபாட்டை நிறுவி பராமரிக்கின்ற மக்கள் அளவுக்கு தீங்கான மக்கள் இருந்ததில்லை” என பெரிய ஞானோபதேசத்தில் (Large Catechism), லுத்தர் எழுதுகிறார். அவர் சொல்வது மிகச் சரியானது. சிற்றின்பத்தை தெய்வமாகக் கருதி வழிபடுபவர்களும் கூட ஒரு வகையான மதத்தைக் கொண்டுள்ளனர். “விசுவாசத்தின் மக்கள்” என்று அழைக்கப்படும் பழமைவதிகள், இயேசுவின் தகுதிகளை நிராகரித்து, சில வகையான -உங்களால் -உங்கள் செயல்களால்- உங்களை நீங்களே காப்பாற்றிக் கொள்ளும் மதத்தை ஊக்குவிப்பவர்களும் உருவ வழிபாடு செய்பவர்கள். பிரபலமான கலாச்சாரத்தில் ஆதிக்கம் செலுத்தும் வெளிப்படையான கடவுளற்ற ‘இன்பவாதிகளை’ (இன்பமே சிறந்த நலம் எனும் கோட்பாடுடையவர்களை) விட அவர்கள் மேம்பட்ட குடிமக்களாக இருந்து, கடவுளின் சரியான மற்றும் தவறான தரநிலைகளை வெளிப்புறமாக கடைபிடித்தாலும், அவர்கள் கடவுளுக்கு நெருக்கமாக இல்லை.

முதலில், உருவ வழிபாடு வெளிப்புற வழிபாட்டின் காரியம் அல்ல. இது உள்ளம் சம்பந்தப்பட்ட விஷயம். நீங்கள் எதற்கு பயப்படுகிறீர்கள்? நீங்கள் எதை நேசிக்கிறீர்கள்? நீங்கள் எதை நம்புகிறீர்கள்? எதுவாக இருந்தாலும் அது உங்கள் கடவுள்.

“தமக்குப் பயந்து, தமது கிருபைக்குக் காத்திருக்கிறவர்கள்மேல் கர்த்தர் பிரியமாயிருக்கிறார்” (சங்கீதம் 147:11) என சங்கீதக்காரன் கூறுகிறான். இப்போது பயப்படுவது அல்லது நம்பிக்கை வைப்பது அல்லது நேசிப்பது என்பது யாராலும் உண்மையில் பார்க்கக்கூடிய விஷயங்கள் அல்ல, ஆனால் அவை வெளிப்புற செயல்களால் வெளிப்படுத்தப்படலாம்.

சமூக அழுத்தத்தால் வெறுமனே எதிர்பார்க்கப்படும் அசைவுகள், செயல்கள் வழியாக மக்கள் சென்று, கடவுள் மீது பயம், அன்பு அல்லது நம்பிக்கை முற்றிலும் அற்றுப்போவது மிகப் பொருத்தமான சாத்தியம்.

நீங்கள் எதற்கு பயப்படுகிறீர்கள்? உங்கள் கட்டணங்கள் செலுத்தப்பட்டு, உங்களுக்குத் தேவையான பதவி உயர்வு அல்லது உங்களுக்குச் சரியான விலையில் பொருட்கள் கிடைக்கும்போது நீங்கள் பாதுகாப்பாக உணர்கிறீர்களா? நோய்வாய்ப்பட்ட குழந்தை

நலம் பெற்றப்பிறகு உங்கள் உங்கள் வாழ்க்கை நல்ல கரங்களில் இருக்கிறது, அதற்கு முன் இருக்கவில்லை என்பது உங்களுக்குத் தெரியுமா? நீங்கள் போற்றும் நபர்களின் அன்பை நீங்கள் அனுபவிக்கும் போதுதான் கடவுள் உங்களை நேசிக்கிறார் என்பது உங்களுக்குத் தெரியுமா? மக்கள் கூட்டத்தின் அங்கீகாரத்தை நீங்கள் விரும்பி சர்வவல்லமையுள்ள கடவுளின் மகத்துவத்தை அவமதிக்க நீங்கள் தயாராக உள்ளீர்களா? நீங்கள் எதற்கு பயப்படுகிறீர்கள்? உடலை அழித்து ஆன்மாவை அழிக்கக்கூடாதவருக்கா, அல்லது உடலையும் ஆன்மாவையும் நரகத்தில் அழிக்கக்கூடியவனுக்கா? நீங்கள் எதை நேசிக்கிறீர்கள்? கடவுள் கொடுக்கும் பொருட்களையா? அல்லது அதை கொடுக்கும் கடவுளையா? நீங்கள் எதை நம்புகிறீர்கள்? உங்களால் என்ன புரிந்து கொள்ள முடியும்? நீங்கள் எதைக் கட்டுப்படுத்த முடியும்? நீங்கள் எதைப் பார்க்க முடியும்? நீங்கள் எதை உணர முடியும்?

உருவ வழிபாடு இதயத்தில் உள்ளது, அது இதயத்திலிருந்து வேரோடு பிடுங்கப்பட வேண்டும், அது வலிக்கிறது. எவ்வளவு அதிக நேரம் அது எதிர்கொள்ளப்படாமல் அங்கேயே இருக்கிறதோ, அவ்வளவு அதிகமாக வலிக்கிறது. உருவங்களை தகர்த்தெறிவதை விட, உருவங்களை உருவாக்குவதில் நாம் கைத்தேர்ந்தவர்கள். நமது பணம், உடல்நலம், குழந்தைகள், மனைவி, விவசாயம், வேலை, நல்ல இடத்தில் அமைந்த சொகுசு வீடு ஆகியவற்றில் உருவங்களை உருவாக்குகிறோம். நமது பழக்கவழக்கங்கள், தப்பெண்ணங்கள் மற்றும் நமது கருத்துக்களால் உருவங்களை உருவாக்குகிறோம். நாம் உருவங்களை உருவாக்குகிறோம், ஏனென்றால் நம்மால் பார்க்க முடியாத கடவுள் நமக்கு உண்மையில் என்ன தேவை என்பதைப் பற்றி அக்கறைக்கொள்வதில்லை எனத் தோன்றுகிறது. அவருக்கு தேவைப்படுவது நமக்கு மிகவும் விரும்பத்தகாததாகத் தோன்றுகிறது. நமக்கு எது சரி என்று தோன்றுகிறதோ அதுவே மிகவும் சரியானதாகத் தோன்றுகிறது.

ஆனால் நமக்குத் தோன்றுவது எதுவும் நிலையாய் இருப்பதில்லை. உதிக்கின்ற சூரியனால் அகற்றப்படப் போகின்ற ஏரி மேற்பரப்பின் ஒரு மூடுபனியல்லாது நாம் வேறொன்றுமில்லை. நாம் மிகக் குறுகிய நேரத்தில் கருகி காய்ந்துபோகும் வயல்வெளியின் புல்லுக்கு ஒப்பாக இருக்கிறோம். அவருக்கு மட்டுமே சேவை செய்யவும், அவரை மட்டுமே வணங்கவும், அவரை மட்டுமே நம்பவும் அழைக்கும் கடவுள், யாருடைய பெயரில் நாம் ஞானஸ்நானம் பெற்றோமோ, அந்தக்

கடவுள் நமக்கு யதார்த்தத்தையும் வரையறுக்கிறார். "உங்களுக்கு வேறு தெய்வங்கள் இருக்கக் வேண்டாம்" என அவர் கூறுகிறார். நமக்கு வேண்டியதில்லை. அவர் தொடர்ந்து நம்மிடம் வந்துக்கொண்டிருந்து அதை உறுதி செய்வார். நாம் நமக்குள்ளேயே அரியணையில் அமர்த்தியிருக்கும் உருவச் சிலைகளை அவர் நம் இதயங்களிலிருந்து தகர்த்துக்கொண்டேயிருப்பார். அவர் அவற்றைத் துண்டு துண்டாக உடைப்பார், அது வலியேற்படுத்தும். பின்னர் அவர் சிலுவையை நமக்குச் சுட்டிக்காட்டும்போது, அவர் தம்மை நம் கடவுளாகக் காட்டுவார், அங்கு அவர்-நம்முடைய உண்மையான சகோதரரும், நம்முடைய நித்தியமான கடவுளுமாயிருந்து-நமக்காகப் பாடுபட்டு, அவருடைய இரத்தத்தால் நம்முடைய எல்லா பாவங்களையும் கழுவினார். அந்த ஆசீர்வதிக்கப்பட்ட மரணத்திலிருந்து, தம்மை நமக்கு வெளிப்படுத்தி மெய்யான, உண்மையானக் கடவுளாக இருக்கிறார்.

அவருடைய கிருபையின் அற்புதமான வெளிப்பாட்டிலிருந்து, அவரை எப்படி ஒரே கடவுளாக ஆராதிப்பது என்பதை நாம் கற்றுக்கொள்கிறோம்; நாம் அவருக்கு பயப்படவும், அவரை நேசிக்கவும், எல்லாவற்றிற்கும் மேலாக அவரை நம்பவும் கற்றுக்கொள்கிறோம். ஆமென்.

நியாயப்பிரமாணத்திற்கும், நற்செய்திக்கும் உள்ள வேறுபாடு

மத்தேயு 22:34-46

அவர் சதுசேயரை வாயடைத்தார் என்று பரிசேயர் கேள்விப்பட்டு, அவரிடத்தில் கூடிவந்தார்கள். அவர்களில் நியாயசாஸ்திரி ஒருவன் அவரைச் சோதிக்கும்படி: போதகரே, நியாயப்பிரமாணத்திலே எந்தக் கற்பனை பிரதானமானது என்று கேட்டான். இயேசு அவனை நோக்கி: உன் தேவனாகிய கர்த்தரிடத்தில் உன் முழு இருதயத்தோடும், உன் முழு ஆத்துமாவோடும் உன் முழு மனதோடும் அன்புகூருவாயாக; இது முதலாம் பிரதான கற்பனை. இதற்கு ஒப்பாயிருக்கிற இரண்டாம் கற்பனை என்னவென்றால், உன்னிடத்தில் நீ அன்புகூருவதுபோலப் பிறனிடத்திலும் அன்புகூருவாயாக என்பதே. இவ்விரண்டு கற்பனைகளிலும் நியாயப்பிரமாணம் முழுமையும் தீர்க்கதரிசனங்களும் அடங்கியிருக்கிறது என்றார். பரிசேயர் கூடியிருக்கையில், இயேசு அவர்களை நோக்கி: கிறிஸ்துவைக்குறித்து நீங்கள் என்ன நினைக்கிறீர்கள், அவர் யாருடைய குமாரன்? என்று கேட்டார். அவர் தாவீதின் குமாரன் என்றார்கள். அதற்கு அவர்: அப்படியானால், தாவீது பரிசுத்த ஆவியினாலே அவரை ஆண்டவர் என்று சொல்லியிருக்கிறது எப்படி?

> *நான் உம்முடைய சத்துருக்களை உமக்குப் பாதபடியாக்கிப்போடும்வரைக்கும் நீர் என்னுடைய வலது பாரிசத்தில் உட்காரும் என்று கர்த்தர் என் ஆண்டவரோடே சொன்னார் என்று சொல்லியிருக்கிறானே ?*

தாவீது அவரை ஆண்டவர் என்று சொல்லியிருக்க, அவனுக்கு அவர் குமாரனாயிருப்பது எப்படி? என்றார். அதற்கு மாறுத்தரமாக ஒருவனும் அவருக்கு ஒரு வார்த்தையும் சொல்லக்கூடாதிருந்தது. அன்றுமுதல் ஒருவனும் அவரிடத்தில் கேள்விகேட்கத் துணியவில்லை. (மத்தேயு *22:34-46*)

இறைவன் நமக்குக் கற்பிக்கும் அனைத்தும் இரண்டு வகைகளில் ஒன்றாகும்: நியாயப் பிரமாணம் அல்லது நற்செய்தி. நியாயப் பிரமாணம் என்பது கடவுள் நம்மைச் செய்யக் கோறுவது. இது நமது விருப்பங்களையும், எண்ணங்களையும், நேசங்களையும், செயல்களையும் கட்டுப்படுத்துகிறது. நாம் அதற்குக் கீழ்ப்படிந்தால் ஆசீர்வதிக்கப்படுவோம் என்று நியாயப் பிரமாணம் நமக்கு உறுதியளிக்கிறது, மேலும், நாம் அதற்குக் கீழ்ப்படியாவிட்டால்

அது நம்மைத் தண்டிப்பதாக அச்சுறுத்துகிறது. நாம் என்ன தவறு செய்தோம் என்பதை அது சுட்டிக்காட்டுவது மட்டுமல்லாது, அது நம் பாவங்களுக்காக நம்மைக் கண்டனம் செய்கிறது.

நாம் என்னச் செய்ய வேண்டும் என்று நற்செய்தி கூறுவதில்லை. எதை நம்ப வேண்டும் என்றுக் கூறுகிறது. கடவுள், கிறிஸ்துவின் நிமித்தம், அவருடைய நியாயப் பிரமாணத்திற்கு எதிரான நமது எல்லா பாவங்களையும் முழுமையாகவும் சுதந்திரமாகவும் மன்னிக்கிறார் என்று அது நமக்குச் சொல்கிறது. நற்செய்தி எந்த அச்சுறுத்தலையும் தருவதில்லை. சிலுவையில் மரித்ததன் மூலம் நம்முடைய பாவங்களை நீக்கி, நமக்காக வாழ்ந்து மரித்த இயேசுவை நற்செய்தி சுட்டிக்காட்டுகிறது. அது இயேசு கிறிஸ்துவுக்காக நித்திய ஜீவனை நமக்கு வாக்களிக்கின்றது.

நியாயப் பிரமாணம் மாறுவதில்லை. மோசேக்கு வெளிப்படுத்தப்பட்ட கடவுளுடைய நியாயப் பிரமாணத்தில் காலக்கெடு அம்சங்கள் இருந்தன. கிறிஸ்துவின் வருகையுடன் முடிவடைந்த பொதுச்சட்டங்களும், சடங்குத் தேவைகளும் இருந்தன. ஆனால் தார்மீக சட்டங்கள், நமக்கு - எது சரி எது தவறு-என்று தீர்மானிப்பவை, நிலையானவை. நியாயப்பிரமாண சட்டங்கள் பத்து கட்டளைகளில் சுருக்கப்பட்டுள்ளன.

இயேசுவின் காலத்து பரிசேயர்கள் கடவுளுடைய நியாயப்பிரமாணத்திற்குக் கீழ்ப்படிந்தவர்கள் என்று நினைத்தார்கள். நியாயப் பிரமாணச் சட்டங்கள் அனைத்தையும் தவறாமல் கடைப்பிடிக்க ஒரு அமைப்பை ஏற்படுத்தினார்கள் அல்லது அவ்வாறு நினைத்தார்கள். அவர்களுக்கு 613 விதிகள் இருந்தன. 248 நேர்மறையான தேவைகள் மற்றும் 365 எதிர்மறை தடைகள் இருந்தன. அவர்கள் கடவுளின் நியாயப் பிரமாணத்தைக் கொண்டு ஆரம்பித்தார்கள். பின்னர் அவர்கள் கடவுளின் நியாயப் பிரமாணத்தை அதிலிருந்து பெற்ற பொது அறிவு வெளிச் செருகல்களுடன் (Extrapolation) ஒன்றாகக் கலந்தனர். ஒவ்வொரு வெளிச் செருகலிருந்து, மற்றொன்றாக நெய்து, வாழ்க்கையின் ஒவ்வொரு அம்சத்தையும் உள்ளடக்கிய சட்டப்பூர்வ சீலையாக பரிசேயர்கள் அவற்றை ஒன்றிணைத்தனர். எல்லாவற்றுக்கும் விதிகளை வைத்திருந்தார்கள். தங்கள் விதி முறை கடவுளின் நியாயப் பிரமாணம் என்று அவர்கள் நினைத்தார்கள். ஆனால் அது அவ்வாறில்லை. கடவுளுடைய நியாயப் பிரமாணங்களை செய்யக்கூடியதாக மாற்ற அவர்கள் எடுத்த

முயற்சியில், அவர்கள் அதை முற்றிலும் எதிர்க்கிறவர்களானார்கள்.

நியாயப்பிரமாணத்தில் உள்ள மிகப் பெரிய கட்டளை எது என்று நியாயசாஸ்திரி (வழக்குறைப்பவன்) இயேசுவிடம் கேட்டபோது, பரிசேயர்கள் சேர்த்து வைத்த 613 கட்டளைகளை அவன் மனதில் வைத்திருந்தான். எந்தக் கட்டளைகள் மிக முக்கியமானவை என்பது குறித்து வேதப்பாரகர்கள் ஒருவருக்கொருவர் வாதிடுவது வழக்கம். கட்டளைகளில் மற்ற எல்லாவற்றிலும் மேலான ஒருக் கட்டளையைத் தேர்ந்தெடுப்பது முடியாதக் காரியமாக இருந்தது. நிச்சயமாக, இயேசுவால் அதைச் செய்ய இயலாதிருந்தது.

மேலும், இயேசு ஆண்டவர் அதற்கு முயற்சி செய்யவில்லை. இயேசு அவர்களுடைய முறைமை விதிகளை புறக்கணித்துவிட்டு நேராக கடவுளுடைய வார்த்தைக்கு சென்றார். “உன் தேவனாகிய கர்த்தரிடத்தில் உன் முழு இருதயத்தோடும், உன் முழு ஆத்துமாவோடும் உன் முழு மனதோடும் அன்புகூருவாயாக;” (மத்தேயு 22:37) என்கிற மிகப்பெரிய கட்டளை கடவுளால் கொடுக்கப்பட்டது. கடவுளை நேசிப்பது மற்ற கடமைகளை விட பெரியது. கடவுள் நம்மை அன்பில் உருவாக்கி, பதிலுக்கு நாம் அவரிடம் அன்பைச் செலுத்த நம்மைப் படைத்தார். நாம் நமக்குள்ள எல்லாவற்றோடும் கடவுளை நேசிப்பதே நம்மை முழு மனிதனாக ஆக்குகிறது.

நாம் அவரை எப்படி நேசிக்க வேண்டும் என்று கடவுள் நமக்குக் கற்றுக்கொடுக்கிறார். தம்முடைய சாயலில் நம்மைப் படைத்து, அவருடைய நாமத்தினால் நம்மை அழைத்தவரைத் தவிர வேறு எந்தக் கடவுளையும் நாம் பற்றிக்கொள்ளக் கூடாது. நாம் அவருடைய பெயரைக் கனப்படுத்தவும், ஜெபத்தில் அவரைக் கூப்பிடவும், அவருடைய பெயரை தவறாகப் பயன்படுத்துவதைத் தவிர்க்கவும் அவர் விரும்புகிறார். அவருடைய வார்த்தை பிரகடனப்படுத்தப்படுவதை நாம் கேட்கவும், அந்த வார்த்தையை நமது வேலைகள், ஓய்வுநேரம், நமது வசதிகள் அல்லது நம் வாழ்வில் வேறு எதையும் விட விலைமதிப்பற்றதாக பேணிப் போற்றவும் விரும்புகிறார்.

நம் முழு இருதயத்தோடும், ஆத்துமாவோடும், மனதோடும் கடவுளை நேசிப்பதன் பொருள் இதுதான். கடவுளை நேசிப்பது என்றால் அயலானை நேசிப்பது. இதனாலேயே, உன்னைப் போலவே உன் அயலானையும் நேசிக்க வேண்டும் என்கிற கட்டளை,

எல்லாவற்றிற்கும் மேலாக கடவுளை நேசிக்க வேண்டும் என்ற கட்டளையைப் போன்றது என்று இயேசு கூறுகிறார். படைத்த இறைவனை நாம் நேசித்து, அவருடைய படைப்புக்களை வெறுப்பது எப்படி? கடவுள் நேசிக்கிறவர்களை நாம் எப்படி வெறுக்க முடியும்?

கடவுளின் நியாயப் பிரமாணத்தைப் புரிந்துகொள்வது அவ்வளவு கடினம் அல்ல. அதைக் கைக்கொள்வதில்தான் சிரமம் இருக்கிறது. இது ஒரு முழுமையான இதயத்திற்கு அழைப்புவிடுக்கிறது. இது சரியான நோக்கங்களுக்கு அழைப்புவிடுக்கிறது. இது சரியான அன்பை செலுத்த அழைப்புவிடுக்கிறது. நம்மிடம் இல்லாதவற்றிற்கு அது அழைப்புவிடுக்கிறது . கடவுளின் நியாயப் பிரமாணத்தை செயலாற்றகூடிய விதிகளாகக் குறைப்பது அதை முழுவதுமாக நிராகரிப்பதாகும். கடவுள் உங்களிடமிருந்து என்ன எதிர்பார்க்கிறார் என்பதை நீங்கள் அறிய விரும்பினால், பத்துக் கட்டளைகள் மற்றும் லுத்தரின் சிறிய கத்தேகிஸ்மு விளக்கத்தை நினைவில் வைக்க ஒப்புக்கொடுங்கள். கடவுளை நேசிப்பது இப்படித்தான், உங்கள் அண்டை வீட்டாரை நேசிப்பதும் இவ்வாறுதான்.

திருமறை ஒரு தெளிவான புத்தகம். இது ரகசிய குறியீட்டில் எழுதப்படவில்லை. அதுச் சொல்வது அர்த்தமுள்ளது, அர்த்தமுள்ளதைத்தான் அதுச் சொல்கிறது. "நியாயப்பிரமாணத்தின் கிரியைக்காரராகிய யாவரும் சாபத்திற்குட்பட்டிருக்கிறார்கள்; நியாயப்பிரமாண புத்தகத்தில் எழுதப்பட்டவைகளையெல்லாம் செய்யத்தக்கதாக அவைகளில் நிலைத்திராதவன் எவனோ அவன் சபிக்கப்பட்டவன் என்று எழுதியிருக்கிறதே" என்று கலாத்தியர் 3:10ல் திருமறைக் கூறுகிறது. தங்கள் இரட்சிப்புக்காக நியாயப்பிரமாணத்தைச் சார்ந்திருப்பவர்கள், அவர்கள் நம்பும் அதே நியாயப்பிரமாணத்தால் சபிக்கப்படுகிறார்கள். பரலோகத்திற்குச் செல்ல நாமே செயல்புரியலாம் என்று நம்புவது அறிப்பூர்வமாகத் தோன்றலாம். ஆனால் நமக்கு அறிப்பூர்வமாக இருப்பது அவ்வாறே இருக்கக் கூடிய அவசியமில்லை.

இறைவனின் வார்த்தை நமக்குக் கற்பிக்கும் பெரும்பாலான விஷயங்கள் நம் அறிவார்ந்த சிந்தனைகளுக்கு எதிராக இருக்கின்றன. உதாரணமாக, இயேசு உண்மையான கடவுள் மற்றும் உண்மையான மனிதர் என்ற கிறிஸ்தவ போதனையைக் கவனியுங்கள். இது எப்படி சாத்தியம்? திருமறை இதைப் போதிக்கிறது என்கிற உண்மையை தீவிரமாக மறுக்க முடியாது. இயேசு கடவுள் அல்ல என்பதை

106

திருமறையிலிருத்துக் காட்ட யெகோவாவின் சாட்சிகள் முயற்சி செய்கிறார்கள், ஆனால் தோல்வியடைகிறார்கள். ஆனால் அவர் எப்படி இருக்க முடியும்? தாவீதின் குமாரன் எப்படி தாவீதின் இறைவனாக முடியும்? அனைத்தையும் படைத்து, அனைத்திற்கும் மேலானவரும், முழுப் பிரபஞ்சமும் அடக்க முடியாதவரும் எப்படி மனிதனாவார்? இந்த சர்வவல்லமையுள்ள மனிதர் எப்படி சிலுவையில் பாடுபட்டு இறக்க முடியும்? இவை அறிவுப்பூர்வமான முகத்தில் தடைய அறிவியலாய்த் தோன்றுகிறது.

அப்பம் எப்படி கிறிஸ்துவின் உடலாகும்? திராட்சை ரசம் (Wine) எப்படி அவருடைய இரத்தமாக இருக்கும்? கடவுளுடைய வார்த்தையுடன் இணைக்கப்பட்ட தண்ணீரில் கழுவுவது எப்படி ஒரு குழந்தையை ஆன்மீக மரணத்திலிருந்து ஆன்மீக வாழ்க்கைக்குக் கொண்டு வரும்? ஒரு சாதாரண மனிதன்-தான் பேசிக்கொண்டிருக்கும் பாவிகளைப் போல் பாவமுள்ளவன்- எப்படி பாவமன்னிப்பு அளிக்கும் வார்த்தைகளை பேச முடியும்? எப்படி என்று நமக்குத் தெரியாது ஆனால் அது அப்படித்தான் என்று நமக்குத் தெரியும். அப்படித்தான் என்பதை நாம் அறிய இயலும். இறைவன் அப்படித்தான் என்றுக்கூறினால் அது அப்படித்தான். ஆனால் அது எப்படி இருக்கும் என்பதை நாம் எப்போதும் அறிய இயலாது. மேலும், கடவுளுடைய வார்த்தையின் “எப்படி” என்பது நம் அறிவு எல்லைக்கு அப்பாற்பட்டது என்பதை நாம் மனத்தாழ்மையுடன் ஒப்புக்கொள்ள வேண்டும். எல்லா தெய்வீக மர்மங்களையும் நம்மால் கண்டுபிடிக்க முடியும் என்று நினைத்தால், கண்டுபிடிக்க முடியாததைக் கண்டுபிடிக்க முயற்சிப்போம், இறுதியில் நம்மால் புரிந்துகொள்ள முடியாததை நிராகரிப்போம்.

கடவுளின் அன்பை நாம் அறிய முடியாது. அர்த்தமுள்ளவற்றின் முகத்தில் இது தடைய அறிவியலாய்த் தோன்றுகிறது. சுவிசேஷம் (நற்செய்தி) என்பது கடவுளின் அன்பைப் பற்றிய நல்லச் செய்தி. சிலுவை மட்டிலும் கிறிஸ்து பாரட்டின மிக பரிசுத்தமான கீழ்ப்படிதலின் காரணமாக, கைவிடப்பட்டு, தண்டனைக்குட்பட்ட பாவிகளை கடவுள் தம் இரக்கத்தால் மாத்திரமே மன்னித்து காப்பாற்றுகிறார் என்று அது நமக்கு சொல்கிறது. கிறிஸ்துவின் நிமித்தம் கடவுள் நம் பாவங்களை மன்னிக்கிறார், நாம் செய்த, செய்துகொண்டிருக்கும் அல்லது செய்யப்போகும் எந்தவொரு நற்செயலுக்காகவும் அல்ல என்று அது நமக்குச் சொல்கிறது. அது பரலோகக் கோட்பாட்டை நமக்குக் கற்பிக்கிறது. கடவுளால் மட்டுமே

இந்தக் கோட்பாட்டைக் கற்பிக்க முடியும். இது அனைத்து மனித அனுபவம், ஞானம் மற்றும் எதிர்பார்ப்புகளுக்கு எதிரானது. நாம் பெறத் தகுதியில்லாத அன்பைப் பற்றி அதுக் கூறுகிறது. உண்மையில், அது நமக்கு இந்த அன்பை அளிக்கிறது. அது இயேசுவை நமக்குத் தருகிறது. இயேசுவோடு, கடவுளோடு ஏற்பட்ட சமாதானமும், பாவ மன்னிப்பும், குற்றத்திலிருந்து விடுதலையும், நித்திய ஜீவனும் வருகின்றன்.

கடவுளின் நியாயப்பிரமாணம் நம்மைக் குற்றந்தீர்த்தாலொழிய, அவருடைய நற்செய்தி நமக்கு எந்த ஆறுதலையும் அளிக்காது. நோய்வாய்ப்பட்டவர்களுக்கு மட்டுமே மருத்துவரின் உதவி தேவை. பட்டினி கிடப்பவர்கள் மட்டுமே மகிழ்வாக உண்பார்கள். தாகமுள்ளவர்கள் மட்டுமே அருந்த வேண்டுவார்கள். நித்திய ஜீவனை எப்படிக் கண்டடைவது என்பதைக் காண்பிப்பதற்காக நியாயப்பிரமாணம் வடிவமைக்கப்படவில்லை. நம்மைக் கண்டிக்கும் வகையில் எழுதப்பட்டுள்ளது. நம்மை அம்பலப்படுத்துவதற்காக எழுதப்பட்டிருக்கிறது.

கிறிஸ்து என்பவர் யார்? யார் கவலைப்படுகிறார்கள்? சட்ட 'வல்லுநர்கள்' (வேதப்பாரகர்கள்) அதைப் பொருட்படுத்தவில்லை. அவர் தாவீதின் மைந்தன் என்பதை அவர்கள் அறிந்திருந்தனர், ஆனால் அவர் தாவீதின் ஆண்டவர் என்பதை அவர்கள் நினைவில் கொண்டுவரவில்லை. அவர்கள் கிறிஸ்துவில் ஆர்வம் காட்டவில்லை. அவர்களுடைய மரணம்வரைத் தொடர்ந்த தங்கள் நோயை அவர்களால் காண இயலவில்லை. தாங்களை நீதிமான்களென்று எண்ணியதால் அவர்கள் நீதியின் மீது பசியும் தாகமும் கொள்ளவில்லை. அவர்கள் தங்கள் விதிகளை வைத்திருந்தனர். அவைகளைப் பின்தொடர்ந்தனர். அதனால் அவர்கள் நியாயப்பிரமாணத்தின் தீர்ப்பை மௌனமாக்கினார்கள்.

ஆனால், நியாயப்பிரமாணத்தின் தீர்ப்பு அவ்வளவு எளிதில் மௌனமாகிவிடாது. நியாயப்பிரமாணத்தை வழங்குபவர் மட்டுமே அவருடைய நியாயப்பிரமாணம் நமக்கு எதிராக வழங்கும் தீர்ப்பை மௌனமாக்க முடியும். மேலும், அவர் வெறும் வார்த்தையினாலோ கட்டளையினாலோ அவ்வாறு செய்வதில்லை. நம் அனைவர் மேலும் அவர் இட்ட கோரிக்கைகளை அவரே நிறைவேற்றுவதன் மூலம் செய்கிறார். தாவீதின் ஆண்டவர் தாவீதின் மைந்தனாகிறார். அரசராக ஆட்சி செய்கிறார். கீழ்ப்படிவதன் மூலம் அவர் தமது அரசாட்சியின்

அதிகாரத்தைப் பெறுகிறார். முதலில் அவர் நம்முடன் இணைகிறார். அவர் நமக்கு சகோதரனாகிறார். அவர் நமக்கு மாற்றாளாக மாறுகிறார். பின்னர் அவர் அன்பு செலுத்துகிறார். கடவுள் மனிதனாக மாறுகின்றப்போது தெய்வீக அன்பு மனித அன்பாக மாறுகிறது. தம் சாயலில் படைக்கப்பட்டவர்கள் மீது அன்பு செலுத்தவேண்டும் என இறைவன் கோருவதினால், அன்பு செலுத்த தாவீதின் இறைவன் தாவீதின் மைந்தனாகிறார். அவர் கடவுளின் உருவம். கடவுளின் சாயலில் படைக்கப்பட்ட அனைவரின் பிரதிநிதியாக அவர் அன்பு செலுத்துகிறார். அவர் வெறுப்பின் முகாந்தரத்தில் அன்பு செலுத்துகிறார். கேலி, சாட்டையடி, ஆணிகள் மற்றும் சிலுவையில் அறையப்படும் வேதனையை எதிர்கொள்ளும் போது அவர் அன்பு செலுத்துகிறார். அவர் நியாயப்பிரமாணத்தை நிறைவேற்றுகிறார். அவர் தெய்வீக நீதியை சந்திக்கிறார். தமது குற்றமற்றத் தன்மையில், மனிதகுலத்தின் குற்றத்தை சுமக்கும்போது, நம்மைக் குற்றப்படுத்தும் நியாயப்பிரமாணத்தின் அதிகாரத்தை அவர் அழிக்கிறார். அவர் நம் எதிரிகளை அவருடைய எதிரிகளாக ஆக்கினார், மேலும், அவர் பாவம், மரணம் மற்றும் பிசாசை வென்று நம் வெற்றி வீரரானார். நம் எதிரிகளை அவருடைய பாதத்தின் கீழ் அமர்த்தி அவர் இப்போது கடவுளின் வலது பாரிசத்தில் இருக்கிறார்.

நியாயப்பிரமாணம் வாக்குறுதியளிக்கிறது ஆனால் அதை நிறைவேற்ற இயலாது. கீழ்ப்படிபவர்களுக்கு அது வாழ்வை உறுதியளிக்கிறது. நாம் கீழ்ப்படியத் தவறிவிட்டோம். நியாயப்பிரமாண சட்டம், அதன் தேவைகள் பூர்த்தி செய்யப்பட வேண்டும் என்ற நிபந்தனையை ஏற்றுக்கொள்ளாவிடில் வாக்குறுதியை அளிக்க முடியாது. எனவே நியாயப்பிரமாணம் நமக்கு உதவ சக்தியற்றது. நம்மீது குற்றம் சாட்ட மட்டுமே அதனால் முடியும். அதற்கு நம்மைக் கொன்று நரகத்திற்கு அனுப்ப மட்டுமே முடியும்.

ஆனால் தாவீதின் குமாரனும் ஆண்டவருமானவர் நியாயப்பிரமாணத்திற்குக் கீழ்ப்படிந்தார். கீழ்ப்படிபவர்களுக்கு நியாயப்பிரமாணம் கொடுக்கும் வாக்குறுதிகளை அவர் மட்டுமே பெற்றார், ஏனென்றால் அவர் மட்டுமே கீழ்ப்படிந்தார். ஆனால் அவர் தனது சொந்த நலனுக்காக கீழ்ப்படியவில்லை. நம்முடைய நன்மைக்காகக் கீழ்ப்படிந்தார். மேலும் அவருடைய கீழ்ப்படிதலின் பலனை அவர் நமக்குத் தருகிறார். அவர் அதை நற்செய்தியில் கொடுக்கிறார். மரணம் வரையிலும் நியாயப்பிரமாணத்தை முழுமையாகக் கடைப்பிடித்ததன் மூலம் இயேசு பெற்ற அதே நீதியை

கடவுள் நமக்குக் கணக்கிடுகிறார் என்று நற்செய்தி கூறுகிறது. கடவுளின் தயவைப் பெற நாம் என்ன செய்ய வேண்டும் என்று நற்செய்தி கூறவில்லை. கிறிஸ்து ஏற்கனவே அவற்றை செய்து முடித்தார் என்றும் இந்தச் சலுகை நமக்கு இலவசமாக வழங்கப்படுகிறது என்றும் அது நமக்குக் கூறுகிறது. அது விசுவாசத்தின் மூலம் நம்முடையதாகிறது. நாம் நற்செய்தியை நம்புகிறோம், அதனால், அது வாக்குறுதியளிக்கும் அனைத்தும் நம்முடையது.

உங்களை காப்பாற்ற நியாயப்பிரமாணத்தில் நம்பிக்கை வைப்பது உங்கள் சொந்த பாவத்தில் நம்பிக்கை வைப்பதாகும். அது மக்களை நரகத்திற்கு அனுப்பும் தவறான நம்பிக்கை. உங்களை இரட்சிக்க நற்செய்தியில் நம்பிக்கை வைப்பது என்பது உண்மையானக் கடவுள் மற்றும் அவருடைய ஒரே பேறான குமாரனாகிய இயேசுவின் மீது நம்பிக்கை வைப்பதாகும். அவரே கிறிஸ்துவானவர் மற்றும் அவர் ஒருவரே உங்களை பாவம், மரணம் மற்றும் நரகத்தில் இருந்து மீட்கும் இரட்சகர். ஆமென்.

இரண்டாம் முக்கியப் பிரிவு

(The Second Chief Part)

விசுவாசப் பிரமாணம் (அறிக்கை)

விசுவாச அறிக்கையும், மறுதலிப்பும்

மத்தேயு 26:31-35

பரலோகத்தையும் பூலோகத்தையும் படைத்த சர்வ வல்ல பிதாவாகிய கடவுளை விசுவாசிக்கிறேன். அவருடைய ஒரே குமாரனும் நம்முடைய ஆண்டவருமாகிய இயேசு கிறிஸ்துவை விசுவாசிக்கிறேன். இவர் பரிசுத்த ஆவியினால் கர்ப்பத்தில் உற்பவித்துக் கன்னிமரியாளிடத்தில் பிறந்து பொந்தியு பிலாத்துவின் கீழ் பாடுபட்டு, சிலுவையில் அறையுண்டு, மரித்து, அடக்கம் பண்ணப்பட்டார். பாதாளத்தில் இறங்கி மூன்றாம் நாள் மரித்தோரிலிருந்து உயிர்த்தெழுந்தார். பரத்துக்கேறி சர்வவல்ல பிதாவாகிய கடவுளுடைய வலது பாரிசத்தில் வீற்றிருக்கிறார். அவ்விடத்திலிருந்து உயிருள்ளோரையும் மரித்தோரையும் நியாயந்தீர்க்க வருவார். பரிசுத்த ஆவியானவரை விசுவாசிக்கிறேன். பொதுவான பரிசுத்த கிறிஸ்தவ சபையும், பரிசுத்தவான்களுடைய ஐக்கியமும், பாவமன்னிப்பும், சரீர உயிர்த்தெழுதலும், நித்திய ஜீவனும் உண்டென்று விசுவாசிக்கிறேன். ஆமென்.

அப்பொழுது இயேசு அவர்களை நோக்கி:

"மேய்ப்பனை வெட்டுவேன், மந்தையின் ஆடுகள் சிதறடிக்கப்படும்"

என்று எழுதியிருக்கிறபடி, இந்த இராத்திரியிலே நீங்கள் எல்லாரும் என்னிமித்தம் இடறலடைவீர்கள். ஆகிலும், நான் உயிர்த்தெழுந்த பின்பு, உங்களுக்கு முன்னே கலிலேயாவுக்குப் போவேன் என்றார்.

பேதுரு அவருக்குப் பிரதியுத்தரமாக: உமதுநிமித்தம் எல்லாரும் இடறலடைந்தாலும், நான் ஒருக்காலும் இடறலடையேன் என்றான். இயேசு அவனை நோக்கி: இந்த இராத்திரியிலே சேவல் கூவுகிறதற்கு முன்னே, நீ என்னை மூன்று தரம் மறுதலிப்பாய் என்று மெய்யாகவே உனக்குச் சொல்லுகிறேன் என்றார். அதற்குப் பேதுரு: நான் உம்மோடே மரிக்கவேண்டியதாயிருந்தாலும், உம்மை மறுதலிக்கமாட்டேன் என்றான்; சீஷர்கள் எல்லாரும் அப்படியே சொன்னார்கள். (மத்தேயு 26:31-35).

"**எ**ன்னிமித்தம் நீங்கள் அனைவரும் இடறல் அடைவீர்கள்" என "இயேசு ஆண்டவர்" கூறினார். இடறல் என்பதன் கிரேக்க வார்த்தையானது தடுமாற்றம், புண்படுத்துதல் மற்றும் வீழ்ச்சியடைதல் போன்ற பதங்களை மற்ற மொழிகளில் குறிப்பிடப்படும். "என்

நிமித்தம் நீங்கள் அனைவரும் புண்படுத்தப்படுவீர்கள் (Offended)" என பொருள்படும்படியாக 'ஜேம்ஸ் அரசர் - பழைய பதிப்பு' (King James Vesrsion-Old) ஆங்கில வேத புத்தகத்தில் குறிப்பிடப்பட்டுள்ளது.

அவர்கள் தங்கள் கிறிஸ்தவ விசுவாசத்தை நம்பிக்கையுடன் அறிக்கை செய்தனர். பின்னர் அவர்கள் தங்கள் விசுவாசஅறிக்கைக்கு ஒரு விலையை கொடுக்க வேண்டிய நிலையை எதிர்கொண்டபோது அவர்கள் அதை மறுதலித்தனர். தைரியமான விசுவாச அறிக்கையைத் தொடர்ந்து, வெட்கக்கேடான மறுப்பு. அது பேதுரு ஒருவரிடமிருந்து மாத்திரமல்ல. "என்னினிமித்தம் நீங்கள் எல்லாரும் இடறலடைவீர்கள், (மனக்கலக்கப்படுவீர்கள், விழுவீர்கள், அவதூறு அடைவீர்கள்)" என்று இயேசு சொன்னார். அவர்கள் அனைவரும் அவ்வாறு இருக்க மாட்டோம் என்று மறுத்தனர். ஆனால் அவர்கள் அனைவரும் அவ்வாறே இருந்தனர்.

நாம் திருச்சபையில் விசுவாசத்தை (விசுவாசப் பிரமாணத்தை) அறிக்கையிடுகிறோம். நாம் ஞானஸ்நானம் பெற்றபோது அப்போஸ்தலர்களின் விசுவாசப் பிரமாணத்தை அறிக்கையிட்டோம். நாம் குழந்தைகளாக ஞானஸ்நானம் பெற்றிருந்தால், நாம் நமது சொந்த வாயால் அறிக்கையிடவில்லை. நம் ஞானப் பெற்றோர் நமக்காக அறிக்கைச் செய்தனர். அதன் பின்பு அந்த விசுவாச அறிக்கையை நாம் அறிக்கையிட கற்றுக்கொண்டோம், அதை நாம் அறிக்கை செய்தோம். நாம் அதை தேவாலயத்திலும் வீட்டிலும் கற்றுக்கொண்டோம்.இறைவன் யார், அவர் என்ன செய்கிறார் என்பதை நாம் கற்றுக்கொண்டோம். அவர் நமது நித்திய பிதா. அவர் நம்மைப் படைத்தார். அவர் தந்தையின் ஒரே பேறான குமாரன். அவர் நம்மை மீட்டுக்கொண்டார். அவர் பிதா மற்றும் குமாரனிடமிருந்து நித்தியமாக முன் செல்லும் பரிசுத்த ஆவியானவர். அவர் நம்மை பரிசுத்தப்படுத்துகிறார். பரிசுத்த திரித்துவ இறைவன் மாத்திரமே ஒரே ஒருக் கடவுள் என்றும் மற்ற எல்லா தெய்வங்களும் சிலைகள் என்றும் அறிகிறோம். இந்த உண்மையான ஒரேக் கடவுளை நம் கடவுள் என்று அறிக்கைச் செய்ய கற்றுக்கொள்கிறோம்.

நாம் இங்கே திருச்சபையில் அறிக்கைச் செய்கிறோம். இங்கே திருச்சபையில் அறிக்கைச் செய்வது உலகுக்கு அறிக்கைச் செய்வது. திருச்சபையாக நாம் ஒன்றாக அறிக்கைச் செய்கிறோம். இந்தத் திருச்சபை கடவுளின் எழுதப்பட்ட வார்த்தையான பரிசுத்த வேதாகமத்தை அவற்றின் சத்தியம் மற்றும் பரிசுத்தத்துடன் கற்பிக்க

அர்ப்பணிக்கப்பட்டுள்ளது. லூத்தரின் சிறிய ஞானோபதேசம் (கத்தேகிஸ்மு) தெய்வீக உண்மை என்று நாம் அறிக்கையிடுகிறோம், ஏனெனில் அதுத் தெளிவானத் திருமறையிலிருந்து எடுக்கப்பட்டது. சுவிசேஷ லூத்தரன் திருச்சபையின் விசுவாச அறிக்கைகளுக்கு நாம் நிபந்தனையின்றி அடியொப்பமிடுகிறோம், ஏனெனில் அவை கடவுளின் எழுதப்பட்ட வார்த்தையின் போதனைகளை விசுவாசத்துடன் முன்வைக்கின்றன.

இறைவன் நம்மைத் தம்முடைய சாயலில் படைத்தார் என நாம் அறிக்கைச் செய்கின்றோம். அப்படிப் படைத்தார் எனத் திருமறைக் கூறுகிறது. அவர் நம்முடைய உண்மையான தந்தை என்பதால், அவர் நம்முடைய எல்லாத் தேவைகளையும் வழங்குகிறார், ஒரு தந்தையாக நம்மை பராமரிக்கிறார் என்பதை நாம் அறிக்கையிடுகின்றோம்.

நம்முடைய முதல் பெற்றோர் கடவுளின் கட்டளைக்குக் கீழ்ப்படியாதபோது நாம் பாவத்தில் விழுந்தோம் என்று அறிக்கையிடுகின்றோம். பாவிகளை இரட்சிக்கவே இயேசு இவ்வுலகிற்கு வந்தார் என்பதை அறிக்கையிடுகின்றோம். அவர் ஒரு பரிசுத்தமான வாழ்க்கை வாழ்ந்தார் என்றும் ஒரு பரிசுத்தமான மரணத்தை அவர் நமக்குப் பதிலாக ஏற்றார் என்றும் அறிக்கையிடுகின்றோம். அவர் நமக்குண்டான நியாயப்பிரமாணத்தை நிறைவேற்றி, அது நம்மீது வைத்திருந்த குற்றஞ்சாட்டும் அதிகாரத்திலிருந்து நம்மை மீட்டுக்கொண்டார். அவர் நமக்காக மரித்து, மரித்தோரிலிருந்து உயிர்த்தெழுந்து, நம்முடைய பிரதான ஆசாரியராக நமக்காகப் பரிந்து பேசுகிறார். உயிருள்ளவர்களையும் இறந்தவர்களையும் நியாயந்தீர்க்க அவர் திரும்புவார்.

பாவ மன்னிப்பு, கடவுளுடன் சமாதானம், நித்திய ஜீவன் ஆகியவற்றைப் பெறும் உண்மையான விசுவாசத்தை நம்மில் ஒளிரச் செய்வதினால் பரிசுத்த ஆவியானவர் நம்மை மீண்டும் உயிர்ப்பிக்கிறார் என்பதை நாம் அறிக்கையிடுகிறோம். நம்மை நாமே கிறிஸ்தவர்களாக ஆக்கிக் கொள்ள முடியாது. பரிசுத்த ஆவியானவர் நற்செய்தியின் மூலம் நம்மை அழைக்கிறார், அவருடைய வெகுமதிகளால் நம்மை அறிவூட்டுகிறார், உண்மையான விசுவாசத்தில் நம்மை பரிசுத்தப்படுத்துகிறார், பாதுகாக்கிறார் என்பதை நாம் அறிக்கையிடுகிறோம்.

பரிசுத்தத் திருமுழுக்கின் (ஞானஸ்நானத்தின்) மூலம் நாம்

மறுபடியும் பிறந்தோம் என்பதை அறிக்கைச் செய்கின்றோம். இறை ஊழியர், கடவுளுடைய அதிகாரத்தால் நமக்கு பாவ மன்னிப்பு வழங்கும்போது நாம் கடவுளால் விடுவிக்கப்பட்டோம் என்று அறிக்கையிடுகிறோம். பரிசுத்த அப்பமும் திராட்சரசமும், நம்முடைய பாவ மன்னிப்புக்காகவும், நம்முடைய விசுவாசத்தைப் பலப்படுத்துவதற்காகவும், நமக்காகக் கொடுக்கப்பட்டு, சிந்தப்பட்ட, இயேசுவின் உடலும் இரத்தமும் என்பதை அறிக்கையிடுகின்றோம்.

நாம் இங்கே தேவாலயத்தில் ஒன்றாகச் சேர்ந்து அறிக்கையிடுகின்றோம். ஆனால் நாம் இங்கு தேவாலயத்தில் வசிப்பதில்லை. நாம் வெளியிலே வசிக்கின்றோம். தேவாலயத்தில் அறிக்கையிடுவது எளிது. அதையே அறிக்கையிடும் மற்றவர்களால் நாம் சூழப்பட்டிருக்கிறோம். வெளியே உலகில் அனைவர் முன் அறிக்கையிடுவது மிகவும் கடினம்.

இயேசு அவர்களுடன் இருந்தபோது, சீடர்கள் தைரியமாக அறிக்கை செய்தார்கள். பின்னர் அவர் கொண்டுச் செல்லப்பட்டார். அவர் காட்டிக் கொடுக்கப்பட்டார், கைது செய்யப்பட்டார், மேலும் ரோமானிய அதிகாரிகளின் முன் கொண்டு வரப்பட்டார், அவர்கள் அவரை சாட்டையால் அடித்து தாக்கினர். மேய்ப்பரானவர் தாக்கப்பட்டார். மேலும், ஆடுகள் சிதறின. இயேசு ஆண்டவர் அப்படி நடக்கும் என்றுக் கூறினதுப் போலவே அது நிகழ்ந்தது.

நீங்கள் எப்போதாவது அறிக்கையிடத் தவறிவிட்டீர்களா? உண்மையான கிறிஸ்தவ விசுவாசத்தை அறிக்கைச் செய்ய உங்களுக்கு ஒரு வாய்ப்பு கொடுக்கப்பட்டது, நீங்கள் உங்கள் வாயை மூடிக்கொண்டீர்கள். உங்களிடம் எல்லாவிதமான நல்லக் காரணங்களும் இருந்தன, ஆனால் அவை எதுவும் உண்மையான காரணமல்ல. நீங்கள் விசுவாசத்தை அறிக்கைச்செய்திருக்கலாம். நீங்கள் விசுவாசத்தை அறிக்கைச்செய்திருக்க வேண்டும். ஆனால் நீங்கள் விசுவாசத்தை அறிக்கைச் செய்யவில்லை.

நீங்கள் அறிகையிடாதது புதிதாய் நடந்த ஒன்று என்று நினைக்கிறீர்களா? உங்கள் தோல்வியில் நீங்கள் மாத்திரம் தனிமையாக இல்லை. அப்போஸ்தலர்களைக் கவனியுங்கள். கிறிஸ்துவை தைரியமாக அறிக்கைச் செய்தற்காக அவர்கள் கொலைச் செய்யப்பட்டார்கள். ஏறக்குறைய இரண்டாயிரம் ஆண்டுகளாக அவர்கள் விசுவாசத்தின் நாயகர்களாக கடவுளுடைய மக்களுக்கு

முன்பாக வைக்கப்பட்டுள்ளார்கள். அவர்கள் எப்படி ஆரம்பித்தார்கள்? இயேசு சிலுவையில் அறையப்படும்போது அவர்கள் என்ன செய்து கொண்டிருந்தார்கள்? அவர்கள் தங்கள் இரட்சகரையும் மீட்பரையும் மறுத்தலித்துக்கொண்டிருந்தார்கள்-அதைத்தான் அவர்கள் செய்து கொண்டிருந்தார்கள்.

தெளிவான கிறிஸ்தவ அறிக்கைச் செய்வதில் உங்கள் கடந்தகாலத் தோல்விகள் கடவுளுடைய வார்த்தையின் சத்தியத்தில் உங்களை ஒரு குறிப்பிட்ட வகையான கிறிஸ்தவராகக் குறிக்கின்றன என்று நீங்கள் நினைக்கிறீர்களா? உண்மையான கிறிஸ்தவ விசுவாசதைத் தெளிவாகவும், தைரியமாகவும், ஒவ்வொரு சந்தர்ப்பத்திலும் விட்டுக்கொடுக்காமல் அறிகைச்செய்த தைரியம் முதல் கிறிஸ்தவர்களுக்கு எங்கிருந்து கிடைத்தது?

> “ஆனாலும் நான் உயிரோடு எழுந்தபின்பு, உங்களுக்கு முன்பாக கலிலேயாவிற்குப் போவேன் என்றார் (இயேசு)” (மாற்கு 14:28). இயேசு ஆண்டவர் உயிர்த்தெழுந்தப் பின்பு அவர்களைச் சந்தித்து, அவர் ஏன் மரிக்க வேண்டும் என்று பொறுமையாக அவர்களுக்கு விளக்கினார்.
>
> அவர் கூறியதாவது:‘எழுதியிருக்கிறபடி, கிறிஸ்து பாடுபடவும், மூன்றாம் நாளில் மரித்தோரிலிருந்தெழுந்திருக்கவும் வேண்டியதாயிருந்தது; அன்றியும் மனந்திரும்புதலும் பாவமன்னிப்பும் எருசலேம் தொடங்கிச் சகலதேசத்தாருக்கும் அவருடைய நாமத்தினாலே பிரசங்கிக்கப்படவும் வேண்டியது.. (லூக்கா 24:46-47)’ என்றார்.

அவர்களுக்கு பரிசுத்த ஆவியை அனுப்புவதாக வாக்குறுதி அளித்தார். அவர் அதைச் செய்தார். அதே சத்தியபர ஆவியானவர் நம்மிடம் வந்து, முதல் கிறிஸ்தவர்களுக்குக் கொடுத்த அதே விசுவாசத்தை நமக்கும் தருகிறார்.

சீடர்கள் அனைவரும் கிறிஸ்துவை வெட்கப்படும்படியான வகையில் மறுதலித்துக்கொண்டிருந்த வேளையில், கிறிஸ்து அவர்கள் வெட்கக்கேடான மறுதலிப்புக்காக அவர்களுக்கு முழு மன்னிப்பைப் பெற்றுக் கொண்டார். கிறிஸ்துவின் பாடுகளிலிருந்து கடவுளின் கிருபை பாய்கிறது. அதில் கடவுள் வெளிப்பட்டு இருக்கிறார்.

நம் எல்லோருக்காகவும் மரிக்கும்படி பிதா தம் குமாரனை சிலுவைக்கு அனுப்புகிறார். குமாரன் உலகத்தின் பாவத்தைப்

போக்க சிலுவையை மனமுவந்து சுமக்கிறார். பரிசுத்த ஆவியானவர் கிறிஸ்துவின் வேட்கையை/ பேரார்வத்தைக் (Passion) காண நம் விசுவாசத்தை வழிநடத்துகிறார். ஏனென்றால், இயேசு சிலுவையில் உயர்த்தப்பட்டு துன்பப்பட்டு, மரிக்கும்போது, நம்முடைய பாவங்கள் மன்னிக்கப்பட்டு, கடவுளோடு சமாதானமாகி, கடவுளோடு உண்மையான ஐக்கியம் திரும்புகிறது, கடவுள் நமக்கு ஞானஸ்நானத்தினால் கொடுத்த விசுவாசத்தை அறிக்கையிடும் தைரியத்தைப் பெறுகிறோம்.

நாம் நம் விசுவாசத்தை அறிக்கைச் செய்கிறோம். நாம் உண்மையுடனும் நம்பிக்கையுடனும் அவ்வாறுச் செய்கிறோம். பின்னர் நாம் தடுமாறுகிறோம். விழுகிறோம். நாம் புண்படுத்தப்படுகிறோம். கிறிஸ்துவின் சீடராக இருப்பதற்கான விலையைப் பார்த்து நாம் பயப்படுகிறோம். நாம் உண்மையாக அறிக்கையிடுகிறோம் என்றுக் கூறினோம். பின்னர், பேதுருவைப் போலவே, நாமும் தோல்வியடைகிறோம். பேதுருவைப் போல நாமும் மனந்திரும்புகிறோம். பேதுருவைப் போல நாமும் மீட்டெடுக்கப்படுகிறோம்.

இயேசு நமக்கு முன்பாகச் செல்கிறார். அவர் மரித்தோரிலிருந்து உயிர்த்தெழுந்து, பரலோகத்திற்கு ஏறுகிறார், அங்கே அவர் நமக்காகப் பரிந்து பேசுகிறார். அவருடைய பரிசுத்த வேண்டுதல்கள் கேட்கப்படுகின்றன. நம்மை உறுதியான நம்பிக்கையில் நிரப்பும் பரிசுத்த ஆவியை அவர் நமக்கு அனுப்புகிறார். நம் பாவங்கள் மன்னிக்கப்படுகின்றன என்கிற அறிவிலிருந்து எழும் நம்பிக்கை அது. நாம் விசுவாசத்தை அறிக்கைச் செய்ய இயலும். நாம் அதை நீர்த்துப்போகச் செய்யவோ, நாகரீக நடையிலான கருத்துக்களுக்கேற்ப அதைத் திருத்தவோ அல்லது ஆலயக் கட்டிடத்தின் சுவர்களுக்குள் அடைத்து வைக்கவோ தேவையில்லை. இதன் மூலம் நாம் பாவத்திலிருந்து மீட்கப்பட்டு நித்திய ஜீவனுக்கு உத்தரவாதம் அளிக்கப்படுகிறோம் என நாம் உறுதியாய் நின்று சத்தியத்தை அறிக்கைச் செய்யலாம். கிறிஸ்துவின் பாடுகளிலிருந்து நாம் விலகி ஓட மாட்டோம். அதை நமது உண்மையான மகிமையாக நாம் அறிக்கைச் செய்வோம்.

என் இதயத்தில் உம் உருவத்தைப் பதியச் செய்யும்,
ஆசீர்வதிக்கப்பட்ட இயேசுவே, கிருபையின் மன்னவரே,
வாழ்வின் ஐசுவரியங்கள், கவலைகள், மற்றும் இன்பங்களுக்கு

அதிகாரம் இல்லை உங்களை அழிக்க என்பதை என் இதயத்தில்
பதியுங்கள். எனக்காக சிலுவையில் அறையப்பட்ட இயேசு,
என் வாழ்க்கை, என் நம்பிக்கையின் அடித்தளம்,
என் மகிமை மற்றும் இரட்சிப்பு! ஆமேன்.

இறைவனின் வலது பாரிசத்தில் கிறிஸ்து

யோவான் 3:3

இயேசு அவனுக்குப் பிரதியுத்தரமாக: ஒருவன் மறுபடியும் பிறவாவிட்டால் தேவனுடைய ராஜ்யத்தைக் காணமாட்டான் என்று மெய்யாகவே மெய்யாகவே உனக்குச் சொல்லுகிறேன் என்றார். (யோவான் 3:3)

“**நா**ன் உங்களுக்கு சத்தியத்தை உறைக்கிறேன்” என்று இயேசுக் கூறுகிறார். இயேசு சத்தியத்தைக் கூறுகிறார். சத்தியத்தை மாத்திரம் கூறுகிறார். அவர் மனித உரு எடுத்த இறைவனின் சத்தியம். அவரே வழியும், சத்தியமும், ஜீவனுமானவர். அவர் கிருபையும் சத்தியமும் நிறைந்தவர். அவருடைய வார்த்தைகள் சத்தியமானவை. அவர் நமக்கு சத்தியத்தின் ஆவியை அனுப்புகிறார். அதனால் அவர் நம்மிடம் பேசும்போது, அந்த பேச்சு எப்போதும் சத்தியமாய் இருக்கிறது.

அவர் என்ன சொல்கிறார்? நீங்கள் பரத்திலிருந்து பிறக்காத வரை கடவுளின் அரசைக் காண முடியாது என்று கூறுகிறார். நீங்கள் மீண்டும் பிறக்க வேண்டும், கடவுளால் பிறந்திருக்க வேண்டும், பரிசுத்த ஆவியானவர் பரிசுத்த ஞானஸ்நானத்தின் திருச்சடங்கில் (சாக்கிரமந்துவில்) உங்களுக்குக் கொடுக்கும் மறுபிறப்பு முழுக்கின் மூலம் நீங்கள் பிறப்பது அவசியம். நீங்கள் உங்கள் தாயிடமிருந்து பிறந்தபோது, நீங்கள் மாம்சத்தால் பிறந்தீர்கள், அதனால் அந்த பிறப்பால் நீங்கள் மாம்சமாகிவிட்டீர்கள், எல்லா உடல்களும் மரிப்பதுப்போல நீங்களும் மரிப்பீர்கள், பின்பு, நீங்கள் நியாயத்தீர்ப்பை எதிர்கொள்வீர்கள். நியாயத்தீர்ப்பு நாளிலிருந்து தப்பிக்க ஒரே ஒரு வழி இருக்கிறது, அந்த வழி பரத்திலிருந்து பிறந்து கிறிஸ்துவில் காணப்பட வேண்டும், அது நியாயப்பிரமாணத்திலிருந்து வரும் உங்கள் சொந்த நீதியுடைமையைக் கொண்டிருப்பதில்லை, ஆனால் கிறிஸ்துவின் மீது வைக்கும் விசுவாசத்தினால் வரும் நீதியுடைமையைக் கொண்டிருப்பது.

நீங்கள் பரத்திலிருந்து பிறப்பது அவசியம். இல்லை என்றால் உங்களை இரட்சிக்க இயலாது. கடவுளின் அரசாட்சி இங்கே பூமியில் உள்ளது, ஆனால் இந்த உலகம் அழிவை நோக்கி செல்கிறது. இந்த உலகத்தின் அதிபதி பிசாசு, பொய்களின் தகப்பன், பழைய சர்ப்பம், ஏமாற்றுக்காரன், புனித வெள்ளி அன்று கிறிஸ்துவின் காயப்பட்ட குதிகாலின் கீழ் அவன் தலை நசுக்கப்பட்டது, என்றென்றும்

நிலத்திருக்கும் சங்கிலிகளில் நித்திய தண்டனைக்கு கட்டப்பட்டு நிற்கிறான். அவன் இந்த உலகத்தின் பிள்ளைகளைக் குருடாக்கினான், அதனால் அவர்கள் கடவுளுடைய ராஜ்யத்தைப் பார்க்க முடியாது. அவர்களால் முடியும் என்று அவர்கள் கருதுகிறார்கள், அது அவர்களின் குருட்டுத்தன்மையின் ஒரு பகுதியாகும். அவர்கள் தங்கள் சொந்த வீணான கற்பனையில் உருவச் சிலைகளை உருவாக்குகிறார்கள். பிறகு தாங்கள் உருவாக்கிய உருவச் சிலைகளைத் தலை வணங்கி வழிப்படுகிறார்கள்.

அவர்களின் உள்மன மத தூண்டுதல்கள் அடிப்படையில் அவைகள் முழுமையானவை, நல்லவை என்று அவர்கள் கருதுகின்றனர். அதனால்தான் “நீங்கள் பரத்திலிருந்து பிறக்க வேண்டும்” (யோவான் 3:3) எனும் இயேசுவின் வார்த்தைகளில் அவர்கள் ஆச்சரியப்படுகிறார்கள். கடவுளின் ராஜ்யம் இங்கே கீழே உள்ளது, ஆனால் நீங்கள் கீழேயிருந்து அதற்குள் நுழைய முடியாது. நீங்கள் மேலேயிருந்து பிறக்க வேண்டும்.

நீங்கள் கீழே இருந்து கடவுளின் ராஜ்யத்தில் நுழைய முயற்சிக்கும் போது, அதாவது, உங்கள் சொந்த முயற்சியால் நுழைய முற்படும்போது, நீங்கள் கடுமையான தொல்லைக்கு உள்ளாவீர்கள். நீங்கள் கடவுளைக் காண முடியாது. நீங்கள் அவரைக் காண முடியாது என்பது மட்டுமல்ல. நிச்சயமாக, நீங்கள் அவரைப் பார்க்கவே முடியாது. கடவுள் கண்ணுக்கு தெரியாதவர். அவர் ஒரு ஆவி. அவருக்குப் பொருள் வடிவம் இல்லை. கடவுளை யாரும் பார்க்க முடியாது. கடவுளை உங்கள் கண்ணால் பார்ப்பது பொருட்டு அல்ல. அவர் உள்ள நிலையில் அவரைக் கண்டறிவதும், அவரது உண்மையான இயல்பில் அவரை எதிர்கொள்வதும், அவருடன் இருப்பதும் தான் முக்கியம். நீங்கள் கடவுளை தனியே எதிர்கொள்ள முடியாது. நீங்கள் அவருடைய பரிசுத்த பிரசன்னத்தில் இருக்க முடியாது. நீங்கள் நிச்சயமாக அவருக்கு முன்பாக பயந்து ஒடுங்க வேண்டும்.

ஏசாயா தீர்க்கத்தரிசியைக் கவனியுங்கள். கடவுளை தரிசனத்தில் கண்டார். அவர் பயத்தில் பின்வாங்கினார். பரிசுத்த திரித்துவம் ஒரே உண்மையான கடவுள். இதனால்தான் தேவதூதர்கள் “சேனைகளின் கர்த்தர் பரிசுத்தர், பரிசுத்தர், பரிசுத்தர், பூமியனைத்தும் அவருடைய மகிமையால் நிறைந்திருக்கிறது (ஏசாயா 6:3)” என்று பாடுகிறார்கள். பரிசுத்த திரித்துவம் மட்டுமே இருந்த, இருக்கின்ற, மற்றும் எப்போதும் இருக்கப்போகும் ஒரே கடவுள். மூன்று நபர்களுக்காக மூன்று

புனிதங்கள் பாடப்படுகின்றன: தந்தை, மைந்தன் மற்றும் பரிசுத்த ஆவியானவர். இவரே நாம் வணங்கும் கடவுள், ஏனெனில் இவர் ஒருவர் மாத்திரமே கடவுள் என்பதால்தான்.

நீங்கள் மேலிருந்து (பரத்திலிருந்து) பிறக்காத வரை நீங்கள் அவரை எதிர்கொள்ள முடியாது. தண்ணீரினாலும் ஆவியினாலும் பிறவாவிட்டால் நீங்கள் அவரை எதிர்கொள்ள முடியாது. பரிசுத்த ஞானஸ்நானத்தின் மூலம் கடவுள் உங்களை ஏற்றுக்கொள்கிறார், மேலும் உங்கள் எல்லா பாவங்களையும் மன்னித்து நித்திய ஜீவனையும் தருகிறார். “விசுவாசித்து ஞானஸ்நானம் பெறுகிறவன் இரட்சிக்கப்படுவான்” என்று இயேசுவே வாக்களித்தார்.

விசுவாசியாதவன்ஆக்கினைக்குள்ளாவான்.அவன்ஞானஸ்நானம் பெற்றிருந்தாலும், அவன் விசுவாசிக்கவில்லையென்றால் அவன் தண்டனைக்குள்ளாவான். இதைத்தான் நாம் அதநாஸியஸ் விசுவாசப் பிரமாணத்தில் அறிக்கையிடுகிறோம். அந்தப் பிரமாணம் இந்த வார்த்தைகளுடன் தொடங்குகிறது, “இரட்சிக்கப்படைய விரும்புகிறவன் எவனோ, அவன் திருச்சபைக்குரிய பொதுவான விசுவாசத்தை எல்லாவற்றிலும் முதன்மையாகப் பற்றிக்கொள்ள வேண்டும். அந்த விசுவாசத்தை பழுதின்றி முழுமையும் அனுசரியாதவன் என்றைக்கும் கெட்டுப்போவான் என்பதற்கு சந்தேகமில்லை.” “திருச்சபைக்குறிய பொதுவான விசுவாசம் இதுவே; இதை ஒருவன் உண்மையாய் விசுவாசியாவிட்டால் இரட்சிக்கப்படையான்” என்கிற வார்த்தைகளுடன் அறிக்கை முடிவடைகிறது.

இந்தக் குறிப்பிட்ட அறிக்கை இந்த நாட்களில் மிகவும் பிரபலமாக இல்லை என்பதைக் கேட்டால் நீங்கள் ஆச்சரியப்பட வேண்டியதில்லை. இது ஆரம்பகாலத் திருச்சபையின் மிகப்பெரிய வீரர்களில் ஒருவரான புனித அத்தனாசியஸ் பெருந்தகையின் பெயரிலானது. கடவுளின் குமாரன் மனு உருவெடுத்த உயர் தெய்வீக உண்மையைப் பாதுகாக்கப் போராடினார். சத்திய வேதாகமத்துக்குடன்பட்டு, கடவுளின் குமாரன் ஒருபோதும் படைக்கப்படவில்லை, ஆனால் அவர் தனது தந்தையுடன் நித்தியக் காலமாய் இருந்தார் எனக் கற்பித்தார். அதனாசியஸ் நிச்சயமாக இதுவரை வாழ்ந்த மிகப் பெரிய போதகர்களில், விவாதவாதிகளில் ஒருவர். கடவுளின் குமாரன் படைக்கப்பட்டார் என்று மதபேதம் கொண்ட ஆரியஸ் என்பவர் சொன்னப்போது, அது தவறு என்று

அத்தனாஸியஸ் உறுதியாகக் காட்டினார். கடவுளின் கிருபையால், புனித அத்தனாசியஸின் தூய நற்செய்தி போதனையானது ஆரியஸின் மதத்திற்கு எதிரான கொள்கைகளின் மீது வெற்றி பெற்றது. ஆரியஸின் கொள்கைகள் 16 ஆம் நூற்றாண்டில் திரித்துவத்தையும், கிறிஸ்துவின் தெய்வீகத்தையும் எதிர்த்த சோசினியர்களிடையே அதன் அசிங்கமான தலையை உயர்த்தும் வரை அதை திறம்பட அழித்தது. நிச்சயமாக இன்று யெகோவாவின் சாட்சிகள் மற்றும் பிற வழிபாட்டு முறைகள் மத்தியில் அது தலைக்காட்டுகிறது.

பரிசுத்த வேதாகமம் இயேசு உண்மையான கடவுள் என்று போதிக்கிறது, நித்தியத்திலிருந்து தம் தந்தையிடமிருந்து பிறந்தவர். அவர் இல்லாத காலமே இல்லை. பரிசுத்த ஆவியானவர் ஒரு தெய்வீக நபர், தெய்வீக சக்தி மட்டுமல்ல, அவர் பிதா மற்றும் குமாரனிடமிருந்து புறப்படுகிறார் என்றும் வேதாகமம் கற்பிக்கிறது. உண்மையான கிறிஸ்தவ விசுவாசம் என்னவென்றால், கடவுள் மூன்று தனித்துவமான நபர்கள் என்பதை நாம் அறிக்கையிடுகிறோம். உண்மையான கிறிஸ்தவ நம்பிக்கை என்னவென்றால், கடவுள் ஒரு தெய்வீகச் சாரம் என்று நாம் போதிக்கிறோம். அதாவது ஒரே ஒரு கடவுள்தான் இருக்கிறார். தந்தை கடவுள். குமாரன் கடவுள். பரிசுத்த ஆவியானவர் கடவுள். ஆயினும் அவர்கள் மூன்று கடவுள்கள் அல்ல, ஒரே கடவுள்.

பிதாவானவர், இயேசுவை இவ்வுலகிற்கு அனுப்பினார், ஏனெனில் அவர் நம் மீது அன்பு செலுத்தினார். "தேவன், தம்முடைய ஒரேபேறான குமாரனை விசுவாசிக்கிறவன் எவனோ அவன் கெட்டுப்போகாமல் நித்தியஜீவனை அடையும்படிக்கு, அவரைத் தந்தருளி, இவ்வளவாய் உலகத்தில் அன்புகூர்ந்தார்." (யோவான் 3:16). தேவக்குமாரன் இந்த உலகத்திற்கு வந்தார்.

"பரலோகத்திலிருந்திறங்கினவரும், பரலோகத்திலிருக்கிறவருமான மனுஷகுமாரனேயல்லாமல் பரலோகத்துக்கு ஏறினவன் ஒருவனுமில்லை. சர்ப்பமானது மோசேயினால் வனாந்தரத்திலே உயர்த்தப்பட்டது போல மனுஷகுமாரனும், தன்னை விசுவாசிக்கிறவன் எவனோ அவன் கெட்டுப்போகாமல் நித்திய ஜீவனை அடையும்படிக்கு, உயர்த்தப்படவேண்டும் (யோவான் 3:13-15)" என அவர் கூறுகிறார்.

அன்புக்கொண்டு பிதா இந்த உலகத்திற்கு அனுப்பிய தேவனுடையகுமாரனும் மற்றும் மனுஷக்குமாரனுமாகிய இயேசுவின் மீது நம்மை விசுவாசம் கொள்ள வைப்பவர் பரிசுத்த ஆவியானவர்.

பரிசுத்த ஆவி இல்லாவிடில் நாம் இயேசுவை நிராகரிப்போம். நாம் அவரை ஒருபோதும் விசுவாசிக்க முடியாது. அதற்கு பதிலாக மனித கண்டுபிடிப்புகளின் பொய்யான தெய்வங்களை வணங்குவோம். நமக்கு பரிசுத்த ஆவியானவர் நிச்சயம் தேவை அல்லது நம்முடைய சொந்த ஆன்மீக அறிவீனத்தால் நாம் கண்மூடித்தனமாக இருப்போம்.

இதனாலேயே நாம் பரத்திலிருந்து பிறக்க வேண்டும்.

நாம் கடவுளை கீழே இருந்து அணுகும்போது, கடவுளை அவர் இல்லாத ஒருவராக மாற்றுகிறோம். நமது விசுவாசத்தின் மைய மறைப்பொருள், அதாவது திரித்துவக் கோட்பாடு முதலில் நம்மிடமிருந்து அகன்றுப்போக வேண்டும். மக்கள் தங்கள் சொந்தப் விருப்பத்திற்கேற்ப கடவுளைப் பொருத்த முயற்சிக்கும் போது, அவர்கள் கடவுளின் பாத்திரத்தை அவரிடமிருந்து எடுத்துக்கொண்டு தாங்களும் அந்த பாத்திரமாக இருப்பதாக கருதிக்கொள்கிறார்கள். ஒரே கடவுள் மற்றும் மூன்று தனித்துவமான நபர்களாக இருப்பதில் எந்த அர்த்தமும் இல்லை என்று அவர்கள் தங்களுக்குள் தர்க்கம் செய்கிறார்கள். இது அவர்களுக்கு காரணமற்றுத் தெரிவதால், அவர்கள் அதை மறுக்கிறார்கள். யெகோவாவின் சாட்சிகள் இப்படித்தான் நியாயப்படுத்துகிறார்கள். திரித்துவக் கோட்பாட்டைப் புரிந்துகொள்ள முடியாத காரணத்தால் அவர்கள் அதைத் தாக்குகிறார்கள். முற்போக்குவாத எதிர்மறுப்பு பிரிவினரும் இவ்வாறே காரணம் கூறுகின்றனர். கடவுள் எப்படி ஒரே நேரத்தில் ஒருவராகவும், மூவராகவும் இருக்க முடியும் என்பதை அவர்களால் கீழே இருந்து கண்டுபிடிக்க முடியவில்லை. ஆனால் அதற்குக் காரணம் அவர்கள் மேலிருந்து (பரத்திலிருந்து) பிறக்கவில்லை! நீங்கள் பரத்திலிருந்து பிறந்தால், கடவுளுடய திரித்துவத்தை நீங்கள் கேள்வி கேட்பதில்லை. நீங்கள் அதை கண்டுபிடிக்க முயற்சிக்கூட செய்வதில்லை. நீங்கள் பரிசுத்த ஞானஸ்நானத்தில் யாருடைய பெயரைத் தரித்துக் கொண்டீர்களோ, கொண்டிருக்கிறீர்களோ, அந்த கடவுளுக்கு முன்பாக நீங்கள் வெறுமனே பணிந்து, அவரை உங்கள் கடவுள் என்று உரிமைக் கொள்கிறீர்கள்.

நீங்கள் பரத்திலிருந்துப் பிறப்பது அவசியம்.

எல்லோரும் கடவுளை கீழே இருந்து புரிந்து கொள்ள முயற்சிக்கும் போது, அவர்கள் கடவுளை அவர் இல்லாத ஒன்றாக மாற்றுவது மட்டுமல்லாமல், தாங்கள் (கடவுளாக) அல்லாததை,

இருப்பதாகக் கோறுகின்றனர். அவர்கள் தங்கள் மத ஊகங்கள் கடவுளிடம் செல்லும் ஒரு பாதை என்று நினைக்கிறார்கள். அதாவது, கடவுளைப் பற்றி கண்டுபிடிக்க எதை கண்டு பிடிக்க வேண்டும் என்பதைத் தெரிந்துக் கொள்ளும் அளவுக்கு அவர்கள் புத்திசாலிகள் என்று நினைக்கிறார்கள். அவர்கள் தார்மீக பிரச்சினைகள், சமூக பிரச்சினைகள், ஒருவருக்கொருவர் இடையிலான உறவு பிரச்சினைகள் மற்றும் பொதுப்படையான கிறிஸ்தவ (Eccumanial) இயக்க மிகப் பெரியப் பிரச்சினைகள் குறித்து மிகவும் புத்திசாலித்தனமாக நியாயப்படுத்துகிறார்கள். அவர்கள் மிகவும் மதிப்புமிக்க இறையியல் நிறுவனங்களில் மிகவும் மதிப்புமிக்க நாற்காலிகளை ஆக்கிரமித்துள்ளனர். அல்லது அவர்கள் தங்கள் சொந்த ஆன்மீக வர்த்தக/ வியாபாரச் சின்னங்களை விளம்பரப்படுத்துவதால் அவர்கள் மிகப்பெரிய மக்கள் கூட்டங்களைச் சேர்கிறார்கள். ஆனால் அவர்கள் கீழிருந்து கடவுளை அணுகுகிறார்கள், அவர்கள் மேலே இருந்து பிறக்கவில்லை, எனவே அவர்கள் குருடர்களை வழிநடத்தும் குருடர்கள்.

நீங்கள் பரத்திலிருந்துப் பிறப்பது அவசியம்.

நீங்கள் ஒரு சிறு குழந்தையாகி உடல் ரீதியாக பிறக்க இயலாது. ஆனால் கடவுளால் அது இயலும், கடவுளே உங்களுக்கு புதிய ஆன்மீக பிறப்பைத் தருகிறார். உங்களை உண்டாக்கிய பிதா உங்களுக்காக சிலுவையில் உயர்த்தப்படும்படி தம்முடைய குமாரனை அனுப்பினார். அங்கே, உண்மையான கடவுளும் உண்மையான மனிதனுமான இயேசு கிறிஸ்துவின் துன்பத்திலும் மரணத்திலும் நீங்கள் கடவுளுடைய ராஜ்யத்தைப் பார்க்கிறீர்கள். நீங்கள் அதை எங்கு பார்க்கிறீர்களோ, அங்கேதான் நீங்கள் மேலே இருந்து பிறக்கிறீர்கள். பரிசுத்த ஞானஸ்நானம் என்பது பரிசுத்த ஆவியானவர் நமக்கு புதிய பிறப்பு அளிக்கும் வழிமுறையாகும். ஏனென்றால், பரிசுத்த ஞானஸ்நானம் என்பது அனைத்து மனித புரிதல்களையும் தாண்டிய ஒரு வழியில் இயேசுவின் மரணத்துடன் இணைக்கப்பட்டுள்ளது. புனித பவுல் நாம் இயேசு ஆண்டவருடைய மரணத்துக்குள்ளாக ஞானஸ்நானம் பெற்றதாகக் கூறுகிறார். இயேசு ஆண்டவர் தம்முடைய மரணத்தை ஒரு ஞானஸ்நானம் என்று குறிப்பிடுகிறார். சிலுவையில் அறையப்பட்ட இயேசுவின் குத்தப்பட்ட மார்பிலிருந்து தண்ணீரும் இரத்தமும் பீரிட்டுப் பாய்ந்தது. ஞானஸ்நானத்தில் பரிசுத்த ஆவியை உங்களுக்குக் கொடுக்கும் தண்ணீர் அந்தத் தண்ணீர். கர்த்தருடைய இராப்போஜனத்தில் வழங்கப்படும் இரத்தம் அந்த

இரத்தம். இரட்சிக்கப்பட விரும்புவோர் மேலிருந்து பிறந்து கடவுளின் கிருபையால் மாத்திரமே இரட்சிக்கப்பட வேண்டும்.

இரட்சிக்கப்பட விரும்புவோர் கடவுளின் கிருபையால் மட்டுமே இரட்சிக்கப்பட வேண்டும். என்ன ஒரு தாழ்மைப்படுத்தும் சிந்தனை! மனித பெருமைக்கு பேரழிவு தரும் என்ன ஒருக் குற்றச்சாட்டு! கடவுளுக்குப் பாவத்தைத் தவிர வேறு எதையும் காணிக்கையாகக் கொடுக்காத பாவிகளுக்கு என்ன ஒரு அற்புதமான ஆறுதல்! நம் ஒவ்வொரு நம்பிக்கையையும் நிலைநிறுத்துவதற்கு என்ன ஒரு தெளிவான, உறுதியான அடித்தளம்! கடவுள் நம்மில் அன்பாயிருக்கிறார். நமக்காக மரித்து, மீண்டும் உயிர்த்தெழுவதற்கு இயேசுவை அனுப்பினார். நாம் ஒருபோதும் விழுந்துபோகாதபடி விசுவாசத்தின் நெருப்புத்தழலை உயிர்ப்பிக்க அவர் பரிசுத்த ஆவியை நம் இதயங்களுக்குள் அனுப்புகிறார்.

நீங்கள் மேலிருந்து பிறப்பது அவசியம். நம்முடைய இருளடைந்த மனதை அவருடைய சத்தியத்தின் வெளிச்சத்திற்குத் திறந்து, இந்த பாவ உலகத்திலிருந்து நம்மை விடுவித்து, பரலோகத்திற்கு அழைத்துச் சென்று, அவரோடு என்றென்றும் தூய்மையாக வாழ நம்மைத் தேர்ந்தெடுத்துக்கொண்ட, நம்மைப் படைத்தவரும், மீட்பரும், தேற்றரவாளருமான கடவுளுக்கு நன்றி. ஆமென்.

நம் தந்தையின் உலகம்

மத்தேயு 6:24-34

இரண்டு எஜமான்களுக்கு ஊழியம் செய்ய ஒருவனாலும் கூடாது; ஒருவனைப் பகைத்து ஒருவனைச் சிநேகிப்பான். அல்லது ஒருவனைப் பற்றிக்கொண்டு மற்றவனை அசட்டைபண்ணுவான்; தேவனுக்கும் உலகப் பொருளுக்கும் ஊழியஞ்செய்ய உங்களால் கூடாது. ஆகையால் என்னத்தை உண்போம், என்னத்தைக் குடிப்போம் என்று உங்கள் ஜீவனுக்காகவும்; என்னத்தை உடுப்போம் என்று உங்கள் சரீரத்துக்காகவும் கவலைப்படாதிருங்கள் என்று, உங்களுக்குச் சொல்லுகிறேன்; ஆகாரத்தைப் பார்க்கிலும் ஜீவனும், உடையைப்பார்க்கிலும் சரீரமும் விசேஷித்தவைகள் அல்லவா? ஆகாயத்துப் பட்சிகளைக் கவனித்துப்பாருங்கள்; அவைகள் விதைக்கிறதுமில்லை, அறுக்கிறதுமில்லை, களஞ்சியங்களில் சேர்த்துவைக்கிறதுமில்லை; அவைகளையும் உங்கள் பரமபிதா பிழைப்பூட்டுகிறார்; அவைகளைப்பார்க்கிலும் நீங்கள் விசேஷித்தவர்கள் அல்லவா? கவலைப்படுகிறதினாலே உங்களில் எவன் தன் சரீர அளவோடு ஒரு முழத்தைக் கூட்டுவான்? உடைக்காகவும் நீங்கள் கவலைப்படுகிறதென்ன? காட்டுப்புஷ்பங்கள் எப்படி வளருகிறதென்பதைக் கவனித்துப்பாருங்கள். அவைகள் உழைக்கிறதுமில்லை, நூற்கிறதுமில்லை; என்றாலும் சாலொமோன் முதலாய்த் தன் சர்வ மகிமையிலும் அவைகளில் ஒன்றைப்போலாகிலும் உடுத்தியிருந்ததில்லை என்று, உங்களுக்குச் சொல்லுகிறேன். அற்ப விசுவாசிகளே! இன்றைக்கு இருந்து நாளைக்கு அடுப்பிலே போடப்படும் காட்டுப் புல்லுக்குத் தேவன் இவ்விதமாக உடுத்துவித்தால், உங்களுக்கு உடுத்துவிப்பது அதிக நிச்சயமல்லவா?

> ஆகையால், என்னத்தை உண்போம், என்னத்தைக் குடிப்போம் என்று கவலைப்படாதிருங்கள். இவைகளையெல்லாம் அஞ்ஞானிகள் நாடித்தேடுகிறார்கள்; இவைகளெல்லாம் உங்களுக்கு வேண்டியவைகள் என்று உங்கள் பரமபிதா அறிந்திருக்கிறார். முதலாவது தேவனுடைய ராஜ்யத்தையும் அவருடைய நீதியையும் தேடுங்கள்; அப்பொழுது இவைகளெல்லாம் உங்களுக்குக் கூடக் கொடுக்கப்படும். ஆகையால் நாளைக்காகக் கவலைப்படாதிருங்கள்; நாளையத்தினம் தன்னுடையவைகளுக்காகக் கவலைப்படும். அந்தந்த நாளுக்கு அதினதின் பாடு போதும். (மத்தேயு 6:24-34)

அமெரிக்கா, இந்தியா உட்பட பல தேசங்களுக்குக் கடவுள் கொடுத்த மிகப்பெரிய ஆசீர்வாதங்களில் ஒன்று சுதந்திரம். நமக்கு அது தெரியும்.

அமெரிக்கர்களும் மற்ற தேசத்தாரும் சுதந்திரமாக இருப்பதைப் பற்றி பாட விரும்புகிறார்கள். உங்களுக்குத் தெரிந்த ஒவ்வொரு தேசபக்தி பாடலும் இந்த சுதந்திரத்தைக் கொண்டாடுகிறது. மேலும், இது ஒரு பெரிய அளவில், மிகவும் உண்மை. கடவுளை ஆராதிக்கவும், அவருடைய நற்செய்தியைப் பிரகடனப்படுத்துவதைக் கேட்கவும் சட்டப்பூர்வமாகவும் பாதுகாப்பாகவும் மக்கள் ஒன்றுகூடிச் செல்ல முடியாத இடங்கள் இந்த உலகம் முழுவதும் உள்ளன. சவூதி அரேபியாவில் இருந்தாலும் சரி, சீன மக்கள் குடியரசாக இருந்தாலும் சரி, நம் தேசமாக இருந்தாலும் சரி, கிறிஸ்தவர்கள் இன்று உலகின் பல நாடுகளில் கடுமையான துன்புறுத்தலை எதிர்கொள்கிறார்கள். கிருபையாய் மதச் சுதந்திரங்களை பெற்றுள்ள தேசங்களுக்காகக் கடவுளுக்கு நன்றி.

இருப்பினும், இந்த சுதந்திரங்கள் இருப்பக்கமும் கூர்மைக் கொண்ட வாளாக இருக்கலாம். நமது கடவுளும் இரட்சகருமான இயேசு கிறிஸ்துவின் தூய நற்செய்தியைப் பிரசங்கிக்கவும் கற்பிக்கவும் எங்கள் லுத்தரன் தேவாலயத்தில் எங்களுக்கு சுதந்திரம் உள்ளது. கிறிஸ்து கடவுள் என்பதை மறுத்து, அவருடைய இரட்சிப்பு சுவிசேஷத்தை நிராகரிக்கும் பொய்யான சுவிசேஷத்தைப் பிரசங்கிப்பதற்கும் கற்பிப்பதற்கும் அதே சுதந்திரம், மேற்கு நோக்கி ஒரு மைல் தொலைவில் உள்ள எங்கள் அயலகத் திருச்சபைக்கும் உள்ளது. கிறிஸ்துவைப் பின்பற்றுபவர்களுக்கும், கிறிஸ்துவை மறுப்பவர்களுக்கும் இந்த நாட்டில் சம உரிமை உண்டு. யெகோவாவின் சாட்சிகள், இரட்சிப்பின் சத்தியத்தை பகிரங்கமாக மறுக்கக்கூடும் என்பதை ஒப்புக்கொள்கிறோம், ஏனென்றால் ஆன்மாக்கள் இரட்சிக்கப்படும் பரிசுத்த, சுவிசேஷ சத்தியத்தை பிரசங்கிக்கவும், கற்பிக்கவும், அறிக்கைச் செய்யவும் அரசியலமைப்பு ரீதியாக உத்தரவாதம் அளிக்கப்பட்ட உரிமையை கிறிஸ்தவர்களாகிய நாம் போற்றி மகிழ்கிறோம். மத சுதந்திரம் அளிக்கப்பட்ட ஒன்றல்ல. இந்த மதச் சுதந்திரத்திற்காக, நாம் நமது கடவுளுக்கு நன்றிச் செலுத்துதலுடன் தலைவணங்க வேண்டும்.

ஆனால் அமெரிக்காவிற்கோ அல்லது மற்ற தேசங்களுக்கோ மதச் சுதந்திரம் இருக்கிறது என்று சொல்வது அந்தத் தேசங்களுக்கு ஆன்மீக சுதந்திரம் என்று சொல்ல முடியாது. மதச் சுதந்திரமும் ஆன்மீக சுதந்திரமும் ஒன்றல்ல. ஒரு சுதந்திர நாடு ஆன்மீக அடிமைத்தனத்தின் வீடு. பெரும்பாலான அமெரிக்கர்கள், சுதந்திர நாட்டு மக்கள் ஆன்மீக சுதந்திரமாக இல்லை. அவர்கள் உதவியற்றவர்களாகவும்

நம்பிக்கையற்றவர்களாகவும் பிணைக்கப்பட்டுள்ளனர். அவர்கள் தங்கள் வாழ்வின் ஒவ்வொரு அம்சத்திலும் ஊடுருவிச் செல்லும் சக்தியால் அடிமைப்படுத்தப்படுகிறார்கள்.

“இரண்டு எஜமானர்களுக்கு ஒருவனாலும் ஊழியஞ்செய்ய முடியாது; அவன் ஒருவரை வெறுத்து மற்றவரை நேசிப்பான், இல்லையெனில் அவன் ஒருவருக்கு உண்மையாக இருந்து மற்றவரை இகழ்வான். நீங்கள் கடவுளுக்கும் பணத்தெய்வத்துக்கும் (உலக ஆசாபாசங்களுக்கும்) ஊழியம் செய்ய முடியாது” என இயேசு கூறினார், நாம் இயேசு ஆண்டவருக்குக் கீழ்படிய வேண்டும். ஒருவன் இரண்டு எஜமானர்களுக்கு ஊழியம் செய்வது சாத்தியமில்லை என்றுக் கூறுகிறார். இது விரும்பத்தகாதது அல்லது கடினமானது அல்லது தொந்தரவானது என்று அவர் கூறவில்லை. அதை யாராலும் செய்ய முடியாது என்கிறார். நீங்கள் ஒரே நேரத்தில் கடவுளுக்கும் பணத்தெய்வத்துக்கும் ஊழியம் செய்ய முடியாது. நீங்கள் இரண்டையும் நேசிக்க முடியாது, ஏனென்றால் நீங்கள் ஏதாகிலும் ஒன்றை அல்லது மற்றொன்றை நேசிப்பீர்கள். நீங்கள் ஒருவரிடமோ அல்லது மற்றவரிடமோ அர்ப்பணிப்புடன் இருப்பீர்கள். இரண்டிற்கும் ஒரே நேரத்தில் மனமுவந்து சேவை செய்யலாம் என இரண்டையும் ஒன்றாகக் கலக்க முடியாது.

“மம்மோன் (Mammon)” என்பது சில சமயங்களில் பணம் என்று மொழிபெயர்க்கப்படுகிறது, ஆனால் அந்த வார்த்தை அதைவிட அதிகமான அர்த்தங்களைக் கொண்டுள்ளது. புதிய ஏற்பாட்டு வேதாகமத்தில் இயேசு மட்டுமே இந்த வார்த்தையைப் பயன்படுத்துகிறார், மேலும் மக்கள் நம்பிக்கை வைக்கும் பொருட்களைக் குறிக்க அவர் எப்போதும் இதைப் பயன்படுத்துகிறார். அரசியல் தத்துவவாதிகள் பொருள் நிலைக்கொள்கை (Materialism) உருவாக்குவதற்கு நீண்ட காலத்திற்கு முன்பே, இயேசு பொருள் நிலைக்கொள்கையை, அது எதற்காக இருக்கிறதென்று அடையாளம் காட்டினார். அது உருவ வழிபாடு. படைப்பாளருக்குப் பதிலாக படைப்பை வழிபடுவது. பணத்தெய்வத்தின் அல்லது பொருள் நிலைக்கொள்கையின் பலிபீடத்தில் தலை வணங்குவது, ஒரு கேவலமான சிலைக்கு தலை வணங்குவதாகும். பணத்தெய்வம் உங்களுக்கு எல்லாவற்றையும் உறுதியளிக்கிறான், ஆனால் உங்கள் மூடத்தனமான இதயத்தை வெல்வதற்கான ஒரு சூழ்ச்சியாக அவன் அதைச் செய்கிறான். அவன் மீது உங்கள் நம்பிக்கையை வைக்க அவன் உங்களை கவர்ந்த பிறகு, அவன் உடனடியாக உங்களிடமிருந்து,

நீங்கள் நம்பிய விஷயங்களை மிகத்துல்லியமாக திருடத் தொடங்குகிறான். அதிகம், அதிகம், இன்னும், இன்னும் அதிகம் என பல உலக பொருட்களைப் பற்றிய வாக்குறுதி ஒரு நபரைப் பற்றிக்கொள்கிறது, மேலும் கடவுள் அவருக்குக் கொடுத்ததில் அவருக்கு அமைதியோ திருப்தியோ இல்லை. பணத்தெய்வம், கடவுளைக்குறித்துப் பொய் சொல்கிறான், அவர் கஞ்சத்தனமானவர் என்றுக் கூறுகிறான். ஆனால் பணத்தெய்வம் (பொருளாசை) உங்கள் பக்தியைக் கவர்ந்து, உங்கள் இதயத்தை வென்றவுடன், அவன் உங்களை எப்பொழுதும் திருப்தியடையாமல் விட்டுவிடுகிறான். நீங்கள் போதுமான அளவு பெற முடியாது. நீங்கள் போதுமான அளவு உண்டுபண்ண முடியாது. உங்களிடம் போதுமானது இருக்க முடியாது. உங்களுக்கு அதிகம், அதிகம், இன்னும் அதிகம் தேவை. ஏன்? ஏனென்றால், எல்லாவற்றுக்கும் சொந்தக்காரர் யார் என்றும், எந்தத் தேவையானாலும் தேவைப்படும் நேரத்தில், நீங்கள் வேண்டும்போது இலவசமாய்க் கொடுக்கச் சித்தமுள்ளவராயிருப்பவர் யார் என்பது உங்களுக்குத் தெரியாது.

ஒரு சிலை அல்லது வடிவம் உண்மையில் எந்த ஒருக் கடவுளும் இல்லை என்பதை இப்போது நாம் அறிவோம், ஏனென்றால் ஒரே ஒரு கடவுள் மட்டுமே இருக்கிறார். பரிசுத்த திரித்துவத்தைத் தவிர - தந்தை, மகன் மற்றும் பரிசுத்த ஆவியானவர் – தவிர்த்து வேறுக் கடவுள் இல்லை. ஆனால் ஒரு சிலை (உருவம்) தனிப்பட்ட உயிர்பொருள் அல்ல என்றாலும், உண்மையான கடவுளிடமிருந்து கிறிஸ்தவர்களை மயக்குவதற்கு உருவ வழிபாட்டைப் பயன்படுத்தும் ஒரு தனிப்பட்ட உயிரினமாக உள்ளது. இயேசு அவனை பொய்யன் என்றும் கொலைகாரன் என்றும் அழைத்தார். கடவுளுடைய வார்த்தைக்கு முரணாக பொய் சொல்கிறான். பொய்களை நம்பும்படி மக்களை மயக்கிக் கொலை செய்கிறான்.

> பரலோகத்தையும் (வானத்தையும்) பூலோகத்தையும் (பூமியையும்) படைத்த சர்வ வல்ல பிதாவாகியக் கடவுளை விசுவாசிக்கிறேன்.
>
> *இதன் பொருள் என்ன? விடை:*
>
> கடவுள் என்னையும் சகல உயிரினங்களையும் உண்டாக்கி எனக்கு சரீரத்தையும் ஆத்துமாவையும் கண்கள், காதுகள் முதலான சகல அவயவங்களையும், புத்தியையும் சகல திறமைகளையும் அளித்து இப்போதுவரைக் காத்து நடத்தி வருகிறாரென்று விசுவாசிக்கிறேன்.

அல்லாமலும் என் சரீரத்திற்கும் ஜீவனுக்கும் வேண்டிய சகல ஆதாரமாகிய உடை, பாதணிகள், உணவு, வீடு வாசல், மனைவி, பிள்ளை, பணித்துறைகள், கால்நடைகள் முதலிய சகல ஆஸ்திகளையும் அவர் எனக்குத் தருகிறார். எனது சரீரம், வாழ்க்கைக்கு வேண்டிய அனைத்துத் தேவைகளையும் பரிபூரணமாகவும் மிகுதியாகவும் அனுதினமும்; வழங்குகிறார். அவர் என்னை, சகல ஆபத்துகளிலுமிருந்து பாதுகாத்து, அனைத்துத் தீமைகளிலிலுமிருந்து மறைத்துத் தற்காத்து வருகிறார். அவர் இவை யாவற்றையும் பிதாவின் தூய தயை, கிருபையினால் யாதொரு தகுதியும் நன்மதிப்புமில்லாத எனக்கு செய்து வருகிறார். இவை எல்லாவற்றிற்காகவும் நன்றி செலுத்துபவனாகவும், அவரைத் துதிக்கவும், ஊழியம் செய்யவும், கீழ்ப்படிந்து நடக்க வேண்டிய கடனாளியாகவுள்ளேன். இது முற்றிலும் உண்மையானது.

இது நம் தந்தையின் உலகம். அவர் நம் தந்தையாயிருந்து இந்த உலகத்தை ஆளுகிறார். அவர் ஆகாயத்துப் பறவைகளுக்கு உணவளிக்கிறார். வயல் பூக்களுக்கு உடுத்துகிறார். அவர் தனது பிள்ளைகளுக்கு உணவளிக்கிறார், உடுத்துவிக்கிறார், தங்குமிடமளிக்கிறார், ஆதரவளிக்கிறார், அவர்களைப் பாதுகாக்கிறார், காவல் புரிகிறார், பராமரிக்கிறார். அவர்கள் தாவரங்கள் மற்றும் விலங்குகளை விட மிகவும் மதிப்பு வாய்ந்தவை. அவர்கள் கடவுளின் சாயலில் படைக்கப்பட்டவர்கள். அவர்கள் கிறிஸ்துவின் இரத்தத்தால் மீட்கப்பட்டவர்கள். அவர்கள் பரிசுத்த ஆவியானவரால் பரிசுத்தப்படுத்தப்படுகிறார்கள். அவர்கள் வெகுச் சாதாரணமான உலக பொருட்களின் மதிப்பை விட மிக அதிகமான மதிப்பைக் கொண்டுள்ளார்கள். அவர்களின் மதிப்பை வியாபாரச் சந்தையிடங்களிலும், அரசாங்கத்தாலும் அல்லது பல்வேறு மனித சித்தாந்தங்களாலும் தீர்மானிக்க முடியாது. அவர்களுடைய மதிப்பு பரலோகத்தில் இருக்கும் அவர்களுடைய தந்தையால் அவர்கள் மீது வைக்கப்படுகிறது.

பணத்தெய்வம் (பொருளாசை) ஒரு பயனற்றதும், இறுதியில் கொடூரமான கடவுளாகவும் இருப்பதற்கான காரணம், அவன் தனது வாக்குறுதிகளை நிறைவேற்ற முடியாது. நீங்கள் பார்க்கவோ, கேட்கவோ, மணக்கவோ, சுவைக்கவோ, தொடவோ முடியாத எதுவும் உங்களிடமிருந்து எடுத்துக் கொள்ளப்படாது. உங்களுக்குச் சொந்தமானவற்றில் நம்பிக்கை வைத்து, போதுமான அளவு இல்லையே என்று கவலைப்படும்போது, நீங்கள் மிகவும் பரிதாபத்துக்குறிய அடிமையாகிவிடுவீர்கள். உங்கள் பொருள்

பாழாகிவிடும், தொலைந்துபோகும், துருப்பிடித்து, தேய்ந்துபோகும், உடைந்துபோகும், அல்லது வேறு வழியில் அழிந்துபோகும் என்பது சாதாரணமாய் சாத்தியமானது மட்டுமல்ல- நிச்சயமும்கூட.

நம்முடைய பரலோகத் தந்தை இவ்வுலகில் நமக்குத் தேவையான அனைத்தையும் கவனித்துக்கொள்வார் என்பதை சந்தேகத்திற்கு இடமின்றி அறிந்துகொள்ள, எதை மதிக்க வேண்டும் என்பதை இயேசு ஆண்டவர் மிகத் துல்லியமாகக் கூறுகிறார். "முதலில் தேவனுடைய ராஜ்யத்தையும் அவருடைய நீதியையும் தேடுங்கள், இவைகளெல்லாம் உங்களுக்குக் கூடக்கொடுக்கப்படும்" என அவர் கூறுகிறார்:

நம்முடைய எல்லா பொருள் தேவைகளையும் கடவுள் வழங்குவார், இந்த உலகப் பொருட்கள் போதுமானதாக இருப்பதைப் பற்றி நாம் ஒருபோதும் கவலைப்படத் தேவையில்லை என்று நாம் உறுதியாக நம்புவதற்கு முன், நம்முடைய ஆன்மீகத் தேவைகள் அனைத்தையும் கடவுள் வழங்குவார் என்பதை நாம் உறுதியாக நம்ப வேண்டும். இந்த பூமியில் கடவுள் நம்மைக் கவனித்துக்கொள்வார் என்று நாம் நிச்சயப்படுவதற்கு முன், கடவுள் நம்மை ஓர் நாளில் பரலோகத்திற்கு அழைத்துச் செல்வார் என்ற நிச்சயத்தை நாம் கொண்டிருக்க வேண்டும். வெகு சிலரே இந்த நிச்சயத்தைக் கொண்டிருக்கிறார்கள். அதனால்தான் பெரும்பாலோரால் எந்த நன்மைக்காகவும் கடவுளை நம்ப முடிவதில்லை. அவர்கள் அவருடன் எந்த நிலையில் நிற்கிறார்கள் என்பது அவர்களுக்குத் தெரியாது. அவர்கள் இறக்கும் போது எங்கு செல்கிறார்கள் என்று அவர்களுக்குத் தெரியாது.

கடவுளின் ராஜ்யம் இங்கே, பூலோகத்தில் உள்ளது, ஆனால் அது இங்கே மட்டும் இல்லை. அது பரலோகத்திலும் உள்ளது. இங்கே பூமியில் நாம் அதை கிருபையின் அரசாட்சி என்று அழைக்கிறோம். பரலோகத்தில் நாம் அதை மகிமையின் அரசாட்சி என்று அழைக்கிறோம். ஆனால் அதே அரசாட்சிதான். இங்கே பூமியில் தேவனுடைய அரசாட்சியில் பிரவேசிப்பவர்கள் மட்டுமே பரலோகத்தில் அதைக் காண்பார்கள். இந்த அரசாட்சிக்கு ஒரே ஒரு கதவு மட்டுமே உள்ளது. அது கடவுளின் நீதி. "தேவனுடைய ராஜ்யத்தையும் (அரசாட்சியையும்) அவருடைய நீதியையும் தேடுங்கள்" என்று இயேசு கூறினார். கடவுளின் நீதி குறைபாடற்றது. எல்லா மனிதர்களும் பாவத்தால் கெட்டுப்போனதால் மனித நீதி

ஒருபோதும் முழுமையடையாது, பாவம் இல்லாததால் கடவுளின் நீதி பரிபூரணமானது. அப்படியானால் இறைவனுடைய ராஜ்யமும் அவருடைய நீதியும் எங்கே கிடைக்கும்?

இறைவனுடைய அரசாட்சியும், இறைவனுடைய நீதியும் இயேசுவில் காணப்பட வேண்டும், வேறு எங்கும் இல்லை. உண்மையான மனநிறைவையோ மகிழ்ச்சியையோ பெற்றுக்கொள்ளாததால், நீங்கள் அதிகம், அதிகம், இன்னும் அதிகமாக பெற வேண்டும் என்று பொருளாசைக் கடவுள் வற்புறுத்துகிறான். கிறிஸ்து முற்றிலும் வித்தியாசமான ஒன்றைக் கூறுகிறார். "வருத்தப்பட்டுப் பாரஞ்சுமக்கிறவர்களே! நீங்கள் எல்லோரும் என்னிடத்தில் வாருங்கள்; நான் உங்களுக்கு இளைப்பாறுதல் தருவேன்" (மத்தேயு 11:28) என்று அவர் கூறுகிறார். நிலைக்காதவற்றிற்காக பொருளாசை உங்களை கடினமாக உழைக்க வைக்கிறது. உங்கள் சுமைகளை இறக்கிவைத்து, உங்களுடையதை விட அவருடைய செயல்களில் உங்கள் நம்பிக்கையை வைக்கும்படி இயேசு உங்களை அழைக்கிறார். தம் பணியின் ஆரம்பத்திலேயே நாம் அனைவரும் கடவுளுக்குக் கீழ்ப்படியத் தவறிவிட்டோம் என்பதை அவர் அறிவார். முதல் கட்டளையைக் கூட நாம் கடந்து செல்லவில்லை. பரலோகத்திலுள்ள நம்முடைய தந்தை உண்மையாகவே இயேசு நமக்குச் சொல்லுகிற விதமாகவே இருக்கிறாரா இல்லையா என்று நாம் கவலைப்பட்டதால், பணக்கடவுளின் பொய்கள் நம் இதயங்களில் வளமான மண்ணைக் கண்டன. நம் வேலைகள், நம் கார்கள், நம் வீடுகள், நம் குழந்தைகள், நம் எதிர்காலம், நம் ஆரோக்கியம் மற்றும் பலவற்றைப் பற்றி நாம் கவலைப்படுகிறோம். இறைவன் நம்மைக் கவனித்துக்கொள்வார் என்பதை, அதைக் காணும்வரை நாம் நம்புவதில்லை.

இயேசு ஆண்டவர் தேவனுடைய ராஜ்யத்தையும் நீதியையும் நமக்குக் கொண்டுவருகிறார். இதைப் பெற்ற நாம் பறவைகளையோ, பூக்களையோ விட ஆதாரம் பார்க்க வேண்டியதில்லை. இயேசு தம்முடைய பிதாவுக்குக் கீழ்ப்படிந்து, அவருடைய தந்தை நம் அனைவரிடமும் கேட்டுக்கொண்ட நீதியை நிறைவேற்றுவதைப் பாருங்கள். பிசாசின் ஒவ்வொரு சோதனையையும் கடவுளுடைய வார்த்தையால் எதிர்க்கும்போது அவரைப் பாருங்கள். அவர் சாந்தத்துடன் கோபத்தை விலக்குவதைப் பாருங்கள். சிலுவையின் மரணம் வரை துஷ்பிரயோகம், வெறுப்பு, வன்முறை மற்றும் கொடுமை ஆகியவற்றை அவர் தாங்குவதைப் பாருங்கள். மேலும்

அவரது தலைக்கு மேலே உள்ள **"யூதர்களின் ராஜா"** என்ற எழுத்தைப் படியுங்கள். இறைவனின் அரசாட்சி இருக்கிறது! உங்களுக்கு வேண்டிய நீதித்தன்மை இருக்கிறது! பரலோகம் மற்றும் பூலோகத்தின் அனைத்து செல்வங்களும் உள்ளன. ஏனென்றால், கடவுளை மட்டுமே தவிர வேறே யாருக்கும் அல்லது எதற்கும் அஞ்சவும், நேசிக்கவும், நம்பவும் மனிதனை உட்படுத்தக்கூடிய ஒவ்வொரு சோதனையையும் நம் சகோதரர் இயேசு கிறிஸ்து ஜெயிக்கிறார். அங்கே பணத்தெய்வ வழிபாடு மூலம் நம்மை அடிமைத்தனத்திற்கு இழுக்கும் சாத்தானின் பொய்க்கூறும் தலையை இயேசு நசுக்கினார். உண்மையான செல்வந்தம் நமக்குச் சொந்தமான பொருட்களில் இல்லை, ஆனால் உண்மையான செல்வந்தம் கிறிஸ்துவை அறிந்து அவருடைய நீதியைப் பெறுவதைக் கொண்டுள்ளது என்று இயேசு நம்மை இணங்கச்செய்கிறார்.

நம்மிடம் ஏற்கனவே இல்லாத எதுவுமே பெறத் தேவையில்லாமல் செல்வந்தராக இருக்கிறோம் என்பதன் அர்த்தம் என்ன? இயேசு கிறிஸ்துவின் இரத்தத்தின் மூலம் கடவுளால் மன்னிக்கப்பட வேண்டும் என்று அர்த்தம். கடவுள், நம்முடைய எல்லா விக்கிரகாராதனை பாவத்திலும் நம்மைக் கண்ணோக்கி, நம்மை நேசித்தார், பரிசுத்த ஞானஸ்நானத்தில் நம்மைக் கழுவினார், மேலும் கிறிஸ்துவின் நீதியின் களங்கமற்ற வெள்ளை அங்கியால் நம்மை தினமும் மூடுகிறார் என்பதை அறிவது அதன் அர்த்தம். கிறிஸ்துவின் நிமித்தமும், அவருடைய நீதியின் நிமித்தமும், பரலோகத்தில் எந்த பாவமும் நுழையாத ஒரு வீடு நமக்கு இருக்கிறது, அங்கு மரணம், துக்கம், எந்த விதமான துன்பமும் இல்லை என்பதை அறிவது இதன் அர்த்தம். இவ்வுலகில் உள்ள அனைத்தையும் உடையவரின் பிள்ளைகள் என்பதால் நாம் இந்த வாழ்க்கையில் ஒருபோதும் ஏழையாக இருக்க முடியாது என்பதை அறிவது என்று அர்த்தம். நம்மிடம் எந்தக் கவலையும் இல்லை, ஏனென்றால் யாராலும் பறிக்க முடியாததை நாம் பெற்றுள்ளோம். கிறிஸ்துவின் சொந்த நீதியால் நாம் நீதிமான்கள் என்பதை நாம் அறிந்தால், இந்த வாழ்க்கையில் நமக்குத் தேவையான அனைத்தையும் கடவுள் நமக்கு வழங்குவார் என்பதையும் நாம் அறிவோம். இது நம் தந்தையின் உலகம், நாம் அவருடைய பிள்ளைகள். ஆமென்.

கடவுள் மனிதனாக உருவெடுக்கிறார் - திருப்பிறப்பு

யோவான் 1:1-3, 14

கிறிஸ்து பிறப்பு நாள்

ஆதியிலே வார்த்தை இருந்தது, அந்த வார்த்தை கடவுளிடத்திலிருந்தது, அந்த வார்த்தை கடவுளாயிருந்தது. அவர் ஆதியிலே கடவுளோடிருந்தார், சகலமும் அவர் மூலமாய் உண்டாயிற்று; உண்டானதொன்றும் அவராலேயல்லாமல் உண்டாகவில்லை.

அந்த வார்த்தை மாம்சமாகி, கிருபையினாலும் சத்தியத்தினாலும் நிறைந்தவராய், நமக்குள்ளே வாசம்பண்ணினார்; அவருடைய மகிமையைக் கண்டோம்; அது பிதாவுக்கு ஒரே பேறானவருடைய மகிமைக்கு ஏற்ற மகிமையாகவே இருந்தது. (*யோவான் 1:1-3, 14*).

பில் ஓ'ரெய்லி என்ற பிரபலமான தொலைக்காட்சி தொகுப்பாளர் அமெரிக்காவில் கிறிஸ்துமஸ் பண்டிகையை, அதன் விடுமுறையை அங்கீகரிக்க விரும்பாத பல்வேறு மதச்சார்பற்றவர்களுக்கு எதிராகப் பாதுகாக்கிறார். கிறிஸ்துமஸுக்கு எதிராகப் போர் தொடுக்கும் மதச்சார்பற்ற முற்போக்குவாதிகள் என்று அழைக்கப்படுபவர்களைப் பற்றி ஓ'ரெய்லி பேசுகிறார். இந்தப் போர் "கிறிஸ்தவம், ஆன்மீகம் மற்றும் யூத மதத்தை பொது இடங்களிலிருந்து) வெளியேற்றுவதற்கான" அவர்களின் செயல் திட்டத்தின் ஒரு பகுதியாகும் என்று அவர் கூறுகிறார். அமெரிக்கர்கள் மதவாதிகள், மதம் ஒழுக்கத்திற்கு அடிப்படை, ஒழுக்கம் தேசத்திற்கு நல்லது என்பதால் அவர் கிறிஸ்தவ, யூத மற்றும் பிற மத அடையாளங்களுக்கு ஆதரவாக வாதிடுகிறார்.

நாமும் அவர் சொல்வதை ஒப்புக்கொள்ளலாம். பொதுச் சொத்துக்களில் கிறிஸ்து பிறப்புக் காட்சிகளை (Nativity Scene/ Manger Set) வைத்திருப்பதில் என்ன தவறு? மதச்சார்பற்றவர்கள் தங்கள் நாத்திகப் பிரச்சாரத்தை மரியாள், யோசேப்பு மற்றும் குழந்தை இயேசுவின் சிலைகளுக்கு அருகில் இடுகை (Poster) வைக்க அனுமதிப்பது உண்மையில் அவசியமா?

ஆனால் கிறிஸ்துமஸ் என்பது கிறிஸ்தவத்தையும் ஆன்மீகத்தையும் (அது எதுவாக இருந்தாலும்) யூத மதத்தையும் பொது சதுக்கத்தில் வைத்திருப்பது பற்றியது அல்ல. முதற்படியாக

கிறிஸ்துமஸ் அமெரிக்க மக்களின் மத அடிப்படையிலான ஒழுக்கத்தைப் பற்றிய கேள்வி அல்ல. இது அமெரிக்கரின் அல்லது மற்ற நாட்டினரின் சமய அல்லது கிறிஸ்தவ மரபுகளைப் பற்றியது அல்ல. கிறிஸ்துமஸ் என்பது கடவுள் ஒரு மனிதனாக மாறுவது பற்றியது.

“ஆதியில்,” என்று யோவான் எழுதுகிறார். மோசே எழுதியது போலவே, யோவானும் எழுதினார். “ஆதியில் கடவுள்” என மோசே எழுதினார். “ஆதியில் வார்த்தை இருந்தது” என்று யோவான் எழுதினார். வார்த்தை கடவுளாக இருந்தது என்று யோவான் கருத்துத் தெரிவிக்கிறாரா? கருத்துத் தெரிவிப்பதற்கும் மேலாகச் செய்கிறார். அவர் அதை மிக வெளிப்படையாகக் கூறுகிறார். “அந்த வார்த்தை கடவுளோடு இருந்தது, அந்த வார்த்தை கடவுளாயிருந்தது.” என்பதாக அவர் மேலும் செல்கிறார், அந்த வார்த்தை கடவுளிடம் இருந்தது என்று முதலில் சொல்லிவிட்டு அந்த வார்த்தையே கடவுள் என்று ஏன் சொல்கிறார்? அது எது? அவர் கடவுளுடன் இருந்தாரா அல்லது கடவுளாய் இருந்தாரா? அவர் இரண்டுமாய் இருந்தார். தந்தையிடமிருந்து வேறுபட்ட ஒரு நபராக அவர் தந்தையுடன் இருந்தார். மேலும் அவர் தந்தைக்கு நிகரான கடவுள். தந்தை எப்படி கடவுளாக இருக்கிறாரோ, அப்படியே வார்த்தையும் இருக்கிறது.

நாம் ஒரு வார்த்தை பேசுகிறோம். அது நம் வாயிலிருந்து வெளியேறி மறைந்துவிடுகிறது. இது பதிவு செய்யப்படலாம், ஆனால் பதிவு அழிந்துப்போகலாம். நாம் ஒரு வார்த்தை பேசுகிறோம், அது முக்கியமானதாக இருக்கலாம் அல்லது முக்கியமற்றதாக இருக்கலாம். அது உண்மையாகவோ அல்லது பொய்யாகவோ இருக்கலாம். நாம் எது சொன்னாலும் அது உள்ளிருந்து வருகிறது. நாம் யார், என்ன என்பதை வெளிப்படுத்துகிறது. அது நமக்காக பேசுகிறது. வார்த்தைகள் அதைத்தான் செய்கின்றன.

கடவுளோடு இருந்த, கடவுளாக இருந்த வார்த்தை கடவுளை வெளிப்படுத்துகிறது. ஆனால் இந்த வார்த்தை மறைந்துவிட முடியாது. அவர் உண்மையற்றவராக இருக்க முடியாது. அவர் நித்தியமானவர்.

கடவுள் பேசும் **வார்த்தை** இருக்கிறது. மற்றும் கடவுளாக இருக்கிற **வார்த்தை** இருக்கிறது. இரண்டும் ஒன்றாகச் செல்கின்றன. கடவுள் அவருடைய வார்த்தையைப் பேசுகிறார். “ஆதியிலே கடவுள் வானத்தையும் பூமியையும் சிருஷ்டித்தார்” (ஆதியாகமம் 1:1) என்று

மோசே நமக்குப் பதிவு செய்கிறார். எப்படி? அவர் பேசினார். "உண்டாகுக" என்றார். "கர்த்தருடைய வார்த்தையினால் வானங்கள் உண்டாயின"(சங்கீதம்33:6)என்றுசங்கீதக்காரன்அறிவிக்கிறார்.மற்றும் பரிசுத்த யோவான் விளக்குகிறார். "ஆதியிலே வார்த்தை இருந்தது, வார்த்தை கடவுளோடு இருந்தது, வார்த்தை கடவுளாயிருந்தது. அவர் ஆதியில் கடவுளோடு இருந்தார். சகலமும் அவராலே உண்டானது, அவர் இல்லாமல் எதுவும் உண்டாக்கப்படவில்லை" என்று அவர் எழுதுகிறார்.

கடவுள் ஒருவரே நித்தியமானவர். கடவுள் மட்டுமே படைக்கப்படாதவர். ஆவியினால் ஏவப்பட்ட அப்போஸ்தலர் அனைத்துமே வார்த்தையின் மூலம் உண்டானது என்றும், அவர் இல்லாமல் எதுவும் உண்டாக்கப்படவில்லை என்றும் எழுதும் போது, அந்த வார்த்தையே கடவுள் என்பதை வார்த்தைகளால் வெளிப்படுத்தும் அளவுக்குத் தெளிவாகச் சொல்கிறார். உள்ளவை அனைத்தும் படைப்பாளி அல்லது அவருடைய படைப்பு. தூயர் யோவான் கூறுவதுப் போல், உண்டாக்கப்பட்ட யாவும் வார்த்தைக்கு அப்பாற்பட்டு உண்டாக்கப்படவில்லை என்ற கருத்தை வெளிப்படுத்துவதன் மூலம் வார்த்தையே உருவாக்குகின்ற, உண்டாக்குகின்ற கடவுள் என்று அப்போஸ்தலர் நமக்குக் கற்பிக்கிறார்.

கடவுளோடு இருந்த இந்த வார்த்தையும், கடவுளாக இருந்த இந்த வார்த்தையும், இதனால் சகலமும் உண்டான இந்த வார்த்தையும் நம்மில் ஒருவராக மாறியதுதான் கிறிஸ்துமஸின் செய்தி. "வார்த்தை மாம்சம் ஆனது", என புனித யோவான் எழுதுகிறார்.

அவர் ஒரு மனிதரானார். அவர் நம் சகோதரரானார். ஞானப் பாடகர் சொல்வது போல்:

> மாம்சத்தில் முகச்சீலையிட்ட
> கடவுளைப் பார்,
> அவதார தெய்வம் வாழ்க!
> பூரிப்பு மனிதனுடன் **மனிதன்** வாழ;
> இயேசுவே, எங்கள் இம்மானுவேலே!

அது உண்மையாக இருக்க முடியுமா? அது எப்படி உண்மையாக இருக்க முடியும்? முழு பிரபஞ்சமும் அடக்க முடியாத கடவுள் எப்படி சிறு குழந்தையாக மாற முடியும்? சகலமும் யாரால் உண்டானதோ

அவர் எப்படி சதையையும் இரத்தத்தையும் தாங்கிக்கொண்டு தன் சொந்த படைப்பில் சேர முடியும்? சர்வவல்லமையுள்ளவர் எப்படி தனது தாயையே தன் வாழ்நாளில் சார்ந்திருக்கும் சிறு குழந்தையாக மாற முடியும்? எப்படி? கடவுள் சொல்லவில்லை. நாம் புரிந்து கொள்ள முடியாது. ஆனால் நாம் தெரிந்துக் கொள்ளலாம். ஆம், அது அப்படித்தான் என்பதை நாம் தெரிந்துக் கொள்ளலாம்.

"அந்த வார்த்தை மாம்சமாகி, கிருபையினாலும் சத்தியத்தினாலும் நிறைந்தவராய், நமக்குள்ளே வாசம்பண்ணினார்; அவருடைய மகிமையைக் கண்டோம்; அது பிதாவுக்கு ஒரே பேறானவருடைய மகிமைக்கு ஏற்ற மகிமையாகவே இருந்தது" என பரிசுத்த யோவான் எழுதுகிறார்.

கடவுள் காணக்கூடாதவர். அவர் அணுக முடியாத வெளிச்சத்தில் வாழ்கிறார். அவரை யாரும் பார்க்க முடியாது. நாம் அவரை அடைய முடியாத அளவுக்கு அவர் நமக்கு மிகவும் மேலேயிருக்கிறார். நாம் ஜெபித்தாலும், அவர் கேட்கிறார் என்று நமக்கு எப்படித் தெரியும்? நாம் கஷ்டப்பட்டால், அவர் கவலைப்படுகிறார் என்பதை நாம் எப்படி அறிவோம்? நாம் பாவம் செய்தால், அதற்காக அவர் நம்மை நியாயந்தீர்க்கிறாரா? நம்முடைய சொந்த மனசாட்சியின் தீர்ப்பை நாம் உணர்ந்தால், அவர் நமக்கு சமாதானத்தைக் கொண்டுவர முடியும் என்பதை நாம் எப்படி அறிவோம்? கடவுள் நமக்கு மிகவும் மேலே இருக்கிறார். அவர் அறிவெல்லைக்கு அப்பாற்பட்டவர். நாம் இங்கேயே சிக்கிக்கொண்டோம். மேலும் நாம் எங்கும் செல்லப் போவதில்லை.

நான் சிறுவனாக இருந்தபோது, என் தந்தை எங்களுக்கு ஒரு சிறிய பாசுரம் (Rhyme) சொல்லுவார். முதன்முதலில் அதைக் கேட்டதும் எனக்கு அதிர்ச்சியாக இருந்தது. இது இப்படியாக இருந்தது:

பச்சை நிற உடையணிந்த ஏழு சிறு குழந்தைகள் பறக்கும் இயந்திரத்தில் பரலோகத்திற்கு பறக்க முயன்றனர். பறக்கும் இயந்திரம் உடைந்தது, அவர்கள் அனைவரும் விழுந்தனர், மேலும் அவர்கள் அனைவரும் பரலோகத்திற்குச் செல்வதற்குப் பதிலாக.........,
இப்போது உற்சாகப்படாதீர்கள், தவறாக வழிநடத்தப்படாதிருங்கள்.
பரலோகத்திற்குச் செல்வதற்குப் பதிலாக
அவர்கள் அனைவரும் படுக்கைக்குச் சென்றனர்.

என்ன ஒரு நிம்மதி! அவர்கள் நரகத்திற்குச் செல்லவில்லை. அவர்கள் படுக்கைக்குச் சென்றனர்.

ஆனால் நான் பல ஆண்டுகளாக அந்த குழந்தைப் பாடலைக் கருத்தில் வைத்திருக்கிறேன். மக்கள் பரலோகத்திற்குச் செல்ல முயற்சிக்கும்போது என்ன நடக்கும்? அவர்கள் அதை உருவாக்குகிறார்களா? நீங்கள் இங்கிருந்து அங்கு செல்ல முடியுமா? எப்படி? ஒவ்வொரு முயற்சியும் பரலோகத்திற்கு, அல்ல, நரகத்திற்கு இட்டுச் செல்லும். பாவிகள் தங்களைத் தாங்களே பரிசுத்தப்படுத்திக் கொள்ள முடியாது. அவர்களால் தங்களைக் காப்பாற்றிக் கொள்ள முடியாது. அவர்கள் கடவுளைத் தேடும் போது, அவர்கள் உருவ வழிபாட்டில் விழுகின்றனர், ஏனென்றால் கடவுளின் உண்மையான மகிமை, கடவுளை தூய்மையான, பரிசுத்தமான இதயத்துடன் நேசிக்காத, தனது அயலாரை நேசிக்காத எவரையும் அழித்துவிடும். அதனால்தான், தங்கள் சொந்த பக்தி, நற்செயல்கள், பிரார்த்தனைகள் அல்லது தகுதிகளின் மீது சொர்க்கத்திற்கு பறக்க முயல்பவர்கள் தவிர்க்க முடியாமல் தங்கள் முயற்சியில் தோல்வியடைவார்கள்.

ஆனால் யோவான் சொல்வதைக் கேளுங்கள். வார்த்தை மாம்சமானபோது அவர் அங்கே இருந்தார். “அவருடைய மகிமையைக் கண்டோம்” என்று எழுதுகிறார். நாம் கடவுளைக் கண்டோம். இடத்தையும் காலத்தையும் கடந்தவர் இங்கே நம் இடத்திலும் காலத்திலும் நம்முடன் நிற்கிறார். அவர் நம்மில் ஒருவர். அவர் நம் சகோதரராக மாற தேர்வு செய்கிறார்.

இப்போது சகோதரர்களாக இருப்பது ஒரு அற்புதமான விஷயம். ஆனால் உடன்பிறப்பு போட்டி என்று ஒரு விஷயம் இருக்கிறது. இந்த சகோதரன் அந்த சகோதரனுக்கு எதிராக தன்னை நிரூபிக்க வேண்டும். ஆனால் இயேசு நமக்கு அற்புதமான ஒன்றைக் காட்டுகிறார். அவர் நம்முடைய சர்வவல்லமையுள்ள கடவுளானவர் என்றாலும், அவர் நம் சகோதரனாக மாறும்போது, விரும்பத்தகாத கட்டுப்பாட்டை நம்மீது சுமத்துவதில்லை. அவரது தோள்களின் மீது இருக்கும் அரசாட்சி கருணை மற்றும் உண்மையின் அரசாட்சி. இறைவனுடைய மகிமை நமக்கு அவர் தயவில் வெளிப்படுகிறது.

“உன்னதத்திலிருக்கிற தேவனுக்கு மகிமையும், பூமியிலே சமாதானமும், மனுஷர்மேல் பிரியமும் உண்டாவதாக என்று சொல்லி, தேவனைத் துதித்தார்கள்” (லூக்கா 2:14). பரலோகத்தில் உள்ள

கடவுளுடைய மகிமை இங்கே பூமியில் நமக்கு சமாதானத்துடன் இணைக்கப்பட்டுள்ளது. இயேசு ஆண்டவர் வெளிப்படுத்திய மகிமையானது, கடவுளின் நல்லெண்ணம், கடவுளுடைய தயவு, அவருடைய கிருபை, தகுதியற்ற நம் அனைவருக்குமான அவருடைய முழு கருணை ஆகியவற்றைக்கொண்டுள்ளது.

இதுவே கிறிஸ்துப் பிறப்பின் செய்தி. இந்த விடுமுறையின் உண்மையான அர்த்தம் இதுதான். கோடிக் கணக்கான பண முதலீடு, தொழுவக் காட்சிகள் பொது இடங்களில் வைப்பது பற்றிய அரசியல் விவாதங்கள், எங்கும் பசுமை, மணிகளின் ஓசை, நெரிசலான தெருக்களில் முண்டியடித்துச் சென்று, நேரம் முடிவதற்குள் ஏற்பாடுகள் அனைத்தையும் செய்து முடிக்க வேண்டும் என்ற வெறித்தனமான முயற்சி, இவை அத்தனையும் கவனச்சிதறல்கள். கிறிஸ்து பிறப்பின் உண்மையான செய்தி என்னவென்றால், கடவுள் மனித இனத்துடன் இணைகிறார் என்பதுவே.

நாம் அவருக்குச் செய்யத் தவறியதை அவர் நமக்காகச் செய்ய வந்தார். அது நம்முடைய கடமையாக இருந்தது. நமக்கு அது தெரியும். வாழ்வின் பிரச்சனைகளுக்கு நாம் மற்ற யாருவர் மீதும் பழிச்சுமத்த இயலாது. வெளியிடங்களில் வெறுப்பு இருந்தால், என் சொந்த இருதயத்திற்குள்ளாக நான் எதைக் காண்கிறேன்? இந்த உலகில் பொறாமையும் பேராசையும் இருந்தால், என் அண்டை வீட்டாருக்கு உதவி செய்வதை விட நான் அதிகம் விரும்புவதை என் கண்கள் காண்பது என்ன? துரோகம் இருந்தால், நான் என் வாக்குறுதிகளை மீறிவிட்டேனா? நாம் புலம்பும் அனைத்து தீமைகளையும், கருணையும் நல்லெண்ணமும் நிறைந்த உணர்விலிருந்து நம்மைத் தடுக்கும் அனைத்தையும் ஒப்பிட்டுக் கவனியுங்கள். அதற்கான பொறுப்பை நாமே ஒப்புக்கொள்ள வேண்டாமா?

ஆனால் கடவுள் இங்கே இருக்கிறார். உங்கள் பாவங்களுக்குத் தக்கவற்றைக் கொடுக்க அவர் வரவில்லை. அவர் சமாதானத்தில் வருகிறார். நீங்கள் அவரைப் பார்க்கவோ, அவரை அறியவோ அல்லது உங்கள் சொந்தமாக வைத்திருக்கவோ முடியாத அளவுக்கு அவர் வெகுத் தொலைவில் இல்லை. அவர் ஒரு தொழுவத்தில் இருக்கிறார். அவர் ஆதரவற்ற சிறு குழந்தை. ஆனால் அவர் சர்வவல்லமையுள்ள கடவுள், உங்களை விடுவிக்க வந்தவர். பெத்லகேமின் தூய்மையான, அப்பாவிக் குழந்தை அவர். ஆனால் அவர் உங்கள் பாவங்களை எதிர்கொள்வார். உங்களுடைய குற்றங்களை அவர் சுமப்பார்.

உங்களையும் என்னையும் போன்ற பாவிகளுக்காக கல்வாரியில் தம்முடைய பரிசுத்த ஜீவனைக் கொடுப்பார். இதோ மாம்சத்தில் கடவுள் இருக்கிறார். இங்கே தெய்வீக மகிமை உள்ளது. இங்கே கிருபையும் சத்தியமும் உள்ளது.

கிருபையும் சத்தியமும் ஒன்றிணைந்துச் செல்கின்றன. ஆன்மிகம் பற்றிய சில தெளிவற்ற எண்ணங்களை உள்வாங்குபவர்கள் எந்த தெய்வத்தையும் நம்பாத மதச்சார்பின்மைவாதிகளுக்கு அதை ஒட்டிவிடலாம் என்பதற்காக பொது சதுக்கத்தில் அடையாளங்களை, உருவங்களை வைத்திருப்பது ஒரு பொருட்டல்ல. கிறிஸ்துமஸ் என்பது கிருபை மற்றும் சத்தியத்தைப் பற்றியது. கிறிஸ்துவின் நிமித்தம் கடவுள் நம்மீது கருணை காட்டினால் மட்டுமே சத்தியம் நம் நண்பனாக இருக்கும். நமது செய்தித் தொடர்பாளர்களாகக் கருதப்படும் தொலைக்காட்சியில் பேசும் தலைவர்களால் கொண்டாடப்படும் வீண் தற்பெருமைக்குரிய ஆன்மீகம் நமக்குக் கிடைக்கவில்லை என்பதே உண்மை. உண்மை என்னவென்றால், கிறிஸ்து இல்லாமற்போனால், நாம் கடவுளிடம் திரும்பிச் செல்லும் வழியைக் கண்டுபிடிக்க சக்தியற்றவர்களும், தொலந்துப்போனவர்களாகவும் இருப்போம்.

ஆனால் கிருபையும் சத்தியமும் ஒன்றிணந்துச் செல்கின்றன. நமக்கு கிருபையைப் பெற்றுத்தர கடவுள் மனித இனத்தோடு இணைந்திருக்கிறார் என்பதே உண்மை. அது நிரம்பி வழிகிறது. அது கருணை. அது இரக்கம். இது நம் எல்லா பாவங்களுக்கும் மன்னிப்பு. அது புதிய வாழ்க்கை. அது உள்ளுக்குள் ஆறுதல். அது சமாதானம். குழந்தையாக, ஆண் குழந்தையாக, மனிதனாக, நம் சகோதரனாக, நம் இரட்சகராக மாறிய கடவுள் வழியாக இவை அனைத்தும் நமக்குக் கொடுக்கப்பட்டுள்ளன.

‘ஓ, அப்படியானால், தம்முடைய குமாரன் மூலமாக கடவுள் இப்போது பாவிகளுடன் இருக்கிறார் என்று சந்தோஷப்படுங்கள்; உங்களைப் போல் சதையாலும் இரத்தத்தாலும் ஆன உங்கள் சகோதரர் நித்திய கடவுள்.’ ஆமேன்.

ஒரே பேறான குமாரன் மனிதனாகிறார்

யோவான் 1:12-13

கிறிஸ்து பிறப்பு நாள் காலை

அவருடைய நாமத்தின்மேல் விசுவாசமுள்ளவர்களாய் அவரை ஏற்றுக்கொண்டவர்கள் எத்தனைபேர்களோ, அத்தனை பேர்களும் கடவுளுடைய பிள்ளைகளாகும்படி, அவர்களுக்கு அதிகாரங்கொடுத்தார். அவர்கள், இரத்தத்தினாலாவது, மாம்ச சித்தத்தினாலாவது புருஷனுடைய சித்தத்தினாலாவது பிறவாமல், கடவுளாலே பிறந்தவர்கள். (யோவான் 1:12-13)

இந்த கிறிஸ்துமஸ் காலையில், இறை மைந்தனின் மூன்று பிறப்புகளை என்னுடன் கருத்தில் கொள்ள உங்களை அழைக்கிறேன்: அவருடைய நித்திய தெய்வீக பிறப்பு; பெத்லகேமில் கன்னி மரியின் அவரது மாம்ச பிறப்பு; மற்றும் அனைத்து கிறிஸ்தவர்களின் இதயங்களிலும் அவரது பிறப்பு.

நீசேயா விசுவாசப் பிரமாணத்தில் கடவுளின் குமாரனின் நித்திய தெய்வீகப் பிறப்பை நாம் அறிக்கைச்செய்கிறோம்: "எல்லா உலகத் தோற்றங்களுக்கு முன்பாக அவரது பிதாவினால் பிறந்தார்." இயேசு கிறிஸ்து "உண்மையான கடவுள், நித்தியத்திலிருந்து பிதாவினால் பிறந்தவர்" என்று சிறிய கத்தேகிஸ்முவின் விசுவாச விளக்கத்தில் நாம் அறிக்கைச்செய்கிறோம். இதுவே தந்தையிடமிருந்து குமாரனின் நித்திய தலைமுறை என்று அழைக்கப்படுகிறது. அது நித்தியமானது. அது காலங்களுக்குட்பட்டு நடக்கவில்லை. பிதாவாகிய கடவுள் எப்போதும் அவருடைய மகனின் தந்தையாக இருந்து வருகிறார். தந்தையும் மகனும் எப்போதும் தந்தையும் மகனும்தான். "தீர்மானத்தின் விவரம் சொல்லுவேன்; கர்த்தர் என்னை நோக்கி, நீர் என்னுடைய மகன், இன்று நான் உம்மை பிறக்கச்செய்தேன்;" என்று தாவீது சங்கீதம் 2:7ல் எழுதுகிறார். இந்த பத்தியில் உள்ள "இன்று" என்பது நித்திய நாள். காலம் தொடங்கும் முன் தந்தை மகனைப் ஈன்றெடுத்தார்.

திருமறை கடவுளின் மகனுக்குப் பல பெயர்களைக் கொடுக்கிறது. அவர் 'வார்த்தை' என்று அழைக்கப்படுகிறார். அவர் 'ஞானம்' என்று அழைக்கப்படுகிறார். நீதிமொழிகள் 8:22-23-ல் ஞானம் சொல்வதைக் கேளுங்கள், "கர்த்தர் தமது கிரியைகளுக்குமுன்

பூர்வமுதல் என்னைத் தமது வழியின் ஆதியாகக் கொண்டிருந்தார். பூமி உண்டாகுமுன்னும், ஆதிமுதற்கொண்டும் அநாதியாய் நான் அபிஷேகம்பண்ணப்பட்டேன்" என்கிறது. தீர்க்கதரிசியாகிய மீகா, தேவனுடைய குமாரனைப் பற்றி எழுதுகையில், "அவருடைய புறப்படுதல் அநாதி நாட்களாகிய பூர்வத்தினுடையது" (மீகா 5:2) என்றுக் கூறுகிறார்.

புதிய ஏற்பாடு இயேசுவை கடவுளின் "ஒரே பேறான" குமாரன் என்று அழைக்கும் போதெல்லாம், அது அவருடைய நித்திய தெய்வீக பிறப்பைக் குறிக்கிறது. பிதாவிடமிருந்து குமாரன் தன் தெய்வத்துவத்தைப் பெறுகிறார். குமாரனுக்கும் பிதாவைப் போன்ற அதே இயல்புதான், அனாலும் அவர் ஒரு தனித்துவமான நபர். பிதாவும் குமாரனும் பரிபூரண அன்பில் நித்தியமாக ஒன்றாக இருந்திருக்கிறார்கள். தம்முடைய ஒரே பேறான குமாரன் மீது பிதாவாகிய கடவுள் காட்டும் அன்பு, எந்த மனித மனமோ இதயமோ எப்பொழுதும் புரிந்து கொள்ள முடியாத அளவுக்கு மேலானது. இது ஒரு தூய்மையான, புனிதமான, தெய்வீக மற்றும் நித்திய அன்பு. தந்தைக்குச் சொந்தமானது அனைத்தும் குமாரனுக்குச் சொந்தமானது.

தேவனுடைய குமாரனின் இந்த நித்திய மற்றும் தெய்வீக பிறப்பு, நம்மால் புரிந்து கொள்ள முடியாத அளவுக்கு மேலே உள்ளது. வேதாகமத்தில் கடவுள் நமக்கு மிகவும் கிருபையாக வெளிப்படுத்தியதை நாம் எளிய விசுவாசத்தினால் மாத்திரமே அறிக்கையிட முடியும். பரிசுத்த வேதாகமத்தின் வார்த்தைகளில் தேவன் இந்த இரகசியத்தை நமக்கு வெளிப்படுத்தியதால், பிதா நித்தியத்திலிருந்து குமாரனைப் பெற்றிருக்கிறார் என்பதை நாம் அறிவோம். பரிசுத்த ஆவியானவர் பிதா மற்றும் குமாரனிடமிருந்து நித்தியமாக புறப்படுகிறார் என்பதை நாம் அறிவோம், ஏனெனில் இது வேதாகமத்தின் வார்த்தைகளிலும் கற்பிக்கப்படுகிறது. இது எப்படி இருக்க முடியும் என்பது நம் எண்ணத்திற்கு அப்பாற்பட்டது. கடவுள் ஒரு தெய்வீக சாரம் மற்றும் மூன்று தனித்துவமான நபர்கள் என்கிற தெய்வீக இரகசியத்தின் முன் நாம் தலைவணங்குகிறோம்.

கடவுளின் மைந்தனின் இரண்டாவது பிறப்பு பெத்லகேமில் கன்னி மரியிடம் பிறந்த பிறப்பு. தந்தையின் நித்திய தெய்வீக பிறப்புக்கு தாய் தேவையில்லை. மரியிடம் பிறந்த இருந்து அவரது மாம்ச பிறப்புக்கு தந்தை தேவையில்லை.

"கடவுளின்று கடவுள், ஒளியினின்று ஒளி, மெய்யான கடவுளின்று மெய்யான கடவுள், படைக்கப்பட்டவரல்ல, பிறந்தவரே, தந்தையுடன் ஒரே பொருளாக இருப்பவர்" என்று நாம் அறிக்கையிடுவது போல், அவர் தந்தையிடமிருந்து அவரது தெய்வீக தன்மையைப் பெறுகிறார். அவர் தனது தாயிடமிருந்து மனித இயல்பைப் பெறுகிறார். அவள் தூய கன்னியாக இருந்தாள். அவள் ஒரு மனிதனை அறிந்ததில்லை. அவர் வயிற்றில் கருவுற்றபோது அவள் கன்னியாக இருந்தாள். அவர் பிறந்தபோது அவள் கன்னியாக இருந்தாள். தந்தையிடமிருந்து மாத்திரமே கடவுளாக இருந்தவர் இப்போது அன்னை மரியாளிடமிருந்து மாத்திரமே மனிதராக இருக்கிறார்.

'மனித சதை மற்றும் இரத்தத்தால் அல்ல, நம் கடவுளின் ஆவியால், கடவுளின் வார்த்தை மாம்சமாக இருந்தது - பெண்ணின் சந்ததி, தூய்மையானதும் புதுமலர்ச்சியானது.'-ஞானப்பாடல்

பரிசுத்த திரித்துவமானது விசுவாசத்தின் மிக உயர்ந்த தெய்வீக மர்மம். அனைத்து உருவ வழிபாடு மற்றும் மதவெறிக்கு எதிராக இந்த புனித உண்மையை நாம் அறிக்கையிடும்போது அது நம்மை ஆச்சரியத்தில் ஆழ்த்துகிறது. பரிசுத்த திரித்துவம் மட்டுமே உண்மையான கடவுள். பிதாவாகிய கடவுள் கடவுளாக இருக்கிறார். கடவுளின் குமாரன் கடவுளாக இருக்கிறார். பரிசுத்த ஆவியானவர் கடவுளாக இருக்கிறார். ஆயினும் அவர்கள் மூன்று கடவுள்கள் அல்ல, ஒரே கடவுள். ஒவ்வொரு நபரும் முழு கடவுள், இன்னும் மூன்று நபர்களிடையே ஒரு நித்திய ஒற்றுமை உள்ளது. பிதா மகனை நித்தியத்திலிருந்து பெற்றெடுக்கிறார். நித்தியத்திலிருந்து பரிசுத்த ஆவியானவர் பிதா மற்றும் குமாரனிடமிருந்து புறப்படுகிறார்.

விசுவாசத்தின் இந்த மிக உயர்ந்த தெய்வீக இரகசியம், ஒரு நித்திய உண்மை, இது பெத்லகேம் மற்றும் கல்வாரி வரலாற்று நிகழ்வுகளில் மிகத் தெளிவாக நமக்கு வெளிப்படுத்தப்படுகிறது. பெத்லகேமில் தந்தையின் நித்திய குமாரன் பிறந்தார், அவர் பரிசுத்த ஆவியின் சக்தியால் மனித மாம்சமாகவும் இரத்தமாகவும் மாறினார். மரியாள் எந்த மனிதனையும் அறியவில்லை. பரிசுத்த ஆவியானவர் அவளிடம் வருகிறார். பரிசுத்த ஆவியானவர் இயேசுவின் பிதாவாக மாறவில்லை. இயேசு தம்முடைய தெய்வத்தை நித்தியத்தில் பிதாவிடமிருந்து பெற்றார், மேலும் அவர் தம்முடைய தாயான மரியாளிடமிருந்து மனிதநேயத்தைப் பெற்றார். பரிசுத்த ஆவியானவர் செய்தது நம் புரிதலுக்கு மேலானது. புனித லூக்கா காபிரியேல்

தேவத் தூதன் மரியாளுக்குக் கூறின இந்த வார்த்தைகளை நமக்காக பதிவு செய்கிறார்: "பரிசுத்த ஆவியானவர் உன்மேல் வருவார்; உன்னதமானவருடைய பலம் உன்னை மூடும்; எனவே உன் கர்ப்பத்தில் பிறக்கும் இந்தப் பரிசுத்தக் குழந்தை, தேவனுடைய குமாரன் என்று அழைக்கப்படும்" (லூக்கா 1:35). தந்தையுடன் நித்தியமாக இருந்த தேவ குமாரன், ஒரு பெண்ணால் பிறந்தார்.

திருச்சபை மரியாளை கடவுளின் தாய் என்று அழைக்கும் போது, மரியாளை வணங்குவதற்காக அவர் அவ்வாறு செய்யவில்லை. மரியாளுக்கும் ஒரு இரட்சகரின் தேவை இருந்தது, "எனது ஆத்துமா கர்த்தரைப் போற்றுகிறது. தேவன் எனது இரட்சகர். எனவே என் உள்ளம் அவரில் மகிழ்கிறது" (லூக்கா 1:47) என்பதாக அவர்கள் தனது தோத்திரப்பாடலில் அறிக்கையிட்டார்கள். திருச்சபை மரியாளை கடவுளின் தாய் என்று அழைக்கும் போது அவர்கள் இயேசு கிறிஸ்துவைப் பற்றிய உண்மையை ஒப்புக்கொள்கிறார்கள். இயேசுவைப் பற்றிய உண்மை, ஒரு மனிதர் கடவுளானார் என்பதல்ல. அது நடக்கவில்லை. இயேசுவைப் பற்றிய உண்மை என்னவென்றால், கடவுள் மனிதரானார். எல்லா உலகங்களுக்கும் முன் நித்திய காலத்தில் தந்தையிடமிருந்து பிறந்தவர், காலம் நிறைவானப்போது ஒரு பெண்ணால் பிறந்த முழுமையில் இருந்தார். இவ்வாறே கடவுள் மனித இனத்தோடு இணைந்தார். சர்வவல்லமையுள்ள நித்திய கடவுள் தம்மையே நம்முடைய மாம்சத்துடனும் இரத்தத்துடனும் இணைத்து, கன்னி மரியாளின் வயிற்றில் நமக்குச் சகோதரரானார்.

என்ன ஒரு அற்புதமான மர்மம்! "உலகங்களால் உள்ளடக்க முடியாதவர் மரியாளின் மார்பில் இளைப்பாறுகிறார்" (லுத்தரின் ஞானப்பாடல்). "கடவுள் மனிதனாக இருக்கிறார், விடுவிக்கும் மனிதனாக; அவருடைய அன்பான மகன் இப்போது நம் இரத்தத்துடன் என்றென்றும் ஒன்றாக இருக்கிறார்" (ஜெர்ஹார்ட்டின் ஞானப்பாடல்). நம்மால் மேலே பரலோகத்திற்கு ஏற இயலாது. நம்மால் கடவுளை கீழே பூமிக்கு நம்மிடம் கொண்டுவர இயலாது. நாம் நம் சொந்த பலவீனத்தில் சிக்கிக்கொண்டோம். அதற்கும் மேலாக, பொய்யனும், ஆத்துமாக்களைக் கொன்றவனுமான பிசாசுக்கு நம் இதயங்களைக் கொடுத்ததால், அவனுடைய சங்கிலியில் பிணைக்கப்பட்டோம். நாம் வெறுப்பு, வஞ்சகம், பேராசை, வன்முறை, நமது சொந்த விருப்பங்கள் மற்றும் இன்பங்களை வணங்குவதை ஏற்றுக்கொண்டோம். நாம் கடவுள் வெளியேற்றி கதவை மூடிக்கொண்டு, அவரை உள்ளே அனுமதிக்க சக்தியற்றவர்களாக இருப்பதைக் கண்டோம். நம்மை

நாமே பரலோகத்துக்கு உயர்த்துவதற்கான ஒவ்வொரு முயற்சியும் நம்மை நரகத்திற்கு மிகவும் தகுதியானவர்களாக ஆக்கியது. நம் எல்லா பற்றாசைகளும், குறிப்பாக நம் ஆத்மீக பற்றாசைகளும் மரணத்தின்மீது அமைக்கப்பட்டன. ஏவுகணையால் வெப்பத்தின் மூலத்தைத் துரத்துவதைத் தவிர்க்க முடியாதது போல, தீமையின் மீது நமது தீராத அன்பின் காரணமாக நாம் உண்மையில் நரகத்திற்கு ஆளானோம்.

> எனக்கு உயரத்தில் இருந்து கொடுக்கப்பட்டீர்;
> உம்மிடம் என்னால் ஏற முடியாது.
> ஓ, என் சோர்வுற்ற ஆவிக்கு மகிழ்ச்சி:
> தூய, புனிதக் குழந்தையே,
> உனது அனைத்து கிருபை, தகுதியின் மூலம்,
> ஆசீர்வாத இயேசுவே, மிக சாந்தகுணமுள்ள ஆண்டவரே,
> என்னை உம்மிடம் இழும்!
> என்னை உம்மிடம் இழும்! -ஞானப்பாடல்.

அவர் அவ்வாறே செய்கிறார். அவர் நம்மில் பிறந்தவர். என்ன அற்புதமான பிறப்பு அது! நம் இதயத்தில் கிறிஸ்து பிறந்த அற்புதம் பெத்லகேமில் கன்னிப் பெண்ணிடம் பிறந்த அற்புதம் போன்றதே என்பது நமக்குத் தெரியுமா? ஒரு கன்னிப் பெண் தானே கருத்தரித்து ஒரு குழந்தையைப் பெற்றெடுப்பதும், இதயம் குளிர்ச்சியடைந்து இறந்துப்போன ஒருவருக்கு ஆன்மீக ரீதியில் தன்னை உயிர்ப்பித்துக்கொள்வதும் சாத்தியமாகாது. நம்மால் இந்த இரண்டும் சாத்தியமாகாது. இந்த இரண்டு பிறப்புக்களும் இறைவனின் கிருபையால் மாத்திரமே நிறைவேற்றப்படுகின்றன.

கன்னி மரியாளிடமிருந்து பிறந்த கிறிஸ்துவின் பிறப்புக்கும், நம் இதயங்களில் பிறந்த கிறிஸ்துவின் பிறப்புக்கும் உள்ள ஒற்றுமையைக் கவனியுங்கள். ஐந்து ஒற்றுமைகள் உள்ளன.

முதலாவதாக, பரிசுத்த ஆவியானவரின் அற்புத சக்தியால் பிறப்பு ஏற்படுகிறது. இயேசு பரிசுத்த ஆவியால் கருவுற்றார், பின்னர் கன்னி மரியாளிடத்தில் பிறந்தார். அதேபோல், பரிசுத்த ஞானஸ்நானத்தில், கிறிஸ்து நம் இருதயங்களில் பிறக்கும்போது, நாம் தண்ணீராலும் ஆவியானவராலும் மீண்டும் பிறக்கிறோம் (யோவான் 3:5).

இரண்டாவதாக, அது கடவுளுடைய வார்த்தையின் சக்தியாக

இருக்கிறது. காபிரியேல் தேவத்தூதன் மரியாளுக்கு அவள் இரட்சகரின் தாயாக மாறப்போவதாகச் சொல்லும் வார்த்தையைப் போதித்தார். தேவத்தூதரின் வார்த்தையின்படி அவள் மாறினாள். அப்படியே, தூய பேதுரு எழுதியது போல், நாம் மீண்டும் பிறந்தோம், "அழிவுள்ள விதையினாலே இல்லை, என்றென்றைக்கும் நிலைத்துநிற்கிறதும், ஜீவன் உள்ளதுமான தேவவசனமாகிய அழிவில்லாத விதையினாலே மீண்டும் பிறந்திருக்கிறீர்களே" (1 பேதுரு 1:23) என்பதாக.

மூன்றாவதாக, இந்தப் புண்ணியப் பிறப்பை நாம் பெறுவதற்கான விசுவாசத்தை நமக்குத் தருபவர் கடவுள். மரியாள் கடவுளின் வார்த்தைக்கு விசுவாசத்துடன் மறுமொழியளித்தாள். "அதற்கு மரியாள்: இதோ, நான் ஆண்டவருக்கு அடிமை (பணிப்பெண்), உம்முடைய வார்த்தையின்படி எனக்கு ஆகக்கடவது என்றாள்" (லூக்கா 1:38) என வேதம் குறிக்கிறது. இந்த விசுவாசம் அவளுக்குள் கடவுளின் கருணையுள்ள படைப்பாகும், அவள் வாக்குறுதியை விசுவாசித்தவுடன் பரிசுத்த குழந்தை அவள் வயிற்றில் கருவுற்றது. நமக்கும் அவ்வாறே நடக்கிறது.

> அவருடைய நாமத்தின்மேல் விசுவாசமுள்ளவர்களாய் அவரை ஏற்றுக்கொண்டவர்கள் எத்தனைபேர்களோ, அத்தனை பேர்களும் தேவனுடைய (கடவுளுடைய) பிள்ளைகளாகும்படி, அவர்களுக்கு அதிகாரங்கொடுத்தார். அவர்கள், இரத்தத்தினாலாவது, மாம்ச சித்தத்தினாலாவது புருஷனுடைய சித்தத்தினாலாவது பிறவாமல், தேவனாலே பிறந்தவர்கள். (யோவான் 1:12-13). என வேதம் கூறுகிறது.

நாம் மேலிருந்து (பரத்திலிருந்து) பிறக்கும்போது கிறிஸ்து நம்மில் பிறக்கிறார். இதுவே புதிய பிறப்பு. இது இயற்கையான பிறப்பால் வருவதில்லை. அது நம் சொந்த விருப்பத்தால் அல்ல. மனித முயற்சிக்கும், உழைப்பதற்கும், போராடுவதற்கும், செயலாற்றுவதற்கும் எந்த சம்பந்தமும் இல்லை. அது கடவுள், கடவுள் மாத்திரமே ஏற்படுத்தும் பிறப்பு. கிறிஸ்து நம்மில் பிறந்ததற்கு நம்முடைய விசுவாசம் காரணமல்ல. கிறிஸ்து நம்மில் பிறந்ததே நமது விசுவாசத்திற்குக் காரணம். மரியாளின் வயிற்றில் அற்புதம் செய்வதற்கு முன் பரிசுத்த ஆவியானவர் மரியாளின் இருதயத்தில் ஒரு அற்புதத்தை செய்தார். விசுவாசத்தினால் இயேசு வாழும் ஒவ்வொரு கிறிஸ்தவ இதயத்திலும், அதே அற்புதமான அதிசயம் நிகழ்கிறது.

நான்காவதாக, கன்னி மரியாளிடமிருந்து பிறந்த இயேசுவின்

அற்புதப் பிறப்பு உடனடியாகத் துன்புறுத்தலுக்குள்ளானது, சாத்தான் தனது பிரதிநிதி ஏரோது மூலம் புதிதாகப் பிறந்த குழந்தையைக் கொலை செய்ய முயன்றான். அவ்வாறே நம்மிடமும் முயல்கிறான். பரிசுத்த ஆவியானவர் கிறிஸ்துவை நம் இதயங்களுக்குள் கொண்டுவந்தவுடன், சாத்தான் பொய்கள், தவறான போதனைகள் மற்றும் துன்புறுத்தல்கள் மூலம் அவரை நம் இதயங்களிலிருந்து கிழித்தெறிய முயற்சிக்கிறான். ஆனால், கிறிஸ்து பிசாசுக்கு எதிராக பெற்ற வெற்றி, கிறிஸ்து மிகவும் துன்பப்பட்டபோது கிடைத்தது என்பது இயேசுவை விசுவாசத்தால் அறிந்த நமக்கும் தெரியும். அதனால்தான் நாம் துன்பத்தைத் தவிர்ப்பதில்லை. கடவுள் நம்மை நேசித்தால், துன்புறுத்தலையும் வேதனையையும் ஒருபோதும் அனுமதிக்க மாட்டார் என்ற தவறான கருத்தை நாம் ஏற்பதில்லை. அக்கருத்து நமக்கு வெகு தூரம். உலகத்தின் கேலி, கிண்டல், உலகத்தாரின் துன்புறுத்தல்கள் மற்றும் நம் பாவ மாம்சத்தினால் நமக்குள் ஏற்படும் இன்னல்கள் ஆகியவை நமது புனித நம்பிக்கையை துன்புறுத்துவதாகக் காண்கிறோம். துன்பத்தின் மூலம் கடவுள் வெற்றி பெறுகிறார் என்பதை நாம் அறிவோம். நம்முடைய பாவங்கள் அனைத்தையும் கழுவிய இயேசுவின் மரணம் நமக்கு மிகப்பெரிய மகிமை. கிறிஸ்தவர்களாக நாம் துன்பப்படும் பாக்கியம் பெற்றால், அதுவும் ஒரு கௌரவம். விசுவாசத்திற்கும் அவிசுவாசத்திற்கும் இடையிலான போர் நம் இதயங்களுக்குள் வெடிக்கும் போது, “உலகத்தில் உங்களுக்கு உபத்திரவம் உண்டு, ஆனாலும் திடன்கொள்ளுங்கள்; நான் உலகத்தை ஜெயித்தேன்” என்றார் ஆண்டவர் (யோவான் 16:33).

இறுதியாக, கிறிஸ்து கன்னி மரியாளிடத்தில் பிறந்தபோது, தேவதூதர்கள் அத்தகைய அற்புதமான பிறப்புக்காக கடவுளைப் புகழ்ந்து பாடுவதைத் தவிர்க்க இயலவில்லை. “உன்னத்தில் கடவுளுக்கு மகிமையும், பூமியில் சமாதானமும், மனிதர்களுக்கு பிரியமும் (நேசிப்பும்) உண்டாவதாக” என்றுப் பாடினார்கள். நம் இதயத்தில் விசுவாசம் பிறந்து மீண்டும் கிளர்ந்தெழும் போது அவ்வாறுதான் உள்ளது. நம் கடவுளை நாம் துதிக்காமல் இருக்க முடியாது. வார்த்தையானது, மாம்சமாகியதை நம் இருதயத்தில் கொண்டு வரும் கடவுளுடைய வார்த்தை, அந்த இதயங்களிலிருந்து துதி வார்த்தைகளைக் கொண்டுவருகிறது. எனவே நம்மைச் சந்தித்து, நம் இதயங்களில் வாசம் செய்து, நித்திய மைந்தனின் மாம்சமாகி கன்னியின் வயிற்றில் உருவான கடவுளை நாம் பாடுகிறோம், அவரிடம் ஜெபிக்கிறோம், அவரைத் துதிக்கிறோம்.

அன்புள்ள இயேசுவே, பரிசுத்தக் குழந்தையே, ஒரு மென்மையான, மாசில்லாத, படுக்கையை என் இதயத்தில் இருத்தும், அது உமக்காக வைக்கப்பட்ட அமைதியான அறையாக இருக்கும். ஆமென்.

சிலுவையில் அறைதல்

லூக்கா 23:46

புனித வெள்ளி

இயேசு: பிதாவே, உம்முடைய கைகளில் என் ஆவியை ஒப்புவிக்கிறேன் என்று மகா சத்தமாய்க் கூப்பிட்டுச்சொன்னார்; இப்படிச் சொல்லி, ஜீவனைவிட்டார். (லூக்கா 23:46)

கடவுள் விலங்குகளை உருவாக்கியவிதமாக ஆதாமை உருவாக்கவில்லை. அவர், "பூமி உண்டாகுக" (ஆதியாகமம் 1:24) என்று கூறினார். அவர் ஆதாமையும் ஏவாளையும் படைத்தபோது, அவர்களைத் தம்முடைய சாயலில் உருவாக்கினார். கடவுள் ஆதாமை பூமியின் மண்ணிலிருந்து உருவாக்கினார். உயிர் மூச்சை நாசியில் ஊதினார். இப்படித்தான் ஆதாம் ஒரு ஜீவனானான். ஆணும் பெண்ணும் ஆன்மீக மனிதர்களாகப் படைக்கப்பட்டனர். அவர்கள் தங்கள் படைப்பாளருடன் என்றென்றும் உடனாளிகளாக இருப்பதற்காக படைக்கப்பட்டார்கள். கடவுள் அவர்களை மரிப்பதற்காகப் படைக்கவில்லை. மரணத்திற்கு காரணம் பாவம். கடவுள் பாவத்தின் நூலாசிரியர் அல்ல. எனவே மரணத்திற்கு கடவுளை குற்றம் சொல்ல முடியாது. பாவம் செய்தவர்கள் தங்கள் மரணத்திற்கு பொறுப்பேற்க வேண்டும். பாவிகள் மரிப்பதற்குக் காரணம், அதுவே அவர்களுக்குத் தகுதியானது. ஆதாம் பாவம் செய்தபின் அவனுக்கெதிராக கடவுள் சொன்னது போல், "நீ மண்ணிலிருந்து எடுக்கப்பட்டதால், நீ மண்ணுக்குத் திரும்பும்வரைக்கும் உன் முகத்தின் வியர்வையைச் சிந்தி ஆகாரம் சாப்பிடுவாய்; நீ மண்ணாக இருக்கிறாய், மண்ணுக்குத் திரும்புவாய் என்றார்" என்பது (ஆதியாகமம் 3:19).

ஒரே ஒரு மனிதர் மாத்திரம் மரிக்கத் தகாதவர். அந்த மனிதர் இயேசு கிறிஸ்து. இயேசு ஆண்டவர் பரிசுத்த ஆவியால் கர்ப்பத்தில் உற்பவிக்கப்பட்டு கன்னி மரியாளிடம் பிறந்தார். அவர் இரண்டாவது ஆதாம். ஆதாமின் கீழ்ப்படியாமைக்குப் பதிலாக கிறிஸ்துவின் பரிபூரண கீழ்ப்படிதல் கடவுளுக்கு வழங்கப்பட்டது. இயேசு நமக்காக சிலுவையில் பாடுபடுவதை நாம் நினைக்கும் போது, அவருக்கு என்ன நடக்கிறது என்பதை நாம் பொதுவாக நினைப்போம். அவர் நிந்தனைகளையும், தூற்றுதலையும் பெற்றார். அவர் வேதனையையும் அவமானத்தையும் அனுபவித்தார். கடவுளே கூட அவருடைய

துன்பத்தில் அவரைக் கைவிட்டார். இயேசு துன்பப்படுகிறார். அவர் தாங்குகிறார். அவர் சகிக்கிறார். அவர் அற்பணிக்கிறார். அவர் அனைத்து பாவிகளின் தெய்வீக தண்டனையைப் பெறுகிறார்.

ஆனால் இயேசுவும் சிலுவையில் எதையோ செய்துக்கொண்டிருக்கிறார். அவர் அவருக்கு செய்ய வேண்டிய கொடுமைகளில் துன்பப்படுவது மாத்திரம் அல்ல. அவர் சிலுவையில் தீவிரமாய் செயலாறிக்கொண்டிருக்கிறார். அவர் அளித்துக்கொண்டிருக்கிறார். அவர் தன்னை கடவுளுக்கு அர்ப்பணிக்கிறார். வேறு எந்த மனிதராலும் பிதாவாகிய கடவுள் மதித்திராத அளவு அவர் பரலோகத்தில் உள்ள தனது தந்தையை மதிக்கிறார். இதுவரையில் கொடுக்கப்பட்டிராத ஒரே ஒரு பரிசுத்த வாழ்க்கையை, ஒரே ஒரு முழுமையான நீதியான வாழ்க்கையை அவர் கடவுளுக்குக் கொடுத்துவிடுகிறார்.

இதுவே புனித வெள்ளியை மிகவும் சிறப்பாக ஆக்குகிறது. தொடக்கத்தில் கடவுள் தாம் உருவாக்கிய உலகத்தைப் பார்த்தார், அது மிகவும் நன்றாக இருப்பதைக் கண்டார். அவர் ஆணையும் பெண்ணையும் மற்றும் அவர்களுக்குப் பிறக்கும் எந்தவொரு சந்ததியினரையும் தம் பரிசுத்த ஆவியால் ஊடுருவிப் பரவச்செய்தார். தந்தையிடமிருந்தும் குமாரனிடமிருந்தும் புறப்படுபவரும், உயிரைத் தருபவருமான இறைவனை மனிதகுலத்தின் நாசியில் ஊதினார். அவர் மனிதனை ஒரு உயிருள்ள, ஆன்மீக மனிதனாக மாற்றினார். நம் மூலமுதலான பெற்றோர் அவர்கள் கீழ்ப்படியாத நாளில் இறந்துவிட்டனர். அவர்கள் ஆன்மீக ரீதியில் இறந்தனர். அவர்கள் உயிருள்ள ஆத்மாக்களாகப் படைக்கப்பட்டனர். தற்போது அவர்களும் அவர்களது சந்ததிகளும், ஆன்மீக குருட்டுத்தன்மையில், இறந்துகொண்டிருக்கும் ஆன்மாக்களாக இருந்தனர்.

இந்த நாட்களில் ஆன்மீகம் பற்றி அதிகம் பேசப்படுகிறது. பெரும்பாலான உரையாடல்கள் மனிதர்களாகிய நாம் அனைவரும் ஆன்மீக இயல்புடையவர்கள் என்ற அனுமானத்தில் இருந்து தொடர்கிறது. ஒவ்வொரு நேர்மையான ஆன்மீக நபரின் ஆன்மீகத்தை மதிக்க கற்றுக்கொள்ள வேண்டும் என்று நமக்குக் கூறப்படுகிறது. உங்கள் நம்பிக்கை யூத ஆன்மீகம், முஸ்லீம் ஆன்மீகம், பூர்வீகக்குடிகளின் ஆன்மீகம் அல்லது வேறு சில வகையான ஆன்மீகம் ஆகியவற்றில் அடிப்படையாக இருந்தாலும், ஆன்மீகம் என்பது ஆன்மீகம், மேலும் ஒரு வகையான ஆன்மீகம் மற்றொன்றை

விட சிறந்தது என்று ஒருவர் தீர்மானிக்கக்கூடாது என்பதாகக் கூறுகிறார்கள்.

ஆனால் இவையனைத்தும் ஒரு மிகப்பெரிய பொய். ஒரே உண்மையான ஆன்மீகம் கிறிஸ்துவிடமிருந்து வருகிறது. ஏனென்றால், இயேசு மட்டுமே பரிசுத்த ஆவியானவரோடு முழுமையாக இணைந்து வாழ்ந்தார். அவர் பரிசுத்த ஆவியால் கருவுற்றார். அவருடைய ஞானஸ்நானத்தில், பரிசுத்த ஆவியானவர் புறாவைப் போல அவர் மீது இறங்கினார். அவர் பிசாசினால் சோதிக்கப்படுவதற்காக பரிசுத்த ஆவியானவரால் வனாந்தரத்திற்கு அழைத்துச் செல்லப்பட்டார். அங்கு, அவர் தீமை செய்யும்படியாக சோதிக்கப்பட்ட ஒவ்வொரு சோதனையையும் தாங்கினார், மேலும் பரிசுத்த வேதாகமத்தில் பதிவுசெய்யப்பட்ட பரிசுத்த ஆவியின் வார்த்தைகளால் பிசாசை அவரிடமிருந்து விரட்டினார். இயேசு தம்முடைய சொந்த ஊரான நாசரேத்தில் தம்மைக் கிறிஸ்து என்று அடையாளப்படுத்தியபோது, ஏசாயாவின் புத்தகத்திலிருந்து, “கர்த்தராகிய கடவுளுடைய ஆவி என்மேல் இருக்கிறது, ஏனென்றால் கர்த்தர் எளியவருக்கு நற்செய்தியைப் பிரசங்கிக்க என்னை அபிஷேகம் செய்தார்” (ஏசாயா 61:1 & லூக்கா 4:18) என்கிற இந்த வார்த்தைகளை வாசித்து அவ்வாறு செய்தார். இயேசு ஆண்டவரையும் பரிசுத்த ஆவியையும் பிரிக்க முடியாது.

இயேசுவைத் தவிர நமக்கு ஆன்மீகம் இல்லை. புனித பவுலின் ஏவப்பட்ட வார்த்தைகளைக் கேளுங்கள்:

> அவைகளை நாங்கள் மனுஷ ஞானம் போதிக்கிற வார்த்தைகளாலே பேசாமல், பரிசுத்த ஆவி போதிக்கிற வார்த்தைகளாலே பேசி, ஆவிக்குரியவைகளை ஆவிக்குரியவைகளோடே சம்பந்தப்படுத்திக் காண்பிக்கிறோம். ஜென்ம சுபாவமான மனுஷனோ தேவனுடைய ஆவிக்குரியவைகளை ஏற்றுக்கொள்ளான்; அவைகள் அவனுக்குப் பைத்தியமாகத் தோன்றும்; அவைகள் ஆவிக்கேற்றபிரகாரமாய் ஆராய்ந்து நிதானிக்கப்படுகிறவைகளானதால், அவைகளை அறியவுமாட்டான். ஆவிக்குரியவன் எல்லாவற்றையும் ஆராய்ந்து நிதானிக்கிறான்; ஆனாலும் அவன் மற்றொருவனாலும் ஆராய்ந்து நிதானிக்கப்படான் கர்த்தருக்குப் போதிக்கத்தக்கதாக அவருடைய சிந்தையை அறிந்தவன் யார்? எங்களுக்கோ கிறிஸ்துவின் சிந்தை உண்டாயிருக்கிறது. (1 கொரிந்தியர் 2:13-16).

இயேசு ஆண்டவர் அனுப்பும் பரிசுத்த ஆவியைத் தவிர வேறு எந்த ஆன்மீக சக்தியும் ஆற்றல் திறனும் இல்லை. நித்திய வார்த்தை மாம்சமாக மாறிய பரிசுத்த ஆவியானவர் இவரே. இவரே பிதா மற்றும் குமாரனிடமிருந்து வரும் பரிசுத்த ஆவியானவர். கிறிஸ்து தம் தாயின் வயிற்றில் கருவுற்றது முதல் தம் தந்தையிடம் தம் ஆவியை ஒப்புக்கொடுக்கும் வரை அவருடன் பரிபூரணமான ஒற்றுமையுடன் இருந்த பரிசுத்த ஆவியானவர் இவர்தான். அவரது மரணத்தின் தருணத்தில் அவர் தந்தைக்கு முழுமையான கீழ்ப்படிதலின் நீதியான வாழ்வை அர்ப்பணித்தார்.

இயேசு கிறிஸ்துவின் மரணம் ஒரு ஆழம் மிக்க மர்மம். கடவுள் இறக்க முடியாது, ஆனால் கடவுளாகிய இயேசு கிறிஸ்து இறந்தார். அதனால் கடவுள் இறந்தார். பிதா நம் மனித இயல்பை எடுத்துக் கொள்ளவில்லை, அவர் நமக்காக இறக்கவில்லை. பரிசுத்த ஆவியானவர் நமது மனித இயல்பை எடுத்துக் கொள்ளவில்லை, அவர் நமக்காக இறக்கவில்லை. ஆனால் குமாரன் நமது மனித இயல்பை ஏற்றுக்கொண்டார், அவர் நமக்காக மரித்தார். அழியாத கடவுள் இறக்க முடியாது என்பது அவரை அவ்வாறு செய்வதைத் தடுக்கவில்லை. குமாரனாகிய கடவுள் நம்முடைய சொந்த சரீரம் மற்றும் இரத்தம், உடல் மற்றும் ஆன்மாவை எடுத்துக் கொண்டார், மேலும் நமது உண்மையான மற்றும் நீதியுள்ள சகோதரனாக, அவர் தனது நீதியான உயிரைக் கடவுளுக்கு ஒப்புக்கொடுத்தார்.

தாவீதின் ஜெபத்தை, சங்கீதம் 31:5-ன் வார்த்தைகளில் அவர் ஜெபித்தார். இயேசுவின் நாளின் பக்தியுள்ள யூதர்கள் இரவில் படுக்கைக்குச் செல்வதற்கு முன் இந்த ஜெபத்தை ஜெபிப்பார்கள். அது ஒரு நீதிமான் செய்த பிரார்த்தனை. மரணத்தை எதிர்நோக்கும் ஒவ்வொரு நீதியுள்ள ஆண், பெண் மற்றும் குழந்தைகளின் ஜெபத்தையும் அவர்களுக்குக் காத்திருக்கும் நித்தியத்தையும் அவர் வேண்டினார். "பிதாவே, உமது கரங்களில் என் ஆவியை ஒப்படைக்கிறேன்" என்று ஜெபித்தார். பிதா உண்மையில் அவரை ஏற்றுக்கொள்வார் என்கிற அவருடைய விசுவாசத்தின் உறுதியுடன் அவர் ஜெபித்தார். தம் ஆவியை பிதாவிடம் ஒப்படைப்பதில், அவர் தனது பரிசுத்தமான மற்றும் நீதியான வாழ்வை, உயிரை அவருக்கு அர்ப்பணித்தார், அவருடைய தகப்பன் அவருடைய காணிக்கையைப் பெறுவார் என்கிற பற்றுறுதியுடன் அதை அளித்தார்.

பிதா இந்த காணிக்கையை ஏற்றுக்கொண்டார். கிறிஸ்துவின்

உயிர்த்தெழுதல் இதற்கு மிகப் பெரிய ஆதாரம், ஆனால் கடவுள் உடனுக்குடன் இரு மடங்கு பதில் அளித்தார். ஆலயத்தின் திரை இரண்டாய்க் கிழிந்தது, ஒரு புற இனத்தவன் கிறிஸ்துவை நீதிமான் என்று ஒப்புக்கொண்டான்.

ஆலயத்தின் திரை, கோவிலின் மற்ற பகுதிகளிலிருந்து மகா பரிசுத்த ஸ்தலத்தை பிரித்தது. பிரதான ஆசாரியர் மட்டுமே மகா பரிசுத்த ஸ்தலத்திற்குள் பிரவேசிக்க முடியும். அவர் வருடத்திற்கு ஒருமுறை கருணை இருக்கையில் இரத்தத்தை தெளிப்பார். உயிர் இரத்தத்தில் இருக்கிறது என்று கடவுள் எல்லாக்காலங்களிலும் போதித்துள்ளார். பாவ மன்னிப்புக்காக இரத்தம் சிந்துதல் தேவைப்பட்டது, இதனால் உயிர் மீண்டும் கிடைக்கும். இந்த வேளையில் கிறிஸ்துவின் பரிசுத்த இரத்தமும், குற்றமற்ற துன்பமும் மரணமும் பிதாவுக்கு பலியிடப்பட்டதால், திரைச்சீலையை அவர் இரண்டாகக் கிழித்து, அந்தப் பலியில் தான் திருப்தியடைந்ததைக் காட்டினார். சரியான காணிக்கை இப்போதுதான் வழங்கப்பட்டது. பாவத்துக்கான காணிக்கையை இனி ஒருபோதும் செலுத்த இயலாது. ஏனென்றால், நூற்றுவர் தலைவன் ஒப்புக்கொண்டபடி, "நிச்சயமாக அவர் ஒரு நீதிமான்!" (லூக்கா 23:47).

கிறிஸ்துவுக்குள் பிரியமான சகோதர சகோதரிகளே, அதுவே நமது அறிக்கை. இயேசு ஒரு நீதிமான். அவர் ஒருவரே நீதிமான். அவர் தனது பிதாவின் கைகளில் தனது குற்றமற்ற உயிரை ஒப்படைத்தபோது, தம்முடைய பரிசுத்த மக்கள் அனைவரின் உயிரையும் அவர் தனது தந்தையின் பாதுகாப்பில் ஒப்புக்கொடுத்து காப்பாற்றினார்.

முதல் கிறிஸ்தவ இரத்தச் சாட்சியாகியான ஸ்தேவான், அவர் இறக்கும் நிலையில் கடவுளை அழைத்தார், "ஆண்டவராகிய இயேசுவே, என் ஆவியை ஏற்றுக்கொள்ளும்" (அப்போஸ்தலர் 7:59) என்று வேண்டினார். ஆண்டவர் ஏற்றுக்கொண்டார். இயேசு உண்மையான ஆன்மீகத்தைகொண்டு வருகிறார், மேலும் இயேசுவைத் தவிர ஆன்மீக வாழ்க்கை, ஆரோக்கியம் அல்லது பரிபூரணம் இருக்க முடியாது. அவர் நீதிமான், கடவுளின் நியாயாசனத்திற்கு முன்பாக அவருடைய நீதி ஒன்று மட்டுமே பயனளிக்கும். கிறிஸ்து தம்முடைய நீதியான ஜீவனை பிதாவுக்கு ஒப்புக்கொடுத்தபோது, அதுவே தேவனுக்குச் செலுத்தப்பட்ட ஒரே காணிக்கையாக இருந்தது. அந்த தியாகத்தின் எல்லையற்ற மதிப்பில் இருந்து அதன் மதிப்பைக் கடன் பெற்றாலன்றி வேறு எந்த காணிக்கைக்கும் மதிப்பு இல்லை.

ஒரே ஒரு நீதியுள்ள மனிதர் தன் ஆவியைத் தன் தந்தையிடம் ஒப்படைத்தார். இதே நீதியுள்ள மனிதர் பிதாவிடமிருந்து பரிசுத்த ஆவியை நமக்கு அனுப்புகிறார். சிலுவையின் செய்தி எங்கெல்லாம், எப்பொழுதெல்லாம் பிரசங்கிக்கப்படுகிறதோ அங்கெல்லாம் சிலுவையில் பிதாவுக்கு அளித்த அதே நீதியுடன் இயேசுவும் இருக்கிறார். கிறிஸ்துவின் நீதியைப் பெறுவதற்காக கிறிஸ்துவின் திருச்சபை அவருடைய நாமத்தில் எங்கு, எப்பொழுதெல்லாம் கூடிவருகிறதோ, அங்கே நம்முடைய ஆத்துமாக்கள் பரிசுத்த ஆவியுடன் ஒரு நெருக்கமான ஐக்கியத்தில் இணைந்து, நாம் நியாயப்படுத்தப்படுகிறோம். தேவன் தம்முடைய குமாரனின் நீதியான கீழ்ப்படிதலை நமக்குக் கணக்கிலிடுகிறார். இயேசு யோர்தானில் ஞானஸ்நானம் பெற்றபோது வாக்குறுதியளித்த அனைத்து நீதியின் நிறைவேற்றத்தை, அவர் இறுதி மூச்சில், தம் தந்தையின் கைகளில் தனது ஆவியை ஒப்படைத்தபோது நிறைவேற்றினார். ஆலயத்தின் கிழிந்தத் திரை அதைக்கூறுகிறது. விசுவாசித்த நூற்றுவர் தலைவர் அதைக்கூறுகிறான். அவ்வாறே உலகில் உள்ள புனித கிறிஸ்தவத் திருச்சபை அறிக்கையிடுகிறது.

அவருடைய ஆவியை தம் தந்தையின் கரங்களில் ஒப்படைத்தப்போது, எபிரெயர்களுக்கு எழுதிய நிருபம் (எபிரெயர் 12:23) கூறுவது போல், "நியாயாதிபதியாகிய தேவனிடத்திற்கும், பூரணமாக்கப்பட்ட நீதிமான்களுடைய ஆவிகளினிடத்திற்கும்" அன்பான கிறிஸ்தவர்களின் ஆவிகளையும் தம் தந்தையின் பராமரிப்பில் ஒப்புக்கொடுத்தார். இயேசு தம்முடைய மரணத்தை நம்முடன் இணைக்கிறார், அதனால் நம்முடைய கடைசி நேரம் வரும்போது நாம் கோபமடைந்த கடவுளின் கைகளில் பாவிகளாக அல்ல, மாறாக நம்முடைய அன்பான தந்தையிடம் நம் ஆவிகளை ஒப்புக்கொடுக்கும் பரிசுத்தவான்களாக இறக்கிறோம் என்பதை அறியலாம்.

கிறிஸ்துவின் மரணம் எப்படி இறப்பது என்று நமக்குக் கற்றுக்கொடுக்கிறது. எப்படி இறப்பது என்பதைக் கற்றுக்கொள்வதில், எப்படி வாழ வேண்டும் என்பதையும் கற்றுக்கொள்கிறோம். கிறிஸ்துவின் நீதியை கடவுள் நமக்குக் கற்பிப்பதால், நாம் பரிசுத்தவான்களாகக் கருதப்படுகிறோம். புனிதர்கள் புனிதமான வாழ்க்கை வாழ்கிறார்கள். அவர்கள் தங்கள் வாழ்க்கையை கடவுளுக்கு அற்பணித்து வாழ்கிறார்கள். அவருடைய குமாரனின் தனிமைப்பட்ட நீதியுள்ள வாழ்க்கைக்காக, நம்முடைய பரலோகத்

தகப்பன் கிறிஸ்துவில் விசுவாசத்தின் மூலம் நாம் அவருக்கு அளிக்கும் அனைத்தையும் நெஞ்சார நேசிக்கிறார். மேலும் அவர் நம்மை நெஞ்சார நேசிக்கிறார். நம்மில் அன்பு செலுத்துகிறார். அவருடைய அன்பு மகன் நமக்காகச் செலுத்திய பலியை பெற்றப்போது, அவர் நம்முடைய ஆவி, ஆன்மாக்களை-நம்முடைய வாழ்க்கையையே-அவர் பெற்றுக்கொண்டார். பூமியில் உள்ள எந்த சக்தியாலும் அவருடைய சர்வவல்லமையுள்ள கரங்களிலிருந்து நம்மைப் பறிக்க இயலாது. ஆமென்.

உயிர்த்தெழுதல்

மாற்கு 16:6

ஈஸ்டர் ஞாயிறு

"அவன் அவர்களை நோக்கி: பயப்படாதிருங்கள், சிலுவையில் அறையப்பட்ட நசரேயனாகிய இயேசுவைத் தேடுகிறீர்கள்; அவர் உயிர்த்தெழுந்தார், அவர் இங்கேயில்லை; இதோ, அவரை வைத்த இடம்" என்றான். (மாற்கு 16:6)

கல்லறை காலியாக இருந்தது. இயேசுவின் சரீரத்திற்கு சுகந்தவர்க்க அபிஷேகம் செய்ய வந்த பெண்களிடம் தேவதூதன் மேற்காணும் வசனத்தைக் குறிப்பிட்டார். அவர்கள் அபிஷேகம் செய்ய வந்த உடல் இப்போது மரித்திருக்கவில்லை. அபிஷேகம் செய்ய அங்கே உடல் இல்லை.

பயம், திகைப்பு, அதிர்ச்சி-அனைத்தும் ஒன்றிணைந்து, கல்லறையை விட்டு வெளியேறிய பெண்களை மௌனமாக்கியது. அவர்கள் நாசரேத்து ஊரைச்சேர்ந்த இயேசுவைத் தேடிக்கொண்டிருந்தார்கள். அவர்கள் இரட்சகரைத் தேடவில்லை. அவர்கள் இறைவனைத் தேடவில்லை. நாசரேனாகிய இயேசுவைத் தேடிக்கொண்டிருந்தார்கள். தங்களுக்குக் போதித்த, அவர்களைக் குணமாக்கி, அவர்களை நேசித்த மனிதனாகிய இயேசுவை அவர்கள் தேடினார்கள். அவர் இறப்பதைக் கண்டார்கள். அதை அவர்கள் தங்கள் கண்களால் கண்டார்கள். இப்போது அவர்கள் தங்கள் அன்பின் கடமையைச் செய்ய வந்தார்கள். இயேசு சிலுவையில் மரித்தபோது, சூரியன் மறைவதற்கும் ஓய்வுநாள் தொடங்குவதற்கும் முன்பாக முறையான அடக்கம் செய்வதற்கு நேரம் இல்லை. எனவே அவர்கள் ஓய்வுநாள் முடியும் வரை காத்திருந்து, அதைச் சரிவரச் செய்ய கல்லறைக்குத் திரும்பினார்கள்.

அவர்கள் இரட்சகரைத் தேடவில்லை. அவர்கள் தங்கள் இரட்சகரைத் தேடியிருந்தால் கல்லறையைப் பார்த்திருக்க மாட்டார்கள். அவர்கள் தங்கள் இறைவனைத் தேடவில்லை. அவர்கள் தங்கள் இறைவனைத் தேடியிருந்தால் கல்லறையைப் பார்த்திருக்க மாட்டார்கள். அவர் இறந்து உயிர்த்தெழுவார் என்று அவர்களுடைய இரட்சகரும் அவர்களுடைய இறைவனுமானவர் கூறியிருந்தார். அவர் பாவிகளின் கைகளில் துரோகம் செய்யப்படுவார் என்றும், அவர்

கேலி செய்யப்படுவார் என்றும், அவர் பல துன்பங்களை அனுபவித்து சிலுவையில் அறையப்படுவார் என்றும், மூன்றாம் நாளில் அவர் மரித்தோரிலிருந்து எழுந்திருப்பார் என்றும் கூறினார். "இந்த ஆலயத்தை இடித்துப்போடுங்கள், மூன்று நாளைக்குள்ளே இதை எழுப்புவேன் என்றார்" (யோவான் 2:19).

வாக்களிக்கப்பட்ட இரட்சகரின் மரணத்தையும் உயிர்த்தெழுதலையும் பழைய ஏற்பாடும் முன்னறிவித்தது. 16 ம் சங்கீதத்தில் தாவீது அவரைப் பற்றி:

"ஆகையால் என் இருதயம் பூரித்தது, என் மகிமை களிகூர்ந்தது; என் மாம்சமும் நம்பிக்கையோடே தங்கியிருக்கும். என் ஆத்துமாவைப் பாதாளத்தில் விடீர்" என்றெழுதுகிறார்.

ஏசாயா தீர்க்கத்தரிசி கிறிஸ்துவின் உயிர்த்தெழுதலைப் பற்றி:

"இதோ, என் ஊழியக்காரன் ஞானமாக நடப்பார், அவர் உயர்த்தப்பட்டு, மேன்மையும் மகா உன்னதமுமாயிருப்பார்" (ஏசாயா 52:13) என முன்னறிவித்தார்.

உண்மையில், வாக்குப்பண்ணப்பட்ட இரட்சகரைப் பற்றிய வேதவசனங்களின் முதல் தீர்க்கதரிசனமே அவருடைய உயிர்த்தெழுதலை முன்னறிவித்தது. கடவுள் சாத்தானை சபித்தபோது, ஆதியாகமம் 3:15-ல் நமக்காகப் பதிவுசெய்யப்பட்ட இந்த வார்த்தைகளைச் சொன்னார்:

உனக்கும் பெண்ணுக்கும், உன் வித்துக்கும் அவளுடைய வித்துக்கும் பகை உண்டாக்குவேன்; அவர் உன் தலையை நசுக்குவார், நீ அவர் குதிகாலை நசுக்குவாய் என்றார்.

ஆண்டவரும் இரட்சகருமான இயேசு கிறிஸ்துவின் பாடுகள், மரணம் மற்றும் உயிர்த்தெழுதல் ஆகியவை உலகின் ஆரம்பம் முதல் அது நிறைவேறும் வரை முன்னறிவிக்கப்பட்டது. பெண்கள் மரித்த நாசரேத்து இயேசுவைத் தேடுவதற்கு எக்காரணமும் இல்லை. ஆனால் அவர்கள் தேடினார்கள்.

அவர்கள் மரித்தோரிலிருந்து உயிர்த்தெழுந்த இயேசுவின் வரலாற்று உண்மைகளையும், உடல் உயிர்த்தெழுதலை மறுக்கும்

நவீன இறைவல்லுனர்களைப் போலவே முரண்பாடாக இருந்தனர். இந்த மதச் சந்தேகிகள் வரலாற்றின் இயேசுவையும், விசுவாசத்தின் கிறிஸ்துவையும் வேறுபடுத்துகின்றனர். நாசரேத்தைச் சேர்ந்த **இயேசு** சிலுவையில் மரித்தார் என்று சொல்கிறார்கள். ஆனால் அவர்கள் உயிர்த்தெழுதலின் வரலாற்றுத்தன்மையை மறுக்கிறார்கள். அல்லது நாசரேத்து இயேசு கல்லறையில் இறந்துக்கிடந்தாலுமே பரவாயில்லை என்கிறார்கள். அவர்கள் கூறுவது முக்கியமானது; விசுவாசத்தின் **கிறிஸ்து** மரித்தோரிலிருந்து உயிர்த்தெழுந்தார் என்பதுதான். அவர்கள் கூறுவது ஒரு நிஜமான உடல் உயிர்த்தெழுதல் அல்ல என்பதை நீங்கள் புரிந்துகொள்ளவேண்டும். அவர்கள் கூற்றுப்படி, ‘இது விசுவாசிகளின் இதயங்களில் ஏற்பட்ட உயிர்த்தெழுதல். அவரை நேசித்தவர்களும் அவரைப் பின்பற்றியவர்களும் அவரிடமிருந்து கற்றுக்கொண்டவர்களும் அவர் மரித்தோரிலிருந்து உயிர்த்தெழுந்தார் என்று நம்பத் தொடங்கியதால், அவர் **உருவகமாக** உயிர்த்தெழுந்தார். ஆனால் வரலாற்று இயேசு மரித்துவிட்டார்,’ இப்படியாக அவர்கள் கூறுகின்றார்கள்.

ஆனால் தேவதூதன் பெண்களுக்கு காலியான கல்லறையைக் காட்டினான். உடல் எங்கே போனது? சீடர்கள் - உடைந்த, மனச்சோர்வடைந்த, பயந்துக்கிடந்த சீடர்கள் - உடலைத் திருடுவதற்கு நன்கு ஆயுதம் ஏந்திய ரோமானிய காவலர்களை வீழ்த்தியிருக்க முடியுமா? யோசனையே அபத்தமானது. மேலும் பெண்மணிகளைக் கருத்தில் கொள்ளுங்கள். கல்லறைக் காலியாக இருப்பதைக் கண்டு அவர்கள் பயந்து அமைதிக்காத்தனர்.

விசுவாசம் இயேசுவை மரித்தோரிலிருந்து எழுப்பவில்லை. கடவுள் அவரை மரித்தோரிலிருந்து எழுப்பினார். நாசரேத்து இயேசு உயிர்த்தெழுந்தது சரித்திரம். இது ஒரு வரலாற்று நிகழ்வு. புனித வெள்ளியன்று சிலுவையில் அறையப்பட்டு மரித்த மனிதர் இயேசு ஈஸ்டர் ஞாயிறு அன்று உயிர்த்தெழுந்தார். இது எல்லா காலத்திலும் மைய வரலாற்று நிகழ்வாக நிற்கிறது. நூற்றுக்கணக்கான சாட்சிகள் அவரை ஒரே நேரத்தில் பார்த்தனர். கிறிஸ்துவின் உயிர்த்தெழுதலை கடுமையாக மறுத்த தோமா, இயேசுவை தன் கண்களால் பார்த்தார். அவர் சிலுவையில் அறையப்பட்ட காயங்களைத் தொட்டார். இயேசுவை மரித்தோரிலிருந்து எழுப்பியது வெறும் நம்பிக்கை அல்ல.

நாசரேத்தின் இயேசு இறந்தார். நாசரேத்தின் இயேசு எழுந்தார். நாசரேத்தின் இயேசு, ஆண்டவரும் பாவிகளின் இரட்சகருமாயிருக்கிறார்.

அவர்கள் அவரைத் தேடவில்லை. அவரைத்தேடுபவர்கள் வெகு சிலரே. எனவே அவர் அவர்களைத் தேடி வருகிறார். மேலும் அவர் நம்மையும் தேடுகிறார். இயேசு உயிர்த்தெழுந்தார் என்றும், அங்கு அவர்களைச் சந்திக்க அவர் கலிலேயாவுக்குச் செல்வார் என்றும் சீடர்களிடமும் குறிப்பாக பேதுருவிடமும் சொல்லும்படி தேவதூதர் பெண்களிடம் கூறினார். யாரிடமும் எதையும் சொல்ல அவர்கள் மிகவும் பயந்தனர். அவர்களின் இதயங்கள் மரணத்தில் பதிந்திருந்தன, அவர்களால் வாழ்தலைப் புரிந்துகொள்ள முடியவில்லை.

இதனால்தான் இயேசு மரித்தோரிலிருந்து உயிர்த்தெழுந்த அற்புதத்தை விசுவாசத்தின் அற்புதம் எப்போதும் பின்பற்ற வேண்டும். நவீன விமர்சகர்கள் உயிர்த்தெழுதலைப் பற்றி கற்பிப்பதில் மாத்திரம் தவறு செய்யவில்லை. அவர்கள் அதை சரியாக பின்னோக்கி வைத்திருக்கிறார்கள். அது அவர்கள் செய்கின்ற மிகத் துல்லியமான தவறு. விசுவாசிகளின் இதயங்களில் உள்ள நம்பிக்கையே உயிர்த்தெழுதலின் போதனைக்கு வழிவகுத்தது என்று அவர்கள் கற்பிக்கிறார்கள். அப்படி இல்லை. உயிர்த்தெழுதலின் போதனையே விசுவாசத்திற்கு வழிவகுத்தது.

மரித்த இயேசு உயிர்த்தெழுந்தார் என்ற அப்பட்டமான வரலாற்று உண்மையை விட உயிர்த்தெழுதலின் பிரசங்கம் அதி முக்கியம் வாய்ந்தது. இது கிறிஸ்துவின் மரணம் மற்றும் உயிர்த்தெழுதலின் அர்த்தத்தைப் பற்றிய கடவுளின் அறிக்கையாகும்.

எனவே கடவுள் இதைப் பற்றி என்ன சொல்கிறார் என்பதைக் கேட்போம். தேவத்தூதன் கடவுளுக்காக பேசுகிறார். “பயப்படாதிருங்கள்” – பயப்படாதிருங்கள் என்றார். ஏன் பயப்படக்கூடாது? பெண்கள் திடுக்கிட்ட காரணத்தினாலா? இல்லை, பெண்கள் மரணத்தின் பயத்தை உணர்ந்தனர். ஒரு இறந்த சடலத்தை தேடிக்கொண்டிருந்தனர். அவர்களின் இதயங்கள் அதைக் கண்டுபிடிப்பதில் பொருந்தியிருந்தது.

நாம் மரணத்தைச் சுற்றி இழைவாக வலம் வருகிறோம். அமைதியாகப் பார்க்கிறோம். நாம் மரணத்திற்கு ஒரு விசாலமான இடத்தைத்தருகிறோம், உரிய மரியாதையைக் காட்டுகிறோம். ‘பாவத்தின் சம்பளம் மரணம்’ என்பதால் நாம் மரணத்திற்கு பயப்படுகிறோம். இந்த உண்மை புறக்கணிக்கப்படலாம், மறுக்கப்படலாம், மேலும் அதற்கெதிராக குற்றம் சாட்டப்படலாம்,

ஆனால் அதை பொய்யாக்க முடியாது. கடவுளே இவ்வுண்மையைக் கூறியுள்ளார். பழிபாவமற்ற மனிதராகிய இயேசுவின் இறந்த உடல் ஒட்டுமொத்த மனித இனத்தின் பொது குற்றச்சாட்டுப் பத்திரம். ஏன்? ஏனென்றால் அவர் நம்முடைய பாவங்களை சிலுவையில் சுமந்தார். மேலும், அவர் மரித்தார்.

அவர் பாடுகள் அனுபவித்தது மாத்திரமல்ல. இறுதிவரை அவர் பாடுகளை சகித்தார். அவரது கால்கள் உடைக்கப்படவில்லை. குற்றப்பழியையும், பாவத்தின் முழு சுமையையும் அவர் தன் தோள்கள் மீது சுமந்தார். மரித்த இயேசுவைத் தேடுவது என்பது பாவத்தின் ஆதாரத்தைத் தேடுவது. உலகத்தின் பாவத்தை அவர் தோளில் சுமந்தார். “என் கடவுளே, என் கடவுளே, ஏன் என்னைக் கைவிட்டீர்?” (மத்தேயு 27:46) என்று அவர் கூக்குரலிட்டபோது, எல்லா மக்களின் பாவத்திற்காகவும் தண்டிக்கப்படும் பாவத்தைச் சுமப்பவராக இருந்தார். மேலும் அவர் மரித்தார். அவர் அடக்கம் செய்யப்பட்டார். அவரது இறந்த உடல் கல்லறையில் சில்லிட்டது. அவர் பாவங்களுக்காக பாடனுபவித்தார்.

பெண்மணிகள் வந்து கல்லறை காலியாக இருப்பதைக் கண்டதும் இறைவன் தமது தூதர் மூலம் என்ன சொல்கிறார்? அவர் கூறுகிறார், “கவலைப்பட வேண்டாம். சிலுவையில் அறையப்பட்ட நாசரேத்து ஊர் இயேசுவை நீங்கள் தேடுகிறீர்கள். அவர் உயிர்த்தெழுந்தார்! அவர் இங்கே இல்லை. அவர்கள் அவரை வைத்த இடத்தைப் பாருங்கள்” என்கிறார். ஆனால் அவர் இறந்துவிட்டார்!

எது அவரைக் கொன்றது? ஏசாயா எழுதுகிறார்:

> மெய்யாகவே அவர் நம்முடைய பாடுகளை ஏற்றுக்கொண்டு, நம்முடைய துக்கங்களைச் சுமந்தார்; நாமோ, அவர் தேவனால் அடிபட்டு வாதிக்கப்பட்டு, சிறுமைப்பட்டவரென்று எண்ணினோம். நம்முடைய மீறுதல்களினிமித்தம் அவர் காயப்பட்டு, நம்முடைய அக்கிரமங்களினிமித்தம் அவர் நொறுக்கப்பட்டார்; நமக்குச் சமாதானத்தை உண்டுபண்ணும் ஆக்கினை அவர்மேல் வந்தது; அவருடைய தழும்புகளால் குணமாகிறோம். நாமெல்லாரும் ஆடுகளைப்போல வழிதப்பித்திரிந்து, அவனவன் தன்தன் வழியிலே போனோம்; கர்த்தரோ நம்மெல்லாருடைய அக்கிரமத்தையும் அவர்மேல் விழப்பண்ணினார் (ஏசாயா 53:4-6).

எது அவரைக் கொன்றது? "அவர் நம்முடைய பாவங்களுக்காக ஒப்புக்கொடுக்கப்பட்டார்" (ரோமர் 4:25) என அப்போஸ்தலர் பவுல் எழுதுகிறார். நம்முடைய பாவங்களே அவரைக் கொன்றது என்றால், அவர் மரித்தோரிலிருந்து உயிர்த்தெழுந்தார் என்பதற்கு அர்த்தம் என்ன? அவர் நம்முடைய பாவங்களுக்காக மரித்து, இப்போது மரித்தோரிலிருந்து உயிருடன் இருக்கிறார் என்றால், நம்முடைய பாவங்கள் எங்கே? புனித பவுல் கேள்விக்கு பதிலுமளிக்கிறார்: "நாம் நீதிமான்களாக்கப்படுவதற்காக எழுப்பப்பட்டும் இருக்கிறார்" (ரோமர் 4:25). அவர் உயிரைப் பறித்த பாவங்கள் நீங்கின. யாருக்காக அவர் மரித்தாரோ அவர்கள் நீதிமான்களாக்கப்படுகிறார்கள், அதாவது, அவர்கள் எல்லா பாவங்களுக்காகவும் மன்னிக்கப்படுகிறார்கள். உயிர்த்தெழுதல் நாளை (ஈஸ்டர்) பற்றிய கடவுளின் விளக்கம் இதுதான். கிறிஸ்துவின் உயிர்த்தெழுதலைப் பற்றி கடவுள் நமக்குக் கற்பிப்பது இதுதான். இன்று நாம் ஈஸ்டர் நாளைக் கொண்டாடும் போது கடவுள் நமக்கு என்ன அறிவிக்கிறார்? "உன் பாவங்கள் மன்னிக்கப்பட்டன" என்றுக் கூறுகிறார். இயேசு கிறிஸ்து மரித்தோரிலிருந்து உயிர்த்தெழுப்பப்படுவதே முழு உலகத்தின் பாவங்களையும் கடவுள் மன்னிப்பதாகும்.

விசுவாசத்தின் மூலம் இந்த பாவமன்னிப்பைப் பெறுவதற்கு முன், நாம் மரணத்தைப் புரிந்து கொள்ள வேண்டும். கிறிஸ்துவின் உயிர்த்தெழுதலைப் புரிந்து கொள்ள நாம் மரணத்தைப் புரிந்து கொள்ள வேண்டும். பாவிகள் மாத்திரமே இறக்கின்றார்கள். சவப்பெட்டியில் இருக்கும் சடலம் இறந்தது ஏனென்றால் அது ஒரு பாவியுடையது. வேறு எந்த விளக்கத்தையும் அளிக்கும் முட்டாள்தனமான, உணர்வுபூர்வமான மதச் சேறுகளை மறந்துவிடுங்கள். மரணத்திற்கு ஒரே ஒரு காரணம் உள்ளது: அது நம்முடைய பாவம். அதனால்தான் நாம் பயப்படுகிறோம். அதனால்தான் நாம் அதை அதன் பெயர் சொல்லி அழைப்பதில்லை. அதனால்தான், அது நெருங்கி வந்தாலும், அதைத் தெரிந்திருந்தாலும், அதைப் பற்றி பேசுவதை மக்கள் விரும்புவதில்லை. நாம் வாழத் தகுதியற்றவர்கள் என்பதை மரணம் சொல்கிறது.

மரணத்தைப் பாருங்கள், அது உங்களைப் பற்றி என்ன சொல்கிறது என்று பாருங்கள். உங்களைப் படைத்த கடவுளை விட உங்கள் பொருட்களையும் உங்கள் பெருமையையும் உங்கள் மகிழ்வுருதலையும் நேசிப்பதன் மூலம் நீங்கள் போலியான தெய்வங்களை வணங்குகிறீர்கள் என்று அது உங்களுக்குச் சொல்கிறது.

நீங்கள் கடவுளுடைய வார்த்தையை இகழ்ந்துவிட்டீர்கள் என்றும், கடவுளுடைய போதனைகளை விட உங்கள் சொந்த கருத்துக்களை விரும்புகிறீர்கள் என்றும் மரணம் சொல்கிறது. நீங்கள் முறையான அதிகாரத்திற்கு எதிராக கலகம் செய்துவிட்டீர்கள் என்று மரணம் சொல்கிறது. இது உங்கள் காமத்தையும், உங்கள் பேராசையையும், உங்கள் தீமையையும், உங்கள் சுயநலத்தையும் அம்பலப்படுத்துகிறது. இவை அனைத்தையும் மரணம் உங்கள் முகத்தின்மீது வீசுகிறது. அது உங்களை உதவியற்றவராக ஆக்குகிறது. பரலோகத்தில் இருக்கும் உங்கள் தந்தையின் கருணையில் உங்களை நீங்களே எறிகின்றீர்கள்.

மேலும் அவர் உங்களுக்கு கூறுவது என்ன? "பாருங்கள்! காலியான கல்லறையைப் பாருங்கள்." உங்கள் பாவங்களுக்காக பாடுபட்டு இறந்த அதே இயேசு மரித்தோரிலிருந்து உயிர்த்தெழுந்தார். உங்கள் பாவங்கள் யோசேப்பின் கல்லறையில் அடக்கம் செய்யப்பட்டன. அவைகள் மன்னிக்கப்பட்டன. அவைகள் விலகிப்போயின. அவைகள் உங்களைக் குற்றம் சொல்ல முடியாது. அவைகள் உங்களை உரிமை கொண்டாட முடியாது. அவைகள் உங்களைக் கண்டிக்க முடியாது. கடவுள் தாமே உங்களை விடுவிக்கிறார். நீங்கள் சுதந்திரமாக இருக்கிறீர்கள். கிழக்கும் மேற்குக்கும் எவ்வளவு தூரமோ, அவ்வளவு தூரம் உங்கள் பாவம் நீங்கும். கல்லறை உங்களை பிடித்து வைத்திருக்க முடியாது. நாசரேயனாகிய இயேசு மரித்தோரிலிருந்து எழுந்ததைப் போலவே, அவரை விசுவாசிக்கிறவர்களும் மரித்தோரிலிருந்து எழுந்திருப்பார்கள், அவருடைய மரணம் மற்றும் உயிர்த்தெழுதலில் ஞானஸ்நானம் பெறுவார்கள். இது இன்று உங்களுக்கு கடவுளின் சொந்த உறுதிமொழி. உங்களுக்கு என்ன பயம் இருந்தாலும்; நீங்கள் சுமக்கும் குற்ற உணர்வு எதுவாக இருந்தாலும்; எந்த பாவங்கள் உங்கள் மனசாட்சியைத் தொந்தரவு செய்தாலும்; அதையெல்லாம் ஒதுக்கி வைத்துவிட்டு, கடவுளுடைய வார்த்தையை இதயத்தில் எடுத்துக் கொள்ளுங்கள். இயேசு உயிர்த்தெழுந்தார்! நீங்கள் மன்னிக்கப்பட்டீர்கள்! ஆமென்.

பரத்துக்கேறுதல் (விண்ணேற்றம்) - கடவுளின் வலது பாரிசத்தில் கிறிஸ்து

மாற்கு 16:14-20

நமது ஆண்டவரின் பரத்துக்கேறின (விண்ணேற்ற) நாள்.

அதன்பின்பு பதினொருவரும் போஜனபந்தியிருக்கையில் அவர்களுக்கு அவர் தரிசனமாகி, உயிர்த்தெழுந்திருந்த தம்மைக் கண்டவர்களை அவர்கள் நம்பாமற்போனதினிமித்தம் அவர்களுடைய அவிசுவாசத்தைக்குறித்தும் இருதய கடினத்தைக்குறித்தும், அவர்களைக் கடிந்துகொண்டார். பின்பு, அவர் அவர்களை நோக்கி: நீங்கள் உலகமெங்கும் போய், சர்வ சிருஷ்டிக்கும் சுவிசேஷத்தைப் பிரசங்கியுங்கள். விசுவாசமுள்ளவனாகி ஞானஸ்நானம் பெற்றவன் இரட்சிக்கப்படுவான்; விசுவாசியாதவனோ ஆக்கினைக்குள்ளாகத் தீர்க்கப்படுவான். விசுவாசிக்கிறவர்களால் நடக்கும் அடையாளங்களாவன: என் நாமத்தினாலே பிசாசுகளைத் துரத்துவார்கள். நவமான பாஷைகளைப் பேசுவார்கள்; சர்ப்பங்களை எடுப்பார்கள்; சாவுக்கேதுவான யாதொன்றைக்குடித்தாலும் அது அவர்களைச் சேதப்படுத்தாது; வியாதியஸ்தர் மேல் கைகளை வைப்பார்கள், அப்பொழுது அவர்கள் சொஸ்தமாவார்கள் என்றார்.

இவ்விதமாய்க் கர்த்தர் அவர்களுடனே பேசினபின்பு, பரலோகத்துக்கு எடுத்துக்கொள்ளப்பட்டு, தேவனுடைய வலது பாரிசத்தில் உட்கார்ந்தார். அவர்கள் புறப்பட்டுப்போய், எங்கும் பிரசங்கம்பண்ணினார்கள். கர்த்தர் அவர்களுடனேகூடக் கிரியையை நடப்பித்து, அவர்களால் நடந்த அடையாளங்களினாலே வசனத்தை உறுதிப்படுத்தினார். ஆமென். (மாற்கு *16:14-20*)

இயேசுவின் பரத்துக்கேறுதல் என்பது, அரசர்களுக்கெல்லாம் அரசராகவும், பிரபுக்களுக்கெல்லாம் பிரபுவாகவும் பரலோகத்தில் அவருக்கு முடிசூட்டுவதாகும். பரலோகத்தில் நிலைநிறுத்தப்பட்டு, கடவுளுடையவலதுபாரிசத்தில்அமர்ந்தபோது,அவர்இறைவனுடைய அரசாட்சியின் அரியணையை ஏற்றார். தேவனுடைய அரசாங்கம் பரலோகத்தில் மாத்திரம் இல்லை. அது இங்கே பூமியிலும் இருக்கிறது. பரலோகத்தில் உள்ள தேவனுடைய ராஜ்யம் மகிமையின் ராஜ்யம். பூமியில் தேவனுடைய ராஜ்யம் கிருபையின் ராஜ்யம். கடவுளின் ராஜ்யம் புனித கிறிஸ்தவ திருச்சபை. பரலோகத்தில் தேவனுடைய ராஜ்யம் வெற்றிக்கொண்ட திருச்சபை. பூமியில் கடவுளின் ராஜ்யம்

ஒரு போராடும் திருச்சபை. அவை இரண்டு வெவ்வேறு திருச்சபைகள் அல்ல - அவை ஒரே திருச்சபை. ஆனால் விசுவாசத்திற்கும் காணக்கூடியதற்கும் வித்தியாசம் இருக்கிறது. பரலோகத்தில் எல்லாத் தீமைகளின் மீதும் கிறிஸ்து பெற்ற வெற்றியைக் காண்போம். இங்கே பூமியில் நாம் விசுவாசத்தில் வாழ வேண்டும். கடவுள் சொல்லும் ஒவ்வொரு வார்த்தையிலும் விசுவாசம் வாழ்கிறது.

இயேசு பரலோகத்திற்குச் செல்வதற்கு சற்று முன்பு, அவர் தம் சீடர்களிடம் 'உலகமெங்கும் சென்று சகல இனத்திற்கும் நற்செய்தியைப் பிரசங்கிக்கும்படி' கூறினார். அது ஒரு கட்டளையாக இருந்தது. நற்செய்தியைக் கேட்பதன் மூலம் விசுவாசம் வருகிறது. சுவிசேஷம் பிரசங்கிக்கப்பட வேண்டும். நம்புகிறவர்களை 'அடையாளங்கள் பின்பற்றும்' என இயேசு ஆண்டவர் கூறினார். நற்செய்தியை அறிவிக்க கிறிஸ்து இட்ட கட்டளை காலம் முடியும் வரை அமலில் இருக்கும். சுவிசேஷத்தைப் பிரசங்கிக்கச் சொல்கிறார். எங்கே? எல்லா இடங்களிலும் – உலகம் முழுவதும். யாருக்கு? ஒவ்வொரு உயிரினத்திற்கும். நற்செய்தி பிரசங்கிக்கப்படுகின்ற வரை இயேசு பூமியில் ஆட்சி செய்கிறார். ஏனென்றால், பிரசங்கிக்கப்படுகின்ற நற்செய்தியின் மூலம் இயேசு இங்கே பூமியில் ஆட்சி செய்கிறார்.

'விசுவாசிக்கிறவர்களை அடையாளங்கள் பின்பற்றும்' என்று இயேசு ஆண்டவர் சொன்ன விதமாகவே விசுவாசித்தவர்களை அடையாளங்கள் பின்பற்றின. அப்போஸ்தலர் நடபடிகளில் புனித லூக்காவால் நமக்காக பதிவு செய்யப்பட்டுள்ளது. அசுத்த ஆவிகளை விரட்டினார்கள். அவர்கள் கற்றுக் கொள்ளாத மொழிகளில் பேசினார்கள். மாலத் தீவில், தூய பவுலடிகளாரை விஷ பாம்பு கடித்தும் எந்த வித மோசமான விளைவும் இல்லாமல் தப்பித்தார். அவர்கள் பல அற்புதங்களைச் செய்தார்கள், இயேசு கிறிஸ்து கூறினதுப் போலவே, கடவுளுடைய வார்த்தையை அதனுடன் சேர்ந்த அடையாளங்கள் மூலம் உறுதிப்படுத்தினார்கள்.

இயேசு தம் சீடர்களுக்கு அற்புதங்களைச் செய்யும்படி கட்டளையிடவில்லை. அவர்கள் செய்வார்கள் என்று சொன்னார், அப்படியே செய்தார்கள். இந்த அடையாளங்கள் அவருடைய ஆட்சியின் நிலையான அல்லது நிரந்தர அம்சமாக இருக்கும் என்று அவர் உறுதியளிக்கவில்லை. ஆனால், சுவிசேஷம் பிரசங்கிக்கப்படுவது நிரந்தரமாக இருக்கும். ஞானஸ்நானம் இருக்கும். இயேசு கூறியது

போல், அற்புத அடையாளங்கள் நற்செய்தியின் உண்மையையும் ஞானஸ்நானத்தின் ஏற்புத்தன்மையையும் உறுதிப்படுத்தின. தம் சீடர்கள் அற்புதங்களைச் செய்ய வேண்டும் என்று இயேசு கட்டளையிடவில்லை. திருச்சபையின் வரலாறு முழுவதும் அவை தொடரும் என்று அவர் உறுதியளிக்கவில்லை. காலப்போக்கில், இந்த அறிகுறிகள் படிப்படியாக மறைந்துவிட்டன. திருச்சபை நம்பிக்கையால் வாழ வேண்டும், காணக்கூடியவகளால் அல்ல. விசுவாசத்திற்கு நற்செய்தி தேவை. இயேசு நற்செய்தியின் மூலம் நம்மை ஆட்சி செய்கிறார்.

அவர் ஆட்சி செய்கிறார். உலகம் நரகத்திற்குச் செல்வதை உட்கார்ந்து கவனித்துக்கொண்டிருக்க இயேசு ஆண்டவர் பரலோகத்திற்கு ஏறவில்லை. அவருடைய கிருபையால் அவருடைய திருச்சபையை ஆளும் பொருட்டு அவர் பிதாவாகிய கடவுளின் வலது பக்கத்தில் அமர்ந்திருக்கிறார். அவர் அதிகாரத்தைப் பிரயோகப்படுத்துகிறார்.

சங்கீதம் 8ல் கிறிஸ்துவின் பாடுகள், உயிர்த்தெழுதல் மற்றும் விண்ணேற்றம் ஆகியவற்றை சங்கீதக்காரன் விவரித்துள்ளான்:

> எங்கள் ஆண்டவராகிய கர்த்தாவே, உம்முடைய நாமம் பூமியெங்கும் எவ்வளவு மேன்மையுள்ளதாயிருக்கிறது! உம்முடைய மகத்துவத்தை வானங்களுக்கு மேலாக வைத்தீர். பகைஞனையும் பழிகாரனையும் அடக்கிப்போட, தேவரீர் உம்முடைய சத்துருக்களினிமித்தம் குழந்தைகள் பாலகர் வாயினால் பெலன் உண்டுப்பண்ணினீர். உமது விரல்களின் கிரியையாகிய உம்முடைய வானங்களையும், நீர் ஸ்தாபித்த சந்திரனையும், நட்சத்திரங்களையும் நான் பார்க்கும்போது, மனுஷனை நீர் நினைக்கிறதற்கும், மனுஷகுமாரனை நீர் விசாரிக்கிறதற்கும் அவன் எம்மாத்திரம் என்கிறேன். நீர் அவனை(ரை) தேவதூதரிலும் சற்று சிறியவனா(ரா)க்கினீர்; மகிமையினாலும் கனத்தினாலும் அவனை(ரை) முடிசூட்டினீர். உம்முடைய கரத்தின் கிரியைகளின்மேல் நீர் அவனு(ரு)க்கு ஆளுகைதந்து, சகலத்தையும் அவனு(ரு)டைய பாதங்களுக்குக் கீழ்ப்படுத்தினீர். ஆடுமாடுகளெல்லாவற்றையும், காட்டுமிருகங்களையும் ஆகாயத்துப் பறவைகளையும், சமுத்திரத்து மச்சங்களையும், கடல்களில் சஞ்சரிக்கிறவைகளையும் அவனு(ரு) டைய பாதங்களுக்குக் கீழ்ப்படுத்தினீர். எங்கள் ஆண்டவராகிய கர்த்தாவே, உம்முடைய நாமம் பூமியெங்கும் எவ்வளவு மேன்மையுள்ளதாயிருக்கிறது.

கடவுளின் வலது புறத்தில் கிறிஸ்து உட்காருவதைப்பற்றி 110 ஆம் சங்கீதத்தில் விவரிக்கப்பட்டுள்ளது:

"கர்த்தர் என் ஆண்டவரை நோக்கி: நான் உம்முடைய சத்துருக்களை உமக்கு பாதபடியாக்கிப் போடும்வரைக்கும், நீர் என்னுடைய வலதுபாரிசத்தில் உட்காரும் என்றார்" என்பதாக அங்கு நாம் வாசிக்கிறோம்.

மீண்டும், நாம் வாசிக்கும் 68 ஆம் சங்கீதத்தில் கிறிஸ்துவின் பரத்திற்கேறுதல் முன்னறிவிக்கப்பட்டுள்ளது:

"தேவரீர் உன்னதத்திற்கு ஏறி, சிறைப்பட்டவர்களைச் சிறையாக்கிக் கொண்டுபோனீர்;" என்பதாக.

கிறிஸ்துவின் பரலோகத்திற்கு ஏறுதல் அவரை ஒரு இடத்தில் அடைத்து வைக்கவில்லை. கடவுளின் வலது பாரிசம் ஒரு புவியியல் இடம் அல்ல. இது இயேசுவை அவருடைய திருச்சபையிலிருந்து பிரிக்கவில்லை. இக்காரியம் அதற்கு நேர்மாறானது. அவர் எப்பொழுதும், யுக முடிவு வரை நம்முடன் இருப்பார் என்று அவர் வாக்குறுதி அளித்தார் அல்லவா? புனித பவுல் எபேசியர்களுக்கெழுதின நிருபத்தின் முதல் அத்தியாயத்தின் இறுதியில் பதிவுசெய்யப்பட்ட இந்த வார்த்தைகளில் கிறிஸ்துவின் பரமேறுதலை விவரிக்கிறார்:

"எல்லாத் துரைத்தனத்துக்கும், அதிகாரத்துக்கும், வல்லமைக்கும், கர்த்தத்துவத்துக்கும், இம்மையில் மாத்திரமல்ல மறுமையிலும் பேர்பெற்றிருக்கும் எல்லா நாமத்துக்கும் மேலாய் அவர் உயர்ந்திருக்கத்தக்கதாக, அவரை உன்னதங்களில் தம்முடைய வலதுபாரிசத்தில் உட்காரும்படி செய்து, எல்லாவற்றையும் அவருடைய பாதங்களுக்குக் கீழ்ப்படுத்தி, எல்லாவற்றையும் எல்லாவற்றாலும் நிரப்புகிறவருடைய நிறைவாகிய சரீரமான சபைக்கு அவரை எல்லாவற்றிற்கும் மேலான தலையாகத் தந்தருளினார்."

கடவுளின் வலது கரம் என்பது கிறிஸ்துவைக் கட்டுப்படுத்துவதற்கல்ல, நேர்மாறாக, அவருடைய சர்வ வல்லமையுள்ள அதிகாராமாயிருக்கிறது, அதில் அவர் பூமியில் உள்ள அவரது திருச்சபையை ஆளுகிறார், மேலும், அவளுடைய எல்லா எதிரிகளிடமிருந்தும் அவளைப் பாதுகாக்கிறார். கிறிஸ்து சிலுவையில் நம் எதிரிகள் அனைவரையும் வென்றார். அவர் நரகத்தில்

இறங்கியதில் தனது வெற்றியைக் காட்டினார். அந்த வெற்றியை அவர் மரித்தோரிலிருந்து உயிர்த்தெழுந்து உலகிற்கு வெளிப்படுத்தினார். இப்போது அவர் வானத்திலும் பூமியிலும் எல்லா அதிகாரத்தையும் நடைமுறைப்படுத்துகிறார்.

அவருடைய சுவிசேஷம் எங்கு, எப்பொழுதும் பிரஸ்தாபிக்கப்படுகிறதோ, அவருடைய திருச்சடங்குகள் (சாக்கிரமந்துக்கள்) சரியாக பிரயோகிக்கப்படும்போதெல்லாம் அவர் அவ்வாறு செய்கிறார். அவற்றைப் பார்க்க முடியாததை, "அடைக்கப்பட்ட ஆலய வார்த்தைகள்! பிரசங்கம் என்பது வெறும் பேச்சு! சடங்குகள்-சம்பிரதாயங்கள் ஆகியவை செப்படி வித்தைகள், மூடநம்பிக்கையின் முட்டாள்தனம்" என்றெல்லாம் உலகம் கேலி செய்து மறுக்கிறது.

நீண்ட காலத்திற்கு முன் அப்போஸ்தலர்களின் பிரசங்கத்தை உறுதிப்படுத்தியபோது கடவுள் செய்த அடையாளங்களையும் அற்புதங்களையும் போன்று இன்னும் அதிகமாக அவர் நமக்கு அனுப்ப முடியும். அவரால் முடியும். அவர் அப்படிச்செய்தால் அது கடவுளின் நடவடிக்கை. ஆனால் கிறிஸ்துவின் ஆட்சியின் தன்மை, போதிக்கப்படும் அவருடைய வார்த்தைகளின் வல்லமையைத் தேடச் சொல்கிறது, நம் கண்களால் பார்க்கக்கூடிய - வியக்கத்தகு காட்சிகளில் அல்ல.

இந்த வார்த்தைகள் மிக சாதாரன மனிதர்களால் பேசப்படுகின்றன என்பது உண்மையே. இது கிறிஸ்து ராஜ்யத்தின் ஒழுக்கக் கேடும், காரணமுமாய் இருப்பதால் பலர் அதைக் கண்டு கோபமடைந்து வார்த்தைக்கு விலகிச் செல்கிறார்கள்.

'இதில் எந்த ஒரு அர்த்தமும் இல்லை. இயேசு அரசராக ஆட்சி செய்கிறார் என்பதை அறிக்கையிடுகிறோம். வானத்திலும் பூமியிலும் உள்ள எல்லா அதிகாரமும் அவருக்கே சொந்தம். "அவர் என்றென்றும் ஆட்சி செய்வார்" என்று பாடுவதில் நாம் மகிழ்ச்சியடைகிறோம். ஆனால் நாம் எதைக் காண்கிறோம்? மக்கள் ஆலய இருக்கைகளில் அமர்ந்து, கேட்பது, பாடுவது, பிரார்த்தனை செய்வது, பலிபீடத்திற்கு நடந்து சென்று மண்டியிட்டு சிறிது அப்பத் துண்டை சாப்பிட்டு, சிறுவாயளவு திராட்சை ரசம் அருந்துகிறார்கள். ஒரு போதகர் பிரசங்க மேடையில் நின்று பேசுகிறார். அவர் சிறிய ரொட்டித் துண்டுகளை எங்களிடம் கொடுத்து, திராட்சைமதுவைத் தருகிறார்.

இங்கே என்ன நடக்கிறது? என்ன பெரிய விஷயம்? ராஜாக்களின் ராஜாவும் பிரபுக்களின் பிரபுவும் என்றென்றும் எப்பொழுதும் ஆட்சி செய்துக்கொண்டிருப்பது எங்கே? இதில் எந்த அர்த்தமும் இல்லை' என்கிறார்கள்.

அதனால் அவர்கள் விலகிச் சென்று மேலும் சுவாரஸ்யமான ஒன்றைச் செய்கிறார்கள், மேலும் வியக்கத்தகுந்ததும், அர்த்தமுமுள்ள காரணங்களைத் தேடுகிறார்கள் அல்லது நாளுக்கு நாள், தினசரி வாழ்க்கையை வாழ்கிறார்கள், உடலுக்கு இன்பம் தருவது என்ன, மனதின் கிளர்ச்சியைத் தூண்டுவது என்ன என்பவற்றைத் தேடுகிறார்கள், குறிப்பாக மத உணர்வுடன் இருக்கும்போது, ஆன்மாவை அமைதிப்படுத்துகின்றவகளைத் தேடுகின்றார்கள். அவர்கள் திருச்சபையை விட்டு விட்டுச் செல்கிறார்கள்.

அவர்கள் என்ன செய்கிறார்கள், எங்கு செல்கிறார்கள் என்று அவர்களுக்குத் தெரியாது. பிரசங்க மேடை, பலிபீடம் மற்றும் ஞானஸ்தானத் தொட்டி இவைகளிலிருந்து இயேசு ஆண்டவர் தனது ராஜ்யத்தை ஆட்சி செய்கிறார். ஆமாம், நிச்சயமாக இவை மிகத் தாழ்மையான தோற்றமளிக்கிறது. மனதில் ஆழ்ந்து முத்திரைப் பதிக்கத்தக்கதாக இல்லை. அற்புதங்களை நிகழ்த்துவது இல்லை, இலட்ச கணக்கில் பணம் சம்பாதிப்பதைப் போன்று இல்லை, சமூகத் தீமைகளை சரிசெய்வது இல்லை, உள்ளூர் மதுக்கடையில் விருந்துண்ணும் அந்தக்கால ஆனந்ததைப் போன்றது அல்ல. ஆனால் வார்தையைக் கேளுங்கள், தாழ்மையான தோற்றத்தைக் கண்டு மனம் தளராதீர்கள்.

இயேசு சொல்வதைக் கேளுங்கள்: "விசுவாசமுள்ளவனாகி ஞானஸ்நானம் பெற்றவன் இரட்சிக்கப்படுவான்." அவன் போதகர் பிரசங்கிக்கும் நற்செய்தியை நம்புகிறான். நாம் அதை விசுவாச அறிக்கையில் அறிக்கையிடுகிறோம். இயேசு பரிசுத்த ஆவியினால் கர்ப்பத்தில் உற்பவித்துக் கன்னி மரியாளிடத்தில் பிறந்தார். பொந்தியு பிலாத்துவின் கீழ் பாடுபட்டார், நமக்காக சிலுவையில் அறையப்பட்டார், இறந்தார், அடக்கம் செய்யப்பட்டார், பாதாளத்தில் (நரகத்தில்) இறங்கினார், மரித்தோரிலிருந்து உயிர்த்தெழுந்து, பரலோகத்திற்கு ஏறி, சர்வவல்லமையுள்ள பிதாவாகிய கடவுளின் வலது பாரிசத்தில் வீற்றிருக்கிறார். கடவுளுடைய அரசாங்கத்தை ஆளுகிறார். பாவிகளுக்காக சிலுவையில் அறையப்பட்ட கிறிஸ்துவைப் பிரசங்கிக்க வேண்டும், ஏனென்றால் இயேசு கிறிஸ்து

அவருடைய கிருபையால் அவருடைய திருச்சபையை ஆட்சி செய்கிறார். நம்முடைய பாவங்களை நீக்கி நம்மை ஆளுகிறார்.

பிரசங்கம் செய்வது, ஞானஸ்நானம் அளிப்பது, பாவ மன்னிப்பளிப்பது, திருவிருந்தை அனுசரிப்பது ஆகியவை கிறிஸ்துவின் திருச்சபை என்று நம்மை அடையாளப்படுத்திக் கொள்ளும் மதச் சடங்குகள் மட்டுமல்ல. உயிர்த்தெழுந்து பரத்துக்கேறின ஆண்டவர் இயேசு கிறிஸ்து இந்த பூமியில் தம்முடைய அரசாட்சியை ஆளும் வழிமுறைகள் அவை. சிலுவையில் அவர் பெற்ற வெற்றியை அவைகள் நமக்குத் தருகின்றன. அவைகள் நம் எல்லா பாவங்களையும் மன்னிக்கின்றன. அவைகள் பிசாசை பிணைக்கின்றன. அவைகள் கடவுளுடன் நமக்கு சமாதானத்தை உண்டுப்பண்ணின. அவைகள் நம்மை பரலோகத்திற்கு அழைத்துச் செல்கின்றன.

அவருடைய கிருபையின் ஆட்சிக்கு அர்த்தம் விளங்காததன் காரணம், அவர் நம்மை உலகத்தின் ஆட்சியாளர்கள் ஆள்வது போல ஆளாததே. அவர் பலத்தையோ மிரட்டலையோ நம்பவில்லை. அவர் நம்மை சூழ்சியில் கையாளவோ, நம்மை அச்சுறுத்தவோ, நமக்கு லஞ்சம் கொடுக்கவோ, நமக்கு அழுத்தம் கொடுக்கவோ, அவர் விரும்புவதைச் செய்யும்படி நம்மை வற்புறுத்தவோ இல்லை. அவருடைய வாக்குறுதியைக் கேளுங்கள்: "விசுவாசித்து ஞானஸ்நானம் பெற்றவன் இரட்சிக்கப்படுவான்" என்றார். "அடிபணிபவன் இரட்சிக்கப்படுவான்" என்று சொல்லவில்லை. "வெற்றி பெற்றவன் இரட்சிக்கப்படுவான்" என்று சொல்லவில்லை. 'விசுவாசித்து ஞானஸ்நானம் பெற்றவன் இரட்சிக்கப்படுவான்' என்று அவர் கூறுகிறார்.

உங்கள் சொந்த பாவத்திலிருந்து உங்களை நீங்களே விடுவிக்க முடியாது. அதற்காக துயரப்பட்டு, வருந்துவதுதான் உங்களால் முடியும். உங்கள் வாழ்க்கையை மீட்டெடுத்து, அதிலிருந்து உங்கள் அன்பில்லாத வார்த்தைகளையும், செயல்கள் அனைத்தையும் அகற்ற உங்களால் முடியுமா? உங்களால் அதை மீட்டெடுக்க முடிந்தாலும், கடவுள் கோரும் விதத்தில் உங்களால் வாழ முடியாது. உங்களைப் போல் உங்கள் அண்டை வீட்டாரை நீங்கள் நேசிக்கவில்லை. நீங்கள் உங்களை அதிகமாக நேசித்தீர்கள், உங்களைப் பற்றி அதிக அக்கறை கொண்டீர்கள், உங்களுக்காக சிறந்ததைப்பெற விரும்புனீர்கள். இந்த பாவத்திலிருந்து உங்களை நீங்களே விடுவிக்க முடியுமா?

கடவுளுக்கு எதிரான உங்கள் பாவங்களிலிருந்து உங்களை நீங்களே விடுவிக்க முடியுமா? எல்லாவற்றிற்கும் மேலாக அவருக்குப் பயந்து, முதலில் அவரை நேசிக்கவும், வாழ்க்கையின் எல்லா நன்மைகளுக்கும் அவரை மட்டுமே நம்பும் அன்பை உங்களால் செலுத்த முடியுமா? உங்கள் இதயத்தைக் கவர்ந்த உருவ வழிபாட்டு பயம், அன்பு மற்றும் படைப்பின் மீதான நம்பிக்கையை உங்களால் திரும்பப் பெற முடியுமா?

இல்லை, உங்களால் முடியாது. உங்களுக்கு சுவிசேஷம் தேவைப்படுகிறது, ஏனென்றால் பக்தி, ஒப்படைப்பு, கடின உழைப்பு அல்லது மத அர்ப்பணிப்பு ஆகியவை எந்த அளவு கொண்டிருந்தாலும் உங்களுக்காக நீங்கள் பெற முடியாததை நற்செய்தித் தருகிறது. “விசுவாசித்து ஞானஸ்நானம் பெற்றவன் இரட்சிக்கப்படுவான்.” ஆம், ஞானஸ்நானம் உங்களைக் காப்பாற்றுகிறது. ஞானஸ்நானம் உங்கள் வேலை அல்ல. அது கடவுளின் செயல். இது கடவுளின் கழுவுதல். இயேசு உங்களுக்காக சிலுவையில் வென்றதை எடுத்து கடவுள் உங்களுக்குக் கொடுப்பது. உங்களுக்காக இயேசுவின் இரத்தம் சிந்தப்பட்ட இடத்திற்கு கடவுள் உங்களை அழைத்து வந்து ஆட்டுக்குட்டியின் இரத்தத்தில் உங்கள் பாவங்களைக் கழுவுகிறார். ஞானஸ்நானம் இரட்சிப்பதில்லை என்று கூறும் ஒவ்வொருவரும் இயேசு ஆண்டவரிடம் வாக்குவாதம் செய்கிறார்கள்.

ஆனால் விசுவாசம் இல்லாமல் ஞானஸ்நானம் உங்களைக் காப்பாற்றாது. “விசுவாசியாதவனோ ஆக்கினைக்குள்ளாகத் தீர்க்கப்படுவான்” (மாற்கு 16:16) என இயேசுக் கூறுகிறார். இதைவிடத் தெளிவாக வேறு எப்படி இயேசு ஆண்டவர் கூறமுடியும்? அவர் ஒருவரே பாவத்தைப் போக்கியவர் என்பதால், அவர் ஒருவரே நமக்கு பாவமன்னிப்பைத் தர வல்லவர். பாவமன்னிப்பு பெற விசுவாசம் ஒன்றே வழி. இதனாலேயே இயேசுவின் மீதுள்ள விசுவாசம் இரட்சிக்கிறது, விசுவாசமின்மை ஆக்கினைக்குள்ளாக்குகிறது. இயேசுவில் நாம் இரட்சிக்கப்பட்டோம். இயேசு இல்லையெனில் நாம் ஆக்கினைக்குள்ளாவோம். கிறிஸ்தவம் அல்லாத மதங்களை உண்மையாகப் பின்பற்றுபவர்கள் அந்த மதங்களால் இரட்சிக்கப்படுவார்கள் என்பது, கிறிஸ்துவை, நமக்காக அவர் பாடுபட்டதை, அவர் மரித்தோரிலிருந்து உயிர்த்தெழுந்ததை, மேலும் அவருடைய கிருபையான அரசாட்சியை மறுப்பதாகும்.

“விசுவாசிக்காத ஒருவன் ஆக்கினைக்குள்ளாவான்”என்கிற

வாக்கியம் மிக ஆறுதலான வார்த்தைகள். "அதிகம் பாவம் செய்தவன் ஆக்கினைக்குள்ளாவான்" என்று இயேசு சொல்லவில்லை. அவன் மீண்டும் மீண்டும் விழுந்தாலும், துயரப்படுகின்ற பாவியை மீண்டும் தன்னிடம் வரவேற்கிறார். பாவத்திற்காய் வருந்துகின்ற இதயத்துடன், தம் கருணையை நாடி தம்மிடம் வருபவர்களை அவர் எந்த வேளையிலும் மன்னிக்கிறார். அவர் அவர்களை ஒருபோதும் மன்னிக்காமல் அனுப்புவதில்லை. அவர் தனது ராஜ்யத்தில் இப்படித்தான் ஆட்சி செய்கிறார். இப்படித்தான் அவர் நம் இதயங்களைக் கைப்பற்றி நம் ராஜ விசுவாசத்தைப் பெறுகிறார். இப்படித்தான் பாவம், மரணம், நரகத்திலிருந்து நம்மைக் காப்பாற்றுகிறார். ஆமென்.

அனைத்து சத்தியங்கள் - மூன்றாம் அறிக்கைப் பகுதி

யோவான் 16:12-15

துதிப்பாடல் ஞாயிறு

இன்னும் அநேககாரியங்களை நான் உங்களுக்குச் சொல்லவேண்டியதாயிருக்கிறது, அவைகளை நீங்கள் இப்பொழுது தாங்கமாட்டீர்கள். சத்திய ஆவியாகிய அவர் வரும்போது, சகல சத்தியத்திற்குள்ளும் உங்களை நடத்துவார்; அவர் தம்முடைய சுயமாய்ப் பேசாமல், தாம் கேள்விப்பட்டவைகள் யாவையுஞ்சொல்லி, வரப்போகிற காரியங்களை உங்களுக்கு அறிவிப்பார். அவர் என்னுடையதில் எடுத்து உங்களுக்கு அறிவிப்பதினால் என்னை மகிமைப்படுத்துவார். பிதாவினுடையவைகள் யாவும் என்னுடையவைகள்; அதினாலே அவர் என்னுடையதில் எடுத்து உங்களுக்கு அறிவிப்பார் என்றேன். (யோவான் 16:12-15)

உங்களால் சத்தியத்தை அறிய இயலுமா? அல்லது நீங்கள் எப்போதும் அதைத் தேடிக்கொண்டிருக்க வேண்டுமா? “அஞ்ஞானவாதி” (agnostic) என்கிற வார்த்தை ‘அறியாமை’க்கான கிரேக்க வார்த்தையிலிருந்து வந்தது. அஞ்ஞானிகள் கடவுள் இருக்கிறாரா இல்லையா என்பது பற்றி அறியாதவர்கள் என்று கூறுபவர்கள். கடவுள் இல்லை என்று நாத்திகர்கள் மறுக்கிறார்கள். கடவுள் இருக்கிறார் என்று ஆஸ்திகர்கள் நம்புகிறார்கள். அஞ்ஞானவாதிகள் கடவுளைத் தெரியாது என்பவர்கள்.

பெரும்பாலான அமெரிக்கர்கள் இறை நம்பிக்கையாளர்களாக இருந்தாலும், கடவுள் இருக்கிறார் என்று அவர்கள் கூறினாலும், கடவுள் என்னக் கூறுகிறார் என்பதைப் பொறுத்தவரை அவர்கள் அஞ்ஞானவாதிகள். அவர்களுக்குத் தெரியாது. உங்களுக்குத் தெரியும் என்றும் அவர்கள் நினைப்பதில்லை. இன்று நம் நாட்டில் அஞ்ஞானவாதத்தின் உணர்வு மிகவும் வலுவாக உள்ளது, நீங்கள் எந்த வகையான மத நம்பிக்கையை வெளிப்படுத்தினாலும், நீங்கள் ஒரு வகையான மத கிறுக்கன் என கருதப்படுவீர்கள். சத்தியத்தை அறிந்திருக்கிறோம் என்று இந்த நாட்களில் யார் உரிமைக்கோருகிறார்கள் தெரியுமா? மொர்மோன்கள் (கடவுள் மூன்று வெவ்வேறானவர் என்போர்), யெகோவாவின் சாட்சிகள் மற்றும் வீட்டுக்கு வீடு நுழைந்து பீடைப் பூச்சிகளைப் போல தங்கள்

வெறித்தனமான கருத்துக்களை ஊக்குவிக்கின்ற குழுக்கள் ஆகிய இவர்களே அவ்வாறுக் கூறுகிறார்கள். பிரதானமான கிறிஸ்தவ மார்க்கம் தான் எதை விசுவாசிக்கிறது, எதை போதிக்கிறது, மேலும் எதை அறிக்கையிடுகிறது என்பதில் அந்த அளவு உறுதியாக இல்லை.

ஆனால் இயேசு தம் சீடர்கள் சத்தியத்தை அறிந்துக்கொள்வார்கள் என்று வாக்குறுதி அளித்தார். அவர்கள் ஆச்சரியப்பட வேண்டியதில்லை. சத்தியத்தைத் தேடுவதற்கான வழிமுறைகளை இயேசு அவர்களுக்குக் கொடுக்கவில்லை. சத்தியத்தின் ஆவியை அவர்களுக்கு அனுப்புவதாக வாக்களித்தார். அதை இயேசுவிடமிருந்து நேரடியாகக் கேட்க அவர்கள் தயாராக இருக்கவில்லை. முதலில் ஏதாவது நடந்தேற வேண்டும். இயேசு தம்முடைய அப்போஸ்தலர்களுக்கு மூன்று வருடங்கள் போதித்தார். ஆனால் பெந்தெகொஸ்தே நாளில் இயேசு பரிசுத்த ஆவியை ஊற்றும் வரை அவர்கள் இயேசுவின் போதனையை புரிந்து கொள்ள முடியாத நிலையில் இருப்பார்கள். அது ஏன் அப்படி? சத்திய ஆவியானவர் அப்போஸ்தலர்களை எல்லா சத்தியத்திலும் வழிநடத்தப்படத் தயாராக இருப்பதைக் காண்பதற்கு முன்பு என்ன நடக்க வேண்டும்? இயேசு மரித்து, மரித்தோரிலிருந்து உயிரோடு எழுந்திருக்க வேண்டும்.

கடவுளைப் பற்றிய சத்தியத்தை அறிவது என்றால், கடவுள் எப்படி நம்மிடம் வருகிறார் என்பதைப் பற்றிய உண்மையை அறிவதாகும். கடவுள் என்பவர் நாம் விடைக்கண்டுபிடிக்க வேண்டிய கணிதவியல் கணக்கு அல்ல. அவர் நாம் ஒன்றிணைக்க வேண்டிய புதிர் விளையாட்டு அட்டைகளைப் போன்றவர் அல்ல. அவர் நாம் தீர்க்கக்கூடிய ஒரு தத்துவ புதிர் அல்ல. கடவுள் நம்மிடம் வந்து தம்மை வெளிப்படுத்துகிறார். நாம் அவரை உருவகப்படுத்திக் காண்பிப்பதில்லை. அவர் தம்மை நமக்குக் காட்டுகிறார்.

நம்மைப் போன்ற வரையறுக்கப்பட்ட உயிரினங்கள் எப்படி எல்லையற்ற கடவுளை அறிந்து கொள்ள முடியும்? மதிப்பிழந்ததும், பாவமுள்ளதுமான உயிரினங்கள் எவ்வாறு பரிசுத்தமான கடவுளை அறிந்துகொள்ள முடியும்? எந்த பாவியும் அணுக முடியாத பரிசுத்தத்தின் தூய ஒளியில் அவர் வாழ்கிறார். ஆனாலும் நியாயத்தீர்ப்புக்கு அல்லது தண்டனைக்கு பயப்படாமல் தைரியமாக அவர் முன் வரக்கூடிய இடத்தில் அவர் தம்மை நமக்கு வெளிப்படுத்துகிறார். அங்குதான் அவர் நமக்காக அவதிப்படுகிறார்.

பிதாவை அறிவது என்பது அவரது குமாரனை அவர் உலகிற்கு அனுப்பியதில் அவரை அறிந்துக்கொள்வதாகும். நம்முடைய பரலோகத் தந்தையின் அன்பு, நமக்காகப் பாடுபட்டு மரிக்கும்படி அவருடைய குமாரனை அனுப்பிய அன்பு. குமாரனை அறிவது என்பது அவருடைய துன்பத்திலும் மரணத்திலும் அவரை அறிவதாகும். அவர் நமக்காகத் தம்முடைய உயிரைக் கொடுக்கும்போதுதான் நாம் உண்மையான அன்பைக் காண்கிறோம், ஏனென்றால் அவர் நமக்காக இறப்பதில் நம்முடைய பாவத்தைக் கழுவி, கடவுளின் கோபத்தை நீக்கினார். பரிசுத்த ஆவியானவரை அறிவதென்றால், கிறிஸ்துவுக்குரியதை எடுத்துக்கொண்டு அதை நமக்கு அறிவிப்பதன் மூலம் அவர் கிறிஸ்துவை மகிமைப்படுத்தும்போது அவரை அறிவதாகும்.

கடவுளை-பிதா, குமாரன், பரிசுத்த ஆவியை-அறிவது சத்தியத்தை அறிவதாகும். சத்தியத்தை அறிவது இறைவனை அறிவதாகும். சத்தியத்தின் ஆவியானவர் மட்டுமே நம்மை எல்லா சத்தியத்திலும் வழிநடத்த முடியும். கிறிஸ்துவுக்குரியதை எடுத்துக்கொண்டு, கிறிஸ்துவை மகிமைப்படுத்தி, நம்முடைய இரட்சிப்புக்காக சிலுவையில் கிறிஸ்துவின் பாடுகளுக்கும், மரணத்திற்கும் நம்மை வழிநடத்துகிறார்.

இதுவே அனைத்து சத்தியங்களின் மையம். தந்தை குமாரனை இங்கேதான் போகச் சொன்னார். அன்பான கீழ்ப்படிதலில் மைந்தன் சென்ற இடம் இதுவே. ஆவியானவர் திருச்சபையை வழிநடத்தும் இடம் இதுவே. பரிசுத்த ஆவியானவர், இயேசுவின் சிலுவையில் அறையப்படுவதிலும், உயிர்த்தெழுப்பப்படுவதிலும் நம்மை இணைக்கும் பரத்திலிருந்து (மேலிருந்து) நாம் பிறந்தோம். பரிசுத்த ஞானஸ்நானத்தின் வல்லமை, ஆவியானவர் தனித்து செயல்படுவது அல்ல, அதாவது, அவர் பிதா மற்றும் குமாரனிடமிருந்து பிரிந்த தனித்த கடவுளைப் போல அல்ல. புனித ஞானஸ்நானத்தின் வல்லமை இயேசுவின் பாடுகள், மரணம் மற்றும் உயிர்த்தெழுதல் ஆகியவற்றின் வல்லமையாகும். இதுவே பரிசுத்த ஆவியின் வல்லமை. அவர் கிறிஸ்துவை மகிமைப்படுத்துகிறார். ஒவ்வொரு முறையும் மனம் வருந்துகின்ற பாவி கிறிஸ்துவுக்குள் அவனுடைய பாவங்கள் மன்னிக்கப்படுவதை காணும்போது கிறிஸ்து மகிமைப்படுத்தப்படுகிறார். இது பரிசுத்த ஆவியின் செயல்பாடக இருக்கிறது.

பரிசுத்த வேதாகமத்தை ஆக்கியவர் (நூலாசிரியர்) பரிசுத்த ஆவியானவர், இதன் மூலம் வேதம் உண்மை என்பதை நாம் அறிவோம். சத்தியத்தின் ஆவியானவர் அவற்றை எழுதினார். கடவுளைப் பற்றி நாம் தெரிந்து கொள்ள வேண்டிய அனைத்தும் பரிசுத்த வேதாகமத்தில் உள்ளன. அப்போஸ்தலர்கள் புதிய ஏற்பாட்டு வேதாகமத்தை எழுதினார்கள். மத்தேயு, மத்தேயு சுவிசேஷத்தை எழுதினார். யோவான், யோவான் சுவிசேஷத்தை எழுதினார். இந்த மனிதர்கள் இயேசுவின் ஊழியத்தை நேரில் பார்த்தவர்கள். மாற்கு அப்போஸ்தலர் அல்ல, லூக்காவும் இல்லை, ஆனால் இருவரும் அப்போஸ்தலர்களின் (திருத்தூதுவர்களின்) நெருங்கிய கூட்டாளிகள். தூய மாற்கு எழுதியதை தூய பேதுரு உறுதிப்படுத்தினார். தூய லூக்கா எழுதியதை தூய பவுல் உறுதிப்படுத்தினார். அவை அப்போஸ்தலர்களால் எழுதப்பட்ட சுவிசேஷங்களைப் போலவே அப்போஸ்தலத் தன்மையுள்ளவகள்.

புதிய ஏற்பாட்டு வேதாகமங்கள் கடவுளுடைய வார்த்தை என்று நாம் அறிவதற்குக் காரணம், பரிசுத்த ஆவியை அனுப்புவதாக இயேசு வாக்களித்த மனிதர்களின் சாட்சியங்கள் அவற்றில் இருப்பதால்தான். பரிசுத்த ஆவியானவர் அவர்களை எல்லா சத்தியத்திலும் வழிநடத்துவார் என்று இயேசு புதிய ஏற்பாட்டின் எழுத்தாசிரியர்களுக்கு வாக்குறுதி அளித்தார். அனைத்துச் சத்தியங்களிலும்! இது பழைய ஏற்பாட்டின் தீர்க்கதரிசன புத்தகங்களுடன் அப்போஸ்தலரின் வேத நூல்களையும் திருச்சபையின் போதனைக்கான ஒரே ஒரு தராதரநிலையாக ஆக்குகிறது (Bible- the only standard for Christian teaching). வேதாகமம் எழுதப்பட்ட பாரம்பரியத்திற்கு அப்பாற்பட்ட எந்த பாரம்பரியமும் நமக்கு தேவையில்லை. சத்திய ஆவியானவர் சில சத்தியங்களுக்கு மாத்திரம் அவர்களை வழிநடத்துவார், பின்பு திருச்சபையின் வரலாறு முழுவதும் மேலும் மேலும் சத்தியத்தைப் படிப்படியாக வெளிப்படுத்துவார், என்று இயேசு அப்போஸ்தலர்களுக்கு வாக்குறுதி அளிக்கவில்லை. "ஆனாலும், அவர், சத்திய ஆவியானவர், வரும்போது, அவர் உங்களை எல்லா சத்தியத்திற்கும் வழிநடத்துவார்" என இயேசுக் கூறினார். புதிய ஏற்பாட்டு வேதாகமம் கடவுளின் இறுதி வார்த்தை என்று நாம் உறுதியாக நம்பலாம். அப்போஸ்தலர்களால் எழுதப்பட்டதை விட வெளிப்படும் கூடுதலான சத்தியம் எதுவுமே இல்லை.

நமது வேதாகம புத்தகத்தில் புதிய ஏற்பாட்டின் மறைநூல்கள்

இன்னும் சிலவற்றைச் சேர்க்க வேண்டும் என்று கூறுவது சமீபத்திய ஆண்டுகளில் நாகரீகமாகிவிட்டது. அவை வேதாகமத்தின் மறக்கப்பட்ட புத்தகங்கள் என்று அழைக்கப்படுபவை, இயேசுவின் மீதும் அவருடைய வாழ்க்கையின் மீதும் புதிய வெளிச்சம் போடுவதாக நாடக பாணியாக வெளிப்படுத்தப்பட்டுள்ளன. ஆனால், புத்தகங்களையும் திரைப்படங்களையும் ஏமாறக்கூடிய பொதுமக்களுக்கு ஏலம் கூவி விற்கும் மத வியாபாரிகளால் வடிவமைக்கப்பட்ட ஒரு பெரிய சூழ்ச்சி இது. போலி சுவிசேஷங்களையும், போலி நிருபங்களையும் அவை எழுதப்பட்ட காலத்திலிருந்து நாம் அறிந்திருக்கிறோம். அவைகள் காணாமல் போகவில்லை, அவைகள் மறக்கப்படவில்லை. அவைகள் அப்போஸ்தலத் (Apostolic) தன்மை இல்லாததால் ஆரம்பகால திருச்சபையால் நிராகரிக்கப்பட்டன. அவை பெரும்பாலும் ஞானக் கோட்பாடு வழிபாட்டு முறைகளைச் சேர்ந்த மத பேதமுள்ளவர்களால் எழுதப்பட்டன. "என் ஆடுகள் என் குரலைக் கேட்கின்றன" என்று இயேசு கூறினார். நல்ல மேய்ப்பனின் ஆடுகள், ஞானக் கோட்பாடு வழிவந்த மதபேதவாதிகள் போலி புத்தகங்கள் எழுதிய நேரத்திலேயே அவற்றை நிராகரித்தன.

சத்தியத்தை அறிந்திருக்கிறோம் என்கிற நமது கிறிஸ்தவ உரிமைக் கோருதலுக்கு பலர் அஞ்சுகிறார்கள் என்பது நமது சமக்காலத்தின் சோகமான முரண்பாடுகளில் ஒன்றாகும். ஒருவேளை அவர்கள் கிறிஸ்தவ கோட்பாடுகளின் உறுதி மிக்க நிச்சயத்தையைப் பற்றி நினைக்கும் போது அவர்கள் விசித்திர வழிபாடு (நரபலி) செலுத்தும் தீவிர மத வெறியர்களை அல்லது இஸ்லாமிய பயங்கரவாதிகளை கூட நினைக்கிறார்கள். ஆனால் சத்திய ஆவியானவர் சாட்சி கூறும் சத்தியம் யாரொருவருக்கும் அச்சத்தை ஏற்படுத்தக்கூடாது. இது ஒரு அற்புதமான சத்தியம். இது ஆறுதலான சத்தியம். இதன் மூலம் நாம் கடவுளுடன் கூட்டுறவு கொள்கிற ஒரு சத்தியம்.

கடவுள் திரியேகமானவர் (மூவொருவர்). அவர் ஒரே கடவுள். மூன்று கடவுள்கள் அல்ல. கடவுள் ஒருவரே. கடவுள் மூன்று நபர்கள். அவர்கள் மூன்று தனித்தனி நபர்கள் அல்ல. அவர்கள் மூன்று தனித்துவமானவர்கள். பரிசுத்த ஆவியானவரைப் பற்றி இயேசு கூறுகிறார், "அவர் தம்முடைய அதிகாரத்தின்படி பேசமாட்டார், ஆனால் அவர் எதை கேட்கின்றாரோ அதையே பேசுவார்." அவர் சொந்தமாகப் பேசினால், அவர் பிதாவிடமிருந்தும், குமாரனிடமிருந்தும் பிரிந்திருப்பார். ஆனால் திரித்துவத்தில் பூரண

ஐக்கியம் உள்ளது. "அவர் என்னுடையதில் இருந்து எடுத்து உங்களுக்கு அறிவிப்பார். பிதாவினுடையவைகளெல்லாம் என்னுடையவைகள். ஆகையால் அவர் என்னுடையதில் இருந்து எடுத்து உங்களுக்கு அறிவிப்பார் என்று சொன்னேன்" என்று இயேசுக் கூறுகிறார்.

தந்தை திரித்துவத்தின் மற்றொரு நபரிடமிருந்து பிறக்கவில்லை, அல்லது திரித்துவத்தின் மற்றொரு நபரிடமிருந்து அவர் முன் செல்வதில்லை. பிதா இருக்கிறவராகவே இருக்கிறார். பிதாவிடமிருந்து குமாரன் பிறந்தார். அவர் பிதாவைவிட தாழ்ந்தவர் அல்ல. பிதா உண்மையான கடவுள் என்பது போல குமாரனும் உண்மையான கடவுள். அவர் நித்தியத்தில் தந்தையிடமிருந்து உருவானவர். ஆவியானவர் பிதா மற்றும் குமாரனிடமிருந்து புறப்படுகிறார். அவர் தந்தை மற்றும் குமாரனை விட தாழ்ந்தவர் அல்ல, ஏனென்றால் அவர் யாராகிலும் ஒருவரை விட தாழ்ந்தவராக இருந்தால் அவர் கடவுளாக இருக்க மாட்டார். அவர் பிதா மற்றும் குமாரனிடமிருந்து நித்தியத்திலிருந்து புறப்படுகிறார்.

குமாரனுடையதை ஆவியானவர் எடுத்துக்கொள்கிறார். தந்தைக்கு உரியவை அனைத்தும் மகனுக்கு உரியவை. ஆவியானவர் குமாரனுடையதை எடுத்துக்கொள்கிறார், அப்போஸ்தலர்கள் மூலமாக, அதாவது அவர்களுடைய வார்த்தையின் மூலமாக நமக்கு அறிவிக்கிறார். இந்த வழியில் நாம் கடவுளை அறிவோம். ஒரே உண்மையான, நித்தியமான மற்றும் சர்வவல்லமையுள்ள கடவுள், பிதா, குமாரன் மற்றும் பரிசுத்த ஆவியானவர் என்று நாம் அறிவோம். ஆவியானவர் நமக்குக் காண்பித்ததால் நாம் கடவுளை அறிந்திருக்கிறோம்.

இது விலைமதிப்பற்ற அறிவு. சத்திய ஆவியானவர் நமக்கு வெளிப்படுத்துகின்ற சத்தியம், இந்த உலகம் நமக்குத் தரக்கூடிய எதையும் விட விலைமதிப்பற்றது. அதிகமான மதிப்புமிக்க அறிவுத்திறன்கள் உள்ளன. விவசாயம், மருத்துவம், எப்படிக் கற்பிப்பது, தொழில் நடத்துவது, அலுவலகம் ஏற்பாடு செய்வது எப்படி, ஒரு நல்ல உணவை எப்படி சமைப்பது, வானிலையை எப்படிக் கணிப்பது, பல வகையான விஷயங்களை எப்படிச் செய்வது என்பதெல்லாம் மதிப்புமிக்க அறிவாற்றல்கள். ஆனால் கடவுளை அறிவதுதான் எல்லாவற்றிலும் சிறந்த அறிவு.

சத்தியத்தை அறிந்துக்கொள்ளலாம். கடவுளைப் பற்றிய

சத்தியத்தை நாம் அறிந்து கொள்ளலாம். நம் படைப்பாளராகவும், நம் நன்மைக்காக உலகை ஆளுகிறவராகவும், வாழ்க்கையில் நமக்குத் தேவையான அனைத்தையும் நமக்கு வழங்குகிறவராகவும் இருக்கும் தந்தை, நாம் வெறுமனே ஊகிக்கக்கூடிய மர்மமானவரும், இல்லாதவருமான தெய்வம் அல்ல. அவர் நம் அன்பான தந்தை.

குமாரனைப் பற்றிய சத்தியத்தை நாம் அறிந்து கொள்ளலாம். அவர் நம் கடவுள் மட்டுமல்ல; அவரும் நம் சகோதரரும்கூட. அவர் நம் கடவுள் மற்றும் நம் சகோதரர். அவருடைய கீழ்ப்படிதல் நமக்காக வழங்கப்படுகிறது. அவருடைய துன்பம் நமக்காகத் தாங்கப்படுகிறது. அவர் செயல்படுவது நமக்காக செயல்படுகிறார், அவர் துன்பப்படுவது நமக்காகத் துன்பப்படுகிறார், நம்முடைய பாவங்களிலிருந்து நம்மை விடுவிக்கிறார், கடவுளுக்கு முன்பாக நம்மை பரிசுத்த மக்களாக, குற்ற உணர்ச்சியிலிருந்து விடுவித்து, கடவுளுக்கு முன்பாக நீதியுள்ளவர்களாக நிற்கச் செய்கிறார்.

பரிசுத்த ஆவியானவரைப் பற்றிய சத்தியத்தை நாம் அறிந்துக்கொள்ளலாம். அவர் பரிசுத்த ஞானஸ்நானத்தில் நம் வாழ்வில் வந்து நம்முடன் அவருடைய இல்லத்தை உருவாக்குகிறார். அவர் நம் இருதயங்களில் விசுவாசத்தைத் தோற்றுவித்து, எழுதப்பட்ட, பிரசங்கிக்கப்பட்ட மற்றும் திருச்சாக்கிரமந்தான கடவுளின் வார்த்தைகளின் மூலம் அதை நிலைநிறுத்துகிறார். கிறிஸ்துவின் பாடுகள், மரணம் மற்றும் உயிர்த்தெழுதல் ஆகியவை நம்மை நீதிமான்களாகவும் கடவுளின் பார்வையில் ஏற்றுக்கொள்ளத்தக்கதாகவும் ஆக்குகின்றன என்பதைக் காட்டுவதன் மூலம் அவர் எப்போதும் கிறிஸ்துவை மகிமைப்படுத்துகிறார். பரிசுத்த ஆவியானவர், எந்த மாறுபாடும் அல்லது இருளும் இல்லாத ஜோதிகளின் பிதாவிடமிருந்து பரத்திலிருந்து வரும் ஒவ்வொரு நல்ல மற்றும் பரிபூரணமான வரங்களான நல்ல விருப்பங்கள், பரிசுத்த விருப்பங்கள், அன்பு, சமாதானம் மற்றும் மகிழ்ச்சி ஆகியவற்றால் நம்மை நிரப்புகிறார்.

நம்மிடம் சத்திய ஆவி இருப்பதால், நம்மிடம் சத்தியம் இருக்கிறது. அது மாறாது. இது நடைமுறைப் பாணியிலிருந்து இல்லாமல் போக முடியாது. அது வழக்கற்றுப் போக முடியாது. ஏனென்றால் கடவுள்-தந்தை, மகன் மற்றும் பரிசுத்த ஆவியானவர் -நித்திய நிகழ்காலத்தில் வாழ்கிறார். அவருக்கு வயதாகாது. அவருடைய இரக்கம் ஒவ்வொரு நாளும் புதியது. அவருடைய அன்பு பழுதடையாது. அது குளிர்ச்சியாக

மாற முடியாது. அது நம்மை விட்டு விலக முடியாது.

வரப்போவதை பரிசுத்த ஆவியானவர் நமக்குச் சொல்கிறார். கடவுள் மாறாதவராகவும், மாற்ற முடியாதவராகவும் இருந்தாலும், நமக்குத் தெரியாததையும் தெரிந்ததாய் தோன்றச் செய்யும் துரிதமான, கட்டாய வாழ்க்கையை நாம் வாழ்ந்துக்கொண்டிருக்கிறோம். பரிசுத்த ஆவியானவர் நம்மை சத்தியத்தில் நிலைநிறுத்துகிறார், மேலும் வரவிருக்கும் காரியங்களை அவர் நமக்குக் கூறுகிறார். அவை என்ன? நாம் இப்போது நாம் நம்பும் சத்தியத்தை நாம் கண்ணால் காண்போம். நமது நம்பிக்கை நமது பார்வைக்கு வழி வகுக்கும். சத்தியத்தின் ஆவியானவர் இப்போது விசுவாசத்தில் உறுதிப்படுத்துவது நமக்கு நேரடியாகவும் என்றென்றைக்கும் வெளிப்படுத்தப்படும்.

கடவுளின் அன்பு நம்மைச் சூழ்ந்து, நம்மை நிரப்பி, நம் ஆன்மாக்களை சமாதானத்தில் வைப்பதால் நித்தியத்தில் நாம் ஒரு புதிய பாடலைப் பாடுவோம். ஆமென்.

திருக்கட்டளை (பெந்தெகோஸ்தே) நாளின் சமாதானம்

யோவான் 14:23-31

இயேசு அவனுக்குப் பிரதியுத்தரமாக: ஒருவன் என்னில் அன்பாயிருந்தால், அவன் என் வசனத்தைக் கைக்கொள்ளுவான், அவனில் என் பிதா அன்பாயிருப்பார்; நாங்கள் அவனிடத்தில் வந்து அவனோடே வாசம்பண்ணுவோம். என்னில் அன்பாயிராதவன் என் வசனங்களைக் கைக்கொள்ளமாட்டான். நீங்கள் கேட்கிற வசனம் என்னுடையதாயிராமல் என்னை அனுப்பின பிதாவினுடையதாயிருக்கிறது. நான் உங்களுடனே தங்கியிருக்கையில் இவைகளை உங்களுக்குச் சொன்னேன். என் நாமத்தினாலே பிதா அனுப்பப்போகிற பரிசுத்த ஆவியாகிய தேற்றரவாளனே எல்லாவற்றையும் உங்களுக்குப் போதித்து, நான் உங்களுக்குச் சொன்ன எல்லாவற்றையும் உங்களுக்கு நினைப்பூட்டுவார். சமாதானத்தை உங்களுக்கு வைத்துப்போகிறேன், என்னுடைய சமாதானத்தையே உங்களுக்குக் கொடுக்கிறேன்; உலகம் கொடுக்கிறபிரகாரம் நான் உங்களுக்குக் கொடுக்கிறதில்லை. உங்கள் இருதயம் கலங்காமலும் பயப்படாமலுமிருப்பதாக. நான் போவேன் என்றும், திரும்பி உங்களிடத்தில் வருவேன் என்றும் நான் உங்களுடனே சொன்னதைக் கேட்டீர்களே. நீங்கள் என்னில் அன்புள்ளவர்களாயிருந்தால் பிதாவினிடத்திற்குப் போகிறேனென்று நான் சொன்னதைக் குறித்துச் சந்தோஷப்படுவீர்கள், ஏனெனில் என் பிதா என்னிலும் பெரியவராயிருக்கிறார். இது நடக்கும்போது நீங்கள் விசுவாசிக்கும்படியாக, நடப்பதற்கு முன்னமே இதை உங்களுக்குச் சொன்னேன். இனி நான் உங்களுடனே அதிகமாய் பேசுவதில்லை. இந்த உலகத்தின் அதிபதி வருகிறான். அவனுக்கு என்னிடத்தில் ஒன்றுமில்லை. நான் பிதாவில் அன்பாயிருக்கிறேனென்றும், பிதா எனக்கு, கட்டளையிட்டபடியே செய்கிறேன் என்றும், உலகம் அறியும்படிக்கு இப்படி நடக்கும். எழுந்திருங்கள், இவ்விடம்விட்டுப் போவோம் வாருங்கள் என்றார். (யோவான் *14:23-31*)

திருச்சபையின் பிறந்த நாள் திருக்கட்டளை (பெந்தெகோஸ்தே) நாளாகும். உண்மையில், திருச்சபை ஆரம்ப காலத்திலிருந்தே இருந்து வந்தது. கடவுள் தம்முடைய மக்களிடம் எந்தெந்த இடங்களில், எப்பொழுதெல்லாம் பேசினாரோ அங்கெல்லாம், அப்போதெல்லாம் அவர்களை அவர் விசுவாசத்திற்குக் கொண்டுவந்து, அவர்களைத் தம்மிடம் இழுத்துக்கொண்டார். எங்கெங்கெல்லாம் கடவுளின் பரிசுத்த மக்கள் கூடுகின்றார்களோ அங்கே திருச்சபை இருக்கிறது.

ஆனால், பெந்தெகொஸ்தே பண்டிகையை கிறிஸ்தவ திருச்சபையின் பிறந்த நாளாகக் கருதுகிறோம், ஏனென்றால் பரமேறிய ஆண்டவர் இயேசு, தாம் செய்வேன் என்று வாக்களித்தபடியே தம்முடைய அப்போஸ்தலர்கள் மீது பரிசுத்த ஆவியை ஊற்றினார். ஒவ்வொரு அப்போஸ்தலர் மீதும் நெருப்புத் தழல்கள் அமர்ந்தன, பரிசுத்த ஆவியானவர் அவர்களை நிரப்பினார், அவர்கள் ஒருபோதும் கற்றுக்கொள்ளாத மொழிகளில் பேச ஆரம்பித்தார்கள். உலகுக்கு நற்செய்தியை அறிவிக்க பரிசுத்த ஆவியானவரால் அவர்களுக்கு அதிகாரம் அளிக்கப்பட்டது.

பரிசுத்த ஆவியை அனுப்புவதாக இயேசு வாக்குக் கொடுத்தார், அவர் தாம் செய்வதாக வாக்களித்ததைச் செய்தார். இயேசு ஆண்டவர் நெருங்கி வரவிருக்கின்ற மரணத்தை சிலுவையில் அறையப்படுவதன் மூலம் எதிர்கொள்ளவிருந்தப்போது, அவர் தனது அப்போஸ்தலர்களுக்கு பரிசுத்த ஆவியின் செயல்களைப் பற்றிக் கற்பித்தார்.

அவர்கள் பரிசுத்த ஆவியை சார்ந்திருப்பார்கள். திருச்சபையும் அவ்வாறே இருக்கும். அப்போஸ்தலர்களுக்கு இயேசு கற்பித்ததை ஆவியானவர் நினைப்பூட்டுவார். இயேசு ஆண்டவரின் உதடுகளிலிருந்து அவர்கள் கேட்ட வார்த்தைகள் பரிசுத்த ஆவியானவரால் அவர்களுக்குக் கொடுக்கப்படும். சத்திய ஆவியானவர் அவர்களை எல்லா சத்தியத்திலும் வழிநடத்துவார். பரிசுத்த ஆவியானவர் இயேசு கற்பித்த சுவிசேஷத்தை அவர்களில் உறுதிப்படுத்துவார். அவர்கள் சுவிசேஷத்தை திருச்சபைக்கு போதிப்பார்கள்.

பெந்தெகொஸ்தே என்பது திருத்தூதுவ (அப்போஸ்தலிக்க) சாட்சியத்தை உறுதிப்படுத்திய அடையாளங்கள் மற்றும் அதிசயங்களைப்பற்றியது அல்ல. அவைகளில் நிச்சயமாக சுவாரஸ்யம் நிறைந்திருந்தன. ரோமானியப் பேரரசின் அனைத்து மொழிகளிலும் கலிலேயர்களான இந்த அப்போஸ்தலர்கள் சுவிசேஷப் பிரசங்கம் செய்யக் கேட்பதைக் கற்பனை செய்து பாருங்கள்! பெந்தெகொஸ்தேவின் அற்புதங்கள் அப்போஸ்தலிக்க சாட்சியத்தை உறுதிப்படுத்தின. ஆனால் பெந்தெகொஸ்தே நாளின் முக்கியத்துவம் அடையாளங்களில் இல்லை. திருச்சபையை திருச்சபையாக்கி, காலத்தின் இறுதி வரை திருச்சபையாக வைத்திருப்பது கடவுளின் வார்த்தையில் உள்ளது. புனித கிறிஸ்தவ திருச்சபை இயேசுவின்

வார்த்தையில் தங்கியுள்ளது. இயேசு போதித்த வார்த்தை பரிசுத்த ஆவியானவர் அப்போஸ்தலர்களுக்கு வெளிப்படுத்திய வார்த்தை. இது சமாதானத்தின் செய்தி. இயேசு கிறிஸ்துவின் மிகவும் புனிதமான கீழ்ப்படிதலாலும், பாடுகளினாலும் அதன் சத்தியம் உத்தரவாதம் அளிக்கப்படுகிறது.

“ஒருவன் என்னில் அன்பாயிருந்தால், அவன் என் வார்த்தைகளைக் கைக்கொள்ளுவான்” என்று இயேசு கூறுகிறார். “என்னை நேசிக்காதவன் என் வார்த்தைகளைக் கைக்கொள்ளுவதில்லை” என்று அவர் கூறுகிறார். இயேசு தாம் சொல்வதில் தம்மைத்தாமே சேர்த்துக்கட்டுகின்றார். அவருடைய வார்த்தைகளைப் பற்றிக்கொண்டு, பாதுகாத்து, அவருடைய வார்த்தைகளைக் கடைப்பிடிப்பவர்களுடன், அவரும், பிதாவும் தங்கள் வீட்டை உருவாக்குவார்கள் என்று அவர் கூறுகிறார்.

இயேசு கிறிஸ்து கூறுவதை அறிந்து, அவற்றை நேசித்து, பின்பற்றி, அவற்றை நம்புவதைத் தவிர இயேசுவை அறிந்துகொள்வதும், இயேசுவை நேசிப்பதும், இயேசுவைப் பின்பற்றுவதும், இயேசுவை நம்புவதும் சாத்தியமில்லை. மத வியாபாரச் சந்தைகள் விற்பனை செய்வது எதுவாகயிருந்தாலும் அவை இயேசுவுக்கு வடிவம் தருவதில்லை. அவர் அவராகவே இருக்கிறார். பரிசுத்த யோவான் எழுதிய நற்செய்தியில் பலமுறை அவர் தன்னை நான், நானே-இஸ்ரவேலின் மாறாத கடவுளாக இருக்கிறேன் என்று அடையாளப்படுத்துகிறார். நீங்கள் இயேசுவை நேசிக்கிறீர்களா? அவர் கூறுவதைக் கேளுங்கள். நீங்கள் இயேசுவை நேசிக்கிறீர்களா? அவர் சொல்வதை மனதில் கொள்ளுங்கள். அவர் எதைச் செய்யச் சொல்கின்றாரோ, அதைச் செய்யுங்கள். அவர் நம்பச் சொன்னால் நம்புங்கள். அவர் எதைக் கூறினாலும், அது அது விலைமதிப்பற்றது; அது முக்கியமானது; அது அவரை அடையாளம் காட்டுகிறது. இயேசுவை பற்றிக்கொள்வது என்பது அவர் கூறுவதைப் பற்றிக்கொள்வதாகும்.

ஆனால், இயேசு என்னக் கூறுகின்றார் என்பதை நாம் எப்படி அறிந்து கொள்வது? அவர் இந்த பூமியில் நடந்து திரளான மக்களுக்குப் போதித்தபோது நாம் யாரும் இல்லை. அவர் பிரசங்கிப்பதையும் போதிப்பதையும் மக்கள் கேட்டனர் என்பது சரி, ஆனால் மக்கள் தவறாகப் புரிந்து கொண்டு தவறுகள் இழைக்கலாம். நம்மிடம் உள்ள இயேசுவின் வார்த்தைகள், தவறும் இயல்புடைய மனிதர்களின்

சொந்தமான செயற்பாட்டுத் திட்டங்களும், பாராபட்சங்களும், தவறாய் புரிந்துக்கொண்ட வார்த்தைகளும் இல்லை என்பதை நாம் எப்படி அறிந்து கொள்வது?

தாமே தேர்ந்தெடுத்த அப்போஸ்தலர்களுக்கு தாம் போதித்த அனைத்தையும் அவர்களுக்குக் கற்பிக்கவும், அவர் கூறினதை அவர்கள் மீண்டும் நினைவுக்குக் கொண்டுவருகின்ற பரிசுத்த ஆவியானவரை அனுப்புவதாக இயேசுவே வாக்குத்தத்தம் செய்ததால், இயேசுவின் வார்த்தைகள் நம்மிடம் இருப்பதை நாம் அறிந்து கொள்ளலாம். இது பெந்தெகொஸ்தே நாளின் அற்புதமான அதிசயம். பரிசுத்த ஆவியானவர் அந்த மனிதர்களை அந்த குறிப்பிட்ட நாளில் மட்டும் பிரசங்கிக்க தூண்டவில்லை. அவர் தங்கள் வாழ்நாள் முழுவதும் கடவுளின் பழுதற்ற வார்த்தையைப் பிரசங்கிக்க அவர்களைத் தூண்டினார். பரிசுத்த ஆவியானவர் இயேசு சொன்னதை அவர்களுக்கு நினைப்பூட்டி, அவர்கள் பிரசங்கத்தில் தவறு செய்யாமல் தடுத்தார். அதற்கும் மேலாக, இயேசு அவர்களிடம் பேசிய அதே வார்த்தைகளை அவர்கள் நினைவுகூர்ந்து புதிய ஏற்பாட்டின் புத்தகங்களில் எழுத, பரிசுத்த ஆவியானவர் அவர்களை வழி நடத்தினார்.

வேதாகமத்தில் இயேசுவின் வாயின் வார்த்தைகளே உள்ளன என்பதே இதன் பொருள். இதைக் குறித்து அல்லது அதைக் குறித்து இயேசு என்ன சொல்லியிருப்பார் என்று நாம் ஆச்சரியப்பட வேண்டியதில்லை. நமக்குத் தெரியும். திருச்சபை அப்போஸ்தலிக்க போதனையுடன் இருக்கும் வரை அது கிறிஸ்துவுடன் இருக்கும். திருச்சபை அப்போஸ்தலிக்க போதனையை முறிக்கும்போது- அதாவது, புதிய ஏற்பாட்டின் போதனையை முறிக்கும்போது -அது கிறிஸ்துவோடு உறவை முறித்துக் கொள்கிறது.

இது நாம் தெரிந்துகொள்வதற்கும் மனதில் வைத்திருப்பதற்கும் இன்றியமையாதது. சிலர் இயேசுவை அவருடைய அப்போஸ்தலர்களின் எழுத்துக்களில் இருந்து தூரமாய் விலக்க முயற்சி செய்கிறார்கள். இது அப்பாவி கிறிஸ்தவர்களிடையே செயலாற்றும் பிரபலமான ஏமாற்று வேலை. அவருடைய அப்போஸ்தலர்கள் தெளிவாகக் கண்டனம் செய்த சில பாவங்களை இயேசு தனிப்பட்ட முறையில் பேசாததால், இயேசு அதில் எந்த நிலைப்பாட்டையும் எடுக்கவில்லை என்று அவர்கள் வாதிடுவார்கள். உதாரணமாக, ஓரினச்சேர்க்கைக்கு எதிராக இயேசு எதுவும் கூறவில்லை என்று அவர்கள் சொல்வார்கள். ஆனால் இயேசு ஓரினச்

சேர்க்கையைக் கண்டித்தார். பரிசுத்த ஆவியானவர் வழிநடத்திய அப்போஸ்தலர்கள் மூலம் அவர் அதைச் செய்தார். எல்லா வயதினருக்கும் உரிய திருச்சபைக்கான கடவுளின் வார்த்தையை அவர்கள் எழுதினார்கள். உண்மை மாறாதது. விவிலிய கூற்றின் எந்த ஒரு உண்மைத்தன்மையையும் கேள்வி கேட்பது இயேசுவைக் கேள்வி கேட்பதாகும். இயேசுவுக்கும் புதிய ஏற்பாட்டிற்கும் இடையே பிளவை ஏற்படுத்த முயற்சிப்பவர்கள் இயேசுவை நேசிப்பதில்லை அல்லது அவருக்கு சேவை செய்வதில்லை அல்லது அவருடைய வார்த்தைகளைக் கடைப்பிடிப்பதில்லை. அவர்கள் அவரை மறுத்து, அவர் இல்லாத வேறொருவராக அவரைத் திரிக்கிறார்கள்.

பரிசுத்த ஆவியானவரின் செய்தியின் ஆழ்மனதில், அதாவது- இயேசுவின் செய்தியில் -உள்ளது சமாதானம். "சமாதானத்தை நான் உங்களுக்குக் கொடுக்கிறேன், என் சமாதானத்தை நான் உங்களுக்குக் கொடுக்கிறேன்; உலகம் கொடுப்பது போல் நான் உங்களுக்குக் கொடுப்பதில்லை. உங்கள் இதயம் கலங்க வேண்டாம், பயப்பட வேண்டாம்" என இயேசுக் கூறுகிறார்.

"உங்கள் இருதயம் கலங்க வேண்டாம்" என்று இயேசு கூறுகிறார். தொலைக்காட்சியில் பேசும் ஒரு குறிப்பிட்டத் தலைவர், பார்க்கும் பார்வையாளர்களின் அனைத்துத் தொல்லைகளுக்கும் தான் ஒருவரே தீர்வு எனக் கற்பனை செய்துக்கொண்டு, தனது அரசியல் கருத்துக்களுக்கு உதவிச் செய்யும் வகையில் இயேசுவின் இந்த வார்த்தைகளை கடத்தியுள்ளார். ஒருவேளை அவர் தன்னை புத்திசாலி என்று நினைக்கலாம். ஆனால் தவறு செய்யக்கூடாது. இயேசு வாக்களிக்கின்ற சமாதானத்திற்கும் அரசியலுக்கும் சம்பந்தமில்லை. இது இந்த உலகத்தின் சமாதானம் அல்ல. இவ்வுலகின் சமாதானம் ஒருபோதும் முழுமையானது அல்ல, அது எப்போதும் தற்காலிகமானது. உலக சமாதானத்தின் வாக்குறுதிகள், மனதைக் கலங்கச் செய்து பயமுறுத்துகின்றன, ஏனென்றால் தாங்கள் அளிக்கும் வாக்குறுதிகளுக்கு உத்தரவாதமளிக்க முடியாத பாவமுள்ள மக்களை அது நம்பியுள்ளது. அவைகள் கீழ்ப்படியாதவர்களின் கீழ்ப்படிதலைச் சார்ந்து இருக்கும் சட்டங்களைச் சார்ந்துள்ளன. அதனால்தான் சமாதானத்தின் வாக்குறுதிகள் விருப்பமான சிந்தனையை விட அதிகமானது இல்லை.

இயேசு ஆண்டவர் தரும் சமாதானம் உறுதியானது, மேலும் அது நிரந்தரமானதாக இருக்கிறது. ஏனெனில் அவர் பிதாவிடம்

சென்றுள்ளார். "நீங்கள் என்னில் அன்பாயிருந்தால், நான் பிதாவினிடத்தில் போகிறேன் என்று நான் சொன்னதற்காக நீங்கள் சந்தோஷப்படுவீர்கள், ஏனென்றால் என் பிதா என்னிலும் பெரியவர்," என இயேசு கூறினார்.

செல்வ வளம் மிகுந்த ஆறுதல் அந்த வார்த்தைகளில் இருக்கிறது. அவர் தன்னை விட உயர்வான பிதாவினிடம் செல்கிறார். உண்மையான கடவுளான அவர் தந்தைக்கு சமமானவர். பிதா, குமாரன் மற்றும் பரிசுத்த ஆவியானவர்கள் நித்தியமானவர்கள் மற்றும் சமமானவர்கள். ஆனால் இயேசு உண்மையான கடவுளாக மட்டும் பேசவில்லை. அவர் உண்மையான கடவுளாகவும், உண்மையான மனிதனாகவும் பேசுகிறார். கடவுள்-மனிதனாக அவர் தந்தையிடம் திரும்புகிறார். மேலும் அவர் பின்பற்றும் பாதை அவரை சிலுவையில் கொண்டு செல்லும். அங்கே அந்த சமாதானம் நிலைநாட்டப்படும்.

பரிசுத்த ஆவியானவர் நமக்குக் கொடுக்கும் சமாதானம், இயேசு தம்முடைய பரிசுத்த கீழ்ப்படிதலாலும், அவருடைய பாடுகளாலும் மரணத்தாலும் ஏற்படுத்தப்பட்ட சமாதானம். அவர் மனித இனத்தின் பிரதிநிதி. அவர் தம் வாழ்வையே நம் வாழ்வாக வழங்குகிறார். அவர் தனது கீழ்ப்படிதலை நமது கீழ்ப்படிதலாக வழங்குகிறார். அவர் தம்முடைய பரிசுத்தமான விலையேறப்பெற்ற இரத்தத்தை நம்முடைய பாவங்களுக்காகப் பலியாகக் கொடுக்கிறார். அவர் தன்னை தந்தைக்கு அர்ப்பணிக்கிறார். "இந்த உலகத்தின் அதிபதி வருகிறான், அவனுக்கு என்னிடத்தில் உள்ளது எதுவும் இல்லை," என அவர் கூறுகிறார். அவரை நோக்கிப் பாருங்கள்! தந்தையாகிய கடவுளுக்கு அவர் என்ன வழங்குகிறார் என்பதைப் பாருங்கள். அவர் பாவமற்றவர். பிசாசுக்கு அவர் மீது உரிமை இல்லை. அவன் எதற்காகவும் அவர்மீது குற்றம் சாட்ட முடியாது. ஏனெனில் இயேசு மட்டுமே இதுவரை வாழ்ந்த தூய்மையான கபடமற்ற ஒரே மனிதர். "ஆனால் நான் பிதாவை நேசிக்கிறேன் என்பதை உலகம் அறியவும், பிதா எனக்குக் கட்டளை கொடுத்ததினாலும், நான் அதைச் செய்கிறேன்" என்று அவர் கூறுகிறார்.

இந்த உலகில் சமாதானம் இல்லை, ஏனெனில் மோதலும், பிளவுகளும் மற்றும் யுத்தத்தின் மூலக்காரணமும் நம் அனைவரின் உள்ளங்களிலும் இருக்கின்றன. அமைப்பு முறையை மாற்றலாம் ஆனால் மனித இயல்பை மாற்ற முடியாது. நாம் எப்பொழுதும் நமது அடிப்படை ஆசைகளுக்குத் திரும்ப வருவோம், மேலும் நாம்

கடவுளிடம் ஏறிச் செல்ல முற்படும்போது நமக்கு நாமே சேவை செய்கிறவர்களாவோம். நம்மை நாமே உயர்த்திக்கொள்வதுவதற்கான நமது ஒவ்வொரு முயற்சியும் நம்மை வீழ்த்திவிடும்.

ஆனால் ஆண்டவராகிய இயேசுவைப் பாருங்கள். அவர் பிதாவினிடம் செல்கிறார். கீழ்ப்படிதலினாலும், பாடுகளினாலும், மரணத்தினாலும் அவர் பிதாவினிடம் செல்கிறார். கடவுள் நம் அனைவரிடமிருந்து உரிமையோடு எதிர்பார்க்கும் அனைத்து தூய்மையையும், மனிதத் தன்மையின் வாழ்வையும், அன்பையும், கீழ்ப்படிதலையும், அவருக்கு அளிக்க அவர் பிதாவினிடம் செல்கிறார். அவர் அதை அற்பணிக்கிறார். அவர் அதைக் கொடுக்கிறார். கடவுள் கோருவதைச் செய்து அவர் விருப்பத்தின்படி நாம் நடவாமல் இருக்கத் தவறியதின் பாடுகளை அவர் அனுபவிக்கிறார். அவர் செய்கின்ற அனைத்தையும் அவர் நமக்காகச் செய்கின்றார், அவர் பாடுபடுகின்ற அனைத்தையும் அவர் நமக்காகப் பாடுபடுகின்றார், மேலும் அவர் செய்கின்றதும், பாடுபடுகின்றதுமான அனைத்தும் கடவுளுக்கும் நமக்கும் இடையே சமாதானத்தைக் கொண்டுவருகின்றன. கடவுளுக்கும் நமக்கும் இடையே எந்த முரண்பாடுமில்லை, ஏனெனில் முரண்பாட்டின் மூலக் காரணம் நீங்கிப்போய்விட்டது. இயேசு பிதாவிடம் சென்று, தாம் செல்கின்ற வழியில் நம் பாவங்களை எடுத்துப்போட்டார். இயேசு நம் பிரதிநிதியாக நமக்காகச் செய்யாத எதையும் கடவுள் நம்மிடம் கோரவில்லை. இயேசு தாங்காத எந்த தண்டனையும் கடவுளிடமிருந்து நமக்குத் தகுதியானது எனத் தருவதில்லை. சமாதானம் நிலைநாட்டப்பட்டுள்ளது, இயேசு கொடுக்கும் சமாதானம், உலகம் தரும் சமாதானம் அல்ல. அது பாவங்கள் மன்னிக்கப்பட்டதனால் உண்டாகும் சமாதானம்.

ஆனால் நாம் பாவம் செய்கிறோம். முரண்படுதல் இருக்கின்றது. நாம் இந்த உலகத்தின் காரியங்களைப் பின்தொடர்ந்து, கடவுளுக்குப் பிரியமில்லாதவற்றில் நம் இதயங்களைப் பொருத்துகிறோம். நமது சுயநல லட்சியங்களால் மோதலை ஏற்படுத்துகிறோம். இயேசு வாக்களிக்கின்ற சமாதானம் தொலைதூர இலக்காக, எழுகின்ற மூடுபனியாக, நம் பாவங்களின் கடினமான வெளிச்சத்தில் மறைந்து போகும் நிழலாக மாறுகிறது. பெந்தெகொஸ்தே எங்கே? மகிழ்ச்சி எங்கே? வல்லமை எங்கே? பரிசுத்த ஆவி எங்கே?

அவர் திருச்சபையுடன் இங்கே இருக்கிறார். இயேசு அவரை வாக்களித்தார். இயேசு அவரை பிதாவிடமிருந்து அனுப்பினார்.

திருச்சபை அவருடைய சொந்த படைப்பு. பரிசுத்த ஆவியானவர் நம்மை பரிசுத்தமாக்குகிறார். அவர் சமாதானத்தின் சுவிசேஷத்தால் நம்மை ஆறுதல்படுத்துகிறார், மேலும் இந்த நற்செய்தியின் மூலம் அவர் நம்மை முற்றிலுமாய் மாற்றுகிறார். அவர் நம் கல்லான இதயத்தை நம்மிடமிருந்து அகற்றி, அதற்கு பதிலாக ஒரு விசுவாசிக்கின்ற, கடவுளுக்கு அஞ்சுகின்ற, கடவுளை நேசிக்கின்ற, நம்புகின்ற இதயமாக மாற்றுகிறார். சிலுவை வழியாக பிதாவினிடத்தில் சென்றதன் மூலம் பெற்ற மன்னிப்பை அவர் நமக்கு வழங்குகின்றார்.

பின்பற்ற முடியாத செயல்முறை விளக்கங்களைக்கொண்ட ஏதாவது ஒரு பொருளை நான் எப்போதாகிலும் வாங்குவேன். அல்லது, என்னால் அப்பொருளை கையாள முடியும் என்று நினைப்பேன். ஆனால், என்ன செய்ய வேண்டும் என்று எனக்குத் தோன்றுகிறதோ அதை நான் செய்யும்போது, அந்தப் பொருள் வேலை செய்யாது. பரிசுத்த ஆவியானவர் நம்மை பரிசுத்தமாக்குகிறார். நாம் நடைமுறைக்குக்கொண்டுவர வேண்டிய செயல்முறை அறிவுரைகளை வழங்குவதன் மூலம் அவ்வாறு அவர் செய்வதில்லை. பரிசுத்த ஆவியானவர் நம்மை உட்புறத்தில் மாற்றி பரிசுத்தமாக்குகிறார். அவர் பாவத்தை நேசிக்கும் அன்பை அகற்றி, அதை கடவுளின் அன்பாய் மாற்றுகிறார். உள்ளுக்குள்ளே கொஞ்சம் மோதல், முரண்பாடு இருக்கிறது - அது உண்மைதான். நம் பாவ சுபாவமுள்ள மனிதன் தான் வேரோடு பிடுங்கப்படுவதை விரும்பாமல், பற்றிப்பிடித்துக் கொள்கிறான். உண்மையில், நாம் இறக்கும் நாள் வரை நமது பாவ மாம்சத்துடன் வாழ்ந்துக்கொண்டிருப்போம்.

ஆனால் பரிசுத்த ஆவியானவர் நமது பாவத்தை விட அதிக வல்லமை வாய்ந்தவர். பாவ மன்னிப்பின் நற்செய்தியை நமது ஆவிக்குரிய காயங்களுக்கு இடுகிறார். இப்படித்தான் அவர் நம்மை பரிசுத்தமாக்குகிறார், உட்புறத்தில் நம்மை மாற்றுகிறார். உலகம் தர முடியாத இயேசுவின் சமாதானத்தை அவர் நமக்குத் தருகிறார். அவர் நம் இதயங்களை அமைதிப்படுத்துகிறார். இவ்வாறு தேற்றரவாளன் நம்மை ஆறுதல்படுத்தி பரிசுத்தமாக்குகிறார். பெந்தெகொஸ்தே (பரிசுத்த ஆவியின் திருநாள்) என்பது திருச்சபைக் கால அட்டவணையில் ஒரு தேதி மட்டுமல்ல. இது நம் வாழ்வில் தொடர்ந்து நடக்கும் நிகழ்வு. எல்லாத் தொல்லைகளிலிருந்தும், மரண பயத்திலிருந்தும் நம்மை விடுவித்து, கடவுளுடன் நாம் சமாதானமாக இருக்கிறோம் என்பதை அறியும் ஆறுதலுக்கு நம்மை அழைத்துச் செல்கிறது. ஆமென்.

மூன்றாம் முக்கியப் பிரிவு

(The Third Chief Part)

கர்த்தருடைய ஜெபம்
(பரமண்டல ஜெபம்)

“பிரார்த்தனையும், கிறிஸ்துவின் வேட்கையும் (பேரார்வமும்)”

லூக்கா 22:39-46

ஒருசந்தி

பரலோகத்திலிருக்கிற எங்கள் பிதாவே, உம்முடைய நாமம் பரிசுத்தப்படுவதாக, உம்முடைய ராஜ்யம் வருவதாக, உம்முடைய சித்தம் பரலோகத்தில் செய்யப்படுவதுபோல பூமியிலும் செய்யப்படுவதாக; அன்றன்று வேண்டிய எங்கள் உணவை இன்று எங்களுக்கு தாரும்; எங்களுக்கு எதிராக குற்றம் செய்பவர்களை நாங்கள் மன்னிப்பது போல, எங்கள் குற்றங்களை எங்களுக்கு மன்னியுங்கள்; மேலும் எங்களைச் சோதனைக்குட்படுத்தாமல், தீமையிலிருந்து எங்களை இரட்சித்தருளும். ஏனெனில் ராஜ்யமும் வல்லமையும் மகிமையும் என்றென்றும் உம்முடயவைகளே. ஆமென்.

> *பின்பு அவர் புறப்பட்டு, வழக்கத்தின்படியே ஒலிவமலைக்குப் போனார், அவருடைய சீஷரும் அவரோடே கூடப்போனார்கள். அவ்விடத்தில் சேர்ந்தபொழுது அவர் அவர்களை நோக்கி: நீங்கள் சோதனைக்குட்படாதபடிக்கு ஜெபம்பண்ணுங்கள் என்று சொல்லி, அவர்களை விட்டுக் கல்லெறிதூரம் அப்புறம்போய், முழங்கால்படியிட்டு: பிதாவே, உமக்குச் சித்தமானால் இந்தப் பாத்திரம் என்னைவிட்டு நீங்கும்படிசெய்யும்; ஆயினும் என்னுடைய சித்தத்தின்படியல்ல, உம்முடைய சித்தத்தின்படியே ஆகக்கடவது என்று ஜெபம்பண்ணினார். அப்பொழுது வானத்திலிருந்து ஒரு தூதன் தோன்றி, அவரைப் பலப்படுத்தினான். அவர் மிகவும் வியாகுலப்பட்டு, அதிக ஊக்கத்தோடே ஜெபம்பண்ணினார். அவருடைய வேர்வை இரத்தத்தின் பெருந்துளிகளாய்த் தரையிலே விழுந்தது. அவர் ஜெபம்பண்ணி முடித்து, எழுந்திருந்து, தம்முடைய சீஷரிடத்தில் வந்து, அவர்கள் துக்கத்தினாலே நித்திரை பண்ணுகிறதைக் கண்டு: நீங்கள் நித்திரைபண்ணிகிறதென்ன? சோதனைக்குட்படாதபடிக்கு, எழுந்திருந்து ஜெபம்பண்ணுங்கள் என்றார்.* (லூக்கா 22:39-46)

காரியங்கள் நன்றாக நடக்கும் போது கடவுளிடம் பிரார்த்தனை செய்வதில் மக்கள் பலமுறை அக்கறைக் கொள்வதில்லை, ஆனால் காரியங்கள் கைவிட்டுப்போகும்போது ஆண்டவரிடம் ஜெபிக்க வேண்டும் என ஊகிக்கிறார்கள் என்று கிறிஸ்தவர்கள் அடிக்கடி

புலம்புகிறார்கள். ஆயினும், ஜெபிக்காமலேயே இருப்பதை விட, அது சிறந்தது. சில சமயங்களில் நாம் நம் வாழ்க்கையில் கட்டியெழுப்பிய ஒவ்வொரு அஸ்திவாரத்தையும் குறைவாக்கி ஆண்டவர் ஜெபத்திற்கு மேடை அமைக்கிறார். நாம் துன்பங்களைச் சந்திக்கும் போது, நம்முடைய பிரச்சனைகளை ஜெபத்தில் கடவுளிடம் கொண்டு வருவதற்குத் தயாராக இருப்போம்.

கடவுள் மனிதனாக உருவெடுத்தப்போது அவர் ஜெபத்தின் மனிதனானார். ஜெபிப்பது எப்படி என்பதை இயேசுவிடமிருந்து கற்றுக்கொள்கிறோம். என்ன ஜெபிக்க வேண்டும் என்பதை இயேசுவிடமிருந்து கற்றுக்கொள்கிறோம். நாம் அதை கர்த்தரின் ஜெபம் அல்லது பரமண்டல ஜெபம் என்று அழைக்கிறோம். இது முழு நிறைவான பிரார்த்தனை. இது ஒவ்வொரு தலைப்பையும் உள்ளடக்கியது. இது ஒவ்வொரு தேவையையும் உள்ளடக்கியது. இது முற்றிலும் சமநிலையானது. அவசியமான எதுவும் தவிர்க்கப்படவில்லை. மிதமிஞ்சிய எதுவும் சேர்க்கப்படவில்லை. இந்த ஜெபத்தை, இந்த ஜெபத்தை மாத்திரம் நாம் ஜெபிக்க கற்றுக்கொண்டால், நாம் இந்த கலையில் தேர்ச்சி பெற்றவர்களாக இருப்போம்.

பிரார்த்தனைக் கலை எந்த ஒரு சாதாரண பள்ளியிலும் கற்பிக்கப்படவில்லை. இது அனுபவப் பள்ளியில் பரிசுத்த ஆவியால் கற்பிக்கப்படுகிறது. ஆனால் எல்லா அனுபவங்களும் இல்லை. சில அனுபவங்கள் ஜெபத்திலிருந்து நம்மை தூரமாய் விலக்குகின்றன.

"ஒருவன் என்னைப் பின்பற்றி வர விரும்பினால், அவன் தன்னைத்தான் வெறுத்து, தன் சிலுவையை எடுத்துக்கொண்டு என்னைப் பின்பற்றக்கடவன்" (மத்தேயு 16:24) என்று இயேசுக் கூறினார். "தன் சிலுவையைச் சுமந்துகொண்டு எனக்குப் பின்னே வராதவன் எனக்குச் சீடனாக இருக்க முடியாது" (லூக்கா 14:27) என்று அவர் சொன்னார். எப்படி ஜெபிக்க வேண்டும் என்பதை சிலுவையில் இருந்தே நாம் கற்றுக்கொள்கிறோம்.

ஒரு கிறிஸ்தவனின் சிலுவையை, கிறிஸ்துவின் சிலுவை இல்லாமல் புரிந்துகொள்ள முடியாதது. கிறிஸ்துவின் துன்பத்தைத் தவிர மற்ற துன்பம் அர்த்தமற்றது, கொடூரமானது, எந்தப் பயனும் இல்லாதது. இயேசு நமக்காகப் பாடுபட்டிருந்தால் மட்டுமே நம்முடைய துன்பம் நலமுடையதாக இருக்கும். ஏனெனில், நம்முடைய

பாவங்களுக்காக இயேசு பாடுபட்டார். நம்முடைய மீட்பிற்காக இயேசு பாடுபட்டார். நாம் சுமக்கும் குற்றச் சுமையிலிருந்து நம்மை விடுவிக்க இயேசு பாடுபட்டார். அவர் பாடுபட்டு சிலுவையில் மரித்தார்.

மனித துன்பங்களுக்கு உண்மையான அர்த்தத்தைக் கண்டறியும் இடம் இயேசுவின் சிலுவை. உலகத்தின் பாவத்திற்காக பாடனுபவித்த கடவுள்-மாறின-மனிதர் அவர். அவருடைய வேதனை நம் வேதனையைப் புனிதமாக்குகிறது, ஏனெனில் அவருடைய பாடுகள் நம் பாவத்தையும் குற்றத்தையும் நீக்குகிறது. பாவக் குற்றவாளிகளாக நாம் பாடுபட்டால், நாம் பாடுபட தகுதியானவைகளுக்காக நாம் பாடுபடுகிறோம். ஆகையால் பாடுகள் என்பது தண்டனையைத் தவிர வேறில்லை, அவ்வளவுதான். கடவுள் நம்மைத் தண்டிக்கிறார் என்றால், நமக்கு நன்மையைத் தவிர வேறெதையும் விரும்பாத அன்பான தகப்பன் என்று நாம் எப்படி அவரிடம் கூக்குரலிட முடியும்? நம்முடைய பாடுகள் கடவுளுக்கு நம்மீது உள்ள அதிருப்தியைக் குறிக்கிறது என்று நாம் நினைத்தால், நாம் பாடுபடும்போது கடவுளை விட்டு ஓடிவிடுவோம்.

நாம் சுமக்க வேண்டிய சிலுவையை இயேசு சிலுவையில் சுமந்த பாடுகளை விசுவாசிப்பதினால் மாத்திரமே சுமக்க முடியும். அவருடைய வேட்கை (பேரார்வம்) நமது ஜெபத்தை சாத்தியமாக்குகிறது.

மேலும் அவருடைய வேட்கை நமது ஜெபத்திற்குறியவைகளை முன்னிலைப்படுத்துகிறது. அவருடைய நாமத்தைப் பரிசுத்தப்படுத்தும்படி கடவுளிடம் வேண்டுகிறோம். கடவுளின் பெயர் எங்கு மிகவும் புனிதமாகிறது? கிறிஸ்து தனது பரிசுத்த உடலில் மனித இனத்தின் பாவத்தைச் சுமந்து, எல்லா குற்றங்களையும் தனது பழுதில்லா குற்றமற்ற தன்மையால் எதிர்கொண்டு, எல்லா பாவங்களையும் அவரது இரத்தத்தால் மூழ்கடித்த ஒரே இடம் எங்கே?

நம்முடைய பரலோகத் தந்தையின் அரசாட்சி (ராஜ்ஜியம்) நம்மிடம் வரவேண்டும் (வருவதாக) என்று ஜெபிக்கிறோம். இயேசு நமக்காக சிலுவையில் அறையப்பட்டதால் தான் அவர் தனது ராஜ்ஜியத்தைப் பெறுகிறார். இயேசு மரித்த சிலுவையில் பிலாத்து "யூதர்களின் ராஜா" என்ற பட்டப்பெயரைக் கட்டினான். அதுதான் அதிகாரப்பூர்வமானப் பதவி. பிலாத்து ஒருவேளை அவரை கேலி

செய்ய நினைத்திருக்கலாம், ஆனால் அவன் கடவுளின் சார்பாக பேசினான். இயேசு தம்முடைய ராஜ்ஜியத்தை பாடுபட்டு, அதற்காக மரணித்துப் பெற்றுக்கொண்டார். இது கிருபையின் அரசாட்சியாக இருக்கிறது. பாவ மன்னிப்பு மற்றும் பரிசுத்த ஆவியின் ஆறுதல் ஆகியவற்றால் நாம் ஆளப்படும் ஒரு ராஜ்யம் இது. இது கிறிஸ்துவின் சிலுவையில் கிடைத்தது. கிறிஸ்துவின் பேரார்வத்தால் வென்ற ராஜ்யம் நாம் வாழும் இடத்தில் நமக்கு வர வேண்டும் என்று பிரார்த்தனை செய்கிறோம்.

"உம்முடைய சித்தம் நிறைவேறப்படுவதாக" என்று இயேசு ஜெபித்தது போல் நாமும் "உம்முடைய சித்தம் நிறைவேறப்படுவதாக (செய்யப்படுவதாக)" என்று ஜெபிக்கிறோம். மனித பாவம் மற்றும் வேதனை நிறைந்த அந்தக் கோப்பையை இயேசு ஆண்டவர் குடிக்க வேண்டும் என்கிற கடவுளின் சித்தம் நிறைவேறியதைக் காண்கிறோம். "உம்முடைய சித்தம் நிறைவேறப்படுவதாக" என்று ஜெபித்துவிட்டப் பிறகு, கடவுளுடைய சித்தம் நியாயமற்றது அல்லது இரக்கமற்றது என்று புகார் செய்யாதீர்கள். ஆனால் "உம்முடைய சித்தம் நிறைவேறப்படுவதாக" என்று நீங்கள் ஜெபிக்காவிட்டால், உங்களால் ஜெபிக்கவே இயலாது. ஏனென்றால், எல்லா ஜெபங்களும், மனித இனத்திற்கு கடவுளின் நலமானதும் கருணையுள்ளதுமான சித்தம் எங்கே நிறைவேற்றப்பட்டது என்பதை அடிப்படையாகக் கொண்டது: அது கல்வாரியில். இயேசு பாடுபட்டு இறந்த இடத்தில், கடவுள் நம்மீது என்ன சித்தம் கொண்டிருக்கிறார், கடவுள் நமக்கு எதை விரும்புகிறார் என்பது முழுமையாக வெளிப்படுத்தப்பட்டது. முழு உலகத்தின் பாவத்தின் கனமான, கசப்பு வண்டல்களைக் குடிக்கும்படி தம் அன்பான குமாரனைக் கேட்க அவர் தயாராக இருந்தபோது, கடவுள் நமக்குச் சிறந்ததை மட்டுமே விரும்புகிறார் என்பதை நாம் எப்படி கேள்வி கேட்க முடியும்?

இயேசு தாகத்தில் கூக்குரலிட்டார். அவரது பாடுகளில் அவர் மிக அடிப்படையான உடல் தேவைகளை இழந்தார். அவருடைய வேட்கையைப் பார்த்து, நம்முடைய தினசரி உணவுக்காக ஜெபிக்கிறோம். அவருக்கு மறுக்கப்பட்டவைகளுக்காக நாம் பிரார்த்தனை செய்கிறோம். அவர் அரசாங்கத்தின் ஊழலால் பாதிக்கப்பட்டார். நமது அன்றாட உணவுக்காக ஜெபிக்கும்போது நல்ல அரசாங்கத்திற்காக ஜெபிக்கிறோம். பக்தியுள்ள நண்பர்களுக்காக பிரார்த்திக்கிறோம். அவருடைய நண்பர்கள் அவரை கைவிட்டனர். அவர் தமது பரிசுத்த சரீரத்தை நமக்காக

மரணத்தில் கொடுப்பதை நாம் ஆழ்ந்து சிந்திக்கும்போது நம்முடைய சரீரத் தேவைகளுக்காக ஜெபிக்கிறோம். உடல் மற்றும் ஆன்மாவின் அனைத்து தேவைகளிலிருந்தும் அவர் வழியாய் நாம் விடுவிக்கப்பட வேண்டும் என்பதற்காக, அவருடைய ஒவ்வொரு உடல் தேவையையும் அவர் விரும்பிய இழப்பாக அவர் கருதினார்.

"எங்கள் பாவங்களை மன்னியும்." இயேசு நமக்கு இவ்வாறு ஜெபிக்க கற்றுக்கொடுக்கிறார். சிலுவையில் இருந்து அவர் நமக்கு ஜெபிக்க கற்றுத்தருகிறார். எல்லா பாவங்களையும் அங்கேதான் அவர் சுமக்கிறார். அங்கேதான் எல்லா பாவங்களும் மன்னிக்கப்படுகின்றன. இயேசு சிலுவையில் சிந்திய இரத்தத்தின் புனிதத்தன்மையினாலன்றி எந்த பாவமும் ஒருப்போதும் மன்னிக்கப்படுவதில்லை. மன்னிப்பும் இரத்தமும் ஒன்றாகிப்போகின்றன. மன்னிப்பும் பாடுகளும் ஒன்றாகிப் போகின்றன. மன்னிப்பும் மாற்றீடும் (substitution) ஒன்றாகிப்போகின்றன. மன்னிப்பும் மரணமும் ஒன்றாகிப்போகின்றன. இது கிறிஸ்துவின் இரத்தம், கிறிஸ்துவின் துன்பம், கிறிஸ்து நமக்கு பதிலான மாற்றீடு மற்றும் கிறிஸ்துவின் மரணம். மேலும் மன்னிப்பு நமக்குறியது. நாம் பெற்றுக்கொண்டதை நாம் கொடுக்கிறோம். நாம் அதைப் பெறும்போது - அதைப் பெறும் தருணத்திலேயே - கொடுப்பதாக வாக்களிக்கிறோம். கிறிஸ்துவின் வேட்கையின் (பேரார்வத்தின்) காரணமாக கடவுள் நம்மை மன்னிக்கிறார், அதனால்தான் நமக்கு எதிராக பாவம் செய்பவர்களை நாம் மன்னிக்கிறோம்.

"எங்களை சோதனைக்குஉட்படுத்தாமல்இரும்."இயேசுஇவ்வாறு நமக்கு ஜெபிக்கக் கற்றுக் கொடுத்தார். "நீங்கள் ஏன் தூங்குகிறீர்கள்? நீங்கள் சோதனையில் சிக்காதபடிக்கு விழித்தெழுந்து ஜெபம் செய்யுங்கள்." இவ்வாறு இயேசு தம் சீடர்களை உற்சாகப்படுத்தினார். ஆனால் அவர்கள் உடல் சோர்வால் மேற்கொள்ளப்பட்டனர். இயேசு இரத்தத் துளிகளை வியர்வையாய்ச் சிந்தி, தம்முடைய பிறப்பினால் தாம் செய்ய வேண்டிய கடமையை நிறைவேற்ற அதை எதிர்கொண்டு, தம்மைச் சூழ்ந்திருந்த துக்கத்தை எதிர்த்துப் போராடினப்போது, அவர் யாருக்காகச் அவற்றைச் செய்கின்றாரோ அவர்கள் தூக்கத்தில் ஆறுதல் கண்டு அவரைத் தனியே விட்டுச் சென்றனர்.

ஆனால், பின் வரும் காலத்தில், உறங்குவதற்கு எப்போதும் நேரம் இருக்கும். இப்போது நாம் ஜெபித்தாக வேண்டும். நாம் சோதனைக்கு எதிராக நின்றாக வேண்டும். இது பாவம் செய்ய தூண்டும் சோதனை.

நாம் பாவம் செய்கிறோம். அது நம்மைக் ஆட்கொள்கிறது. அது நம் விசுவாசத்திற்கு எதிரான கருத்துக்களை மறைமுகமாக புகுத்துகிறது. அது தாக்குகிறது. கடவுளுடைய வார்த்தையை மறுப்பதும், திரிப்பதும், புறக்கணிப்பதும், அதை விட்டு ஓடுவது அனைத்துமே சோதனைதான். கடவுள் உங்களை விடுவிக்க ஜெபியுங்கள், மனித இனத்தின் வரலாற்றில் மிகப்பெரிய மனித போராட்டத்தை சகித்த அவருடன் நீங்கள் ஜெபிக்கிறீர்கள் என்பதை அறிந்து கொள்ளுங்கள்.

“தீமையிலிருந்து எங்களை இரட்சித்தருளும் (விடுவித்தருளும்).” மேலும், தீயவனிடமிருந்தும், எல்லா பொய்களின், தவறான போதனைகளின் படைப்பாளியிடமிருந்தும், எங்கள் முதல் பெற்றோரை பாவத்திற்கு இட்டுச் சென்றவனிடமிருந்தும், எவனுடைய தலை எல்லா பாவங்களையும் சுமந்துகொண்ட சிலுவையின் பாரத்தால் நசுக்கப்பட்டதோ அவனிடமிருந்து எங்களை விடுவித்தருளும்.

கிறிஸ்துவின் பாடுகள் என்பது அவரது குதிகால் நசுக்கபடுவதாகும். கிறிஸ்துவின் பாடுகள் என்பது சாத்தானின் தலை நசுக்கப்படுவதாகும். எனவே அது அப்படியாய் இருக்கும் என்று கடவுள் கூறினார். மேலும் அது அப்படித்தான் இருந்தது. ஆகவே, இதனால்தான் சிலுவையில் அறையப்பட்டதன் காட்சிக்கோணத்தில் நாம் ஜெபிக்கிறோம். அங்குதான் அனைத்து ஜெபங்களும் பதில் பெறுகின்றன.

அங்கே அனைத்து கிறிஸ்தவ ஜெபங்களுக்கும் “ஆமென்” அதன் ஆச்சரியக்குறியைப் பெறுகிறது. மார்ட்டீன் லுத்தரின் ஞானோபதேச (கத்தேகிஸ்மு) விளக்க உறையில், “ஆமென்’ என்ற வார்த்தையின் அர்த்தம் என்ன?” என்ற கேள்வியைக் கேட்கிறோம். இந்தக் கேள்விக்கு, “இந்த படிவங்கள் (மனுக்கள்) பரலோகத்திலுள்ள நம்முடைய பிதாவுக்கு ஏற்றுக்கொள்ளத்தக்கவை, அவை செவிசாய்க்கப்படுகின்றன என்பதில் நாம் உறுதியாக இருக்க வேண்டும்; ஏனென்றால் ஜெபிக்கும்படி அவர் தாமே நமக்குக் கட்டளையிட்டார், மேலும் நமக்குச் செவிசாய்ப்பதாக வாக்குத்தத்தம் செய்துள்ளார். ஆமென், ஆமென், அதாவது ஆம், ஆம், அது அப்படியே இருப்பதாக” என்கிற இந்த பதிலைச் சொல்ல நாம் கற்றுக்கொள்கிறோம்.

மேலும் இதில் எந்த சந்தேகமும் இருக்க முடியாது. தம்முடைய

சொந்த குமாரனை விட்டுவைக்காமல், நமக்காக அவரைக் கொடுத்தவர் நிச்சயமாக அவருடைய பிள்ளைகள் இயேசுவின் நாமத்தில் ஜெபிக்கும் ஒவ்வொரு ஜெபத்திற்கும் பதிலளிப்பார். ஆமென்.

பரலோகத்தில் இருக்கும் எங்கள் பிதாவே

மத்தேயு 6:9a

பரலோகத்தில் இருக்கிற எங்கள் பிதாவே.

இதன் பொருள் என்ன? பதில்:

கடவுள் இந்த வார்த்தைகளின் மூலம் அவர் நம்முடைய மெய்யான தந்தை என்றும், நாம் அவருடைய மெய்யான பிள்ளைகள் என்றும் நம்பும்படி அன்புடன் நம்மை அழைக்கிறார். அன்பான பிள்ளைகள் தங்கள் அன்பான தந்தையிடம் கேட்பது போல் நாமும் தைரியத்துடனும், முழுமையான உறுதியான நம்பிக்கையுடனும் அவரிடம் கேட்கலாம்.

ஜெபிப்பதற்கு இரண்டு நல்ல காரணங்கள் உள்ளன. முதலாவது, கடவுள் நம்மை ஜெபிக்கச் சொல்கிறார். இரண்டாவது, நம் ஜெபத்தை அவர் கேட்பதாக வாக்களிக்கிறார். அவருடைய கட்டளையும் அவருடைய வாக்குறுதியும் நம்மிடம் உள்ளது. நாம் ஜெபிக்க வேண்டும் என்று கடவுள் விரும்புகிறார் என்பதை நாம் அறிவது இப்படித்தான். நாம் ஜெபிக்கும்போது கடவுள் நமக்குச் செவிசாய்ப்பார், நம்முடைய ஜெபங்களுக்குப் பதிலளிப்பார் என்பதை நாம் இப்படித்தான் அறிந்திருக்கிறோம்.

"ஜெபம் அல்லது பிரார்த்தனை" என்ற சொல்லுக்கு கேட்பது (வேண்டுவது) என்பது பொருள். நாம் கடவுளிடம் கேட்கிறோம். அவரிடம் பிரார்த்தனை செய்கிறோம். நாம் அதைத்தான் செய்கிறோம். நாம் கேட்கிறோம். அவர்தான் முதலாளி. நாம் இல்லை. என்ன செய்ய வேண்டும் என்று நாம் அவரிடம் சொல்வதில்லை. நாம் வேண்டுகிறோம். அவரிடம் நன்மை பெறுகிறவர்களைப்போன்றே நாம் கேட்கிறோம். நாம் அவருடைய தயவைக் கேட்பதற்குக் காரணம், நம்மால் கேட்க முடியும் என்று நமக்குத் தெரியும். நம்மிடம் அனுமதி உள்ளது. அனுமதியின்றி நம்மால் பேச இயலாது. கடவுளிடம் கேட்க நமக்கு அனுமதி உள்ளது, ஏனெனில், இயேசு ஆண்டவர் அதை நமக்கு வழங்கியுள்ளார். இயேசு கடவுளின் குமாரன். நாம் கடவுளின் பிள்ளைகள். ஆனால் நாம் கடவுளின் பிள்ளைகளாக இருப்பதைப் போல இயேசு கடவுளின் குமாரனாக இருப்பதல்ல. இயேசு கடவுளின் ஒரே பேறான குமாரன். அவர் என்றென்றும் கடவுளின் குமாரன். அவர் நித்தியத்திலிருந்து பிதாவுடனிருந்தார். அவருடைய ஒரே பேறான

குமாரன் இல்லாமல் பிதா ஒருபோதும் இருந்ததில்லை. மாறாக, நாம் நம் தாயின் வயிற்றில் கருவுறும் வரை நாம் உருவாகவில்லை. மேலும் நாம் கருவுற்று பிறக்கும் போது நாம் கடவுளின் பிள்ளைகள் அல்ல. “இதோ, நான் துர்க்குணத்தில் உருவானேன்; என் தாய் என்னைப் பாவத்தில் கர்ப்பந்தரித்தாள்” (சங்கீதம் 51:5) என தாவீது சங்கீதத்தில் எழுதுவது போல், நாம் பாவத்தில் கருத்தரித்து பிறந்தோம். நாம் “இயல்பிலேயே (சுபாவத்தினாலேயே) கோபத்தின் பிள்ளைகள்” (எபேசியர் 2:3) என புனித பவுல் எழுதுகிறார். இயேசு ஒருவர் மாத்திரமே கடவுளிடம் ஜெபிக்கும் உரிமையை நமக்குத் தருகிறார், ஏனெனில் கடவுளின் கோபத்தை நீக்கியவர் இயேசு ஒருவர் மாத்திரமே.

ஆண்டவராகிய இயேசு கிறிஸ்து இந்த கர்த்தருடயைய ஜெபத்தை நமக்குக் கற்றுக் கொடுத்தார், அன்றியும், ஜெபிக்கும் உரிமையையும் அவர் நமக்கு வழங்கினார். முதலாவதாக இயேசு வருகிறார். ஜெபிக்கும் உரிமையை இயேசு நமக்கு வழங்குகிறார். முதலில் இயேசுவின் மீது விசுவாசம் வருகிறது. அதன் பின்னர் ஜெபம் வருகிறது. விசுவாசம் இருந்தாலொழிய ஜெபம் இல்லை.

அழைப்பில்லாமல் ஒருக்கால் நாம் கடவுளிடம் பிரார்த்தனை செய்யமாட்டோம். ஆண்டவராகிய இயேசு நம்மை அழைக்கிறார். கடவுளின் தயவைக் கேட்கும்படி அவர் நம்மை அழைக்கிறார். கடவுளின் அன்பை வெளிப்படுத்த இவ்வுலகில் வந்தவரே ஜெபிக்கும் உரிமையை நமக்கு வழங்குபவர். கிறிஸ்தவ ஜெபத்தின் தோற்றம் கிறிஸ்தவனல்ல. அதன் தோற்றம் கிறிஸ்துவாக இருக்கிறது. அது கல்வாரியில் அவர் பட்ட பாடுகளும் துன்பமும் மரணமும் ஆகும். பிதாவின் ஒரே பேறான குமாரன் துன்பத்தில் கைவிடப்பட்ட இடத்தில், நமக்கான கடவுளின் தயவை நிலைநிறுத்துகிறார். இயேசு நம் இடத்தை ஏற்றுக்கொண்டு நமக்காகப் பாடுபடும் இடத்தில், கடவுள் நமக்கு எந்தப் பாவத்தையும் தவறான செயல்களையும் கணக்கிடுவதில்லை. பரலோகத்திலுள்ள நம்முடைய பிதாவோடு நாம் இணைந்திருக்கும் அந்த இடத்தில்தான், கிறிஸ்துவோடு ஐக்கியமாகி, “பரலோகத்திலிருக்கிற எங்கள் பிதாவே” என்று நாம் அவரை அழைக்கலாம்.

அவர் பரலோகத்தில் இருக்கிறார், ஆனால் அவர் இங்கே இல்லை என்பது அதன் அர்த்தமல்ல. கடவுள் எங்கும் இருக்கிறார். பரலோகம் என்பது புவியியல் இருப்பிடம் அல்ல. பரலோகம்

என்பது கடவுளின் புனிதமான மற்றும் மகிமையான இருப்பு. எந்தப் பாவியும் நுழைய முடியாத இடம், ஏனெனில் அது பாவிகளையும் எல்லா பாவங்களையும் தவிர்க்கும் ஒரு புண்ணிய ஸ்தலம். கடவுள் பரலோகத்திலும் பூலோகத்திலும் ஒரே நேரத்தில் இருக்கிறார். ஆனால் நாம் பரலோகத்தில் இல்லை. கடவுள் நம் பாவத்தில் நம்மை விட்டுவிட்டால், நாம் ஒருபோதும் பரலோகத்திற்கு செல்ல முடியாது. பரலோகத்தின் கடவுளிடம் நம்மால் ஜெபிக்க இயலாது. அவர் அணுக முடியாதவராக இருப்பார். அதனால்தான், “பரலோகத்தில் இருக்கிற எங்கள் பிதாவே” என்று நாம் ஜெபிக்கும்போது, கிறிஸ்து நம்முடைய பரலோக மத்தியஸ்தராக இருந்தாலன்றி, அவரிடம் நாம் ஜெபிக்க முடியாது என்பதை அந்த பேருறையின் மூலம் ஒப்புக்கொள்கிறோம்.

கிறிஸ்து சர்வவல்லமையுள்ள பிதாவாகிய கடவுளின் வலது பாரிசத்தில் இருக்கிறார், கீழே பாவிகளான நமக்காக மன்றாட அவர் அங்கே இருக்கிறார். கடவுளை, பிதா என்று அழைக்கும் உரிமையை நமக்கு வழங்க அவர் அங்கே இருக்கிறார். “பரமண்டலங்களிலிருக்கும் எங்கள் பிதாவே” என்று நாம் ஜெபிக்கும்போது, நாம் இயேசுவின் அதிகாரத்தால் ஜெபிக்கிறோம். கடவுள் நம்முடைய ஜெபங்களைக் கேட்கிறார், நம்முடைய ஜெபங்களைக் கேட்க விரும்புகிறார், நாம் கேட்கும் அனைத்தையும் கொடுக்க விரும்புகிறார் என்கிற திட நம்பிக்கையுடன் நாம் ஜெபிக்கிறோம். ஏன்? ஏனென்றால் இயேசு நமது சகோதரர். நமது அன்பான சகோதரர் இயேசு, பிதாவின் ஒரே பேறான குமாரனுமாயிருக்கிறார். நமது பாவங்களை நீக்கியபோது தாம் வேதனைப்பட்ட காயங்களை அவர் சுட்டிக்காட்டுகிறார். நமக்குப் பதிலாக நம்முடைய இடத்தில் அவர் பட்ட அந்த துன்பத்திற்காகவே, பரலோகத்திலுள்ள நம் பிதா நம் பாவங்களை மன்னிக்கிறார், நாம் ஞானஸ்நானம் பெறும்போது மட்டுமல்ல, நம் வாழ்நாள் முழுவதும் நம்மை மன்னிக்கிறார். இயேசு கடவுளின் ஒவ்வொரு பிள்ளைக்காகவும் மன்றாடுகிறார், ஏனென்றால் கடவுள் நம் அனைவரையும் பரிசுத்த ஞானஸ்நானத்தில் தனித்தனியாக பெயரிடுகிறார்.

விசுவாசம் தனியொருவரைச் சார்ந்தது. ஒவ்வொரு தனிநபரும் தனக்காக விசுவாசிக்கிறார். ஒருவர் இன்னொருவருக்காக விசுவாசிக்க முடியாது. திருச்சபை உறுப்பினர்களுக்காக திருச்சபை விசுவாசிக்க முடியாது. உண்மையில், திருச்சபை என்பது பரிசுத்தவான்களின் ஐக்கியம், அதாவது அனைத்து கிறிஸ்தவ விசுவாசிகளின் கூட்டுணர்வு. தனிப்பட்ட கிறிஸ்தவர்கள் இல்லாமல் திருச்சபை இல்லை.

விசுவாசமும், விசுவாசத்திலிருந்து வெளிப்படும் ஜெபமும் எப்போதும் தனியொருவரைச் சார்ந்தது. தனிப்பட்ட முறையில் ஜெபிப்பவர் தனிப்பட்ட முறையில் விசுவாசிப்பவராக இருக்கிறார்.

ஆனால் அது ஒருபோதும் தனிப்பட்டதாக மாத்திரம் இருக்கவில்லை. உண்மையில், நாம் கடவுளை "எங்கள் பிதாவே" என்று அழைப்பது, நாம் எப்போதும் திருச்சபையுடன் சேர்ந்து ஜெபிக்கிறோம் என்பதைக் குறிக்கிறது. கடவுள் நம் தந்தை என்றால், திருச்சபை நம் தாயாக இருக்க வேண்டும். இயேசு ஜெபத்தை தனிப்பட்டதாகவும், தனிப்பட்டதாகவும் மட்டுமே - தனிப்பட்ட கிறிஸ்தவருக்கும் கடவுளுக்கும் இடையில் – நம்மை நினைத்திருக்க விரும்பினால், அவர் "பரலோகத்திலிருக்கிற என் தந்தையே" என்று ஜெபிக்கக் கற்றுக் கொடுத்திருப்பார். ஆனால் எனது தனிப்பட்ட ஜெபம் எப்போதும் திருச்சபையின் ஜெபத்துடன் இணைக்கப்பட்டுள்ளது, ஏனென்றால் நான் கடவுளின் குழந்தையாக மாற்றப்பட்ட அதே ஞானஸ்நானத்தின் மூலம் நானும் கிறிஸ்துவின் பரிசுத்த சரீரத்தின் உறுப்பினராக ஆக்கப்பட்டேன். கிறிஸ்துவின் பரிசுத்த கிறிஸ்தவ திருச்சபையுடன் ஐக்கியம் (கூட்டுறவு) கொள்ளாமல் நான் ஒரு கிறிஸ்தவனாக இருக்க முடியாது. கர்த்தருடைய ஜெபம் எப்போதும் ஒரு கூட்டு ஜெபமாகும், நாம் அதை தனிப்பட்ட முறையில், நாம் மாத்திரமே ஜெபிக்கும்போது கூட, நாம் சொல்வதை கடவுளைத் தவிர வேறு யாரொவரும் கேட்பதில்லை.

திருச்சபை ஜெபிக்கிறது. திருச்சபை நமக்கு ஜெபிக்க கற்றுக்கொடுக்கிறது. திருச்சபையை நாம் இரண்டு பக்கங்களிலிருந்தும் நோக்கிப் பார்க்கலாம். ஒரு பக்கம் அவள் பெற்றுக்கொள்கிற திருச்சபை. மறு பக்கம் அவள் அளிக்கின்ற திருச்சபை. அவள் பெறுகின்ற திருச்சபை என்பது பரிசுத்தவான்களின் ஐக்கியம் (ஒற்றுமை), அவள் கடவுளிடமிருந்து ஒரு வெகுமதியாக அவளுடைய பரிசுத்தத்தையும் நீதியையும் பெறுகிறாள். அவள் இந்த பரிசை விசுவாசத்தின் மூலமாகவும் விசுவாசத்தினால் மாத்திரமே பெறுகிறாள். திருச்சபை என்பது விசுவாசிகள், அதாவது, இயேசு கிறிஸ்துவின் நற்செய்தியில் நம்பிக்கை வைத்து, மேலேயிருந்து பிறந்து, தங்கள் பாவங்கள் அனைத்தையும் மன்னித்த கிறிஸ்துவை விசுவாசிப்பவர்கள். இந்த திருச்சபை கண்ணுக்குத் தெரியாதது, ஏனென்றால் நீங்கள் விசுவாசத்தை பார்க்க முடியாது.

மறுபுறம் அது அளிக்கின்ற திருச்சபை. கண்ணுக்கு தெரியாத

திருச்சபையாயினும் அது அடையாளம் காணக்கூடியது. நாம் விசுவாசத்தைப் பார்க்க முடியாது, ஆனால் நம் இதயங்களில் கடவுள் நம்பிக்கையை ஏற்படுத்தும் வழிமுறைகளை நாம் பார்க்கவும் கேட்கவும் அடையாளம் காணவும் முடியும். திருச்சபையில் சுவிசேஷமும் சாக்கிரமந்துக்களும் (திருச்சடங்குகளும்) உள்ளன. உண்மையான சுவிசேஷத்தையும் சரியான முறையில் நிர்வகிக்கப்படும் திருச்சடங்குகளை அடையாளம் காண்பதன் மூலம் உண்மையான திருச்சபையை அடையாளம் காண்கிறோம். இந்தத் திருச்சபை நமதுத் தாய். திருச்சபையின் இந்த தூய அடையாளங்களை நாம் எங்கே காண்கிறோமோ அங்கேதான் நாம் திருச்சபையுடன் சேர்ந்து ஜெபிக்கிறோம். நாம் நம்புகிறோம், ஒன்றாக ஜெபிக்கிறோம்.

இறைவனிடம் மட்டுமே நாம் ஜெபிக்கின்றோம். மரித்து பரலோகம் சென்ற புனிதர்களிடம் நாம் பிரார்த்தனை செய்வதில்லை. பரிசுத்தவான்களிடம் ஜெபிக்கும்படி கடவுள் நமக்குக் கட்டளையிடவில்லை, அல்லது, பரிசுத்தவான்கள் நமக்கு உதவக் கூடும் என்று கடவுள் வாக்குறுதி அளிக்கவில்லை. நம்முடைய கர்த்தராகிய இயேசுவின் தாயாரின் உதவிக்காக ஜெபிக்கும்படி தேவன் சொல்லியிருந்தால், அன்னை மரியாள் உண்மையில் நம் ஜெபத்தைக் கேட்டு நமக்கு உதவுவார் என்று கடவுள் வாக்குறுதி அளித்திருந்தால், நாம் கடவுளுடன் வாதிடுவோமா? நிச்சயமாக இல்லை! ஆனால் கடவுள் மரியாளிடமோ அல்லது பரலோகத்தில் இருக்கும் மற்ற கிறிஸ்தவர்களிடமோ ஜெபிக்கச் சொல்லவில்லை, மரியாளோ அல்லது பரலோகத்தில் உள்ள வேறு எந்த கிறிஸ்தவரோ நமக்குச் செவிசாய்க்க முடியும் என்று கடவுள் எங்கும் வாக்குறுதி அளிக்கவில்லை, நமக்கு அவர்கள் எந்த ஒத்தாசையும் செய்ய வேண்டியதில்லை என்றும் கூறலாம். பரலோகத்திலுள்ள பரிசுத்தவான்கள் நமக்காக ஜெபிப்பதில்லை என்று சொல்ல முடியாது. அவர்கள் பரலோகத்திற்கு சென்றடையும்போது பூமியிலுள்ள தேவாலயத்திற்காக ஜெபிப்பதை நிச்சயமாக அவர்கள் நிறுத்த மாட்டார்கள். ஆனால் நாம் அவர்களிடம் பிரார்த்தனை செய்யக்கூடாது. ஜெபம் என்பது ஒரு வழிபாட்டுச் செயலாகும்.

கடவுள் நம் ஜெபங்களைக் கேட்பதில்லை என்று தோன்றும் நேரங்களும் உண்டு. நாம் கேட்பதற்கு நேர்மாறானதைக் கொடுப்பதில் கடவுள் குறியாக இருப்பதாகத் தோன்றும் நேரங்கள் உள்ளன. பின்பு ஜெபம் ஒரு சுமையாகிறது. நாம் தொடர்ந்து ஜெபிக்கிறோம், மறுக்கப்படுகிறோம். கடவுள் உண்மையில் நம் ஜெபங்களுக்கு

பதிலளிக்க விரும்புகிறாரா என்று நாம் ஆச்சரியப்படுகிறோம். நமது விசுவாசத்திற்கு அது சவாலாக உள்ளது.

ஜெபம் என்பது விசுவாசத்தின் பயிற்சிமுறை. நமது பாவ மாம்சம் கடவுளை நம்புவதில்லை. மாம்சமும் இரத்தமும் தேவனுடைய ராஜ்யத்தைச் சுதந்தரிக்க முடியாது. நமது பாவ மாம்சத்தை மறுபடி உருவாக்க முடியாது; அதை சாகடிக்க மட்டுமே முடியும். அது ஒரு வலி நிறைந்த செயல்பாடும் கடவுளின் அற்புதமான செயலுமாயிருக்கிறது. கடவுள் நம்மை ஒரு காலத்துக்கு மட்டும் மறுக்கிறார். ஒரு அன்பான தகப்பன் தன் பிள்ளைகளை சிட்சிப்பது போல நம்மையும் ஒழுங்குபடுத்துவதற்காக அவர் அவ்வாறு செய்கிறார். கடவுளிடமிருந்து நம்மை விலக்கி வைக்கும் முட்டாள்தனமான இன்பங்களுக்காகவும் வெறுமையான செல்வங்களுக்காகவும் நம் மாம்சம் கூக்குரலிடும்போது, கடவுள் தம் அன்பான குழந்தைகளின் உண்மையான ஜெபத்தை அறிவார். நாம் சரியாக ஜெபிக்க கற்றுக்கொள்வதற்கு அவர் நம்மை ஒழுங்குபடுத்தியாக வேண்டும்.

ஜெபத்தின் சரியான தோரணை உண்மையில் ஒரு பிச்சைக்காரனுடையது. நான் இறைஞ்சும்போது, என் தேவையைத் தவிர வேறெதையும் நான் அற்பணிப்பதில்லை. எனது உண்மையான தேவை என் கடவுளின் பெயரைக் மகிமைப்படுத்துவது. அவருடைய ராஜ்யம் என்னிடம் வருவதே எனது உண்மையான தேவை. அவருடைய சித்தம் எனக்காக செய்யப்படுவதே எனது உண்மையான தேவை. அதனால்தான் கடவுள், அவர் என்னை நேசித்தால், விசுவாசத்திலிருந்து வராத அனைத்தையும் அவரிடம் நான் கேட்கும் போது மறுக்க வேண்டும். அப்படிச் செய்வதன் மூலம், கடவுள் என் தவறான விசுவாசத்தை மென்மையாக சரிசெய்து, மீண்டும் மீண்டும் அவருடைய வாக்குறுதிகளுக்குள் என்னைச் செலுத்துகிறார். அருள் நிறைந்த என் தந்தையே எப்பொழுதும் இதைச் செய்து கொண்டிருக்கிறார். என் கஷ்டங்கள் என்னவென்று அவர் கவலைப்படுவதில்லை என்று தோன்றினாலும், நான் எல்லா நம்பிக்கையையும் இழந்துவிட்டாலும், அவர் துல்லியமாக அதே நம்பிக்கையின்மையில் என்னை எடுத்துக்கொண்டு தனது அன்பை வெளிப்படுத்துகிறார். நான் என்னையே நம்பினால், பரலோகத் தகப்பன் மீது நம்பிக்கை வைக்க நான் எப்படிக் கற்றுக்கொள்வது? ஆகவே, எனது தேவைகளை கொடூரமாக புறக்கணிப்பதாக எனக்குத் தோன்றுவது உண்மையில் என் அழியாத ஆன்மா மீதான அன்பான அக்கறையாகும். தன் மீதும், இவ்வுலகின் வாக்குறுதிகள்

மீதும் நம்பிக்கை இழந்தவனால் மட்டுமே கண்ணுக்குத் தெரியாத கடவுளை "பிதாவே" என்று நம்பிக்கையுடன் அழைக்க முடியும். கிறிஸ்துவினால் கடவுளை தெரிந்துக்கொண்ட ஒருவர், அனைத்து பார்வை, செவிப்புலன், தொடு உணர்ச்சி அல்லது வேறு எந்த வகையான உணர்வுகளுக்கும் மாறாக, வானத்தையும் பூமியையும் படைத்த சர்வவல்லமையுள்ள பிதாவாகிய கடவுள், தனது அன்பான பிள்ளைகளின் நித்திய நன்மைக்காக இந்த உலகில் உள்ள அனைத்தையும் நிர்வகிக்கும் தனது அன்பான தந்தை என்பதையும் அறிவார். ஆமென்.

உம்முடைய நாமம் பரிசுத்தப்படுவதாக

மத்தேயு 6:9 a

உம்முடைய நாமம் பரிசுத்தப்படுவதாக

இதன் பொருள் என்ன? பதில்:

கடவுளுடைய பெயர் உண்மையில் பரிசுத்தமானது; ஆனால் அது நமக்குள்ளும் பரிசுத்தமாக இருக்கும்படி இந்த மன்றாட்டில் ஜெபிக்கிறோம்.

இது எப்படி செய்யப்படுகிறது? பதில்:

கடவுளுடைய வார்த்தை அதன் சத்தியத்துடனும் தூய்மையுடனும் கற்பிக்கப்படும்போது, கடவுளின் பிள்ளைகளாகிய நாங்களும் அதன்படி புனிதமான வாழ்க்கையை நடத்துகிறோம். பரலோகத்திலிருக்கும் அன்பான பிதாவே, இதை எங்களுக்கு அருளிச்செய்யும். ஆனால், கடவுளுடைய வார்த்தை கற்பிப்பதைக் கற்பிக்காமல் வேறுவிதமாகப் போதித்தும், வாழ்பவனும், எங்களிடம் கடவுளின் பெயரைக் களங்கப்படுத்துகிறான். இதிலிருந்து எங்களைப் பேணிக்காத்தருளுங்கள், பரலோகத் தந்தையே.

ஜெபம் என்பது ஒரு வழிபாட்டுச் செயலாகும். வழிபாடு என்றால் தகைமையை (மதிப்பை) அளிப்பது. கடவுள் போற்றுதலுக்குறியவர். ஜெபிப்பது என்பது கடவுளுக்கு மகிமை கொடுப்பதாகும். நாம் அவரைப் போற்றுகிறோம். நாம் அவரை மகிமைப்படுத்துகிறோம்.

> தேவனே, நாங்கள் உம்மைத் துதிக்கிறோம்;
> உம்மை இறைவன் என்று அறிக்கையிடுகின்றோம்.
> பூமியனைத்தும் உம்மை வணங்குகிறது, நீர் சதாகாலமும்
> பிதாவானவர்.
> எல்லா தேவ தூதர்களும், வானங்களும் அதிலுள்ள எல்லா சக்திகளும்
> உம்மை உரக்கக் கூப்பிடுகிறார்கள்.
> உம்மிடம் கேருபீன்களும் செராஃபீன்களும் தொடர்ந்து
> கூக்குரலிடுகின்றன

என திருச்சபை பாடுவது போல நாமும் பாடுகிறோம்.

கடவுளிடம் பிரார்த்தனை செய்வது கிறிஸ்தவர்களுக்கு மிகுந்த மகிழ்ச்சியைத் தருகிறது. கடவுளைப் புகழ்ந்து பாடுவது விசுவாசத்தின்

மிக இயல்பான வெளிப்பாடு. கர்த்தருடைய ஜெபத்தின் முதல் விண்ணப்பம், "உம்முடைய நாமம் பரிசுத்தப்படுவதாக." நாம் கடவுளிடம் எதாகிலும் கேட்பதற்கு முன், அவருடைய பெயரை நம்மிடையே பரிசுத்தமாக வைத்திருக்கும்படி அவரிடம் கேட்கிறோம். கடவுளின் பெயரைக் கனப்படுத்துவதும் மகிமைப்படுத்துவதும் விசுவாசத்தின் மிகப்பெரிய வாஞ்சை, ஏனென்றால் கடவுளின் பெயரே அவருடைய தனியொரு அடையாளம்.

முதல் மன்றாட்டு, தொடர்ந்து வரும் மன்றாட்டுகளுக்கான தொனியை அமைக்கிறது. "உம்முடைய நாமம் பரிசுத்தப்படுவதாக" என்று ஜெபிக்கிறோம். கடவுள் பரிசுத்தமானவர் என்பதால் கடவுளின் பெயர் புனிதமானது. ஏற்கனவே பரிசுத்தமாக இருப்பதை நாம் பரிசுத்தமாக்க முடியாது. ஆனால் கடவுளுடைய பெயரைப் பரிசுத்தப்படுத்துவதில் அல்லது புனிதப்படுத்துவதில் நாம் ஒரு பகுதியாக இருக்கலாம். சிலைகளின் பெயர்களுடன் கடவுளின் பெயரைச் சேர்க்கக் கூடாது. நாம் பரத்திலிருந்து பிறந்து கடவுளின் பிள்ளைகளாக மாறும்போது கடவுளின் பெயர் நம் மீது வைக்கப்படுகிறது. பரிசுத்த ஞானஸ்நானத்தில் "பிதா, குமாரன் மற்றும் பரிசுத்த ஆவியின் பெயரில்" என்பதாக நாம் கடவுளின் பெயரைக் கேட்கிறோம். "உம்முடைய நாமம் பரிசுத்தப்படுவதாக" என்று நாம் ஜெபிக்கும்போது, நாம் அவர் பெயரில் ஞானஸ்நானம் பெற்ற அந்தக் கடவுளைத் தவிர வேறு கடவுள் இல்லை என்பதை அறிக்கையிடுகிறோம்.

கர்த்தருடைய ஜெபத்தின் முதல் மன்றாட்டுக்கும், "உன் கடவுளாகிய கர்த்தருடைய நாமத்தை வீணாக வழங்க வேண்டாம்" என்கிற இரண்டாவது கட்டளைக்கும் நெருங்கிய தொடர்பு உள்ளது. கடவுளை நம் பிதா என்று அழைப்பதே கடவுளின் பெயரை எவ்வாறு பயன்படுத்துவது என்பதாகும். கடவுளின் பெயரையோ அல்லது கடவுளின் ஒரே பேறான குமாரனின் பெயரையோ ஆச்சரியம் அல்லது எரிச்சலின் வெளிப்பாடாக அசுத்தமான சொற்களுடன் சேர்த்து அர்த்தமற்ற வெளிவார்த்தைகளாக பயன்படுத்துவது, கடவுளின் பெயரை தவறாக பிரயோகிப்பதாகும். "உம்முடைய நாமம் பரிசுத்தப்படுவதாக" என்று நாம் ஜெபிக்கும்போது, நாம் கடவுளுடைய பெயரை பயபக்தியுடன் கூறுவோம் என்றும் அவருடைய பெயரை தவறாக பயன்படுத்த மாட்டோம் என்றும் உறுதியளிக்கிறோம். ஒவ்வொரு முறையும் நாம் கர்த்தருடைய ஜெபத்தை ஜெபிக்கும்போது, இரண்டாம் கட்டளையை மதிக்கிறோம்

என்று உறுதியளிக்கிறோம்.

ஜெபம் என்பது கடவுள் செய்ய விரும்பாததைச் செய்ய வைப்பது அல்ல. ஜெபம் என்பது கடவுளைக் கையாளும் ஒரு வழிமுறை அல்ல. ஜெபம் என்பது கடவுளின் புனித நாமத்தைப் புனிதப்படுத்துவதில் நாம் எவ்வாறு பங்கேற்கிறோம் என்பதுதான். ஜெபம் என்பது ஒரு முடிவிற்கான வழிமுறையை விட மிகவும் மதிப்புமிக்கது. எனக்கு இது தேவை, அதனால் அதை நான் சொல்வேன். பிரார்த்தனை என்பது நல்ல ஆரோக்கியம், அதிக பணம் அல்லது அதிக திருப்திகரமான உறவுகளை விட மிகவும் மேலானது. ஜெபம் என்பது கடவுளிடம் உரிமை கோருவது! “பரலோகத்திலிருக்கிற எங்கள் பிதாவே, உமது நாமம் பரிசுத்தப்படுவதாக” என்பது அது. நாம் வார்த்தைகளைப் பேசலாம், பரிசுத்தமான தேவனுடைய பிரசன்னத்திற்கு முன்பாக வரும் முன் அவருக்குப் பிரியமான செயல்களையும் செய்யலாம். இதை சற்று யோசித்துப் பாருங்கள்! நாம், கருவுற்று, பாவத்தில் பிறந்தவர்கள்; நாம் எப்படி முயற்சி செய்தாலும் நம்மை நாம் பரலோகத்திற்கு உயர்த்த முடியாதவர்கள்; கடவுளை பிரியப்படுத்துவதற்கு நாம் எப்படியாக இருக்க வேண்டும் என்பதில் தவறிய நாம் தைரியமாக கடவுளை “எங்கள் பிதாவே” என்று அழைக்கலாம், மேலும், அவருடைய பெயரை நம்மிடையே பரிசுத்தமாக்கும்படி அவரிடம் உரிமை எடுத்துக்கொள்ளலாம்.

கடவுள் பாவிகளை நீதிமான்களாக்கும்போது அவர் போலியாக செயலாற்றவில்லை! கிறிஸ்துவின் நிமித்தம் நம்முடைய எல்லா பாவங்களையும் மிகச் சாதாரணமாய் மன்னிப்பது போல கடவுள் செயல்படவில்லை. அவர் உண்மையில் நம் பாவங்களை நம்மிடமிருந்து நீக்கி, பாடுப்பட்டு இறக்கும் இயேசுவின் மீது சுமத்துகிறார். மேலும், ஒருபோதும் முழுமையான அற்பணிப்பிலும் தூய்மையிலும் ஜெபிக்கத் தவறாத இயேசு கிறிஸ்துவின் கீழ்ப்படிதலை ஏற்றுக்கொள்வதோடு, அந்த கீழ்ப்படிதலை அவர் நமக்குக் கணக்கிலிடுகிறார், அத்துடன் கிறிஸ்துவின் நீதியை நமக்கு அணிவிக்கிறார். “ஒருவரின் கீழ்ப்படிதலினால், அனேகர் நீதிமான்களாக்கப்படுவார்கள்” (ரோமர் 5:19) என்பதாக வேதாகமம் இதைத் தெளிவாகக் கூறுகிறது.

இதை கர்த்தருடைய ஜெபத்தின் முதலாம் மன்றாட்டு தெளிவுபடுத்துகிறது. தம்முடைய சொந்த நாமத்தை பரிசுத்தப்படுத்தும்படி கடவுளிடம் கேட்கும்படியாக, பாவிகளாகிய

நம்மை இயேசு அழைக்கிறார். அந்தப் பெயர் கடவுளுக்கு மட்டுமே சொந்தமான தூய பாவமற்ற பரிசுத்தத்துடன் தன்னில்தானே புனிதமானது. பாவிகளாகிய நாம் இதில் பங்கேற்கலாம் என்றால், நாம் பாவங்கள் மன்னிக்கப்பட்டு புனிதர்களாகிவிட்டோம் என்று அர்த்தம். கடவுளுடைய நாமம் பரிசுத்தப்படுத்தப்பட வேண்டும் என்று ஜெபிக்கக் கூடுமானால் நாம் பரிசுத்தமாக இருக்க வேண்டும். பரிசுத்தமானவர் மட்டுமே எதையும் பரிசுத்தமாக எதிர்பார்க்க முடியும். பாவத்தால் கட்டுண்டவர்களுக்கு அவர்கள் தொடும் அனைத்தும் பாவமாகவும் அசுத்தமாகவும் மாறும். ஆனால் நாம் இயேசுவின் இரத்தத்தினாலே பரிசுத்தமாகிவிட்டதால் கடவுளைத் தொடும்படி அழைக்கப்படுகிறோம்.

கடவுளுடைய வார்த்தையே நம்மை விசுவாசத்திற்குக் கொண்டுவருகிறது. அதாவது, கடவுள் தம்முடைய வார்த்தையின் பிரசங்கத்தின் மூலம் நம்மை விசுவாசத்திற்குக் கொண்டுவருகிறார். "எனவே, விசுவாசம் கேட்பதினாலே வரும், தேவனுடைய வசனத்தைக் கேட்பதினாலே விசுவாசம் வரும்" (ரோமர் 10:17) என பரிசுத்த பவுல் எழுதுகிறார். விசுவாசம் இல்லாமல் நாம் நம் பாவத்தில் தரித்திருக்கிறோம். அதனால்தான் கடவுளுடைய வார்த்தையின் தூய போதனை அவசியம். நமக்கு சரியான விசுவாசம் இல்லாவிட்டால், கடவுளின் பெயரைப் புனிதப்படுத்த இயலாது. தவறான கோட்பாட்டைக் கற்பிப்பவர்கள் கடவுளுடைய பெயரைப் புனிதப்படுத்துவதற்கு நேர்மாறான செயல்களைச் செய்கிறார்கள். அதை அவமதிக்கிறார்கள். எதையாவது அசுத்தப்படுத்துவது என்பது அடிப்படையில் புனிதமானதை எடுத்துக்கொண்டு அதை இல்லாதது போல் நடத்துவதாகும். கடவுள் நமக்குக் கற்பிப்பதில் உள்ள உண்மையை மறுப்பது கடவுளின் பெயரைக் களங்கப்படுத்துவதாகும்.

இந்த விஷயத்தில் இன்று சபையில் பெரும் குழப்பம் நிலவுகிறது. மக்கள் "கோட்பாடு" அல்லது "போதனை" என்ற வார்த்தையைக் கேட்கிறார்கள், அவர்கள் உடனடியாக ஒரு குறிப்பிட்ட கோட்பாட்டைக் கற்பிக்கும் மனிதர்களைப் பற்றி நினைக்கிறார்கள். கடவுள் நமக்கு போதிப்பவர் என்று அவர்கள் கருதுவதில்லை. இது திருச்சபை பெற்றுக்கொண்ட கடவுளின் கோட்பாடு. இது மனிதர்களின் கோட்பாடு அல்ல. இயேசு ரபி அல்லது போதகர் என்று அழைக்கப்படுகிறார். இயேசுவின் சீடராக இருப்பவர் என்றால் இயேசுவினால் போதிக்கப்படுபவராக இருக்க வேண்டும். தூய கோட்பாடு திருச்சபையிலிருந்து வரவில்லை. இது

அறிவற்றல் மிக்க இறையியல் வல்லுனர்களிடமிருந்து வரவில்லை. இது அனுபவமுள்ள இறையியல் கல்லூரி பேராசிரியர்களிடமிருந்து வரவில்லை. இது கடவுளிடமிருந்து வருகிறது. அது வேதாகமத்தின் வார்த்தைகளில் போதிக்கப்படுகிறது. வேதத்தை வாசிப்பதன் மூலம் கடவுள்தாமே போதிக்கும் தூய்மையான போதனையை நீங்கள் அறிந்து கொள்ளலாம். வேதத்தை அறியாததால் அவர்கள் தங்கள் கோட்பாட்டில் தவறுகிறார்கள் என்று சரீர உயிர்த்தெழுதலை மறுத்த சதுசேயர்களைக் குறித்து இயேசு ஆண்டவர் கூறினார்.

கடவுளின் பெயரைப் புனிதப்படுத்துவது என்பது வேதத்தின்படி கற்பிப்பதாகும். கடவுளின் பெயரைக் களங்கப்படுத்துவது என்பது வேதத்தின் போதனைக்கு முரணானதை அவருடைய பெயரில் கற்பிப்பதாகும். தூய கோட்பாடு கடவுளிடமிருந்து வருகிறது. தவறான கோட்பாடு பொய்களின் தந்தையிடமிருந்து வருகிறது. புனித பவுல் தவறான கோட்பாட்டைப் பற்றி மீண்டும் மீண்டும் எச்சரிக்கிறார், குறிப்பாக ஆயர் நிருபங்களில் அவர் தீமோத்தேயுவுக்கும், தீத்துவுக்கும் அறிவுறுத்துகிறார். "ஆகிலும், ஆவியானவர் வெளிப்படையாய்ச் சொல்லுகிறபடி, பிற்காலங்களிலே மனச்சாட்சியில் சூடுண்ட பொய்யருடைய மாயத்தினாலே சிலர் வஞ்சிக்கிற ஆவிகளுக்கும் பிசாசுகளின் உபதேசங்களுக்கும் செவிகொடுத்து, விசுவாசத்தைவிட்டு விலகிப்போவார்கள்" என 1 தீமோத்தேயு 4:1ல் நாம் வாசிக்கிறோம். இக்காலங்களில் "பேய்களின் கோட்பாடுகளுக்கு" கடவுளின் வார்த்தையுடன் சம உரிமைகள் வழங்கப்படுகின்றன. தவறான கோட்பாட்டைக் கண்டிக்க விரும்பாதவர்கள் உண்மையான கோட்பாட்டை அறிக்கையிட முடியாது, கடவுளின் பெயரைப் புனிதப்படுத்த முடியாது.

ஒரு பாவி இரட்சிக்கப்படுவது கிருபையால் மாத்திரமே என்பதை நான் மறுத்தால், நான் கடவுளின் பெயரைக் களங்கப்படுத்துகிறேன். எல்லா பாவிகளும் இரட்சிக்கப்பட வேண்டும் என்று கடவுள் விரும்புகிறார் என்பதை நான் மறுத்தால், நான் கடவுளின் பெயரைக் களங்கப்படுத்துகிறேன். 'வேதாகமத்தில் பிழைகள் உள்ளன, ஞானஸ்நானம் பரிசுத்த ஆவியின் வல்லமையினால் நம்மை மீண்டும் உருவாக்காது, கர்த்தருடைய திருவிருந்து இயேசுவின் உண்மையான உடலும் இரத்தமும் அல்ல, பெண்கள் திருச்சபையில் போதகர்களாக நியமிக்கப்படலாம், ஓரினச்சேர்க்கை கடவுளுக்கு எதிரான பாவம் அல்ல' என்று ஒரு மனிதன் கற்பித்தால், அந்த மனிதன் கடவுளின் பெயரைக் களங்கப்படுத்துகிறான். கடவுளுடைய வார்த்தை அதன்

சத்தியத்துடனும் தூய்மையுடனும் கற்பிக்கப்படும்போது கடவுளின் பெயர் பரிசுத்தப்படுகிறது, தவறான கோட்பாடு கற்பிக்கப்பட்டு, பொறுத்துக்கொள்ளப்பட்டு பாதுகாக்கப்படும்போது அல்ல.

கிறிஸ்தவர்கள் என்று நம்மை நாமே சொல்லிக் கொள்ளும் நாம் பரிசுத்தமாக வாழும்போது கடவுளின் பெயர் பரிசுத்தப்படுகிறது. புனிதமான வாழ்க்கை என்றால் என்ன? இது ஒரு புனிதமான நபர் வாழும் வாழ்க்கை. புனிதமான வாழ்க்கை வாழ்வதன் மூலம் நீங்கள் புனிதர் ஆக மாட்டீர்கள். முதலில் கடவுள் உங்களை ஒரு பரிசுத்தராக மாற்றுகிறார், பிறகு நீங்கள் பரிசுத்தமான வாழ்க்கையை வாழலாம். உங்கள் எல்லா பாவங்களையும் மன்னிப்பதன் மூலம் கடவுள் உங்களை ஒரு புனிதராக மாற்றுகிறார், கிறிஸ்துவை உங்களிடம் கொண்டு வந்து உங்கள் சொந்தமாக்கும் அவருடைய நற்செய்தியின் மூலம் அவர் இதைச் செய்கிறார். பின்னர், ஒரு புனிதர் பரிசுத்தமான வாழ்க்கை வாழ்கிறார். இதுவே கடவுளின் பெயரைப் பரிசுத்தப்படுத்துவது.

நீங்கள் ஒரு கொடூரமான விமர்சனத்திற்கு நட்பு வார்த்தைகளால் பதிலளிக்கும் போது, நீங்கள் கடவுளின் பெயரைப் புனிதப்படுத்துகிறீர்கள். உங்களுக்குக் கொடுக்கப்பட்ட வேலையை நீங்கள் குறைக்கூறாமல் செய்யும்போது, நீங்கள் கடவுளின் பெயரைப் புனிதப்படுத்துகிறீர்கள். உங்களுக்குத் திருப்பிச் செலுத்த முடியாதவர்களுக்கு நீங்கள் கொடுக்கும்போது; நீங்கள் உங்கள் வாக்குறுதிகளை நிறைவேற்றும்போது; நீங்கள் மற்றவர்களின் பிரச்சனைகளை அனுதாபத்துடன் கேட்கும்போது; ஒருவரின் நற்பெயரை நீங்கள் களங்கமில்லாமல் பாதுகாக்கும் போது நீங்கள் கடவுளின் பெயரைப் போற்றுகிறீர்கள். ஞானஸ்நானத்தில் பரிசுத்த திரித்துவத்தின் பெயரை ஏற்றுக் கொண்ட ஒரு கிறிஸ்தவர், கடவுள் அவரை வாழ அழைத்ததற்கேற்ப அவர் வாழும்போதெல்லாம் அவர் பரிசுத்தப்படுத்தப்பட்ட பெயரைப் போற்றுகிறார். இது மனதில் ஆழ்ந்து பதியக்கூடியதாக இருக்காது. கடவுளிடமிருந்து எல்லா வகையான பொருள் ஆசீர்வாதங்களையும் பட்டியலிடுவதும் கோருவதும் போல இது எழுச்சித் தருவதாக காணப்படுவதில்லை. எனினும், பூரணமற்றதும், பாவத்தால் கறைபட்டதுமான உங்கள் கிறிஸ்தவ செயல்கள் பரிசுத்த கடவுளால் அவருடைய பரிசுத்த நாமத்தை பரிசுத்தப்படுத்த பயன்படுத்தப்படுகின்றன என்பதை அறிவது, உலகில் உள்ள அனைத்து பொருள் ஆசீர்வாதங்களும் வழங்க முடியாத ஒரு கௌரவத்தை அறிந்துக்கொள்வதாகும். "உம்முடைய நாமம் பரிசுத்தப்படுவதாக" என்று ஜெபிக்கும் பாக்கியமும் கடவுள்

தம்முடைய நாமத்தை நம் நடுவில் பரிசுத்தப்படுத்துகிறார் என்பதை அறிவதும் தூய்மையான மகிழ்ச்சி.

ஆகவே, அவருடைய வார்த்தையை நம்மிடையே தூய்மையாகப் போதித்து, நம்மைப் பரிசுத்தமாக வாழ வைக்கும்படி கடவுளிடம் வேண்டுகிறோம். தவறான கோட்பாடு கற்பிக்கப்படும்போது, அதை வேரோடு பிடுங்கி எறிந்து அதை அமைதிப்படுத்த கடவுளிடம் கேட்கிறோம். பரிசுத்தமற்ற வாழ்க்கையால் நாம் கடவுளின் பெயருக்கு களங்கம் வருவிக்கும்போது, நம்மை மனந்திரும்பி, கிறிஸ்துவின் நிமித்தம் நம்முடைய பாவங்களை மன்னித்து, அவர் நம்மை வாழ அழைத்த பாதையில் நம்மை வழிநடத்தும்படி கடவுளிடம் வேண்டுகிறோம். ஆமென்.

உம்முடைய ராஜ்யம் வருவதாக.

மத்தேயு 6:10a

உமது ராஜ்யம் வருவதாக.

இதன் பொருள் என்ன? பதில்:
தேவனுடைய ராஜ்யம் உண்மையில் நம்முடைய ஜெபம் (வேண்டுதல்) இல்லாமல் வருகிறது; ஆனால் அது நமக்கும் வரவேண்டும் என்று இந்த மன்றாட்டில் ஜெபிக்கிறோம்.

இது எப்படி செய்யப்படுகிறது? பதில்:
நம்முடைய பரலோகத் தகப்பன் அவருடைய பரிசுத்த ஆவியை நமக்குத் தரும்போது, அவருடைய கிருபையினால் நாம் அவருடைய பரிசுத்த வார்த்தையை விசுவாசித்து இங்கே தற்காலத்திலும், மறுமையிலும், என்றென்றும் ஒரு தெய்வீக வாழ்க்கையை நடத்துகிறோம்.

கடவுளுடைய ராஜ்யம் மறைவாக்கப்பட்டிருக்கிறது என்று இயேசு ஆண்டவர் நமக்குக் கற்பித்தார். அதை பார்க்க இயலாது. "கடவுளுடைய ராஜ்யம் நோக்கிப் பார்க்கும்படியாய் வரவில்லை; 'இங்கே பார்!' அல்லது 'அங்கே பார்!' என்று அவர்கள் சொல்ல மாட்டார்கள். உண்மையாகவே, கடவுளுடைய ராஜ்யம் உங்களுக்குள் இருக்கிறது" (லூக்கா 17:20-21) என்றார்.

கடவுளின் ராஜ்யம் என்றால் என்ன? லுத்தரின் பெரிய ஞானோபதேச (பெரிய கத்தேகிஸ்மு) புத்தகத்தில் விளக்கப்பட்ட பதில் இங்கே கொடுக்கப்பட்டுள்ளது:

கடவுளின் ராஜ்யம் என்றால் என்ன? பதில்: விசுவாசத்தில் நாம் கற்றுக்கொண்டது என்னவென்றால், பிசாசின் வல்லமையிலிருந்து நம்மை மீட்டு விடுவிப்பதற்காகவும், பாவம், மரணம் மற்றும் தீய மனசாட்சிக்கு எதிராக நீதியுள்ள, நல் வாழ்க்கை மற்றும் இரட்சிப்பின் ராஜாவாக நம்மை ஆளுவதற்கும் கடவுள் தம்முடைய குமாரனாகிய கிறிஸ்துவை உலகிற்கு அனுப்பினார். இந்த நோக்கத்திற்காக அவர் தம்முடைய பரிசுத்த வார்த்தையின் மூலம் இதை நமக்குக் கற்பிக்கவும், அவருடைய வல்லமையால் நம்மை விசுவாசத்தில் தெளிவுபடுத்தவும் பலப்படுத்தவும் அவருடைய பரிசுத்த ஆவியையும் வழங்கினார்.

நமக்காக இரத்தம் சிந்திய மீட்பராகிய இயேசுவை உங்களால் காண முடியாது. தவறான நம்பிக்கையில் மக்களை ஏமாற்றும் பிசாசை நீங்கள் காண முடியாது. இயேசு தரும் நீதியையும் வாழ்வையும் இரட்சிப்பையும் உங்களால் காண முடியாது. நாம் எந்த ராஜ்யத்திற்காக ஜெபிக்கிறோமோ அந்த ராஜ்யத்தின் மெய்மை (யதார்த்தம்) இந்த வாழ்க்கையில் நாம் காணக்கூடிய ஒன்றல்ல.

ஆனால் கடவுளுடைய ராஜ்யத்தை நம்மால் பார்க்க முடியாது என்று சொன்னால் அது எங்குள்ளது என்று நம்மால் அறிய முடியாது என்று அர்த்தமல்ல. கடவுளுடைய ராஜ்யம் எங்குள்ளது என்பதை நாம் அறிந்து கொள்ள முடியும். எங்கெல்லாம் பரிசுத்த ஆவியானவர் நமக்கு கடவுளின் பரிசுத்த வார்த்தையைப் போதிக்கிறாரோ, அங்கெல்லாம் நம்முடைய மீட்பர் இயேசு கிறிஸ்து வெளிப்படுகிறார். பொந்தியு பிலாத்துவின் கீழ் சிலுவையில் அறையப்பட்டபோது இயேசு கடவுளின் ராஜ்யத்தின் ராஜா என்று அதிகாரப்பூர்வமாக அடையாளம் காணப்பட்டார். அவர் பாடுகளில் அவரை அரசராகப் பார்ப்பது அவசியம், ஏனென்றால் நமக்காக அவர் அரசராகிய உறவை அவர் பாடுகளினாலே நமக்கு ஏற்படுத்துகிறார். அவர் நமக்காக துன்பப்பட்டு மரிப்பதினால் நம்மை ஆள்கிறார் அல்லது ஆட்சி செய்கிறார்.

மற்ற எல்லா அரசர்களும் வற்புறுத்தலால் அல்லது கட்டாயப்படுத்தி நம்மீது அதிகாரத்தைப் பெறுகிறார்கள். நீங்கள் அவருக்கு அடிபணியாவிட்டால், அவர் உங்களைத் தண்டிப்பார் என்று அரசர் கூறுகிறார். இப்படித்தான் அரசாட்சிகள் செயல்பட வேண்டும். இந்த உலகின் ஒவ்வொரு அரசாட்சியும் அமைதியைக் காக்க சக்தியைப் பயன்படுத்த வேண்டும். அரசாட்சி இல்லாத போதுதான் அராஜகம் நடைபெறுகிறது. இது மிகவும் மோசமான கொடுங்கோன்மையாக மாறுகிறது, ஏனென்றால் வலிமையானவன் பலவீனமானவர்களை அடிபணியச் செய்வான். அப்படித்தான் இது செயல்படுகிறது. கீழ்படியாத மனப்பான்மை உள்ளவர்களின் இதயத்தில் அச்சத்தை உண்டாக்காமல் எந்த அரசனும் அல்லது ஆட்சியாளரும் ஆட்சி செய்ய முடியாது. சட்டத்தை மீறுபவர்களை, சட்டத்தை மீறுவதற்கு பயப்பட வைப்பதன் மூலம் உலகில் அமைதி நிறுவப்படுகிறது.

ரோந்து வாகனங்கள் இல்லாமல், ரேடார் கருவி இல்லாமல், வேகமாகச் செல்வதைத் தவிர்க்க, வெறும் ஆச்சரிய முகத்தோடு

எச்சரிக்கும் நிராயுதபாணி போலீஸ் படையை நீங்கள் கூடுமானல் கற்பனை செய்து பாருங்கள். நெடுஞ்சாலையில் ஒரு மணி நேரத்திற்கு 150 கிலோ மீட்டர் வேகத்தில் கார் ஓட்டும் ஒருவர், ஒரு போலீஸ்காரர் நெடுஞ்சாலையின் ஓரத்தில் நின்று சாதாரணமாக முகம் சுளிப்பதால் தடுக்கப்படுவார் என்று நினைக்கிறீர்களா? நான் அப்படி நினைக்கவில்லை.

அனைத்து மக்களும் கிறிஸ்தவர்களாக இருந்துவிட்டால், துப்பாக்கி ஏந்திய மனிதர்களால் செயல்படுத்தப்படும் எந்தச் சட்டமும் நமக்குத் தேவையில்லை என்று சிலர் நினைக்கிறார்கள். ஆனால் அது 'நம்மில், அதாவது நம் மாம்சத்தில், எந்த நல்ல விஷயமும் வசிப்பதில்லை' என்கிற தெளிவான வேதாகம போதனையை வெகுளித்தனமாய் மறுப்பதாகும். தண்ணீரினாலும் ஆவியினாலும் புதிய பிறப்பால் மேலிருந்து கடவுளின் நித்திய ராஜ்யத்தில் பிறந்த கிறிஸ்தவர்கள் கூட இந்த உலகத்தின் அரசர்களுக்கும், ஆட்சியாளர்களுக்கும் கீழ்ப்படியாமல் இருப்பதற்குப் பயப்பட வேண்டும்.

மேலும் நான் நம் கார்களை வேகமாக ஓட்டுவது பற்றி பேசவில்லை. வேகமாக ஓட்டுவதில் பிறப்பியல்பான தவறு இல்லை. நான் கடவுளின் தார்மீக சட்டத்திற்கு எதிரான குற்றங்களாகிய பெற்றோருக்குக் கீழ்ப்படியாமல் இருத்தல், கொலை செய்தல், விபச்சாரம் செய்தல், திருடுதல், பொய் சொல்லுதல், மக்களிடம் அவர்களுக்குறியவற்றை ஏமாற்றுதல், ஆகியவைப் பற்றி பேசுகிறேன். அரசனுக்கு அல்லது அரசாட்சிக்குக் கீழ்ப்படியாமல் இருப்பதற்கு நாம் பயப்பட வேண்டும், இல்லையெனில் அரசன் நம்மை ஆள முடியாது. குற்றம் புரியக்கூடிய சாத்தியமான குற்றவாளிகளைப் பற்றிய பயம் இல்லாமல் - அது அனைவரையும் உள்ளடக்கியது - எந்த அரசனும் அமைதி காக்க முடியாது.

அதனால்தான் கடவுளுடைய ராஜ்யம் இப்படிப்பட்டதல்ல என்பதை மக்கள் புரிந்துகொள்வது மிகவும் கடினம். கடவுளின் அரசாட்சி நம்மீது கடவுளின் ஆளுகை என்றால் அது கடவுள் தனது சட்டத்தின் மூலம் நம்மை ஆள வேண்டும் என்று மக்கள் கருதுகின்றனர். ஹெர்பர்ட் W. ஆம்ஸ்ட்ராங் இப்படித்தான் வாதிட்டார். ஆம்ஸ்ட்ராங், உலகளாவிய கடவுளின் திருச்சபை (Church of God) என்று அழைக்கப்படும் ஒரு வழிபாட்டின் நிறுவனர் ஆவார். இந்நிறுவனம் பல ஆண்டுகளாக "எளிய சத்தியம்" (The Plain Truth) என்கிற

பத்திரிகையை வெளியிட்டது. இயேசுவைப் பற்றி ஏசாயா தீர்க்கதரிசி கூறிய பிரகாரம், "அரசாங்கம் அவருடைய தோளில் இருக்கும் (ஏசாயா 9:6), இந்த பூமியில் இயேசுவின் ஆட்சி ஒரு அரசியல் ஆட்சியாக இருக்க வேண்டும் என்பதற்கு இது சாதகமான அத்தாட்சியாக உள்ளது" என்று அவர் வலியுறுத்தினார். ஆம்ஸ்ட்ராங்கின் கருத்துப்படி, ஒரு ஆன்மீக ஆட்சி, அரசியல் ஆட்சியாக இருக்க தகுதி பெறுவதில்லை என்பதால், மனிதர்களின் இதயங்களில் ஒரு ஆன்மீக ஆட்சி இருக்க முடியாது.

ஆனால் மனிதரின் கூற்று தவறாக இருந்தது. இந்த உலக அரசாங்கங்கள் இன்னும் அவருடைய கட்டுப்பாட்டில் இல்லாததால் கிறிஸ்துவின் உண்மையான ஆட்சி இன்னும் தொடங்கவில்லை என்று வாதிடுபவர்கள், சிலுவையில் அறையப்படுவதற்கு எதிராக வாதிடுகின்றனர். அவர்கள் சிலுவையின் எதிரிகள். தேவனுடைய ராஜ்யத்தைப் பற்றிய முதல் விஷயத்தை அவர்கள் புரிந்து கொள்ளவில்லை. இந்த உலக அரசாங்கங்களால் மனிதர்களின் இதயங்களை ஆள முடியாது. நீங்கள் எப்போதாவது ஒரு திறமையான தலைவரைக் காண்பீர்கள், அவர் தனிப்பட்ட குணாதிசயத்துடன் கூடிய சொல் திறமிக்க பேச்சுக்கள் தங்கள் நாட்டிற்காக தியாகம் செய்ய மக்களை ஊக்குவிக்கும். ஆனால் இந்த உலகில் எந்த ஒரு அரசனாலும் மனித இதயத்தை மாற்ற முடியவில்லை. அதற்கு ஒரே ஒரு வழிதான் இருக்கிறது. அது அது மனித இதயத்தை கெடுப்பவைகளை அகற்றுவதாகும். அதைச் செய்யக்கூடிய ஒரே ஒரு வழி இருந்தது, அதைச் செய்ய ஒரே ஒரு மனிதரால் மாத்திரமே இயன்றது. இயேசு கிறிஸ்து மரிக்க வேண்டியிருந்தது. தூய்மையான, புனிதமான கடவுளாகிய இயேசு ஆண்டவர், கன்னியின் வயிற்றில் தூய்மையான, புனிதமான மனிதராக மாறி, ஒவ்வொரு மனித இதயத்தையும் கெடுக்கும், தீட்டுப்படுத்தும் பாவத்தை சுமக்க வேண்டியிருந்தது.

அவர் அதைச் செய்தார். நம் இயல்பை ஊடுருவி, ஊடுருவிக் கெடுக்காத பாவம் ஒன்றுக்கூட இல்லை. பாவம் என்பது காரியங்களைச் செய்வதும் செய்யாததும் மட்டுமல்ல. பாவம் என்பது இந்த உலகில் ஒவ்வொரு மனிதனின், மனுஷியின், குழந்தையின் ஆன்மா, இதயம் மற்றும் விருப்பத்தின் நிலை. இது மற்றவர்களைக் காட்டிலும் தன்னையே நேசிக்கும் சுய அன்பு. இது கடவுளை, கடவுளின் வார்த்தையை, கடவுளின் பெயரை மற்றும் கடவுளின் விருப்பத்தை மறுப்பது. இயேசு சிலுவையில் இந்த மனித குற்றங்களின் திரட்சியை எதிர்கொண்டார். அவர் தாமே குற்றவாளி என்பது போல அதை முழுவதுமாக தாங்கிக்கொண்டு அதற்காக பாடுகள் அனுபவித்தார்.

நீங்களும், நானும் பாவத்தைப் பற்றி நமக்குத் தெரியும் என்று நினைக்கிறோம். ஆனால் அது நம்மை தொடர்ந்து ஏமாற்றி, அதனால் நாம் ஏமாந்து கொண்டிருக்கும் பாவிகளாக மட்டுமே நமக்குத் தெரியும். பாவத்தை இயேசு மட்டுமே அறிந்திருந்தார் ஏனெனில் அவர் பாவம் செய்யாதவர். அவர் பாவம் செய்யாதவர், ஆனாலும் பாவமாக மாறினார். பாவத்தின் வெளிப்புறத் தோற்றத்தை மட்டுமே நாம் காண முடியும். நாம் உணரக்கூடியது குற்றமுள்ள மனசாட்சியின் காயத்தை மாத்திரமே. இயேசு ஆழப்பதிந்திருந்த சீரழிவைக் கண்டார், மேலும் எல்லா பாவிகளுக்கும் ஒவ்வொரு பாவத்திற்கும் எதிராக கடவுளின் கோபத்தையும் நியாயமான பழிவாங்கலையும் உணர்ந்தார். அவர் அவையனைத்தையும் சிலுவையில் எடுத்துப்போட்டார். அவர் நம்மிடமிருந்து அனைத்தையும் அகற்றுவதற்கான ஒரே வழி இதுதான். இதனாலேயே தேவனுடைய ராஜ்யம் இயேசு சிலுவையில் அறையப்படுவதனால் மாத்திரமே வருகிறது. பரிசுத்த ஆவியானவர் நமக்கு ஞானஸ்நானம் கொடுத்து நம்மை தேவனுடைய பிள்ளைகளாக்கும் போது இந்த ராஜ்யத்திற்குள் நம்மை அழைக்கிறார். இந்த மன்னிப்பைப் பெற்ற அந்த விலைமதிப்பற்ற உடலையும் இரத்தத்தையும் நாம் உட்கொள்ளும்போதும், அருந்தும்போதும், “பாவ மன்னிப்புக்காக உங்களுக்காக கொடுக்கப்பட்டது, சிந்தப்பட்டது”என்ற இயேசுவின் வார்த்தைகளால் நம்முடைய எல்லா பாவங்களுக்கும் முழு மன்னிப்பை பரிசுத்த ஆவியானவர் நம் விசுவாசத்திற்காக உறுதிப்படுத்துகிறார். நாம் மீண்டும் மீண்டும் கேட்கும் நற்செய்தியின் மூலம் மரணத்திலிருந்து நம்மை உயிர்ப்பிக்கும் பரலோகக் கோட்பாட்டை பரிசுத்த ஆவியானவர் நமக்குக் கற்பிக்கிறார். சிலுவையில் அறையப்பட்டு உயிர்த்தெழுந்த ஆண்டவர் இயேசுவை நாம் சந்திக்கும் போது நமக்கு இருக்கும் ஒவ்வொரு ஆன்மீகத் தேவையும் பூர்த்தி செய்யப்படுகிறது.

நாம் ஆளப்பட வேண்டும். நமக்கு ஒரு அரசர் தேவை. ஆனால் நாம் உண்மையாகவும் நித்தியமாகவும் ஆளப்பட வேண்டும். நாம் கீழ்ப்படியாதபோது நம்மை அச்சுறுத்தும் சட்டம் நமக்கு சமாதானத்தைக் கொடுக்க இயலாது. நாம் பாவிகளாக இருக்கும் வரை அது நம்மை அச்சுறுத்திக்கொண்டேயிருக்கும், நாம் இந்த உலகில் வாழும் வரை அது அப்படியேயிருக்கும். நியாயப்பிரமாணச் சட்டம் நம் உடல்களை, நமது பசியுணர்வுகளை, நமது உந்துதல்களை மற்றும் நமது பழைய பாவ மாம்சத்தை நிர்வகிக்க முடியும். ஆனால் அது நம் இதயத்தை ஆள முடியாது. இயேசுவின் காயங்களிலிருந்து வழிந்தோடும் கடவுளின் கிருபை மாத்திரமே நம் இதயங்களை

ஆளவும், இதயத்திலிருந்து கடவுளை நாம் நேசிக்கவும் செய்ய முடியும். இதனாலேயே இயேசு நமக்காக பாடுபடுவதில் நம் அரசராக இருக்கிறார். அதனால்தான், பாவிகளுக்காக கிறிஸ்துவின் சிலுவையில் அறையப்பட்ட தூய நற்செய்தி எங்கு பிரசங்கிக்கப்படுகிறது என்பதையும், சிலுவையில் அறையப்படுவதற்கு நம்மைச் சேர்க்கும் கிறிஸ்துவின் உண்மையான சாக்கிரமந்துக்கள் (திருச்சடங்குகள்) எங்கு வழங்கப்படுகின்றன என்பதையும் நாம் தேடுவதன் மூலம் கடவுளுடைய ராஜ்யத்தைத் தேடுகிறோம்.

"உம்முடைய ராஜ்யம் வருவதாக" என்று நாம் ஜெபிக்கும்போது, ஒவ்வொரு ஞாயிற்றுக்கிழமைக் காலை தெய்வீக ஆராதனையில் கடவுள் நமக்கு வழங்குவதை அளிக்க வேண்டும் என்று ஜெபிக்கின்றோம். கடவுளுடைய ராஜ்யம் வர வேண்டும் என்று ஒரு கிறிஸ்தவர் மனப்பூர்வமாக ஜெபித்து, கடவுளுடைய வீட்டின் ஆராதனைகளில் கலந்துகொள்ள மறுப்பது நினைத்துப் பார்க்க முடியாதது. இந்த ஆராதனைகள் தெய்வீகமானவை, நாம் கடவுளுக்கு சேவை செய்ய இங்கு வருவதால் அல்ல. அதை நாம் வீட்டிலோ, வேலையிலோ அல்லது ஏரியிலோ செய்யலாம். ஞாயிறு ஆராதனைகள் தெய்வீகமானவை, ஏனென்றால் இங்கே கடவுள் நமக்கு சேவை செய்ய வருகிறார். அவர் அதை புதன்கிழமை அல்லது திங்கட்கிழமை செய்யலாம், அது உண்மைதான். மேலும் பிரசங்கம் செய்ய அவருக்கு நிச்சயமாக ஒரு போதகர் தேவையில்லை. ஆனால் ஒன்று நிச்சயம். அவர் தம்முடைய ராஜ்யத்தை நம்மிடம் கொண்டுவந்து, அவருடைய நற்செய்தியைப் பிரசங்கிப்பதன் மூலமும், அவருடைய திருச்சடங்குகளின் நிர்வாகத்தின் மூலமாகவும் நம்முடைய பாவங்களை மன்னிப்பார்.

அதனால்தான் கர்த்தருடைய ஜெபத்தின் இரண்டாவது மன்றாட்டு மூன்றாவது கட்டளையுடன் மிகவும் நெருக்கமாக இணைக்கப்பட்டுள்ளது:

ஓய்வுநாளை பரிசுத்தமாக ஆசரிக்க நினைப்பீர்களாக.

இதன் பொருள் என்ன? பதில்: நாம் கடவுளுக்குப் பயந்து அவரிடம் அன்பு கூருவதின் பயனாக பிரசங்கத்தையும், அவருடைய தேவவார்த்தையையும் நிந்திக்காமல் அதைப் பரிசுத்தமாய் எண்ணி, மகிழ்ச்சியோடு கேட்டு கற்றுக்கொள்ள வேண்டும்.

சுவிசேஷம் எப்போது, எங்கு பிரசங்கிக்கப்படுகிறதோ, அதை எப்போது நம் இருதயங்களில் நம்முடைய அன்பான பொக்கிஷமாக வைத்திருக்கிறோமோ அப்போதெல்லாம், அங்கெல்லாம் கடவுளுடைய ராஜ்யம் நமக்கு வருகிறது. ஏனென்றால், நம்முடைய பாவங்களைப் போக்க இயேசுவின் துன்பத்தைப் பற்றி நம்மிடம் பேசுவதிலேயே கடவுள் நம் இதயங்களை ஆளுகிறார். மன்னிக்கக் கூடாதவர்களை மன்னிப்பதனால் மாத்திரமே கடவுள் அவர்களை அரசர்களின் அரசராகவும், ஆண்டவர்களின் ஆண்டவராகவும் ஆள முடியும். கிழக்கிலிருந்து மேற்கிற்குள்ள தூரமாய் நம் எல்லா மீறல்களையும் அகற்றுவதன் மூலம் மட்டுமே, நாம் அவருடையவர்கள், அவர் நம்முடையவர், அவரிடம் நாம் பயப்பட வேண்டியதில்லை என்று கடவுள் நமக்கு உறுதியளிக்க முடியும். இவ்வுலகின் அரசர்களுக்கு நாம் கீழ்ப்படிய நம் இதயங்களில் பயம் தேவைப்படுகின்றப்போது, இயேசு ஆண்டவர் நம்முடைய எல்லா பயங்களையும் நீக்கி, நம்முடைய பாவங்கள் அவருடைய இரத்தத்தால் மன்னிக்கப்படும் என்று உறுதியளித்து நம் இருதயங்களை இழைப் பிசகாமல் ஆளுகிறார்.

உமது ராஜ்யம் வருவதாக. நமக்கு மட்டுமல்ல, இயேசு யாரெல்லோருக்காகவும் இறந்தாரோ அந்த உலகம் முழுவதற்கும் கூட. “உம்முடைய ராஜ்யம் வருவதாக” என்று நாம் ஜெபிக்கும்போது, இப்போதும் பொய்களாலும் வஞ்சகத்தாலும் ஆளப்படுபவர்களுக்கு அது வரவேண்டும் என்று ஜெபிக்கின்றோம். நாம் மக்களை திருச்சபைக்கு வர அழைக்கிறோம், ஏனென்றால் நம் மதக் கூட்டுக்குழுவில் அதிகமான மக்கள் வேண்டும் என்பதற்காக அல்ல, கடவுளுடைய ராஜ்யம் அவர்களிடம் வர வேண்டும் என்பதற்காக நாம் அதை விரும்புகிறோம், அவருடைய நற்செய்தி மற்றும் அவரது சாக்கிரமந்துக்கள் இங்கே இருப்பதால் அவருடைய ராஜ்யம் இங்கே உள்ளது என்பதை நாம் அறிவோம். “உம்முடைய ராஜ்யம் வருவதாக” என்று நாம் ஜெபிக்கும்போது, கிறிஸ்து நம் இருதயங்களை ஆளுகிற சுவிசேஷம் ஆவியின் கனியைக் கொடுக்கின்ற: அன்பு, மகிழ்ச்சி, அமைதி, பொறுமை, இரக்கம், நற்குணம், விசுவாசம், சாந்தம் மற்றும் சுயக்கட்டுப்பாடு ஆகியவகளுக்காக நாம் ஜெபிக்கிறோம். “உம்முடைய ராஜ்யம் வருவதாக” என்று நாம் ஜெபிக்கும் போதெல்லாம், நாம் கிறிஸ்துவின் இரண்டாம் வருகைக்காக ஜெபிக்கிறோம். இந்த ஜெபத்திற்கு பதிலளித்து அவர் திரும்ப வருவார். அவர் திரும்பி வருவார். புதிய ஆயிரமாவது ஆண்டுகளின் ஏதோ ஒரு வணிக முத்திரையை (Brand) ஊக்குவிக்கும் பொய்யான

தீர்க்கதரிசிகளால் வாக்குறுதியளிக்கப்பட்ட இதிகாச ராஜ்ஜியத்தை நிறுவுவதாக அது இருக்காது. இயேசு பிலாத்துவிடம், "என் ராஜ்யம் இவ்வுலகத்திற்குரியதல்ல" (யோவான் 18:36) என்றார். இயேசு ஆண்டவர் திரும்பி வந்து, நம்மை பரலோகத்திற்குக் கொண்டு சேர்ப்பார், அங்கு இப்போது நம் இதயங்களுக்குள் மறைந்திருந்து, தற்போது கிருபையின் தாழ்மையான மற்றும் இகழப்பட்ட வழிகளில் மட்டுமே அடையாளம் காணப்பட்ட ராஜ்யம் முழுமையாகவும் அழகாகவும் நம் உணர்வுகளுக்கு வெளிப்படுத்தப்படும். அந்த ராஜ்ஜியத்தின் அற்புதத்தையும் பெருமையையும் வார்த்தைகளால் விவரிக்க முடியாது. கண்கள் காணாததையும், செவிகள் கேளாததையும், மனிதனின் இதயத்தில் நுழையாததையும் காண நாம் காத்திருப்பது அவசியம். ஆமென்.

"உம்முடைய சித்தம் நிறைவேறப்படுவதாக"

மத்தேயு 6:10b

உம்முடைய சித்தம் பரமண்டலத்திலே செய்யப்படுகிறது போல பூமியிலேயும் செய்யப்படுவதாக.

இதன் பொருள் என்ன? பதில்: நன்மையும் கிருபையுமான கடவுளின் சித்தம் நாம் மன்றாடாமலே செய்யப்படுகிறது. ஆனால் அது நம்மிலேயும் செய்யப்பட வேண்டும் என்று இந்த மன்றாட்டிலே ஜெபிக்கிறோம்.

இது எப்படி செய்யப்படுகிறது? பதில்: கடவுளுடைய நாமத்தை தொழுதுகொள்ளவும், கடவுளுடைய இராஜ்யம் நம்மிடம் வருவதைத் தடுக்கும், நம்மைத் தூண்டிவிடும் பிசாசின் திட்டம், உலகம், நம்முடைய மாம்சம் ஆகியவற்றைத் தடை செய்து கடவுள் உடைக்கிறார். அதன்பின் நமது வாழ்வின் முடிவுப்பரியந்தம் வரை அவரது வார்த்தையிலும் விசுவாசத்திலும் உறுதியாக நிலைத்திருக்க பலப்படுத்துகிறார். இதுவே அவருடைய நன்மையும் கிருபையும் உள்ள சித்தமாகும்.

"உம்முடைய சித்தம் நிறைவேறப்படுவதாக" என்று நாம் ஜெபிக்கும்போது, அவர் செய்ய விரும்புவதைச் செய்யும்படி கடவுளிடம் கேட்கிறோம். ஆனால் நாம் ஜெபிக்கிறோமோ இல்லையோ தேவன் என்ன செய்ய விரும்புகிறாரோ அதைச் செய்யப்போகிறார். கடவுள் சுதந்திரமானவர். அவர் வேறு யாருடைய அதிகாரத்திலும் இல்லை. அவர் சர்வ வல்லமை படைத்தவர். கடவுளின் விருப்பத்தை எதிர்த்து யாரும் தப்பிக்க முடியாது. "உம்முடைய சித்தம் நிறைவேறப்படுவதாக" என்று நாம் ஏன் ஜெபிக்க வேண்டும்? நம் பிரார்த்தனை இல்லாமலே அது நடக்கும்.

"உம்முடைய சித்தம் நிறைவேறப்படுவதாக" என்று நாம் ஜெபிப்பது ஏனென்றால் இயேசு நமக்கு அதைச் சொல்கிறார். நாம் கிறிஸ்தவர்கள். கிறிஸ்து சொன்னபடியே கிறிஸ்தவர்கள் செய்கிறார்கள். இயேசு கிறிஸ்து அவருடைய திருச்சபையின் ஆண்டவர். "உம்முடைய சித்தம் நிறைவேறப்படுவதாக" என்று ஜெபிக்கும்படி அவருடைய சபைக்கு கட்டளையிடுகிறார். இதனால்தான் "உம்முடைய சித்தம் நிறைவேறப்படுவதாக" என்று ஜெபிக்கிறோம்.

நாம் கடவுளின் சித்தத்துடன் உடன்பட விரும்புவதால், "உம்முடைய சித்தம் நிறைவேறப்படுவதாக" என்று ஜெபிக்கிறோம். நாம் கடவுளுடன் உடன்பட ஆசிக்கிறோம். "உம்முடைய சித்தம் நிறைவேறப்படுவதாக" என்று நாம் ஜெபிக்கும்போது, கடவுள் விரும்புவதையே நாமும் விரும்புகிறோம் என்று கூறுகின்றோம். நம்முடைய சித்தம் தேவனுடைய சித்தத்திற்கு இசைவாக இருக்க வேண்டும் என்று விரும்புகிறோம். நாம் என்ன செய்ய வேண்டும் என்று கடவுள் விரும்புகிறார்? அதைத்தான் நாம் செய்ய விரும்புகிறோம். கடவுள் நாம் எதை நம்ப வேண்டும் என விரும்புகிறாரோ அதைத்தான் நாம் நம்ப விரும்புகிறோம். பிசாசு, உலகம் மற்றும் நமது பாவ மாம்சம் அனைத்தும் கடவுளின் சித்தத்திற்கு எதிரானவை. நம்மை சிறைபிடிக்கும் இந்த புனிதமற்ற திரித்துவத்திற்கு எதிராக கடவுள் போராட வேண்டும் என்று நாம் ஜெபிக்கிறோம். பிசாசின் சித்தத்தை, உலகம் மற்றும் நமது பாவ சுபாவத்தை எதிர்த்து, அவருடைய சித்தத்திற்கு இணங்க நமது சித்தத்தை கடவுள் கொண்டு வர வேண்டும் என்று நாம் ஜெபிக்கிறோம்.

கடவுளின் வெளிப்படுத்தப்பட்ட சித்தம் மற்றும் கடவுளின் மறைவான சித்தம் ஆகியவற்றை நாம் வேறுபடுத்திப் பார்க்க வேண்டும். கடவுளின் வெளிப்படுத்தப்பட்ட சித்தத்தைத்தான் வேதத்தில் கடவுள் நமக்கு வெளிப்படுத்தியிருக்கிறார். கடவுளின் நீதி நம் நடத்தைக்கான அவரது வெளிப்படுத்தப்பட்ட சித்தம். நாம் பத்துக் கட்டளைகளின்படி வாழ வேண்டும் என்று கடவுள் விரும்புகிறார். நாம் அவரை மட்டுமே நம் கடவுளாகப் பற்றிக்கொள்ளவும், எல்லாப் பொய்க் கடவுள்களை சிலைகளாக நிராகரிக்கவும் அவர் விரும்புகிறார். அவருடைய பரிசுத்த நாமத்தை நாம் வணங்க வேண்டும் என்று அவர் விரும்புகிறார். அவருடைய பரிசுத்த வார்த்தையை நாம் பொக்கிஷமாக வைக்க வேண்டும் என்று அவர் விரும்புகிறார். நாம் நம் பெற்றோரையும், எல்லா சட்டபூர்வமான மனித அதிகாரத்தையும் மதிக்க வேண்டும் என்று அவர் விரும்புகிறார். உடல் ரீதியான தேவைகளில் உள்ளவர்களுடன் நாம் நட்பு கொள்ள வேண்டும் என்று அவர் விரும்புகிறார். நாம் தூய்மையான வாழ்க்கை வாழவும், பாலியல் பாவங்கள் அனைத்தையும் தவிர்க்கவும் அவர் விரும்புகிறார். அண்டை வீட்டாரின் சொத்துக்களையும் நற்பெயரையும் நாம் மதிக்க வேண்டும் என்று அவர் விரும்புகிறார். நம்மிடம் இருப்பதைக் கொண்டு திருப்தியாக இருக்க வேண்டும் என்று அவர் விரும்புகிறார். இவை அனைத்தும் வேதாகமத்தில் நம் நடத்தைக்கான கடவுளின் சித்தம் என தெளிவாக வெளிப்படுத்தப்பட்டுள்ளது. "உம்முடைய

சித்தம் நிறைவேறப்படுவதாக" என்று நாம் ஜெபிக்கும்போது, கடவுள் நம்முடைய சிந்தனையிலும், பேச்சுக்களிலும், வாழ்விலும் நம்மை வழிநடத்தி இயக்குவார், அவருடைய கட்டளைகளுக்கு இணங்க நாம் வாழ வேண்டும் என்று நாம் ஜெபிக்கின்றோம்.

இறைவனுடைய சுவிசேஷம் என்பது நம்முடைய விசுவாசத்திற்காக வெளிப்படுத்தப்பட்ட அவருடைய சித்தம். நியாயப்பிரமாணம் நம் அனைவரையும் குற்றம் சாட்டுகிறது மற்றும் கண்டனம் செய்கிறது. நியாயப்பிரமாணத்தின் கண்டனத்திலிருந்து நம்மைக் காப்பாற்ற சுவிசேஷத்தை நம்புகிறோம். இயேசு கிறிஸ்து நியாயப்பிரமாணத்தை நிறைவேற்றினார் என்ற நற்செய்தி சுவிசேஷமாகும். கடவுள் நம் அனைவருக்கும் செய்யச் சொன்னதை அவர் நம்முடைய இடத்திலிருந்துக்கொண்டு செய்திருக்கிறார். நமக்கு மாற்றாக, கடவுளுடைய நீதி நம்மிடத்தில் கோறும் தண்டனையை அவர் அனுபவித்திருக்கிறார். கிறிஸ்துவின் கீழ்ப்படிதலின் நிமித்தம் தேவன் தம்முடைய நியாயப்பிரமாணத்திற்கு விரோதமாக நம்முடைய எல்லா பாவங்களையும் மன்னிக்கிறார் என்று சுவிசேஷம் கூறுகிறது. இந்த அல்லது அந்த நிபந்தனையை நாம் சந்தித்தால் கடவுள் என்ன செய்ய விரும்புவார் என்று நற்செய்தி கூறவில்லை. நற்செய்தி நமக்கு கடவுளின் சித்தம் என்ன என்று இக்கணமே கூறுகின்றது. கிறிஸ்துவின் நிமித்தம் அவர் நமக்கு இரக்கம் காட்ட விரும்புகிறார். இந்த நற்செய்தியை நாம் நம்ப வேண்டும் என்றும், இந்த விசுவாசத்தின் மூலம் பாவ மன்னிப்பைப் பெற வேண்டும் என்றும் அவர் விரும்புகிறார். பாவ மன்னிப்பு நற்செய்தியில் உறுதியான நம்பிக்கையை நம்மில் நிலைநிறுத்த அவர் பரிசுத்த ஆவியை நம் இதயங்களுக்குள் அனுப்ப விரும்புகிறார். அனைத்து துன்பங்களையும் துன்புறுத்தலையும் எதிர்கொள்ள நம்மை அவர் சத்தியத்தில், கிறிஸ்தவ விசுவாசத்தில் உறுதியாக வைத்திருக்க விரும்புகிறார். அவர் நம் வாழ்நாள் முழுவதும் தம்முடைய கிருபையுள்ள, வாழ்வளிக்கும் நற்செய்தியால் நம் ஆன்மாக்களுக்கு தொடர்ந்து உணவளிக்க விரும்புகிறார். அவர் நம்முடைய குற்றங்களை மன்னிக்க விரும்புகிறார், சோதனையில் நம்மை வழிநடத்தாமல், தீமையிலிருந்து நம்மை விடுவிக்க விரும்புகிறார். அவர் வாக்குறுதியளித்த அனைத்தையும் செய்ய அவர் உண்மையிலேயே விரும்புகிறார்.

நாம் என்ன செய்ய வேண்டும் என்று அவர் விரும்புகிறார் மற்றும் நாம் எதை நம்ப வேண்டும் என்று அவர் விரும்புகிறார் என்பது கடவுளின் வெளிப்படுத்தப்பட்ட சித்தம். அவர் அதை

நமக்கு தெளிவாக வெளிப்படுத்தியிருப்பதால் அதை அவருடைய வெளிப்படுத்தப்பட்ட சித்தம் என்று அழைக்கிறோம். நாம் செய்ய வேண்டியதெல்லாம் வேதத்தை வாசிப்பதுதான், கடவுள் நாம் என்ன செய்ய வேண்டும் என் விரும்புகிறார், எதை நம்ப வேண்டும் என்று கடவுள் விரும்புகிறார் என்பதை அறிந்துகொள்ள முடியும். நம்முடைய விசுவாசமும், நம்முடைய வாழ்க்கையும் தேவனுடைய சித்தத்திற்கு இணங்க வேண்டுமானால், நாம் தேவனுடைய பரிசுத்த வார்த்தையைக் கேட்க வேண்டும். அது சொல்வதை நாம் நம்ப வேண்டும், அது கட்டளையிடுவதைச் செய்ய வேண்டும்.

ஆனால் கடவுள் விரும்பும் அனைத்தும் வேதாகமத்தில் வெளிப்படுத்தப்படவில்லை. உண்மையில், கடவுளுடைய சித்தம் பெரும்பாலும் நம்மிடமிருந்து மறைக்கப்படுகிறது. குறிப்பாக பயங்கரமான இழப்பு மற்றும் சோகத்தின் போது இதை நாம் அறிந்துக்கொள்கிறோம். ஞானோபதேசம் (கத்தேகிஸ்மு) கடவுளின் "நலமானதும் கிருபையானதுமான் சித்தத்தைப்" பற்றி பேசுகிறது, ஆனால் நாம் பெரும்பாலும் நல்லதும் கருணையான எதையும் அதில் காண்பதில்லை. நாம் வேலையையும் வருமானத்தையும் இழக்கிறோம். குழந்தை கடுமையான குறைபாட்டுடன் பிறக்கிறது. விபத்து ஒரு பிரகாசமான எதிர்காலத்தை மூடுகிறது. நெருப்பு அல்லது வெள்ளம் நாம் வாழ்நாள் முழுவதும் சேர்த்துவைத்ததை அழிக்கிறது. உண்மையான அன்பு துரோகமாக மாறுகின்றது. இவ்வுலகில் நாம் அதிகம் நேசித்தவர் அகால மரணமடைந்து நம்மைத் தனியே விட்டுவிடுகிறார். பரலோகத்திலுள்ள நம்முடைய பிதா சர்வ வல்லமையுள்ளவர். அவர் காற்றையும் அலைகளையும் ஆளுகிறார். அவர் வயல்களை பூக்களால் அலங்கரிக்கிறார். அவர் ஆகாயத்துப் பறவைகளுக்கு உணவளிக்கிறார். அவர் நம் தலையில் உள்ள உரோமங்களை எண்ணுகிறார். அவர் எங்கே? என்ன செய்து கொண்டிருக்கிறார்? இந்த அவலங்கள் நிகழாமல் தடுக்க அவர் சக்தியற்றவரா? இல்லையென்றால், அவர் ஏன் நம் நலனுக்காக செயல்படவில்லை? சர்வவல்லமையுள்ள தேவன், நாம் இழந்து துன்பப்பட வேண்டும் என்று ஏன் விரும்புகிறார்? அவர் நமக்காக என்ன விரும்புகிறார் என்பதைப் புரிந்து கொள்ள முயற்சிக்கும்போது, நாம் இருளிலும் சந்தேகத்தின் மேகத்திற்குள்ளும் நுழைகிறோம். கடவுளின் சித்தத்தை நாம் அறிந்துக்கொள்ள முடிவதில்லை. ஒரு அன்பான கடவுள் தாம் நேசிப்பவர்கள் மீது ஏன் தீமையை அனுமதிக்கிறார் என்பதை அறியாமலேயே நாம் துன்பப்படுகின்றோம்.

நாம் தோல்வியடையும் போது கடவுளின் விருப்பம் என்ன? அல்லது நாம் துன்பப்படும்போது? அல்லது நாம் கடினமாக உழைத்ததை இழக்கும்போது? அல்லது நாம் நேசிப்பவர்களை இழக்கும்போது? நம் வாழ்வில் நாம் தீமை, பாவம் மற்றும் அர்த்தமற்ற துன்பத்தின் கொடுமைகளை அனுபவிக்கும்போது, நம் அன்பான கடவுளின் நன்மையானதும் கிருபையானதுமான சித்தம் என்ன?

நமக்குத் தெரியாது. நாம் யூகிக்கலாம். நாம் கற்பனைச் செய்யலாம். நாம் பல்வேறு இடங்களில் பதில்களைத் தேடலாம். ஆனால், நாம் ஞானமற்றவர்கள் என்பதை மனத்தாழ்மையோடு ஒப்புக்கொள்ள வேண்டும். இந்த துன்பம் நடக்க கடவுள் ஏன் அனுமதிக்கிறார்? அவர் ஏதற்காவது நம்மை தயார்படுத்துகிறாரா? மற்றவர்களுக்குக் கற்பிக்க அவர் நம்மைப் பயன்படுத்துகிறாரா? அவரது குறிக்கோள், அவரது நோக்கம், அவரது இலக்கு என்ன?

கடவுள் நம்மிடமிருந்து பிரத்தியேகங்களைத் தடுக்கிறார், ஆனால் நாம் தெரிந்து கொள்ள வேண்டிய அனைத்தையும் அவர் நமக்குக் கூறுகிறார். “அன்றியும், அவருடைய தீர்மானத்தின்படி அழைக்கப்பட்டவர்களாய் தேவனிடத்தில் அன்புகூருகிறவர்களுக்குச் சகலமும் நன்மைக்கு ஏதுவாக நடக்கிறதென்று அறிந்திருக்கிறோம்” (ரோமர் 8:28) என்பதாக புனிதர் பவுல் எழுதுகிறார்.

கடவுள் அதை எப்படி செய்வார்? அவர் சொல்லவில்லை. அவர் நமக்கு தன்னை நிரூபிக்க வேண்டுமா? புனிதர் பவுல் சொல்வதை மீண்டும் கேளுங்கள்: “இவைகளைக்குறித்து நாம் என்னசொல்லுவோம்? தேவன் நம்முடைய பட்சத்திலிருந்தால் நமக்கு விரோதமாயிருப்பவன் யார்? தம்முடைய சொந்தக்குமாரனென்றும் பாராமல் நம்மெல்லாருக்காகவும் அவரை ஒப்புக்கொடுத்தவர், அவரோகூட மற்ற எல்லாவற்றையும் நமக்கு அருளாதிருப்பதெப்படி?” (ரோமர் 8:31-32) என்கிறார்.

நமக்கு பதில்கள் வேண்டும். யோபுவை நினைவு இருக்கிறதா? அவருக்கும் பதில்கள் தேவைப்பட்டன. கடவுள் யோபுவிடம் பதில் தரப்போவதில்லை என்றுக் கூறினார். அவருடைய வெளிப்படுத்தப்பட்ட சித்தமே நமக்குத் தேவை. கடவுளின் மறைவான சித்தத்தைப் புரிந்து கொள்ள வலியுறுத்துவது என்பது நமக்குச் செல்ல உரிமை இல்லாத இடத்திற்குச் செல்வதாகும். நமக்கான கடவுளின் சித்தம் நலமானதாகவும், கருணையுள்ளதாகவும் மாத்திரமே இருக்க

வேண்டும், ஏனென்றால் கடவுள் நல்லவர், கிருபையுள்ளவர், நம் வாழ்வில் என்ன நடக்கிறது என்பதைக் கருத்தில் கொண்டு இது எப்படி இருக்கிறது என்பதை நாம் கண்டுபிடிக்க முடியாவிட்டால், நம்முடைய சொந்த அனுபவங்களையும் பிரச்சனைகளையும் விட்டு வெளிப்புறமாக வந்து, நம்முடைய விசுவாசத்தின் மூல ஆதாரத்தின் மீது கவனம் செலுத்த வேண்டிய நேரம் இது: 'இயேசு நமக்காக சிலுவையில் அறையப்பட்டார்.'

விசுவாசத்தோடு இயேசுவை நோக்கிப் பார்க்கிற நமக்கு நித்திய ஜீவனைத் தரவேண்டும் என்பதே தேவனுடைய சித்தம். கிறிஸ்து திரும்பி வரும் நாளில் நாம் கல்லறையிலிருந்து எழுந்து, காலங்கள் ஆரம்பிப்பதற்கு முன்னமே கடவுள் நமக்காக ஆயத்தம் செய்த ராஜ்யத்தைப் பெறுவோம். நம்முடைய இரட்சகராகிய இயேசுவின் இரத்தத்திலும் நீதியிலும் மட்டுமே நம்பிக்கை வைத்து, ஒவ்வொரு நாளும் நம்முடைய பாவங்களுக்காக மனந்திரும்பி, அவற்றிற்கு மரிப்பதே கடவுளின் சித்தம்.

இந்த வாழ்க்கையில் கடவுள் நமக்காக என்ன சேமித்து வைத்திருக்கிறார் என்பதன் பிரத்தியேகங்களை அறிந்து கொள்வது நம்முடையதல்ல. நாம் கடவுளின் சித்தத்தை அறியாதவர்கள் என்று இது அர்த்தப்படுத்துவதில்லை. கடவுள் நமக்கு அறிவூட்ட விரும்பும் இடத்திற்கு நம்மை வழிநடத்துவார் என்று அர்த்தம். நம் வாழ்வில் நாம் காணும், உணரும் மற்றும் அனுபவிக்கும் பலவற்றின் காரணமாக நமக்கான கடவுளின் சித்தத்தைப் பற்றி நாம் குழப்பமாகவோ, கலக்கமாகவோ அல்லது ஆழ்ந்த மன உளைச்சலுக்கு ஆளாகும்போது, கடவுள் தம் வெளிப்படுத்திய சித்தத்திற்கு, நீதி மற்றும் நற்செய்தி ஆகிய இரண்டிலும் நம்மை வழிநடத்துவார்.

நல்லதையும் சரியானவற்றையும் செய்வதற்காக நாம் துன்பம் அனுபவிக்கும்போது, அந்த துன்பம் கடவுள் நம்மை ஏற்க மறுத்தற்கு அடையாளமாக நாம் கருதக்கூடாது. நீதிக்காக நாம் துன்புறுத்தப்படும்போது நாம் பாக்கியவான்கள் என்று இயேசு ஆண்டவர் கூறினார். வேதத்தில் கடவுள் நமக்கு வெளிப்படுத்தியிருக்கும் கிறிஸ்தவ அன்பு மற்றும் கண்ணியத்தின் தராதரங்களைக் கடைப்பிடிப்பது எப்போதும் பிரசித்தமான காரியம் அல்ல. ஆனால் கடவுள் அதை அங்கீகரிக்கிறார். கடவுளின் சித்தம்தான் இங்கே முக்கியம். ஆண்டவருடைய தெளிவாக வெளிப்படுத்தப்பட்ட சித்தம் ஒரு திடமான பாறையாகும், அது நம் வாழ்வுக்காகவும் நம்

விசுவாசத்திற்காகவும் நிற்கக்கூடியது.

கடவுளுடைய சித்தம் நம்மிடமிருந்து மறைந்திருக்கும்போது, புனித லூக்காவால் பதிவுசெய்யப்பட்ட இந்த பதிவை நாம் கருத்தில் கொள்ளலாம்: "அவர்களை விட்டுக் கல்லெறிதூரம் அப்புறம்போய், முழங்கால்படியிட்டு: பிதாவே, உமக்குச் சித்தமானால் இந்தப் பாத்திரம் என்னைவிட்டு நீங்கும்படிசெய்யும்; ஆயினும் என்னுடைய சித்தத்தின்படியல்ல, உம்முடைய சித்தத்தின்படியே ஆகக்கடவது என்று ஜெபம்பண்ணினார்" (லூக்கா 22:41-42).

இயேசு ஜெபித்த கோப்பை அல்லது பாத்திரம் என்பது எது? இது அனைத்து மனித பாவங்களின், துன்பங்களின் கோப்பை (Cup) அல்லவா, உண்மையில் கடவுளின் கோபத்தின் கோப்பையும் மற்றும் அனைத்து பாவிகளின் நித்திய தண்டனையும் அல்லவா? எனவே, அந்தக் கோப்பையைப் பற்றிய பிதாவின் சித்தம் என்ன? அதைக் கூறுங்கள். அதை யார் குடிக்க வேண்டும்? நீங்களா? நானா? அல்லது இயேசுவா? இயேசு கிறிஸ்து கோப்பையை அருந்த வேண்டும் என்பதே கடவுளின் விருப்பம். ஏன்? ஏனெனில் நாம் அதை குடிக்க வேண்டியதில்லை என்பதால். "உம்முடைய சித்தம் நிறைவேறப்படுவதாக" என்று இயேசு ஜெபித்தபோது, நம்முடைய கடந்த காலத்தையும், நிகழ்காலத்தையும், எதிர்காலத்தையும் அன்பான தந்தையின் கருணையுள்ள கரங்களில் ஒப்படைத்தார். பின்னர் அவர் தெய்வீக நியாயத்தீர்ப்புக் கோப்பையை அதன் கசப்பான துர்நாற்றத்தின் அடிமட்டம் வரை குடிப்பதன் மூலம் நமது நித்திய வாழ்க்கையை காப்புறுதிப் பண்ணினார்.

"உம்முடைய சித்தம் நிறைவேறப்படுவதாக" என்று நாம் ஜெபிக்கும்போது, அவருடைய அன்பான குமாரன் நமக்குத் தகுதியான சாபத்தை அனுபவிக்க வேண்டும் என்று கோருவதற்குப் பதிலாக அதை அனுபவிக்க வேண்டும் என்று யாருடைய சித்தமாக இருந்ததோ அவரிடம் நாம் ஜெபிக்கிறோம். "உம்முடைய சித்தம் நிறைவேறப்படுவதாக" என்று நாம் ஜெபிக்கும்போது, தம்முடைய சொந்த குமாரனைக் காப்பாற்றாமல், நமக்காக எல்லாருக்காகவும் அவரைக் கொடுத்தவரிடமே நாம் ஜெபிக்கிறோம். நம் பிரச்சனைகள் எப்படித் தீர்க்கப்படும், நம் துன்பங்கள் எப்படி முடிவடையும், வாழ்க்கையின் இந்த அல்லது அந்த தற்செயல் சூழ்நிலையில் நாம் எப்படி இருக்க வேண்டும் என்பதை நாம் தெரிந்து கொள்ள வேண்டுமா? இல்லை. நம் எதிர்காலம் யாருடைய சர்வவல்லவரின்

கைகளில் உள்ளது என்பதை மட்டுமே நாம் தெரிந்து கொள்ள வேண்டும். அவரை நாம் அறிந்தால், அவருடைய நலமானதும், கருணையுள்ளதுமான சித்தத்தையும் நாம் அறிவோம். இந்த வாழ்க்கையில் கடவுள் நமக்கு அனுப்பும் சோதனைகளுடன் எப்போதும் நம்மீது வைத்திருக்கும் அன்பை நாம் ஈடுசெய்ய முடியாவிட்டால், இப்போது நாம் ஒரு கண்ணாடி வழியாக மங்கலாகப் பார்க்கிறோம் என்பதை அறிவோம், ஆனால் பரலோகத்தில் நாம் நேருக்கு நேர் பார்ப்போம். இப்போது நாம் ஓரளவு மட்டுமே அறிவோம், ஆனால் நாம் அறிந்துக்கொண்டிருந்ததைப் போலவே நாம் காண்போம், நமக்கான கடவுளின் சித்தம் எப்போதும் நல்லதாகவும், கிருபையாகவும் இருக்கின்றது என்பதை சரியான தெளிவுடன் பார்ப்போம். ஆமென்.

"இந்த நாளில் எங்கள் ஆகாரத்தை எங்களுக்குத் தாரும்."

மத்தேயு 6:11

எங்களுக்கு வேண்டிய ஆகாரத்தை இன்று எங்களுக்குத் தாரும்.

இதன் பொருள் என்ன? விடை:

கடவுள் தீயவர்கள் உள்ளிட்ட அனைவருக்கும் நம்முடைய மன்றாட்டு இல்லாமலே அன்றன்று வேண்டிய உணவை நிச்சயமாக அளித்து வருகிறார். ஆனால் நன்றியுடன் பெற்றுக்கொள்ளும் அன்றன்றைய ஆகாரத்திற்கான ஆசீர்வாதத்தினை ஒப்புக்கொள்கிறதற்காகவும் இம்மன்றாட்டினூடாக ஜெபிக்கிறோம்.

ஆகாரம் என்பதின் பொருள் என்ன? விடை:

ஆகாரம் என்பதற்குள் நமது உடலுக்கு ஆதாரமாகவும் தேவையுமாயிருக்கிறவைகள் அடங்கும். உணவு, தண்ணீர், உடை, காலணிகள், வீடு வாசல், துறைகள், கால்நடைகள், பணம், செல்வம், சிறந்த கணவன் அல்லது மனைவி, பிள்ளைகள், நேர்மையான வேலைக்காரர், உண்மையுள்ள அதிகாரிகள், நிலையான அரசு, நல்ல காலநிலை, சமாதானம், உடல் நலம், ஒழுக்கம், நற்புகழ், சிறந்த நண்பர்கள், நம்பிக்கைக்குரிய அயலகத்தார், மற்றும் இதைப் போன்ற அனைத்தும் அடங்கும்.

கர்த்தருடைய ஜெபம், முழு நிறைவான ஜெபம் என்று அழைக்கப்படுகிறது, ஏனென்றால் அது கர்த்தராகிய இயேசுவிடமிருந்து நமக்கு வந்தது. நாம் ஜெபிக்க வேண்டிய அனைத்தும் அதில் உள்ளன. பிரார்த்தனைக்குத் தகுதியான எல்லாவற்றிற்கும் கடவுளிடம் விண்ணப்பம் செய்வது மட்டுமல்லாமல், அது மிகச்சரியாக கட்டமைக்கப்பட்டுள்ளது. பரலோகத்திலுள்ள நமது பிதாவை நோக்கி, பரலோகத்தின் பொக்கிஷங்களை பூமிக்குக் கொண்டுவரும்படி அவரிடம் கேட்பதன் மூலம் இது தொடங்குகிறது. அவருடைய நாமம் நம்மிடையே பரிசுத்தப்படுத்தப்படும்போதும், அவருடைய அரசாட்சி (ராஜ்ஜியம்) நம்மிடம் வரும்போதும், அவருடைய நலமானதும் கிருபையானதுமான சித்தம் நமக்காக செய்யப்படும்போதும் இது செயல்படுகிறது. பரலோகத்திலிருக்கும் நம்முடைய பிதா, பூமியில் நம்மோடு தம் வீட்டை உருவாக்குகிறார்.

கர்த்தருடைய ஜெபத்தின் கடைசி மூன்று மனுக்கள் நம்மை இந்த பூமியிலிருந்து சொர்க்கத்திற்கு கொண்டு வருவது எது என்று கடவுளிடம் கேட்கிறது. நம்முடைய குற்றங்களை மன்னித்து, நம்மை சோதனைக்குட்படுத்தாமல், தீமையிலிருந்து விடுவிப்பதன் மூலம் கடவுள் நம்மை இங்கிருந்து அங்கு கொண்டுச் செல்வார்.

கர்த்தருடைய ஜெபத்தின் மிகச் சரியான மத்தியில், பூமியில் நம் உடல் வாழ்க்கையை வாழ என்ன தேவை என்பதை குறிப்பாகக் கையாளும் ஒற்றை வேண்டுகோளாக "அன்றன்று வேண்டிய எங்கள் ஆகாரத்தை இன்று எங்களுக்குத் தாருங்கள்" என்றுள்ளது. கடவுள் தம்முடைய நாமத்தை நமக்குள் ஞானஸ்நானம் கொடுத்து நம் ஞானஸ்நானத்தின் கிருபையில் நம்மை வைத்திருப்பதின் மூலம் நம்மிடையே அதை பரிசுத்தப்படுத்தினார்.

அவருடைய இராஜ்ஜியத்தை சிலுவையில் விலைக்கொடுத்து வாங்கி, சிலுவையின் பிரசங்கத்தின் வாயிலாக நம்மை அதில் அமர்த்துவதன் மூலம் தேவன் தம்முடைய இராஜ்ஜியத்தை நம்மிடம் கொண்டுவந்தார். இந்த வாழ்க்கையில் நாம் அனுபவிக்கும் துன்பங்கள் பரலோகத்தில் இருக்கும் மகிழ்ச்சிக்கான நம்பிக்கையைப் பறிக்க முடியாது என்று நம்மை விசுவாசிக்க வைக்க கடவுளின் நலமானதும் கிருபையானதுமான சித்தம் நமக்கு வெளிப்படுத்தப்பட்டுள்ளது. கடவுளின் பிள்ளைகளாகிய நாம் நமது அன்றாட உணவை கடவுளிடம் கேட்க தைரியமுள்ளவர்களாக இருக்கிறோம்.

நமது அன்றாட உணவை யார் தரப் போகிறார்கள்? நம்முடைய பிதா மாத்திரமே, அவருடைய நாமத்தை நம்மிடையே பரிசுத்தப்படுத்தி, அவருடைய ராஜ்யத்தை நமக்குக் கொண்டுவந்து, அவருடைய நலமானதும் கிருபையானதுமான சித்தத்தை நமக்கு வெளிப்படுத்தினார். நமக்குத் தேவையானதைக் கூட அறியாத ஒரு கடவுளிடம் நாம் தினசரி உணவைக் கேட்பதில்லை. நாம் பிறப்பதற்கு முன்பே நம்முடைய ஆழ்ந்த தேவையை நம்மில் கண்டு, அவருடைய ஒரே பேறான குமாரனைக் கொடுத்து அந்தத் தேவையைப் பூர்த்தி செய்தவரிடமே நாம் தினசரி அப்பத்தைக் கேட்கிறோம். யாரிடம் இருந்து நமது தினசரி ஆகாரத்தைக் கேட்கிறோம்? முழு உலகமும் யாருக்கு சொந்தமானதோ அவரிடம் கேட்கிறோம். நாம் அவருடைய பிள்ளைகளாக இருந்தால், அவருக்குச் சொந்தமானது நமக்கும் சொந்தமானது என்பதும் இதன் பொருள்.

பிள்ளைகள் பெற்றோருக்குச் சொந்தமான வீட்டை "நம் வீடு" என்று அழைப்பார்கள். கிறிஸ்தவர்கள் தங்கள் தந்தை தங்களுக்குக் கொடுத்த உலகத்தை "நம் உலகம்" என்று கருத வேண்டும். இந்த உலகம் நமக்கு சொந்தமானது அல்ல. அதை உண்டாக்கியவருக்குச் சொந்தமானது, அவர் நம்முடைய பிதா. எனவே, இது நமது உலகம். தேவன் தம்முடைய வாயின் வார்த்தையினால் ஒன்றுமில்லாத அனைத்தையும் படைத்தபோது, அவர் தம்முடைய சாயலில் உண்டாக்கிய ஆதாமையும் ஏவாளையும் ஆசீர்வதித்தார். பின்னர் அவர் அவர்களை நோக்கி: அவர்களிடம், "பிள்ளைகளைப் பெற்று விருத்தியடையுங்கள், பூமியை நிரப்பி அதை ஆண்டுகொள்ளுங்கள். கடலில் உள்ள மீன்களையும் வானத்திலுள்ள பறவைகளையும் ஆண்டுகொள்ளுங்கள். பூமியில் அலைந்து திரிகின்ற அனைத்து உயிரினங்களையும் ஆண்டுகொள்ளுங்கள்" என்றார் (ஆதியாகமம் 1:28). பாவமானது இந்த உலகில் கடவுளின் சாபத்தை கொண்டு வந்தது உண்மைதான், ஆனால் உலகம் இன்னும் கடவுளுக்கு சொந்தமானது. பாவம் மனிதகுலத்தில் கடவுளின் உருவகத்தை சிதைத்தாலும், நாம் இன்னும் "பூமியில் நகரும் ஒவ்வொரு உயிரினத்தின் மீதும்" ஆதிக்கம் செலுத்த வேண்டும். கடவுள் நம்முடைய கர்த்தராகவும் பிதாவாகவும் இருப்பதுபோல, அவர் நமக்குக் கொடுத்திருக்கும் உலகத்தின் மீது நாம் அதிபதிகளாக இருக்க வேண்டும். உலகை அதன் எஜமானர்களாக நாம் ஆளுகையில், நமக்கு இருக்கும் ஒவ்வொரு உடல் தேவையையும் கடவுள் வழங்குவார். அவர் நம்மை வைத்துள்ள இந்த நல்ல பூமியின் மூலம் அவ்வாறு செய்கிறார்.

இயற்கையின் சில விதிகளின்படி அதை உருவாக்கவோ அல்லது உடைக்கவோ அதை அதன் சொந்த விருப்பத்திற்கு விட்டுவிட்டு, இப்போது அதைப் புறக்கணிப்பது போலவோ கடவுள் உலகைப் படைத்தாரல்ல. இல்லை, சூரியன் உதயமாவதையும், அஸ்தமிப்பதையும், மழை மற்றும் பனி பொழிவதையும், பயிர்கள் வளருவதையும், ஆறுகளின் ஓட்டத்தையும் கடவுள் தனிப்பட்ட முறையில் பார்த்துக்கொள்கிறார். கடவுள் இந்த உலகத்தை ஆளுகிறார். அவர் இயற்கை நிகழ்வுகளை இயக்குவது மட்டுமல்லாமல், மனித நிகழ்வுகளையும் இயக்குகிறார். பக்தியுள்ள மனைவி மற்றும் குழந்தைகளுக்காக நாம் பிரார்த்தனை செய்கிறோம். பக்தியுள்ள மற்றும் உண்மையுள்ள ஆட்சியாளர்களுக்காக நாம் பிரார்த்தனை செய்கிறோம். நல்ல ஆட்சி அமைய பிரார்த்திக்கிறோம். நமது சரீரத் தேவைகளை அன்றாடம் வழங்குவதில் எது தேவையோ அதற்கேற்ப ஜெபிக்கிறோம். மேலும் இந்த உலகத்தை ஆளுகிறவரிடம் பிரார்த்திக்கிறோம்.

தனியார் சொத்துக்களை மதிக்கும் நல்ல அரசாங்கங்கள் மற்றும் தொழில், சேமிப்பு மற்றும் முதலீடுகளுக்கு வெகுமதி அளிக்கும் சட்டங்கள், பொருள் வளத்தை வழங்குவதற்கான கடவுளின் வழிமுறையாக செயல்படுகின்றன. மனசாட்சியில் எழுதப்பட்ட கடவுளின் சட்டத்தை புறக்கணிக்கும் மோசமான அரசாங்கங்கள், அவர்கள் ஆட்சி செய்யும் நாடுகளில் வறுமை, பற்றாக்குறை மற்றும் பஞ்சத்தை கூட கொண்டுவரும்.

"களவு செய்யாதிருப்பாயாக" என்கிற கடவுளின் எளிய கட்டளையை எடுத்துக் கொள்ளுங்கள். சட்டத்தால் தனியார் சொத்துக்களைப் பாதுகாக்க முடியாவிட்டால், மக்கள் வேலை செய்ய மாட்டார்கள். நீங்கள் உழைத்ததைத் திரும்பப் பெறுவதில் சட்டப்பூர்வ ஆதாரம் இல்லாமல் உங்களிடமிருந்து திருடப்பட்டால் ஏன் வேலை செய்ய வேண்டும்? யாரும் வேலை செய்யவில்லை என்றால், யார் உழுவார்கள்? நடுவார்கள்? அறுவடை செய்வார்கள்? யார் கற்பிப்பார்கள்? கட்டுவார்கள்? முதலீடு செய்வார்கள்? நமக்கு தினசரி உணவை வழங்க கடவுள் நல்ல அரசாங்கத்தைப் பயன்படுத்துகிறார். அதனால்தான் நம் ஆட்சியாளர்களை ஊழல்வாதிகள் அல்லது திறமையற்றவர்கள் என்று நாம் நினைத்தாலும் அவர்களுக்காக ஜெபிக்க வேண்டும். வெளிமண்டலத்தின் வெப்பத்தையும் ஈரப்பதத்தையும் தீர்மானிக்கும் அதே கடவுள் நம்பாமல் குறைக்கூறும் மக்களின் இதயங்களையும், நடத்தையையும் மாற்ற முடியும். பரலோகத்தில் இருக்கும் நமது பிதா இந்த உலகத்தை இயக்குகிறார். நம்முடைய தினசரி உணவிற்காக நாம் உறுதியான நம்பிக்கையில் பிதாவைத்தானே அழைக்க வேண்டும்?

பரலோகத்திலுள்ள நம் பிதா இந்த உலகத்தை தம் பிள்ளைகளுக்காக உண்டாக்கினார், மேலும் அவர் இந்த உலகத்தை தம் பிள்ளைகளுக்குக் கொடுத்தார். நாம் தேர்ந்தெடுக்கும் விதத்தில் செய்வது நம்முடைய வேலையல்ல, ஆனால் கடவுளுடைய ஊழியர்களாக அவற்றைக் கவனித்துக்கொள்வது நம்முடையது. கடவுள் ஆதாமையும் ஏவாளையும் தம் சாயலில் படைத்தார். அவர்கள் அவரைப் போலவே இருந்தார்கள். அவர்கள் வழிபடும் திறன் பெற்றவர்களாயிருந்தார்கள். எல்லாவற்றிற்கும் மேலாக கடவுளை விரும்பக்கூடிய ஒரு சித்தம் அவர்களுக்கு வழங்கப்பட்டது. அவர்கள் பாவம் செய்து தெய்வீக உருவத்தை இழந்தபோது, மனிதர்கள் என்ற மதிப்பை இழக்கவில்லை. இழந்த உருவத்தை மீட்டெடுக்க கடவுள் நம்மை மீட்டார். கிறிஸ்துவின் மூலம் நாம் மீண்டும்

கடவுளை அறிந்து அவரை தொழுதுக்கொள்ள முடியும். சிலுவையில் நமக்காகத் தம் உயிரைக் கொடுப்பதன் மூலம் இயேசு தம் தந்தையை வெளிப்படுத்துகிறார் அல்லது நமக்குக் காட்டுகிறார். அங்கே, இயேசுவின் பாடுகளில், நம் பரலோகத் தந்தையின் மகிமையைக் காண்கிறோம். அங்கு அவருடைய பெயர் புனிதமாக்கப்படுகிறது. அங்கே அவருடைய ராஜ்யம் நிறுவப்பட்டது. அங்கே அவருடைய நல்லதும் கருணையுள்ளதுமான சித்தம் வெளிப்படுகிறது. அங்கே நமக்குத் தேவையான மன்னிப்பு கிடைக்கிறது. அனைத்து சோதனைகளையும் தாங்கும் வல்லமை அங்கே உள்ளது. அங்கே நாம் தீமையிலிருந்து விடுவிக்கப்படுகிறோம். அத்தோடு, நம் தந்தை எப்போதும் நமக்கு தினசரி உணவை வழங்குவார் என்ற உறுதியையும் நாம் காண்கிறோம்.

நம்முடைய பொருள் தேவைகள் மீது நாம் கொண்டிருக்கும் மனப்பான்மை, அவற்றை வழங்குபவரைப் பற்றிய நமது அணுகுமுறையால் வலுவாக பாதிக்கப்படுகிறது. அவர் நமக்கு ஆதரவானவரா அல்லது நமக்கு எதிரானவரா? அவர் நம்மை நேசிக்கிறாரா அல்லது இல்லையா? அவர் உண்மையில் நம் வாழ்க்கையின் குறிப்பிட்ட விவரங்களில் அக்கறை கொண்டிருக்கிறாரா அல்லது அவருடைய கவனம் வேறு எங்காவது செலுத்தப்படுகிறதா? பிதாவின் அன்பை நம்மீது வெளிப்படுத்தியவர் இயேசு ஒருவரே, நம் அன்றாட உணவுக்காக நம் தந்தையிடம் ஜெபிக்க நம்மை அழைக்கிறவரும் இயேசு ஒருவரே. உடல் மற்றும் ஆன்மா இரண்டிலும் நம் மீட்பை விலைக்கு வாங்கிய இயேசு, பரலோகத்திலுள்ள நம் பிதா நம் உடல் தேவைகளை ஒருபோதும் மறக்க மாட்டார் என்று உறுதியளிக்கிறார்.

நம் உலகத்தின் தராதரத்திற்கு ஏற்ப நாம் நம்மை ஒருபோதும் மதிப்பிடக்கூடாது. பிறக்காத குழந்தைகள் கருவில் தொடர்ந்து இருப்பது மற்ற மக்களுக்குச் சிரமமாக இருப்பதால் கருக்கலைப்பு செய்யப்படுகிறது. பலவீனமானவர்களும் ஊனமுற்றோர்களும், அறிவுக்கூர்மையானவர்கள் மற்றும் திறமையானவர்களை விட குறைந்த மதிப்புள்ளவர்களாகக் கருதப்படுகிறார்கள். பொருள் ஆதாயத்தின் அளவுகோல்களால் மனித வாழ்க்கையை மதிப்பிடும் சுயநல கலாச்சாரத்தில் நாம் வாழ்கிறோம். உங்கள் மதிப்பு எவ்வளவு? என்ற கேள்வியைக் கேட்கிறோம், பணத்தின் அடிப்படையில் சிந்திக்கிறோம். ஆனால் அது நமக்கு மதிப்பு இல்லை! அவருடைய வறுமையின் மூலம் நாம் செல்வந்தர்களாக வேண்டும் என்பதற்காக,

அவர் ஏழையாக மாறத் தேர்ந்தெடுத்தபோது, கடவுள்தாமே நம்மீது வைத்த விலைக்கு நாம் மதிப்புள்ளவர்கள். நமது மதிப்பு என்ன? நம்முடைய கர்த்தராகிய இயேசு நமக்காக செலுத்தியதற்கு நாம் மதிப்புள்ளவர்கள். உலகில் உள்ள எல்லாப் பணத்தின் மதிப்பை விடவும் மிக உயர்வான மதிப்பை அவர் நம்மீது வைத்தார். இயேசுவின் இரத்தத்தால் மீட்கப்பட்ட ஒற்றை உயிரின் மதிப்பு பண அளவீடுகளில் கணக்கிட முடியாதது. கிறிஸ்தவர்களாகிய நமக்கு இந்த உலகம் மட்டும் சொந்தமானது அல்ல, பரலோகத்தின் செல்வமும் நம்முடையது. நாம் இன்னும் பூமியில் வாழ்ந்துக்கொண்டிருந்தாலும், பரலோகச் செல்வம் இப்பொழுதே நம்முடையது.

எனவே நாம் தினசரி உணவிற்காக ஜெபிக்கிறோம். வாழ்நாள் விநியோகத்திற்காக (supply) அல்ல. நமக்கு அவ்வளவு தேவையில்லை. நாம் இப்போதே, உடனே பயன்படுத்தக்கூடியவை மட்டுமே நமக்குத் தேவை. நமது எதிர்காலத்திற்காக முதலீடு செய்ய வேண்டாம், திட்டமிடுதல் மற்றும் வேலை செய்ய வேண்டாம் என்று கற்றுக்கொடுப்பதற்குப் பதிலாக, நமது அன்றாட உணவுக்காக ஜெபிக்க இயேசுவின் கட்டளை நமக்குக் கற்பிக்கிறது, நாம் திட்டமிட்டு வேலை செய்யும் போது, திட்டமிடல் மற்றும் வேலை நம்மை எங்கு கொண்டுச் சேர்க்கும் என்கிற கவலையை கடவுளிடம் விட்டு விடுகிறோம். நமது தினசரி உணவு நம்மைச் சார்ந்தது அல்ல. அப்படி நம்மைச் சார்ந்ததாக இருந்தால், அதற்காக ஜெபிக்க இயேசு நமக்குக் கற்பிக்க மாட்டார். தினசரி உணவுக்காக ஜெபிக்க இயேசு நமக்குக் கற்பிக்கிறார், ஏனென்றால் நம் உணவையை விட, அதை வழங்குவதற்கு ஒவ்வொரு நாளும் நம் தந்தையை சார்ந்திருக்க வேண்டும். *நம்* தினசரி உணவுக்காக *நாம்* ஜெபிக்கின்றோம். உங்கள் தினசரி உணவுக்காக நீங்கள் ஜெபிக்கும்போது நான் என் தினசரி உணவுக்காக ஜெபிப்பதில்லை. நம்முடைய தினசரி உணவுக்காக நாம் அனைவரும் ஒன்றாக ஜெபிக்கின்றோம்.

பழைய ஏற்பாட்டு திருச்சபை நாற்பது வருடங்கள் சீனாய் வனாந்தரத்தில் சுற்றி அலைந்து திரிந்தப்போது, கடவுள் வானத்திலிருந்து பொழிந்த மன்னா என்று அழைக்கப்படும் உணவை அவர்கள் உண்டார்கள். அவர்கள் தேவைக்கு அதிகமாக மன்னாவைச் சேகரித்தால், அது இரண்டாவது நாளில் ஊசிப்போன சுவையுடையதாய் கெட்டுப்போனது. ஆகவே, தங்களுக்குத் தேவையானதை மட்டும் எடுத்துக்கொள்ளவும், அடுத்த நாளுக்கான தங்கள் ஏற்பாடுகளைப் பற்றிக் கடவுள் கவலைப்படவும் அவர்கள்

கற்றுக்கொண்டார்கள். இயற்கை எவ்வாறு செயல்படுகிறது என்பதையும் பொருளாதாரம் எவ்வாறு செயல்படுகிறது என்பதையும் நாம் புரிந்து கொள்ளத் தொடங்கும் போது, நமது தினசரி ஆகாரத்தை எவ்வாறு பெறுகிறோம் என்பதற்கு ஒரு முழுமையான இயற்கையான விளக்கம் இருப்பதாக நாம் ஒருவேளைக் கருதலாம். அது பிழையான கருத்தாக இருக்கும். நடவு செய்தல், அறுவடை செய்தல், போக்குவரத்து, விற்பனைச் செய்தல், மற்றும் வளமான பொருளாதாரத்தை வழங்குதல் ஆகியவற்றின் மூலம் நமது அன்றாட உணவை நமக்கு வழங்குபவர் இறைவன். கடவுள் அப்படிப்பட்ட வழிகளில் செயலாற்றினாலும் சரி அல்லது கடவுள் வானத்திலிருந்து மன்னாவை மழையாகப் பொழிந்தாலும் சரி, எதுவாக இருந்தாலும், நம்முடைய அன்றாட உணவை கடவுள்தான் வழங்குகிறார். அதனால்தான் நாம் அதற்காக ஜெபித்தாக வேண்டும்.

ஆல்பர்ட் ஐன்ஸ்டீன் ஒரு அறிவார்ந்த மனிதராயிருந்தார். ஒருமுறை அவரிடம் ஒரு குறிப்பிட்ட அறிவியல் கேள்விக்கு பதில் தெரியுமா என கேட்கப்பட்டது. பதில் தெரியாது என அவர் ஒப்புக்கொண்டார். கேள்வி கேட்டவர் சற்று ஆச்சரியப்பட்டார். ஐன்ஸ்டீன் எத்தகைய அறிவாளி என பெயர் பெற்றவர் என்பது அவருக்குத் தெரியும். ஆனால் அந்த சிறந்த விஞ்ஞானி அக்கேள்விக்கான விடை கிடைக்கும் இடம் தனக்குத் தெரியும் என விளக்கினார். அவர் எல்லா விவரங்களையும் தெரிந்து வைத்துக்கொள்ள வேண்டிய அவசியம் என்ன?

மேலும் நாம் ஏன் தெரிந்துக்கொள்ள வேண்டும்? நீங்கள் எப்படிச் செலவழிப்பீர்கள், உங்கள் கட்டணங்களை எப்படிச் செலுத்துவீர்கள், அடுத்த மாதம் மற்றும் அடுத்த ஆண்டு உங்கள் தினசரி உணவு எப்படி வரும் என்று உங்களுக்குத் தெரியுமா? ஒருக்காலும் இல்லை. ஆனால் கிறிஸ்துவில் உங்கள் தினசரி உணவை உங்களுக்குக் கொடுப்பவரை நீங்கள் அறிவீர்கள். நிச்சயமாக பரலோகத்திலுள்ள உங்கள் பிதா - தம்முடைய ஒரே குமாரனை பாடுபடவும், உங்கள் பாவங்களை நீக்கி, உங்களை அவருடைய பரிசுத்த பிள்ளையாக்கவும் அனுப்பும் அளவுக்கு உங்களை நேசித்தவர்-உங்களை உடுத்தி, உண்ணுவிக்கும் அளவுக்கு நேசிக்கிறார். அவர் ஏன் உங்களுக்கு மிகப் பெரிய வெகுமதியை வழங்கி, மிகச்சிறிய பரிசை உங்களுக்குத் தடுக்க வேண்டும்? கிறிஸ்துவின் நிமித்தம், உங்களுக்கு நித்திய ஜீவனைக் கொடுத்தவர், இந்த வாழ்க்கையில் உங்கள் உடல் தேவைகள் அனைத்தையும் நிச்சயமாக வழங்குவார். ஆமென்.

எங்கள் பாவக் குற்றங்களை மன்னியுங்கள்

லூக்கா 11:4

மேலும், எங்களுக்கு எதிராக குற்றம் செய்பவர்களை நாங்கள் மன்னிப்பது போல், எங்கள் பாவக் குற்றங்களை மன்னியும்.

இதன் பொருள் என்ன? பதில்:

பரலோகத்திலுள்ள நம் பிதா நமது பாவங்களைப் பாராமலும் அவைகளின் நிமித்தம் நமது விண்ணப்பங்களை மறுக்காமலும் எல்லாவற்றையும் கிருபையாய் கொடுத்தருள வேண்டுமென்று இந்த மன்றாட்டிலே மன்றாடுகிறோம். ஏனென்றால், கேட்கிறவைகளை பெற்றுக்கொள்ள நமக்குத் தகுதியுமில்லை, அவற்றை நாம் சம்பாதித்துக் கொள்ளவுமியலாது. இருப்பினும் அவரது கிருபையினாலும், நன்மையினாலும் நாம் கேட்பதைத் தருவதற்கு அவர் தயாராகவே இருக்கிறார். நாள்தோறும் மிகுதியாய் பாவம் செய்து தண்டனைக்கு மாத்திரமே ஏற்றவர்களாய் இருக்கிறோம். ஆகவே நமக்கு விரோதமாகப் பாவம் செய்கிறவர்களுக்கு உண்மையாய் மன்னித்து மகிழ்ச்சியோடு நன்மை செய்வோம்.

கர்த்தருடைய ஜெபத்தின் முதல் மூன்று விண்ணப்பங்கள், பரலோகத்திலிருக்கும் நம்முடைய பிதாவைக் குறிப்பிடுகின்றன, அவர் பூமிக்கு வந்து இங்கே பூமியில் தனது வீட்டை உருவாக்குகிறார். அவர் தம்முடைய நாமத்தை நம்மிடையே மகிமைப்படுத்துகிறார். அவர் தனது அரசாட்சியை நம்மிடம் கொண்டு வருகிறார். அவருடைய நலமான, கிருபையான சித்தம் நமக்காக செய்யப்படுகிறது. தூய்மையான அன்பின் தந்தையின் பரிசாக நாம் வாழும் உலகத்தை அவர் நமக்குத் தருகிறார். நம்முடைய பாவத்தினால் நாம் அவருடைய சாபத்தை இந்த உலகத்தின் மீது கொண்டு வந்த பிறகும், பூமியிலுள்ள அவருடைய பரிசுத்த கிறிஸ்தவ சபையின் நலனுக்காக இந்த உலகத்தை ஆள்வதன் மூலம் அவர் இன்னும் நம்மை ஆசீர்வதிக்கிறார். "எங்கள் தினசரி உணவை எங்களுக்குக் கொடுங்கள்" என்று நாம் ஜெபிக்கும் போதெல்லாம், இந்த உலகில் நம் உடல் வாழ்க்கையை ஆதரிக்க வேண்டிய அனைத்தையும் அவர் நமக்குத் தருகிறார்.

கர்த்தருடைய ஜெபத்தின் இறுதி மூன்று மனுக்களில், இந்த உலகத்திலிருந்து பரலோகத்திற்கு நம்மைக் கொண்டுவரும் காரியங்களுக்காக ஜெபிக்க இயேசு நமக்குக் கற்பிக்கிறார்.

தேவன் நம்முடைய பாவங்களை மன்னித்து, நம்மை சோதனைக்குட்படுத்தாமல், தீமையிலிருந்து நம்மை விடுவிக்கும்படி ஜெபிக்கிறோம். பாவம் நிறைந்த இவ்வுலகிலிருந்து எந்தப் பாவமும் நுழையாத பரலோகத்திற்குக் கடவுள் நம்மை அழைத்துச் செல்வார். இந்த உலகம் நமது நித்திய வீடு அல்ல. கடவுள் அதை அழித்துவிடுவார். ஆனால் இயேசு, "நான் உங்களுக்காக ஒரு இடத்தை ஆயத்தப்படுத்தப் போகிறேன்" (யோவான் 14:3) என்றார்.

நீர் எங்கே செல்கிறீர்? எங்களுக்கு வழி தெரியாதே? என தூய தோமா கேட்டப்போது, இயேசு ஆண்டவர், "நானே வழியும், சத்தியமும், ஜீவனுமாயிருக்கிறேன், என்னாலேயல்லாமல் ஒருவனும் பிதாவினிடத்தில் வருவதில்லை" (யோவான் 14:6) என்று பதிலளித்தார். இயேசுவே பிதாவினிடம் செல்ல ஒரே வழி. இயேசுவே பரலோகத்திற்கு ஒரே வழி. இயேசு மட்டுமே பிதாவினிடம் செல்ல ஒரே வழி, ஏனென்றால் இயேசு மட்டுமே தந்தையின் ஒரே பேறான குமாரன், கிருபையும் உண்மையும் நிறைந்தவர். மனித இனத்தின் பிரதிநிதியாக இயேசு மட்டுமே சட்டத்திற்குக் கீழ்ப்படிந்ததால், தந்தையிடம் செல்ல இயேசு மட்டுமே ஒரே வழி. நியாயப்பிரமாணம் ஒவ்வொருவரும் செய்யக் கோறுவதை நிறைவேற்றினதின் மூலம் அவர் அனைவருக்கும் நித்திய ஜீவனை சொல்லாலும் செயலாலும் சம்பாதித்தார். உலகத்தின் பாவத்திற்காக இயேசு மட்டுமே பாடுபட்டிருப்பதால், பிதாவுக்கு ஒரே வழி இயேசு மட்டுமே. நம்முடைய பாவ மன்னிப்புக்காக பரலோகத்திலுள்ள நம்முடைய பிதாவிடம் ஜெபிக்கும்படி இயேசு நம்மை அழைக்கும்போது, இயேசுவின் நிமித்தம் கடவுள் நம்முடைய பாவங்களை மன்னிப்பார் என்பதில் உறுதியாக இருக்க முடியும். பாவமன்னிப்பு பெற்றவர்கள் பரலோகத்தைப் பெற்றவர்கள்.

ஆனாலும் நாம் சொர்க்கத்தில் இருக்கிறோம் என்று சொல்ல முடியாது. நாம் அங்கே இல்லை. நாம் இருந்திருந்தால், கர்த்தருடைய ஜெபத்தின் ஐந்தாவது மனுவை நாம் ஜெபிக்க வேண்டியதில்லை. மன்னிப்புக்காக ஜெபிக்கும்படி இயேசு நமக்குக் கற்றுக் கொடுத்தது, நமக்கு மன்னிப்பு தேவை என்று இயேசு அறிந்திருக்கிறார் என்பதைச் சொல்கிறது. நாம் பாவம் செய்வோம் என்பதை அவர் முன்கூட்டியே அறிந்திருக்கிறார். நம் பாவங்களைச் சுமந்தவர் பாவத்தின் தன்மையை அறிவார். இது பாவி கடவுளுக்கு செலுத்த வேண்டிய கடனாகும். புனித மத்தேயு நற்செய்தியில் கர்த்தருடைய ஜெபம், "எங்கள் கடனாளிகளுக்கு நாங்கள் மன்னிக்கிறதுபோல எங்கள்

கடன்களை எங்களுக்கு மன்னியும்" (மத்தேயு 6:12) என்கிறது, மேலும் "மனிதர்களுடைய குற்றங்களை நீங்கள் அவர்களுக்கு மன்னித்தால், உங்களுடைய பரமபிதா உங்களுக்கும் மன்னிப்பார்" (மத்தேயு 6:14) என்று ஆண்டவர் வாக்களிக்கிறார். புனித லூக்காவின் நற்செய்தியில் கர்த்தருடைய ஜெபத்தை, எங்களுக்கு எதிராக பாவம் செய்பவர்களை நாங்கள் மன்னிப்பது போல, "எங்கள் பாவங்களை எங்களுக்கு மன்னியும்" என்று வாசிக்கிறோம். குற்றம் (அத்துமீறல்) அல்லது பாவம் என்பது செலுத்த வேண்டிய கடன். கடவுளுக்கு நாம் செலுத்த வேண்டிய கடனை செலுத்தியவர் மட்டுமே அந்த கடனின் தன்மையை முழுமையாக புரிந்துகொள்கிறார். நம்முடைய பாவமனைத்தும் தான் பட்டப் பாடுகளினால் அவர்மீது சுமத்தப்பட்டபோது, இயேசு நம்முடைய பாவத்தை அனுபவித்தார். அவர் சிலுவையில் அறையப்பட்டப்போது, "என் கடவுளே, என் கடவுளே, ஏன் என்னைக் கைவிட்டீர்?" (மத்தேயு 27:46), என்று அவர் இதுவரை வாழ்ந்தவர்களிலேயே மிகப் பெரிய பாவியைப் போல் கூக்குரலிட்டார். குற்ற உணர்வு எப்படி இருக்கும்? அவர் அதை உணர்ந்தார். அவமானத்தை எப்படி உணர்வது? அவர் அதை உணர்ந்தார். கடவுளால் கைவிடப்படுவது எப்படி இருக்கும்? இயேசுவுக்கு தெரியும். "எங்கள் பாவங்களை மன்னியுங்கள்" என்று ஜெபிக்கும்படி இயேசு நம்மைத் தூண்டும்போது, பாவம் ஒருவருக்கு என்ன செய்கிறது என்பதையும், நாம் ஏன் கடவுளிடம் மன்னிப்பு கேட்க வேண்டும் என்பதையும் புரிந்துகொள்பவராக அவர் நம்மைத் தூண்டுகிறார்.

அப்போஸ்தலர் 2:42 இல், பெந்தெகொஸ்தே நாளில் ஞானஸ்நானம் பெற்றவர்கள் "அப்போஸ்தலருடைய உபதேசத்திலும், அந்நியோந்நியத்திலும், அப்பம் பிட்குதலிலும், ஜெபம்பண்ணுதலிலும் உறுதியாய்த் தரித்திருந்தார்கள்" என்று புனித லூக்கா கூறுகிறார். அப்பம் பிட்குதல் கர்த்தருடைய திருவிருந்தை (இராப்போஜனத்தை)க் குறிப்பதாகும். கர்த்தருடைய திருவிருந்து ஆராதனைகளில் ஏறெடுக்கப்படும் ஜெபங்களில் எப்போதும் கர்த்தருடைய ஜெபமும் அடங்கும். கர்த்தருடைய திருவிருந்தும் கர்த்தருடைய ஜெபமும் ஒன்றாகச் செல்கிறது. நமக்கு அவசியமுள்ளதாக நாம் ஜெபிக்கும் மன்னிப்பு, கிறிஸ்துவின் சரீரமாகவும், இரத்தமாகவும் உறுதியுள்ளதாக நம் நாவுகளில் இடப்படுகிறது. நம்முடைய பாவக்கடனை முழுவதுமாகச் செலுத்தும் அதே சரீரத்தையும் இரத்தத்தையும் நாம் பெற்றுக்கொள்ளும்போது, கடவுள் நம்மை மன்னிக்கிறார் என்பதில் எந்தவித சந்தேகமும் கிடையாது. நாம் ஒவ்வொரு முறையும் கர்த்தருடைய ஜெபத்தை

ஜெபிக்கும்போது, இயேசு தம்முடைய உடலையும் இரத்தத்தையும் எப்படி சிலுவையில் ஈந்தளித்தார் என்பதையும், அவர் எவ்வாறு நம் பாவ மன்னிப்புக்காக அவருடைய உடலையும் இரத்தத்தையும் அருளுகிறார் என்பதையும் நாம் சிந்திக்க வேண்டும்.

பாவமன்னிப்பு இல்லாவிட்டால், நாம் வறுமைக்குள்ளாகி, பரிதாபத்துக்குறியவர்களாகவும், பறிகொடுத்தவர்களாகவும் இருப்போம். கடவுள் நம் எல்லா பாவங்களையும் மன்னிக்கவில்லை என்றால், நாமே அவற்றுக்கு விலைச் செலுத்த வேண்டியிருக்கும். நாம் செலுத்த முடியாத அளவுக்கு அவை மிகப் பெரிய கடனாக இருக்கும். நமக்கு ஒருபோதும் அமைதி இருக்காது. நம் ஆன்மா ஒருபோதும் ஓய்வாக இருக்காது. கடவுளுடனான நம் உறவை நாம் தீவிரமாக சிந்திக்கும் ஒவ்வொரு முறையும் நாம் பயத்தால் நிறைந்திருப்போம். அது சகிக்க முடியாததாகி விடும் என்பதால், நமக்கு அமைதியைக் கொண்டுவருவதற்குத் தேவையான மதப் புனைகதைகளை நாம் கண்டுபிடிப்போம். புனித அகஸ்டின் தனது புகழ்பெற்ற பிரார்த்தனையில், “எங்கள் ஆன்மாக்கள் உம்மில் ஓய்வெடுக்கும் வரை அமைதியற்றவை” என்று கடவுளிடம் கூறியது சரியே. இயேசுவின் பாடுகளில் நாம் ஓய்வையும் அமைதியையும் காண்பதற்குக் காரணம், இயேசுவின் பாடுகளில் மட்டுமே பாவ மன்னிப்பைக் காண்கிறோம். இயேசுவின் இரத்தத்தில் நம்பிக்கை இல்லாத பாவிகள் தங்கள் பாவத்திற்கு சாக்குப்போக்கு சொல்வார்கள், மற்றவர்கள் மீது குற்றம் சாட்டுவார்கள் அல்லது அதிலிருந்து விடுபட வேறு வழியைக் கண்டுபிடிப்பார்கள். ஆனால் கடவுளின் குமாரனாகிய ஆண்டவர் இயேசு கிறிஸ்துவின் இரத்தம் மட்டுமே நம் பாவங்களைக் கழுவ முடியும்.

கிறிஸ்துவின் இரத்தம் அப்படிச் செய்கிறது. மன்னிப்பு ஒரு வல்லமைமிக்க காரியம். கடவுள் நம்மை மன்னிக்கும்போது, அவர் நமக்கு வல்லமையைத் தருகிறார். கடவுள், கடவுளாக இருப்பதால் நமக்கு கடவுள் மீது அதிகாரம் இல்லை. நாம் என்ன செய்ய வேண்டும் என்பதைச் சொல்லும் அவருடைய சட்டப்பூர்வ அதிகாரம் அல்லது நாம் தவறு செய்யும் போது நம்மை மன்னிக்கும் அவருடைய சுவிசேஷ அதிகாரத்தின் கீழ் நாம் இருக்கிறோம். ஆனால் தேவன் உங்கள் மீது சுவிசேஷத்தின் அதிகாரத்தைப் பிரயோகித்து, உங்கள் பாவங்கள் மன்னிக்கப்பட்டதாகக் கூறும்போது, வேறு எங்கும் காண முடியாத ஒரு வல்லமையை அவர் உங்களுக்குத் தருகிறார். மன்னிக்கும் வல்லமையை உங்களுக்கு வழங்குகிறார். மேலும் அது புறக்கணிக்கக்

கூடியதல்ல. அது பயன்படுத்த வேண்டிய ஒன்று!

நற்செய்தியைப் பிரசங்கிப்பதற்கும் திருச்சடங்குகளை நிர்வகிப்பதற்கும் பொறுப்பேற்றுள்ள ஆயர் அலுவலகத்தை (Pastoral Office) இயேசு திருச்சபைக்கு வழங்கினார். இந்தக் கிருபையின் மூலம் கடவுள் பாவிகளை மன்னித்து, அவர்களைப் பரிசுத்தப்படுத்தும் பரிசுத்த ஆவியை அவர்களுக்கு அளிக்கிறார். எல்லா கிறிஸ்தவர்களுக்கும் இயேசு பரிசுத்த ஆவியையும் பாவங்களை மன்னிக்கும் சக்தியையும் கொடுத்தார். பாவச் சுமையால் அவதிப்படும் ஒருவரிடம், 'இயேசு கிறிஸ்து' எனும் ஒரு இரட்சகர் இருக்கிறார் என்று சொல்வதற்கு நீங்கள் போதகராக அழைக்கப்பட்டு, நியமிக்கப்பட வேண்டியதில்லை. இயேசு அனைவருக்காகவும் மரித்ததால், கிறிஸ்துவின் நிமித்தம் கடவுளின் கிருபையால் அவர்களுடைய பாவங்கள் மன்னிக்கப்படுகின்றன என்று கேட்க விரும்பும் ஒருவனுக்கோ, ஒருத்திக்கோ நாம் சொல்லலாம். தங்கள் பாவங்களை ஒப்புக்கொள்பவர்கள் மட்டுமே பாவ மன்னிப்பை உண்மையென நம்புவார்கள். தனக்குத் தேவையில்லாததை யாரும் நம்புவதில்லை. பாவமன்னிப்புக்கான அவசியத்தைக் காண ஒரு பாவி கற்றுக்கொள்ளும் ஒரே வழி கடவுளுடைய நீதியைக் கேட்பதுதான். அதனால்தான், திருச்சபை தனது போதகர்கள் மூலம் கடவுளுடைய நீதியை அதன் அனைத்து தீவிரத்தன்மையிலும் பிரசங்கிப்பதை புறக்கணிக்கக்கூடாது. ஆனால் கடவுளின் நீதி அவருடைய இறுதி வார்த்தை அல்ல. சுவிசேஷமே இறுதி வார்த்தை. சுவிசேஷத்தைக் கேட்பதற்கும் அதில் நம்பிக்கை வைப்பதற்கும் நாம் தயாராக இருக்க வேண்டும் என்பதற்காகவே நீதிச் சட்டம் நம்மைக் கண்டிக்கிறது. பாவ மன்னிப்பின் நற்செய்தி என்பது கடவுளின் பரிசுத்த வார்த்தையின் உறுதியானதும் அசைக்க முடியாததுமான உண்மையாகும், இது இயேசு மரித்தோரிலிருந்து உயிர்த்தெழுப்பப்படுவதால் உத்திரவாதம் அளிக்கப்படுகிறது. எல்லாருடைய பாவங்களையும் சுமந்த இயேசு, மரித்தோரிலிருந்து உயிர்த்தெழுந்தார் என்கிற உண்மையே, கிறிஸ்துவின் நிமித்தம் கடவுள் எல்லா பாவிகளையும் மன்னிக்கிறார் என்பதை நிரூபிக்கிறது.

நாமும் அவ்வாறேச் செய்கின்றோம். நமக்கு எதிராக பாவம் செய்பவர்களை மன்னிக்கிறோம். கர்த்தருடைய ஜெபம் முழுக்க இந்த ஒரு விஷயத்தை மட்டுமே நாம் கடவுளுக்கு வாக்களிக்கிறோம். மன்னிப்போம் என்று உறுதியளிக்கிறோம். பொதுவாக எல்லா மக்களையும் மன்னிப்பதாக நாம் உறுதியளிக்கவில்லை. நம்மிடம் தவறு

செய்பவர்களை மன்னிப்பதாக உறுதியளிக்கிறோம். நம் மன்னிப்புக்கு தகுதியானவர்களை மன்னிப்பதாக நாம் உறுதியளிக்கவில்லை. யாருடைய மன்னிப்புக்கும் தகுதியில்லாதவர்களை மன்னிப்பதாக உறுதியளிக்கிறோம். யாருடைய அன்பும் பாசமும் ஆதரவும் நமக்கு முக்கியமானதோ அவர்களை மன்னிப்பதாக நாம் உறுதியளிக்கவில்லை. நாம் யாருடன் எந்த தொடர்பும் இல்லாதவர்களை மன்னிப்பதாக உறுதியளிக்கிறோம். எதிரிகளை நேசிக்க இயேசு நமக்குக் கற்றுக்கொடுக்கிறார். அன்பு மன்னிக்கிறது. அதைத்தான் அது செய்கிறது. பாவி தான் செய்த தவறுக்கு போதுமான அளவு வருந்துகிறாரா இல்லையா என்று அது கேட்கவில்லை. அன்பு மன்னிக்கிறது. பாவம் செய்தவன் தனக்கு மன்னிப்புத்தேவை என்கிறானா என்றுக்கூட அது கேட்பதில்லை. இந்த உலகத்திற்கு மீட்பர் வேண்டுமா என்று கடவுள் கேட்கவில்லை. உலகம் கேட்கும் வரை அவர் காத்திருந்திருந்தால், இரட்சகர் பிறந்திருக்க மாட்டார், நாம் அனைவரும் நம் பாவத்தில் தொலைந்து போயிருப்போம். தெய்வீக அன்பு முன்முயற்சி எடுத்து பாவத்தை அறிக்கையிடுவதற்கு முன்பே மன்னிக்கிறது. பரிசுத்த ஆவியானவர், நற்செய்தி மற்றும் திருச்சடங்குகள் மூலம், நம் பாவங்களை மன்னிக்கும்போது, அவர் கடவுளின் அன்பையும் நம் இதயங்களில் ஊற்றுகிறார். ஒரு கிறிஸ்தவருக்கு தவறு செய்பவர்களை மன்னிக்கும் வல்லமை ஆற்றல் மாத்திரம் இல்லை; மன்னிக்க வேண்டும் என்கிற விருப்பமும் அவருக்கு இருக்கிறது. கடவுள் தனக்குச் செய்ததைப் பிறருக்குச் செய்ய அவர் விரும்புகிறார். கடவுள் தனக்கு கொடுத்ததை மற்றவர்களுக்கு கொடுக்க அவர் விரும்புகிறார்.

நமக்கு எதிராக பாவம் செய்பவர்களை மன்னிக்க மறுப்பது நம்மை அழிக்கக்கூடிய கொடிய ஆன்மீக விஷம். வெறுப்பு தன்னை உயர்ந்த கொள்கையாக அணிவகுக்கிறது. அது பொய்களால் தன்னை மறைத்துக் கொள்கிறது மற்றும் வெறுப்பதற்கான அனைத்து வகையான காரணங்களையும் கொண்டு வருகிறது. ஆனால் கிறிஸ்தவர்களாகிய நாம் அதை நன்கு அறிவோம். நமது பாவ மாம்சம் அதன் பங்கான மாம்சத்தை விரும்பி, பழிவாங்கலை வலியுறுத்தும் அதே வேளையில், நாம் கடவுளின் பிள்ளைகள் என்று பரிசுத்த ஆவியானவர் நம் ஆவிக்கு சாட்சிக் கூறுகிறார். நமக்குள் வெறுப்பை உணர்ந்து, நம்மைக் கட்டுப்படுத்த முயற்சிக்கும்போது, நற்செய்திக்கு சற்றும் குறைவில்லாத சக்தியைக்கொண்டு எதிர்கொள்ள வேண்டிய கொடிய எதிரியை நாம் எதிர்கொள்கிறோம் என்பது நமக்குத் தெரியும். நமக்கு அநீதி இழைத்தவரையே நாம் கருத்தாய் கவனிக்கிறோம்.

இழைக்கப்பட்ட தவறை நாம் அன்பாய் கருதுகிறோம். எதிர் மறுப்பு, மனந்திரும்பாமை, திமிர்த்தன்மை அக்கறையின்மை ஆகியவற்றை நாம் அன்புடன் கருதுகிறோம், வெறுப்பதற்குப் பதிலாக, இதுவரை வாழ்ந்த அனைத்து வெறுப்பாளர்களின் அனைத்து வெறுப்பையும் தாங்கியவரைப் பார்க்கிறோம். தம் அன்பினால் வெறுப்பை எதிர்கொண்டு அதை வென்ற இயேசுவையே நாம் பார்க்கிறோம். அங்கே கடவுளுக்கு எதிரான நமது பாவங்கள் அனைத்தும் நாம் அறியும் முன்பே கழுவப்பட்டுவிட்டன. நமக்கு எதிராக செய்த பாவங்களை அங்கே வைக்கிறோம். நமக்கு எதிராக பாவம் செய்பவர்கள் மனந்திரும்புவதற்கும் அல்லது அறிக்கையிடுவதற்கும் நாம் காத்திருப்பதில்லை. நாம் அவர்களை மன்னித்து அவர்களின் மனந்திரும்புதலுக்காக ஜெபிக்கிறோம்.

பாவத்தை தள்ளிவிடவோ அல்லது அதற்கு சாக்கு சொல்லவோ இயேசு நமக்குக் கற்பிக்கவில்லை. அதை மன்னிக்க அவர் நமக்குக் கற்பிக்கிறார். பெரிய வித்தியாசம் இருகிறது. தேவன் நம்முடைய பாவத்தை தம்முடைய ஒரேபேறான குமாரன் மீது சுமத்தினப்போது அதைத் தள்ளிவிடவில்லை. அதற்கு அவர் விலைக் கொடுத்தார். தெய்வீக அன்பின் புனித தியாகத்தின் காரணமாக நாம் மன்னிக்கப்படுகிறோம். அந்த தியாகத்தின் காரணமாக நாம் மன்னிக்கிறோம்.

நம்முடைய வெறுப்பின் பாவங்களைச் சிலுவையில் சுமந்த இயேசு தம்முடைய பரிசுத்த ஆவியை நமக்குத் தருகிறார், அவர் மிகவும் நேசிக்கக்கூடாதவர்களையும் நேசிக்க நமக்கு அதிகாரம் அளிக்கிறார். நம்முடைய பாவங்களை மன்னிக்கும் அதே பரிசுத்த ஆவியானவர் நமக்கு எதிராக பாவம் செய்பவர்களை மன்னிக்க நமக்கு உதவுகிறார். நம்முடைய பாவங்களை கடவுளிடம் அறிக்கையிடும்போது, நமக்கு எதிராக பாவம் செய்தவர்களை மன்னிக்க நாம் மறுப்பதை பாவ அறிக்கையுடன் சேர்த்துக் கொள்கிறோம். நம் இதயத்தில் உள்ள கசப்பை நாம் அறிக்கையிடுகிறோம். நாம் அனைத்தையும் அறிக்கையிடுகிறோம். கடவுள் அவையனைத்தையும் மன்னிக்கிறார், ஏனெனில், இயேசு ஆண்டவர் தமது புனிதமான, குற்றமற்ற, கசப்பான பாடுகளினாலும் மரணத்தாலும் அனைத்தையும் நீக்கிப்போட்டார். கிறிஸ்துவின் நிமித்தம் கடவுளால் மன்னிக்கப்படுவதிலிருந்து மட்டுமே நாம் மன்னிக்க கற்றுக்கொள்ள முடியும். எனவே, "எங்களுக்கு எதிராக குற்றம் செய்பவர்களை நாங்கள் மன்னிப்பது போல், எங்கள் பாவக் குற்றங்களை மன்னியும்" என்று நாம் ஜெபிக்கின்றோம். ஆமென்.

எங்களைச் சோதனைக்குட்படப் பண்ணாதிரும்.

மத்தேயு 6:13a

மேலும், எங்களை சோதனைக்குட்படப் பண்ணாதிரும்.

இதன் பொருள் என்ன? விடை:

கடவுள் நிச்சயமாக ஒருவரையும் சோதிப்பதில்லை. ஆனால், பிசாசு, உலகம், மற்றும் நம்முடைய மாம்சம் நம்மை வஞ்சிக்காமலும், மெய்யான நம்பிக்கையை விட்டு விலகி நம்மை ஏமாற்றி மூடநம்பிக்கைகளுக்கும், அவநம்பிக்கைக்கும், விரக்திக்கும், மற்றும் பெரிய குற்றங்கள், தீமைகள் போன்றவற்றிலிருந்து கடவுள் நம்மை பாதுகாக்குமாறு இம்மன்றாட்டில் ஜெபிக்கின்றோம். இது போன்ற சோதனைகளால் துன்புறுத்தப்படுகையில் நாம் வீழ்ந்து தோற்று விடக்கூடாது. மாறாக இவற்றிலிருந்து மீண்டு எழுந்து அவற்றை மேற்கொண்டு வெற்றிப்பெற வேண்டும்.

கர்த்தருடைய ஜெபத்தின் இறுதி மூன்று மன்றாட்டுக்களில், நாம் பரலோகம் செல்வதற்கு என்ன தேவை என்று பரலோகத்தில் உள்ள நம் பிதாவினிடம் கேட்கிறோம். கடவுள் நம்மை இந்த பாவ உலகத்திலிருந்து பரலோகத்திற்கு தம்மிடம் கொண்டு வருவார், நம்முடைய மீறுதல்களை மன்னித்து, நம்மை சோதனைக்கு உட்படுத்தாமல், தீமையிலிருந்து விடுவிப்பார். இங்கே நாம் கர்த்தருடைய ஜெபத்தின் ஆறாவது மனுவைக் குறிப்பாகப் பரிசீலிக்கிறோம், “எங்களைச் சோதனைக்குட்படப் பண்ணாதிரும்.”

கடவுள் உண்மையில் நம்மை சோதனைக்கு வழி நடத்துவாரா? வேதாகமத்தின் விடை மிகவும் தெளிவாக இருக்கிறது. புனித யாக்கோபு அவருடைய நிருபத்தின் முதல் அத்தியாயத்தில் பதிவு செய்யப்பட்ட வார்த்தைகளைக் கேளுங்கள்:

> சோதிக்கப்டுகிற எவனும், நான் கடவுளால் சோதிக்கப்படுகிறேன் என்று சொல்லாதிருப்பானாக; தேவன் பொல்லாங்கினால் சோதிக்கப்படுகிறவரல்ல, ஒருவனையும் அவர் சோதிக்கிறவருமல்ல. அவனவன் தன்தன் சுய இச்சையினாலே இழுக்கப்பட்டு, சிக்குண்டு, சோதிக்கப்படுகிறான். பின்பு இச்சையானது கர்ப்பந்தரித்து, பாவத்தைப் பிறப்பிக்கும், பாவம் பூரணமாகும்போது, மரணத்தைப் பிறப்பிக்கும். (யாக்கோபு 1:13-15).

கடவுளால் ஒருவரையும் பாவம் செய்ய தூண்ட இயலாது என்பதை இங்கே வேதம் தெளிவுபடுத்துகிறது. கடவுள் பாவம் செய்யும் தன்மையற்றவர். நன்மையான அனைத்திற்கும் அவரே ஆதாரம். கடவுள் நமக்கு தீயவற்றைக் கொடுத்திருக்கிறார் என்று தோன்றினால், அதற்குக் காரணம் அதன் தோற்றங்கள் நம்மை ஏமாற்றுகின்றன. கடவுளை விசாரணைக்கு உட்படுத்துவது நாகரீகமாகிவிட்டது. குறிப்பாக ஜோசப் ஸ்டாலின், அடால்ஃப் ஹிட்லர், மாவோ சே துங் போன்ற பிசாசுக்களால் இருபதாம் நூற்றாண்டில் இந்த உலகத்தில் ஏற்பட்ட பயங்கரத்தின் வெளிச்சத்தில், இந்த உலகில் நடக்கும் தீமைகளுக்கு கடவுளே காரணம் என்று சிலர் கருத்து தெரிவித்தனர். ஆனால் கடவுள் பாவம் மற்றும் தீமையின் படைப்பாளி அல்ல. அவர் இருக்க முடியாது. லுத்தரின் சிறிய ஞானோபதேசம் (Small Catechism) இந்த உலகில் உள்ள அனைத்து தீமைகளுக்கும் மும்மடங்கு ஆதாரம் உள்ளது என்று சரியாக கூறுகிறது, அதாவது, பிசாசு, உலகம் மற்றும் நமது சொந்த பாவ மாம்சம் ஆகியவை. ஞானோபதேசத்தில் நாம் சொல்வது போல், "பிசாசு, உலகம், மற்றும் நம்முடைய மாம்சம் நம்மை வஞ்சிக்காமலும், மெய்யான நம்பிக்கையை விட்டு விலகி நம்மை ஏமாற்றி மூடநம்பிக்கைகளுக்கும், அவநம்பிக்கைக்கும், விரக்திக்கும், மற்றும் பெரிய குற்றங்கள், தீமைகள் போன்றவற்றிலிருந்து கடவுள் நம்மை பாதுகாக்குமாறு இம்மன்றாட்டில் நாம் ஜெபிக்கின்றோம்."

பிசாசு தவறான கோட்பாட்டின் (போதனையின்) மூலம் நம்மை சோதிக்கிறான். பொய்யான வாக்குறுதிகளால் உலகம் நம்மை சோதிக்கிறது. நமது பாவ மாம்சம் போலியான விசுவாசத்தினால் நம்மைச் சோதிக்கிறது.

பிசாசு தவறான கோட்பாட்டின் (False Doctrine) படைப்பாளன். கள்ளத் தீர்க்கதரிசிகளைப் பற்றி, "அவர்களின் கனிகளால் நீங்கள் அவர்களை அறிவீர்கள். ஒரு நல்ல மரம் கெட்ட கனியைக் கொடுக்க முடியாது, கெட்ட மரம் நல்ல கனியைக் கொடுக்க முடியாது" (மத்தேயு 7:16, 18) என இயேசு ஆண்டவர் கூறினார். பிசாசு பொய் சொல்கிறான். கடவுள் நமக்கு உண்மையைக் கூறுகிறார். இயேசு பிசாசை பொய்யன் என்றும் பொய்களின் தந்தை என்றும் அழைத்தார். அவனை கொலைகாரன் என்று அழைத்தார். பொய் சொல்லி மக்களை கொலை செய்கிறான். போலியான போதனை போலியான விசுவாசத்தை உருவாக்குகிறது, மேலும் போலியான விசுவாசம் இரட்சிக்க முடியாது. புனித பவுல் திமோத்தேயுவை "பேய்களின் கோட்பாடுகள்" குறித்து எச்சரிக்கிறார். அனைத்து தவறான போதனைகளும் பொய்களின்

தந்தையும் ஆன்மாக்களை கொலை செய்பவனிடமிருந்தும் வருகிறது. கடவுள் தம்முடைய சத்தியத்தினால் நம்மைப் பரிசுத்தப்படுத்துகிறார். தவறான கோட்பாடு நம் விசுவாசத்தின் மீது பிசாசுத்தனமான தாக்குதல்.

“எங்களை சோதனைக்குட்படப் பண்ணாதிரும்” என்று நாம் ஜெபிக்கும்போது, கள்ள போதனையிலிருந்து நம்மைக் காப்பாற்றும்படி கடவுளிடம் வேண்டுகிறோம். எல்லா கள்ள போதனைகளும் இயேசுவைப் பற்றிய இரட்சிக்கும் சத்தியத்திற்கு எதிராக இயக்கப்படுகின்றன. எல்லா தவறான போதனைகளும் நேரடியாக இயேசுவின் மீது கவனம் செலுத்துவதில்லை. பிசாசு மிகவும் புத்திசாலி. சில சமயங்களில் மறைமுகத் தாக்குதலும் நேரடித் தாக்குதலைப் போலவே சக்தி வாய்ந்ததாக இருக்கும். பிசாசு இயேசுவுடன் நெருக்கமாகப் பிணைந்திருக்கும் வேறு ஒன்றைத் தாக்கி இயேசுவைத் தாக்குகிறான். குறிப்பாக, அவன் வேதத்தையும் திருச் சடங்குகளையும் தாக்குகிறான்.

பிசாசு திருச்சபைக்கு வெளியில் இருந்து வேதாகமத்தை எப்போதும் தாக்கிக்கொண்டிருந்தான். கடந்த இருநூறு வருடங்களில் அவனுடைய தாக்குதல் திருச்சபைக்குள் நடைபெற்று வருகிறது. திருச்சபையின் போதகர்களுக்கு பயிற்சி அளிக்கும் இறையியல் கல்லூரி பேராசிரியர்கள் வேதாகமத்தின் வரலாற்றுக் கணக்குகளின் நம்பகத்தன்மையை கேள்வி எழுப்புகின்றனர். பிசாசு மக்களை கேள்வி கேட்க வைக்க முடியும் என்றால் வேதத்தின் உண்மைத்தன்மையையும், கிறிஸ்தவ போதனையின் ஆதாரத்தையும், தகுதரத்தையும் அவன் அழித்துவிட்டான் என்பதாகும். வேதம் தவறாக இருந்தால், திருச்சபையின் போதனைகளுக்கு தீர்ப்பளிப்பளிப்பது எது? எனவே பிசாசு வேததைத் தாக்குகிறான். வேதம் வரலாறாக முன்வைக்கும் வரலாற்றுத் துல்லியத்தை அவன் நீக்க முயற்சிக்கிறான். எடுத்துக்காட்டாக, படைப்பு, ஆதாம் மற்றும் ஏவாள், வெள்ளம், செங்கடலை அதிசயமாகக் கடப்பது மற்றும் பல வரலாற்று நிகழ்வுகள் பற்றிய வேதாகம காரணக் காரிய கூற்றுக்கள் வரலாறு அல்ல, கட்டுக்கதைகள் என்று அவன் கற்பிக்கிறான். பரிசுத்த வேதாகமத்தின் நம்பகத்தன்மையை சந்தேகிக்க மதிப்புமிக்க, மரியாதைக்குரிய இறையியலாளர்களை அவன் பயன்படுத்துகிறான்.

வேதாகமத்தின் வரலாற்று நம்பகத்தன்மை மீதான தாக்குதல் பல்வேறு விவிலிய போதனைகள் மீதான தாக்குதலாகும்.

ஆதியாகமத்தில் ஒரு ஆணுக்கும் ஒரு பெண்ணுக்கும் இடையிலான திருமணத்தைக் குறித்து நாம் அறிந்துக்கொள்கிறோம். ஆனால் இந்தக் கூற்று நிஜ வாழ்வில் உண்மையாக இல்லாவிட்டால், ஆண்கள் ஆண்களை திருமணம் செய்வது அல்லது பெண்கள் பெண்களை திருமணம் செய்வது பற்றிய போதனைக்கு திருச்சபை ஒருவேளை இடமளிக்கலாம். ஆதியாகமத்தில் நாம் பாவத்தில் விழுந்த வரலாற்று வீழ்ச்சியை கற்றுணர்கிறோம். அது உண்மையில் நடக்கவில்லை என்றால், மூல பாவத்தின் கோட்பாடும் நம்பிக்கையற்றதாகிவிடும்.

வேதத்தின் மீதான தாக்குதல் கிறிஸ்துவின் மீதான தாக்குதல். கிறிஸ்தவர்கள் வேதத்தில் உள்ள நம்பிக்கையை இழக்கும் போது, பிழையாய் எழுதப்பட்ட கடவுளின் வார்த்தையாக, நம் இரட்சகராய் வந்த பாவமற்ற மாம்சமான வார்த்தையாகிய வேதத்தின் கிறிஸ்துவை நாம் இழக்க நேரிடும். வேதத்தின் மீதான தாக்குதல் இயேசுவின் மீதான பிசாசின் தாக்குதல்.

பிசாசு திருச்சடங்குகள் (சாக்கிரமந்துக்கள்) மீதான தனது தாக்குதல்களையும் வழிநடத்துகிறான். பரிசுத்த ஞானஸ்நானத்தின் வழியாய் கடவுள் நம் பாவத்தை எப்படி சுத்திகரிக்கிறார் என்று வேதம் நமக்குக் கற்பிக்கிறது. இது பரிசுத்த ஆவியின் மறுபிறப்பு மற்றும் புதுப்பித்தலின் கருணையான சுத்திகரிப்பு ஆகும். இது கடவுளின் செயல், நம்முடையது அல்ல. மதகுருவானவர் கடவுளின் செயற்கருவியேயன்றிவேறில்லை.ஞானஸ்நானம்பெற்றவர்கடவுளின் தயவைப் பெறுகிறார், கடவுளுக்கு அவர் தயவு செய்வதில்லை. பரிசுத்த ஞானஸ்நானத்தை கடவுளின் கிருபைக்கு பதிலாக நாம் செய்யும் ஒரு செயலாக மாற்றுவதன் மூலம், ஞானஸ்நானம் வழங்கும் ஆறுதலை பிசாசு இழக்கச் செய்கிறான். இவ்வாறு அவன் நம் விசுவாசத்தைத் தாக்குகிறான். இறைவனின் திருவிருந்திலும் அவ்வாறே செய்கிறான். புனிதமான கூறுகள் (Sacramental Elements) உண்மையில் கிறிஸ்துவின் உடல் மற்றும் இரத்தம் அல்ல, ஆனால் வெறும் அப்பம் மற்றும் திராட்சை மது (Wine) வழியாக திருச்சபையில் சரீரமாக இல்லாத இயேசுவை மாத்திரமே நாம் நினைவுகூருகிறோம் என்று மக்களை இணங்கவைப்பதனால், கிறிஸ்துவின் கிருபையான பிரசன்னத்தை கிறிஸ்தவர்களிடமிருந்து சாத்தான் பறிக்கிறான். பாவ மன்னிப்பு, வாழ்வு மற்றும் இரட்சிப்பை வழங்குவதாக அவர்கள் இனி இந்த திருச்சடங்கைப் பார்க்க மாட்டார்கள். கிறிஸ்து வார்த்தையிலும் திருச்சடங்குகளிலும் நம்மிடம் வருவதால், பிசாசு வேதத்தையும் திருச்சடங்கையும் இழிவுபடுத்த முயற்சிக்கிறான்.

கிறிஸ்தவர்களை கிறிஸ்துவிடமிருந்து பிரிப்பதே அவனுடைய உண்மையான குறிக்கோள். நம்முடைய விசுவாசத்தை அழிக்க நினைக்கிறான். நம்முடைய பாவங்களை மன்னிக்க இயேசு சிந்திய இரத்தத்தில் நாம் நம்பிக்கை வைப்பதை அவன் விரும்பவில்லை. கிறிஸ்து நமக்காகச் செய்தவற்றில் அல்ல, நாம் செய்வதில் நம்பிக்கை வைக்க வேண்டும் என்று அவன் விரும்புகிறான். இயேசு தங்கள் பாவங்களை நீக்கிவிட்டார் என்பதை அறிந்தவர்கள் மட்டுமே கடவுளுக்கு முன்பாக நீதிமான்களாக நிற்கிறார்கள் என்பதை அறிய முடியும். இந்த அறிவு நம்மை ஆன்மீக குருட்டுத்தன்மையிலிருந்து புதிய பிறப்புக்கும், பாவத்திலிருந்து நீதிக்கும், மரணத்திலிருந்து வாழ்க்கைக்கும் வழிநடத்துகிறது. அது நம்மை பரலோகத்திற்கு கொண்டு செல்கிறது. வேதத்தை அடிப்படையாக கொண்ட சிலுவையின் பிரசங்கம் மற்றும் திருச்சடங்குகளுடன் இணைந்திருப்பது மட்டுமே பிசாசின் சோதனைகளுக்கு எதிராக நிற்க உண்மையான விசுவாசத்தைக் கொண்டு வர முடியும்.

எனக்கு சிலுவையின் பிரசங்கம் என்றென்றும் ஞானம்;
உம் மரணம் மட்டுமே நான் இழந்ததை மீட்டெடுக்கிறது;
என் பாரத்தை உம் மீது சுமத்துகிறேன், நான், உமது நாமத்தில்,
பாவம் மற்றும் மரணம் மற்றும் எல்லா அவமானங்களிலிருந்தும்
அடைக்கலம் கோருகிறேன் – ஆ இயேசுவே, உமது நாமத்திற்கு ஸ்தோத்திரம்!

என நாம் ஞானப் பாடலில் பாடுகின்றோம்.

சாத்தான் வெறுக்கும் சத்தியம் இதுதான், மேலும் அவன் கண்டுபிடித்தஒவ்வொருதவறானபோதனையும்இந்தவிலைமதிப்பற்ற நற்செய்தியைத் தூக்கியெறிய வடிவமைக்கப்பட்டுள்ளது. சாத்தான் தவறான கோட்பாட்டின் மூலம் நம்மை சோதிக்கிறான்.

இந்த உலகம் பொய்யான வாக்குறுதிகளால் நம்மை சோதிக்கிறது. போதைக்கு அடிமையானவன் அல்லது குடிகாரன் எவ்வளவு பரிதாபத்திற்குரியவன் என்பதை பெரும்பாலான மக்கள் பார்ப்பது எளிது. அவன் தற்காலிகமான ஒரு இனிமையான உணர்வின் பின்னால் ஓடுகிறான். அது அவனை வெறுமையாக்கி, திருப்தியடையாமல், உடைந்து, வேலையின்றி, பாழடைந்த உறவுகளுடனும், முறிந்த மண வாழ்க்கையுடனும் உண்மையான நண்பர்கள் இல்லாமல் செய்தப்போதும், அதன் பின்னால் ஓடுகிறான். பின்னர் அவன் என்ன செய்ய விரும்புகிறான்? அவன் தொடங்கும்

இத்தகைய துன்பத்திற்குக் காரணமானதைத் திரும்பிப் பார்க்க விரும்புகிறான். உலகின் அனைத்து சோதனைகளும், இன்னும் மிக மதிப்பாய் தோன்றும் சோதனைகளும் இப்படித்தான். உடலுறவு, அதிகாரம், பணம், அல்லது உலகம் வழங்கும் பிற உருவ வழிபாடுகள் யாவும் உண்மையில் நம்மை திருப்திப்படுத்த முடியாது, ஏனெனில் அவை நீடித்திருக்க முடியாது. ஒரு ஞானப் பாடலாசிரியர் கூறுவது போல், "அவை நம்மைத் துன்புறுத்தும், நம்மைச் சீற்றத்திலாழ்த்தும் சுமைகளாக நிரூபிக்கின்றன, மேலும் உண்மையான நிலையான மகிழ்ச்சியாக ஒருபோதும் நமக்கு இணக்கமளிக்காது". உலகின் சோதனைகள் ஒருபோதும் வழங்க முடியாத ஒரு தவறான நம்பிக்கையை அளிக்கின்றன. அவைகள் பாவத்தின் மீது பாவத்தை குவிக்கின்றன, அதனால் நாம் ஆன்மீக ரீதியில் கல்மனமுள்ளவர்களாகி மனந்திரும்புதலையும், பாவமன்னிப்பையும் இனி பரிசீலனைக்கும் கருதமாட்டோம். கடவுள் பாவியை மன்னிக்க மாட்டார் என்பதல்ல. அவர் நிச்சயம் மன்னிப்பார். ஆனால் பாவம் செய்பவன் இனிமேல் கவலைப்பட மாட்டான். கிறிஸ்துவில் நாம் வைத்திருக்கும் நித்திய நம்பிக்கையை வெற்று நம்பிக்கையாய் மாற்ற உலகம் நம்மைச் சோதிக்கிறது.

நமது பாவ மாமிசம் போலியான விசுவாசத்தால் நம்மைச் சோதிக்கிறது. "மாமிசம்" என்பது பாலுறவில் பாவம் செய்யும் விருப்பத்திற்கான ஒரு குறிப்பு மட்டுமல்ல, பாவத்தன்மையில் இருக்கும் நாம் விருப்பப்படுவதும் மாம்சமாகும். அது என்ன? அது கர்த்தருடைய ஜெபம் வேண்டுவதற்கு நேர் எதிரானது! நம் பாவம் நிறைந்த மாம்சம் எதை விரும்புகிறது? கடவுளின் பெயரைப் புனிதப்படுத்த அல்ல, ஆனால் தனக்கென ஒரு பெயரை உருவாக்க விரும்புகிறது. கடவுளுடைய ராஜ்யம் வருவதற்காக அல்ல, ஆனால் கடவுளின் இடத்தில் ஆட்சி செய்ய விரும்புகிறது. கடவுளின் சித்தம் அல்ல, ஆனால் நம்முடைய சித்தத்தை விரும்புகிறது. தினசரி உணவை அல்ல, ஆனால் வீணான செல்வத்தை விரும்புகிறது. கடவுளின் கிருபையால் இலவசமாக வழங்கப்பட்ட பாவ மன்னிப்பை அல்ல, மாறாக நீதியின் நற்செயல்களால் வரும் புகழையும், பெருமையையும் விரும்புகிறது. மாம்சம், சுருக்கமாக, சாத்தானின் மதங்களை விரும்புகிறது, ஏனென்றால் சாத்தானின் மதங்கள் பாவமுள்ள மனிதனை மகிமைப்படுத்தி கிறிஸ்துவினால் வரும் கடவுளின் கிருபையை மறுக்கின்றன.

மேலும் அவை நம்மை வெறுமையாக்குகின்றன. தவறான

விசுவாசம் விரக்திக்கு வழிவகுக்கிறது, அதாவது, கடவுள் நமக்காக யாதொன்றையும் செய்யவே முடியாது என்று மறுப்பது. இயேசுவையல்லாமல் கடவுளின் உதவியை எதிர்ப்பார்பது வீணாய் நோக்குவதாகும்.

எல்லா சோதனையையும் வென்று வெற்றியைப் பெற கடவுள் எவ்வாறு நமக்கு உதவுகிறார்? இயேசுவிடம் நம்மை வழிநடத்துவதன் மூலம் அவர் அவ்வாறு செய்கிறார். எபிரேயருக்கு எழுதப்பட்ட நிருபத்தில், "விசுவாசத்தைத் துவக்குகிறவரும் முடிக்கிறவருமாயிருக்கிற இயேசுவை நோக்கி, நமக்கு நியமித்திருக்கிற ஓட்டத்தில் பொறுமையோடே ஓடக்கடவோம்; அவர் தமக்குமுன் வைத்திருந்த சந்தோஷத்தின் பொருட்டு, அவமானத்தை எண்ணாமல், சிலுவையைச் சகித்து, தேவனுடைய சிங்காசனத்தின் வலதுபாரிசத்தில் வீற்றிருக்கிறார்"(எபிரெயர் 12:2), என்று வாசிக்கின்றோம்.

நம் அனைவருக்கும் பொதுவான சோதனைகளை அவர் எதிர்கொண்டார். அவர் அவைகளை நம்முடைய வெற்றி நாயகனாக எதிர்கொண்டார், அவர் வென்றார். கிறிஸ்துவுக்குள்ளான நம்மை சோதனைகள் அழிக்க முடியாது என்பதே இதன் பொருள். நாம் பாவம் செய்தாலும், அவர் நம் மத்தியஸ்தராக இருக்கிறார். அவர் நம் வெற்றி வீரராக இருக்கிறார். அவர் பரிந்து பேசுகிறார். அவர் நம்மை சோதனையிலிருந்து மீட்டு பரலோகத்திற்கு அழைத்துச் செல்கிறார்.

> நான் இயேசுவோடு எல்லா வழிகளிலும் நடக்கிறேன், அவருடைய வழிகாட்டுதல் என்னை ஒருபோதும் கைவிடாது. சாத்தானின் சக்தி என்னைத் தாக்கும் போது அவருடைய காயங்களுக்குள் நான் தங்குவதைக் காண்கிறேன். அவருடைய அடிச்சுவடுகளால், என் பாதையில் நான் பாதுகாப்பாக நடக்கிறேன்;
> அச்சுறுத்தும் தீங்குகள் இருந்தபோதிலும்,
> எல்லா வழிகளிலும் நான் இயேசுவுடன் நடக்கிறேன்.
> என் நடை முற்றிலும் பரலோகம் நோக்கி;
> காத்திரு, என் ஆத்துமா,
> நாளை, உனது எல்லா பாவங்களிலிருந்தும் துக்கத்திலிருந்தும்
> நீ அப்போது விடுதலை பெறுவாய்.
> எல்லா உலக ஆடம்பரமும், போய்விடும்!
> நான் இப்போது பரலோகம் செல்கிறேன்.
> உலகில் முற்றிலுமாய் நான் தங்கமாட்டேன்;
> என் நடை முற்றிலும் பரலோகம் நோக்கி. ஆமென். (ஞானப் பாடல்)

தீமையினின்று எங்களை இரட்சித்துக்கொள்ளும்.

மத்தேயு 6:13b

மேலும், தீமையினின்று எங்களை இரட்சித்துக்கொள்ளும்

இதன் பொருள் என்ன? பதில்:

இந்த மன்றாட்டில் அனைத்தினதும் சுருக்கமாக, பரலோகத்திலிருக்கிற நம் பிதா நமது உடலுக்கும் ஆன்மாவுக்கும் உடைமைகளுக்கும், புகழுக்கும் ஏற்படுகிற ஒவ்வொரு தீமை மற்றும் ஆபத்திலிருந்து நம்மை மீட்க வேண்டும் என்றும், மரணத்தின் வேளை வரும்போது ஆசீர்வாதமான முடிவினை நமக்கு அளித்து, அவருடைய கிருபையுள்ள நன்மைகளினால் கண்ணீர் எனும் பள்ளத்தாக்கிலிருந்து மீட்டு பரலோகத்தில் தம்முடன் சேர்த்துக்கொள்ளுமாறு ஜெபிக்கிறோம்.

தீமை நுழையாத ஒரு உலகத்தை கற்பனை செய்து பாருங்கள். அது துன்பமோ வலியோ இல்லாத இடமாக இருக்கும். குற்ற உணர்ச்சியோ வருத்தமோ இருக்காது. துன்பம் இருக்காது. மரணம் இருக்காது. இவை அனைத்தும் இல்லாமல் இருக்கும், ஏனென்றால் தீமை நுழையாத உலகம் பாவம் இல்லாத உலகமாக இருக்கும். "இப்படியாக, ஒரே மனிதனாலே பாவமும் பாவத்தினாலே மரணமும் உலகத்திலே நுழைந்ததுபோலவும், எல்லா மனிதர்களும் பாவம் செய்ததினால், மரணம் எல்லோருக்கும் வந்ததுபோலவும் இதுவும் ஆனது" (ரோமர் 5:12) என்பதாக புனித பவுல் நமக்கு நினைவூட்டுகிறார். தீமையிலிருந்து நம்மை விடுவிப்பதற்கான விண்ணப்பத்திற்கு கடவுள் பதிலளிக்க, தீமை நுழைய முடியாத ஒரு உலகத்தை அவர் நமக்காக உருவாக்க வேண்டும்.

சில தலைமுறைகளுக்கு முன்பு அமெரிக்க வேத அறிஞர்கள் தாங்கள் வாழ்ந்த காலத்து மக்களுடன் நன்றாக தொடர்பு கொள்ள விரும்பி 'சமூக நற்செய்தி' (Social Gospel) என்று அவர்கள் அழைத்த ஒரு கோட்பாட்டை கொண்டுவந்தனர். அவர்கள் பாரம்பரிய கிறித்தவத்தை விமர்சித்தனர், இது "வேறு உலக வாழ்வியலை" மேம்படுத்துகிறது, எனவே பொருத்தமற்ற கிறித்துவம், "நீங்கள் இறக்கும் போது முழுக்க முழுக்க வானத்தில் வடை", என்று அவர்கள் கேலி செய்தனர்.

சமூக நற்செய்தி என்று அழைக்கப்படுவதை ஆதரித்தவர்கள், கிறிஸ்தவர்கள் இந்த உலகத்தை விட்டு கடந்துச் செல்லும்போது அவர்களுக்கு ஒரு சிறந்த வாழ்க்கையை உறுதியளிக்காமல், திருச்சபை இங்கு வாழும் வாழ்வையே ஒரு சிறந்த உலகமாக மாற்ற பாடுபட வேண்டும் என்று வலியுறுத்தினர். பரலோகம் பற்றிய பாரம்பரிய கிறிஸ்தவ போதனைகளை நிராகரித்து, திருச்சபையினர் இங்கே பூமியில் கிறிஸ்துவின் திருச்சபையின் முக்கிய நோக்கம் பூமியில் மிகவும் நியாயமுள்ள சமுதாயத்தை உருவாக்குவது என்று கற்பிக்கத் தொடங்கினர். இருப்பினும், வழக்கமாக நடந்தது என்னவென்றால், திருச்சபைத் தலைவர்கள், பெரும்பாலும் மத ஆடைகளை உடுத்திக்கொண்டு தாங்கள் வாழ்ந்த காலத்தின் பிரபலமான அரசியல் தத்துவங்களை கிளிப்பிள்ளைகளைப் போல பேசத் தொடங்கினர். வெகுளியான இறையியலாளர்களும் திருச்சபைத் தலைவர்களும் ஏழைகள் மற்றும் ஒடுக்கப்பட்டவர்களின் ஆன்மீக நல்வாழ்வை விட அரசியல் அதிகாரத்தில் அதிக ஆர்வம் கொண்ட அரசியல்வாதிகளின் கைப்பொம்மைகளாக மாறினார்கள். திருச்சபை தனது காலத்திய ஆளும் அரசியல் சக்திகளை மணம் செய்துக் கொள்ளும் போதெல்லாம், ஒரு அரசியல் தீர்வு மாறி, மற்றொன்று பின்பற்றப்படும்போதெல்லாம், உடனே அது தன்னை ஒரு விதவையாக காண்கிறது. உண்மையில், இந்த உலகின் கடந்து செல்லும் ஆசாபாசங்களுக்கு ஆதரவாக நற்செய்தியின் நித்திய சத்தியத்தை கைவிடும் கிறிஸ்தவர்களைப் போன்ற பரிதாபமானவர்கள் யாரும் இருக்கமுடியாது. மிகத் தெளிவாகச் சொல்வதென்றால்: பரலோகத்திலுள்ள நம் பிதாவால் மட்டுமே இந்த உலகத்தின் தீமையிலிருந்து நம்மை விடுவிக்க முடியும். அவர் அவ்வாறு செய்வதற்கு முன், அவர் நமக்குள்ளில் இருக்கும் தீமையிலிருந்து நம்மை விடுவிக்க வேண்டும்.

மேலே உள்ள கடவுளுக்கு மட்டுமே சொந்தமான ஒரு அதிகாரத்திற்கு சாத்தான் கீழே இருந்து உரிமைக் கோரினப்போது தீமை இந்த உலகத்திற்கு வந்தது. ஆதாமும் ஏவாளும் களங்கமில்லாமல் கடவுளுடைய பெயரைப் புனிதப்படுத்தினார்கள். தோட்டத்தின் நடுவில் உள்ள மரம் தாங்கள் தொடுவதற்கும் சாப்பிடுவதற்கும் அல்ல என்று அவர்கள் தினம் தினம் அறிக்கைச் செய்தார்கள். கடவுளின் பரிசுத்த நாமம், கடவுளின் நித்திய ஆட்சி, கடவுளின் பரிசுத்த சித்தம் ஆகியவை முதலாவதாக எப்போதும் மதிக்கப்பட வேண்டும் என்று அந்த மரம் அவர்களுக்குக் கற்பித்தது. நாம் கடவுளைக் கேள்வி கேட்காமல் இருக்கலாம், ஏனென்றால் அவர் கடவுள். நாம்

மரத்தின் பழத்தை உண்ணக்கூடாது என்று அவர் கூறும்போது, மரத்திலுள்ளதை நாம் உண்ணாமல் இருக்க வேண்டும்-நிச்சயமாக என்று அர்த்தம். கடவுள் கூறிவிட்டதால் இனி அதைக்குறித்துப் பேச வேண்டியதில்லை. "கடவுள் உண்மையில் சொன்னாரா?" என்று தீயவன் கேள்வி எழுப்பினான். அவன் கடவுளின் புனித பெயரையும் அடையாளத்தையும் தாக்கினான். அவன் கடவுளுடைய ராஜ்யத்திற்கு எதிராக போர் முழக்கம் செய்தான். அவன் கடவுளின் விருப்பத்திற்கு எதிராக தன்னை அமைத்துக் கொண்டான். அவனது போர் கடவுள் படைத்து ஆட்சி செய்த உலகத்திற்கு எதிரானது. நம்முடைய முதல் பெற்றோரை பாவத்தில் வழிநடத்தி, அவன் முழு உலகத்தையும் மரணத்திற்கு இட்டுச் சென்றான், மேலும் மனித இனத்தை அவனுக்கு எதிராக உதவியற்றவர்களாக ஆக்கினான். பிசாசு, நீங்கள் அறிந்தப்படி, மரண பயத்தை மனிதகுலத்திற்கு எதிரான மிகப்பெரிய ஆயுதமாகப் பயன்படுத்துகிறான்.

இந்த இறுதி மன்றாட்டு கர்த்தரின் ஜெபத்தை சுருக்கமாகக் கூறுகிறது. கடவுளின் பெயரைக் கெடுக்கும், கடவுளின் ராஜ்யத்திற்கு எதிராக தன்னை அமைத்து, கடவுளுடைய சித்தத்தை எதிர்க்கும், கடவுள் நமக்குக் கொடுத்த நல்ல பூமியின் ஆசீர்வாதங்கள் அனைத்தையும் இழக்கச் செய்யும் அந்தத் தீமையிலிருந்து பரலோகத்திலுள்ள நம் பிதா நம்மை விடுவிக்க ஜெபிக்கிறோம். நற்செய்தியைப் பொய்யாக்குகின்ற, நம்முடைய பாவ மன்னிப்பைப் பறிக்கின்ற தீமையிலிருந்து கடவுள் நம்மை விடுவிக்கும்படி, நமக்கு எதிராக பாவம் செய்பவர்களை மன்னிப்பதில் இருந்து நம்மை தடுக்காமலிருக்க ஜெபிக்கிறோம். சோதனையிலிருந்து கடவுள் நம்மைக் காத்திட வேண்டும் என்று பிரார்த்திக்கிறோம். நாம் பிசாசுக்கு எதிராக ஜெபிக்கிறோம். இந்த மன்றாட்டின் கிரேக்க மூலச்சொல்லை "தீமையிலிருந்து எங்களை விடுவியும்" அல்லது "தீயவரிடமிருந்து எங்களை விடுவியும்" என மொழிபெயர்க்கலாம். ஞானோபதேசம் (கத்தேகிஸ்மு) அதைச் சரியாகச் சுருக்கமாகக் கூறுகிறதை மீண்டும் பார்க்கலாம்:

இந்த மன்றாட்டில் அனைத்தினதும் சுருக்கமாக, பரலோகத்திலிருக்கிற நம் பிதா நமது உடலுக்கும் ஆன்மாவுக்கும் உடைமைகளுக்கும், புகழுக்கும் ஏற்படுகிற ஒவ்வொரு தீமை மற்றும் ஆபத்திலிருந்து நம்மை மீட்க வேண்டும் என்றும், மரணத்தின் வேளை வரும்போது ஆசீர்வாதமான முடிவினை நமக்கு அளித்து, அவருடைய கிருபையுள்ள நன்மைகளினால் கண்ணீர் எனும் பள்ளத்தாக்கிலிருந்து மீட்டு

பரலோகத்தில் தம்முடன் சேர்த்துக்கொள்ளுமாறு ஜெபிக்கிறோம்.

ஆனால் இந்த உலகம் கண்ணீரின் பள்ளத்தாக்கு அல்லது சோகத்தின் பள்ளத்தாக்குதானா? நாம் அறிந்த ஒரே மகிழ்ச்சி இந்த உலகம்தான் அல்லவா? நீங்கள் வேறு எங்கு வாழ்ந்தீர்கள்? நாம் இன்னும் பரலோகம் செல்லவில்லை. தீமை உள்ளே நுழையாத இடத்தில் நாம் இன்னும் வாழவில்லை, நம்மிலும் நம்மைச் சுற்றியுள்ள அனைவரிடமும் பாவம் இல்லாத இடத்தில் நாம் வாழவில்லை. கடவுளின் பெயர் பூரணமாக புனிதமாக்கப்பட்டு, அவருடைய ராஜ்யம் முழுமையாக வெளிப்படுத்தப்பட்டு, அவருடைய நலமானதும் கிருபையானதுமான சித்தமும் அதில் எது நல்லது மற்றும் கிருபையானது என்பதைப் புரிந்துகொள்ளும் வகையில் அந்த நேரத்தையோ இடத்தையோ நாம் இன்னும் அனுபவிக்கவில்லை. ஆகையால், இந்த மன்றாட்டை நாம் ஏறெடுக்கும்போது, கடவுள் நம்மை உள்ளிருந்து வெளியே மாற்ற வேண்டும் என்று ஜெபிக்கிறோம், இதனால் நமக்குள் இருக்கும் தீமையிலிருந்து நாம் மனந்திரும்பக் கற்றுக்கொள்வோம். வாழ்க்கையில் நம்முடைய மிகப்பெரிய பிரச்சனைகள் நியாயமற்றதும், கொடூரமானதுமான உலகில் இல்லை, ஆனால் இங்கே, அதாவது நமக்குள்ளேயே இருப்பதை நாம் அறிந்துக் கொள்ள வேண்டும். நம்முடைய பாவங்களை மன்னித்து, சோதனையிலிருந்து நம்மைப் பாதுகாக்கும் கடவுள், அதன் வழியாய் நம்மைத் தீமையிலிருந்து விடுவிக்கிறார்.

ஆனால் மனந்திரும்பாமல் பாவ மன்னிப்பு இல்லை. கடவுள் பாவிகளை மன்னிக்கிறார். நீங்கள் மன்னிப்பைப் பெறுவதற்கு முன் நீங்கள் முதலில் ஒரு பாவியாக இருக்க வேண்டும். ஆனால் நாம் பாவிகளாகக் கருதப்படுவதை நாம் விரும்புவதில்லை. இயற்கையாகவே நாம் மனந்திரும்ப விரும்புவதில்லை. எனவே தீமையிலிருந்து விடுபடுவதற்கு நாமே மிகப்பெரிய தடையாக இருக்கிறோம். நாம் நமது சொந்த பாவத்திலிருந்து விடுதலை பெற விரும்புவதில்லை. எப்பொழுதும் நமக்கு மிகப் பெரிய எதிரியாக இருக்கும் ஒருவனை நண்பனாகவேத் தழுவ விரும்புகிறோம்.

குழந்தைகளை கவனித்துப் பார்த்து அவர்கள் சொல்வதைக் கேளுங்கள். ஒரு சிறுவன் மற்றொரு சிறுவனுடன் சண்டையிடும் போது, அச்சிறுவனுக்கு எதிரான தனது சொந்த பாவத்தைக் குறித்து அறிக்கை செய்து அதற்காக தன்னைத் திருத்தும்படி கேட்க அம்மாவிடம் ஓடுகிறானா? நிச்சயமாக இல்லை. எதிர்தரப்பு

சிறுவனைக் குறித்து புகார் செய்ய தன் தாயினிடம் ஓடுகிறான். அவன் மற்றொரு சிறுவனை பிரச்சனையாக மட்டும் பார்க்கவில்லை, அச்சிறுவனை பிரச்சனையாக பார்க்க விருப்பமும் கொள்கிறான். எனவேதான், “தீமையிலிருந்து எங்களை விடுவித்தருளும்” என்று நாம் ஜெபிக்கிறோம். பிறகு நமக்கு வெளியே இருக்கும் தீமையை சுட்டிக்காட்டி, அதிலிருந்து நம்மை விடுவிக்கும்படி கடவுளிடம் வேண்டுகிறோம். ஆம், அங்கே அதிக தீமைகள் உள்ளன என்பதையும், அதை நாம் ஒவ்வொரு நாளும் எதிர்கொள்கிறோம் என்பதையும் மறுப்பதற்கில்லை.

ஆனால் நாம் விடுவிக்கப்பட வேண்டிய மிக ஆழமானதும் ஆபத்தானதுமான தீமை எங்கே இருக்கிறது? அது நம் சொந்த பாவ மாம்சத்தில் உள்ளது. அது நாம் விரும்புவதில் உள்ளது. நம்முடைய பாவ நிலையில் நாம் எது நல்லது, சரியானது என்று நினைக்கிறோமோ அதில்தான் உள்ளது. கடவுளுடைய வார்த்தை எதைக் கண்டிக்கிறது என்பதையும், பாவம் நிறைந்த மாம்சம் அதன் சொந்த விருப்பங்களின்படி அனைத்தையும் எவ்வாறு மறுவரையறை செய்கிறது என்பதையும் கவனியுங்கள். விபச்சாரம் மறுக்க முடியாத உண்மையான காதலாக ஆதரிக்கப்படுகிறது. திருமணமாகாத இருவரிடையே ஏற்படும் உடலுறவு வாக்குறுதியளித்த ஒரு துணைவருடனான பாசத்தின் வெளிப்பாடாகக் கருதப்படுகிறது. உருவ வழிபாடு என்பது ஒரு புதிய கிளர்ச்சியான வழியில் கடவுளை வழிபடுவது என்றாகிறது. வெறுப்பு என்பது உங்கள் உள்மனதின் குழந்தைத்தன்மைக்கு உண்மையாக இருப்பது. முரண்படுவது கொள்கைக்காக நிற்பது. பொறாமைகள் தற்காப்புக்கான தைரியமான செயல்கள். கோபத்தின் வெடிப்புகள், மருத்துவ சிகிச்சைகள். சுயநல லட்சியங்கள், சுயமரியாதை. தேவ தூஷணங்கள்/மத எதிர்ப்புக்கள் மற்றொரு கண்ணோட்டம்/கருத்து. கொலைகள் என்பது தனியுரிமைக்கான சட்டப்பூர்வ உரிமையின் பாதுகாப்பு. குடிப்பழக்கம் ஒரு நோய். களியாட்டங்கள், நேரத்தை மகிழ்ச்சியாய் கொண்டாடுவது. தீமையை நன்மை என்றும், நன்மையைத் தீமை என்றும் அழைக்கும் நமது பாவ மாம்ச இச்சையின் முகத்தினெதிரே, “தீமையிலிருந்து எங்களை விடுவியும்” என்று ஜெபிக்கும்படியான நமது கர்த்தராகிய இயேசு கிறிஸ்துவின் கட்டளை உள்ளது. வேறு வார்த்தைகளில் கூறுவதானால், கடவுள் நம்மை சிறிது வேதனையில் ஆழ்த்திவிட்டதாக நாம் ஜெபிக்கின்றோம். நாம் சொல்வது சரி என்று நாம் நினைக்கும் போது நாம் தவறு செய்கின்றோம் என்று ஒப்புக்கொள்வது மிகவும் கடினம்.

ஆனால் மனந்திரும்புதல் உங்களுக்கு மிகவும் நன்மையானது. அதைத் தவிர இவ்வுலகில் மகிழ்ச்சி மிகவும் குறைவு. மனந்திரும்புதல் என்பது கடவுள் நமக்குள் செயல்படும் ஒரு மாற்றமாகும், அது நம் மாம்சம் கட்டமைக்கும் உருவ வழிப்பாடுகளை அழிக்கிறது. உருவ வழிபாடுகளின் பொய்யான வாக்குறுதிகளுக்குப் பதிலாக இயேசு கிறிஸ்துவின் தூய நற்செய்தியை கடவுள் மாற்றித்தருகிறார். மனந்திரும்புதல், கடவுள் நம்மை எவ்வாறு தீமையிலிருந்து விடுவிக்கிறார் என்பதாகும். நாம் அனைவரும் தவறு செய்கின்றவர்கள், அவர் ஒருவரே அனைத்திலும் சரியானவர் என்பதை அவர் நமக்கு வெளிப்படுத்துகிறார். அதற்கு மேலாக, நம்முடைய எல்லா குற்றங்களும் அவர் மீது சுமத்தப்பட்டதை அவர் நமக்குக் காட்டுகிறார். அவர் சொன்ன ஒவ்வொரு சொல்லாலும், அவர் செய்த ஒவ்வொரு செயலாலும் பரலோகத்தில் இருக்கும் இந்த தந்தையின் பெயரைப் புனிதப்படுத்திய இயேசு கிறிஸ்து, சிலுவையில் பாடுபட்டு தம் தந்தையால் வாக்களிக்கப்பட்ட அரசாட்சியையும் நிறுவினார். கடவுளின் நல்லதும் கருணையுள்ளதுமான சித்தம் அங்கு செயல்பட்டது. இயேசு நமக்காக கர்த்தருடைய ஜெபத்தை நிறைவேற்றியதை நீங்கள் காணலாம். அவர் ஐயாயிரம் பேருக்கு உணவளித்தார், தம்மை நம்புபவர்கள் தினசரி உணவுக்காக ஒருபோதும் கவலைப்பட மாட்டார்கள் என்பதை நிரூபித்தார். அவர் நம் அனைவரையும் வென்றெடுக்கும் மன்னிப்புக்காக பிரார்த்தனை செய்தார். அவர் நம் பிரதிநிதியாக சோதனையைத் தாங்கினார். தீமையால் நிரம்பிய நாம் கடவுளின் விடுதலையை தூய்மையான, அருமை நிறைந்த இயேசுவில் காண்கிறோம். இயேசுவை நாம் அறிந்துக்கொண்டால், உடல் மற்றும் ஆன்மாவின் ஒவ்வொரு தீமையிலிருந்தும் நாம் விடுவிக்கப்படுகிறோம்.

கடவுள் நம்மை தீமையிலிருந்து விடுவிப்பார் என்று நமக்கு எப்படி தெரியும்? ஏனென்றால், அவர் ஜெபிக்கக் கற்றுக் கொடுத்தார், கடவுள் கொடுக்கக்கூடாத எதையும் கேட்க அவர் நமக்குக் கற்பிக்க மாட்டார். நாம் கடவுளுடைய பிள்ளைகளாக இருந்தால், கடவுள் நம்முடைய பிதாவாக இருக்க வேண்டும் என்றும், கர்த்தருடைய ஜெபம் அவரிடம் என்ன வேண்டுகிறதோஅதைச் செய்வார் என்றும் எதிர்பார்க்கலாம். இதனால்தான் “ஆமென்” என்று ஜெபிக்கிறோம். ஆமென் என்பது நம்பிக்கை அல்லது உண்மைக்கான எபிரேய வார்த்தையிலிருந்து வந்தது. கடவுள் தம் வார்த்தையில் நம்பிக்கையாயிருக்க இருக்க உண்மையுள்ளவர். அவரால் பொய் சொல்ல இயலாது. அவர் ஜெபிக்க நம்மை அழைக்கும்போது அவர் செவிகொடுப்பவராக இருக்க

வேண்டும். அவர் நிச்சயம் கேட்க வேண்டும். ஆகவே, இயேசு நம்மிடம் கேட்கச்சொன்னதை நாம் பெறுவோம் என்ற நம்பிக்கையுடன் "ஆமென்" என்று கூறுகிறோம்.

ஜெபம் விசுவாசத்திலிருந்து வருகிறது, விசுவாசம் கடவுளுடைய வார்த்தையிலிருந்து வருகிறது. காண்கிறதால் விசுவாசம் வருவதில்லை. விசுவாசம் கண்கள் காண்பதற்கு குருடாக இருந்து, கடவுள் சொல்வதை மட்டுமே கவனிக்கிறது. தீமையிலிருந்து நம்மை விடுவிக்க கடவுள் புறக்கணிப்பார் என்ற கருத்தை விசுவாசம் ஏற்க மறுக்கிறது. "தீமையிலிருந்து எங்களை விடுவித்தருளும்" என்று நாம் ஜெபிக்கும்போது, இந்த மன்றாட்டுக்கு பதிலளிக்கப்படுவதைக் காண விசுவாசம் இயேசுவை நோக்குகிறது. உண்மையில் தீமை வெல்லப்படுவதை நீங்கள் இயேசுவில் காணலாம். உங்களிடமிருந்து இன்னொருவருக்கு எதிராக வெளிப்பட்ட அல்லது வேறொருவரிடமிருந்து உங்களைத் துன்புறுத்த வந்த ஒவ்வொரு தீயக் காரியமும் இப்போது விழுங்கப்பட்டு அழிக்கப்படுவதை இயேசுவில் நீங்கள் காணலாம். இயேசுவைப் பாருங்கள், அவருடையதூய்மையான மற்றும் புனிதமான மற்றும் சர்வ வல்லமையுள்ள அன்பைப் பாருங்கள். மனிதகுலத்தின் அனைத்து தீமைகளையும் அவர் உடலிலும், உள்ளத்திலும் தாங்குவதைப் பாருங்கள். குற்றம் சொல்லாமல், அதற்கு அடிபணியாமல் அவர் செயல்புரிவதைப் பாருங்கள். அவருடைய மரணத்தில் நமது வெறுப்பின் மீது கடவுள் செலுத்திய அன்பின் வெற்றியைப் பாருங்கள். கடவுளின் அன்பு உங்களால் அடைய முடியாத இடத்தில் அடைத்துவைக்கப்படவில்லை. சிலுவையின் பிரசங்கத்தை நீங்கள் கேட்கும் போதெல்லாம், உங்கள் ஞானஸ்நானத்தில் கடவுள் உங்களுக்கு வாக்களித்ததை நீங்கள் உரிமை கொண்டாடும் போதெல்லாம் அது உங்களுடன் இருக்கும். பரிசுத்த ஆவியானவர் உங்களில் தம்முடைய இருப்பிடத்தை உருவாக்கும்போது அது உங்களுடன் இருக்கும்.

இதற்கிடையில், இந்த பரிபூரண ஜெபத்தை ஜெபிக்க இயேசு தொடர்ந்து நம்மை அழைக்கிறார். நாம் கேட்பதற்கு கடவுள் பதில் அளிப்பார் என்பதில் சந்தேகமில்லை. எனவே, "ஆமென், ஆம், ஆம், அது அப்படியே இருப்பதாக" என்று நாம் ஜெபிக்கிறோம். ஆமென்.

www.ingramcontent.com/pod-product-compliance
Lightning Source LLC
Chambersburg PA
CBHW051301120626
46547CB00015B/2034
* 9 7 8 1 9 6 0 8 4 0 3 0 1 *